ರಾಜೀವ ನಾರಾಯಣ ನಾಯಕ

ಕಿರುಪರಿಚಯ: ಊರು ಉತ್ತರ ಕನ್ನಡದ ಅಂಕೋಲೆ. ರಸಾಯನಶಾಸ್ತ್ರದಲ್ಲಿ ಸ್ನಾತಕೋತ್ತರ ಪದವಿ ಪಡೆದು ಉಪನ್ಯಾಸಕರಾಗಿ ವೃತ್ತಿ ಆರಂಭ. ನಂತರ ಕೇಂದ್ರ ಸರಕಾರಿ ಸೇವೆಗೆ ಸೇರಿ ಮುಂಬೈ ವಾಸಿ. ವಿಜಯ ಕರ್ನಾಟಕ, ವಿಜಯವಾಣಿ, ತುಷಾರ ಮತ್ತು ಪ್ರಜಾವಾಣಿ ದೀಪಾವಳಿ ಕಥಾಸ್ಪರ್ಧೆಗಳನ್ನೂ ಒಳಗೊಂಡು ಹಲವಾರು ಕಥಾಸ್ಪರ್ಧೆಗಳಲ್ಲಿ ಕತೆಗಳು ಬಹುಮಾನ ಗಳಿಸಿವೆ. 'ಸುಧಾ ಯುಗಾದಿ ಪ್ರಬಂಧ ಸ್ಪರ್ಧೆ 2020'ರಲ್ಲಿ 'ಘರ್‌ಗುತಿ' ಪ್ರಬಂಧಕ್ಕೆ ಬಹುಮಾನ ಬಂದಿದೆ.

ಈ ವರೆಗೆ 'ಗುರ್ಬಾಣಕ್ಕಿ' ಮತ್ತು 'ಲಾಸ್ಟ್ ಲೋಕಲ್ ಲೊಸ್ಟ್ ಲವ್' ಎಂಬ ಎರಡು ಕಥಾಸಂಕಲನಗಳು ಪ್ರಕಟವಾಗಿವೆ.

ಮುಂಬೈ ಕನ್ನಡ ರಂಗಭೂಮಿಯಲ್ಲೂ ಸಕ್ರಿಯ.

ಚಾರಣ ಆಸಕ್ತಿಯ ಇನ್ನೊಂದು ಕ್ಷೇತ್ರ.

ಹೆಸರು: ರಾಜೀವ ನಾರಾಯಣ ನಾಯಕ
ಖಾಯಂ ವಿಳಾಸ: 'ಗಿರಿದೇವಿ', ಬೊಳೆ, ಶೆಟಗೇರಿ ಅಂಚೆ
ಎನ್.ಎಚ್. 66, ಅಂಕೋಲಾ
ಉತ್ತರ-ಕನ್ನಡ-581353
ಮೊಬೈಲ್: 9869870545
ಇಮೇಲ್: nrajeevnn@gmail.com
nrajeevn@yahoo.co.in

ಪ್ರೀತ್ಸು

ಕಾದಂಬರಿ

ರಾಜೀವ ನಾರಾಯಣ ನಾಯಕ

ವೀರಲೋಕ ಬುಕ್ಸ್ ಪ್ರೈ.ಲಿ.
207, 2ನೇ ಮಹಡಿ, 3ನೇ ಮೇನ್, ಚಾಮರಾಜಪೇಟೆ
ಬೆಂಗಳೂರು–560018. ಮೊಬೈಲ್: 70221 22121
ಇಮೇಲ್: veeralokabooks@gmail.com
ವೆಬ್‌ಸೈಟ್: www.veeralokabooks.com

PREETSU
A novel written by
Rajeev Narayana Nayak

Published by:
VEERALOKA BOOKS PVT. LTD.
207, 2nd Floor, 3rd Main
Chamarajpet, Bengaluru - 560018

Mobile : +91 7022122121
E-mail : veeralokabooks@gmail.com
Website: www.veeralokabooks.com

Price : Rs. 170/-
Pages : 144
First Impression : 2022

Paper used : 90 GSM NS Maplitho
Book size : 1/8th Demy

ISBN : 978-93-94942-19-6

Cover page illustration by : Roopa Vipin
Inner pages illustration by : Vijaya Vikram

Printer : Regal Print Service
No. 92, Pipeline West, Kasturibanagar
Mysore Road Cross, Near Christian Tollgate
Bengaluru - 560026

ಅರ್ಪಣೆ

ಕಡಲಿಗೂ
ಒಲವಿನ ಗಂಧ
ಬೆರೆಸಿದ
ಶೈಲತ್ತೆಗೆ

ಪ್ರೀತಿಮಾತು

'ಗುರ್ಬಾಣಕ್ಕಿ' ಮತ್ತು 'ಲಾಸ್ಟ್ ಲೋಕಲ್...' ಎಂಬ ಎರಡು ಕಥಾಸಂಕಲನಗಳ ನಂತರ ಬರುತ್ತಿರುವ ನನ್ನ ಮೂರನೇ ಕೃತಿ 'ಪ್ರೀತ್‌ಸು'; ಕಾದಂಬರಿಯಾಗಿ ಮೊದಲನೆಯದು.

ಅಪರೂಪಕ್ಕೆ ಕತೆಗಳನ್ನು ಬರೆದುಕೊಂಡಿದ್ದ ನಾನು ಕಾದಂಬರಿ ಬರೆಯುವಂತಾದದ್ದು ನನಗೇ ಅಚ್ಚರಿಯೆನಿಸುತ್ತದೆ. ಏಕೆಂದರೆ ದೀರ್ಘ ಬರವಣಿಗೆಗೆ ಬೇಕಾದ ತಾಳ್ಮೆ ಮತ್ತು ತಯಾರಿ ನನ್ನಲ್ಲಿರಲಿಲ್ಲ. ಕಾದಂಬರಿ ಬರೆಯುವ ಯೋಚನೆ ಅಥವಾ ಯೋಜನೆಗಳೂ ಇರಲಿಲ್ಲ. ಇದು ಶುರುವಾದದ್ದು ಒಂದು ಕತೆಯಾಗಿಯೇ. ನನ್ನ ಕತೆಗಳು ಪ್ರಕಟವಾದಾಗೆಲ್ಲ ತಪ್ಪದೇ ಓದುವ ಆತ್ಮೀಯರೊಬ್ಬರು 'ಒಂದು ಪ್ಯೂರ್ ಲವ್ ಸ್ಟೋರಿ ಬರಿ, ಮಾರಾಯ' ಎಂದು ಯಾವಾಗಲೂ ಹೇಳುತ್ತಿದ್ದರು. ಅವರ ಪ್ರೀತಿಯ ವರಾತೆ ಇದನ್ನು ಬರೆಯಲು ಹಚ್ಚಿದ್ದು ನಿಜ. ನಾಗತಿಹಳ್ಳಿ ಚಂದ್ರಶೇಖರ್ ಅವರ ಕತೆಯೊಂದು ಇದಕ್ಕೆ ಪ್ರೇರಣೆ ನೀಡಿದ್ದೂ ನಿಜ. ಒಂದು ಸಣ್ಣ ಕತೆಯಿಂದ ಶುರುವಾದ ಬರವಣಿಗೆ ನೀಳ್ಗತೆಯಾಗಿ, ಕಾದಂಬರಿ ಸ್ವರೂಪವನ್ನೇ ಪಡೆದುಕೊಳ್ಳಲು ಬಹುಶ: ಕಾರವಾರದ ಕಡಲೂ ಕಾರಣವಾಗಿರಬಹುದು!

ಉದ್ಯೋಗ ನಿಮಿತ್ತ ಮುಂಬಯಿಯಲ್ಲಿರುವ ನಾನು ಊರಿಂದ ರಜೆ ಮುಗಿಸಿ ಹೋಗುವಾಗೆಲ್ಲ 'ಮತ್ಸ್ಯಗಂಧ'ವೇ ನನ್ನನ್ನು ಕರೆದೊಯ್ಯುವುದು! ಈ ಕೊಂಕಣ ರೈಲು ಅಘನಾಶಿನಿ, ಗಂಗಾವಳಿ ನದಿಗಳನ್ನು ಹಾದು, ಕಾರವಾರದಲ್ಲಿ ಕಾಳಿನದಿಯನ್ನು ದಾಟುವಾಗ ಹೆಚ್ಚುಕಮ್ಮಿ ಮುಸ್ಸಂಜೆಯಾಗಿರುತ್ತದೆ. ಬೀಸುವ ತಂಗಾಳಿ, ತುಳುಕುವ ನೀರು, ಬಳಕುವ ಬೆಳ್ಳಕ್ಕಿ ಸಾಲು, ಆಚೆ ಹಸಿರು–ನೀಲಿ ಪರ್ವತ ಶ್ರೇಣಿ, ಈಚೆ ಭೋರ್ಗರೆವ ಕಡಲು, ಕನಸಿನಂತೆ ತೇಲುವ ಮೋಹಕ ದೇವಭಾಗ–ಇದನೆಲ್ಲ ಕಣ್ತುಂಬಿಕೊಂಡೇ ನಾನು ಮುಂಬಯಿ ತಲುಪುವುದು! ಕಾದಂಬರಿಯಲ್ಲಿ ಕಡಲು ಒಂದು ಭಿತ್ತಿಯಾಗಿ ಅಕ್ಷರಕ್ಕಿಳಿಯಲು ಹಲವಾರು ವರ್ಷಗಳ ಈ 'ಭಾವಯಾನ' ಕಾರಣ ಎಂದು ಅನಿಸುತ್ತದೆ. ಪಾತಿದೋಣಿಯಲ್ಲಿ ಮೀನು ಹಿಡಿಯುತ್ತಿದ್ದ, ಅರೆಗತ್ತಲಲ್ಲಿ ಅಸ್ಪಷ್ಟವಾಗಿ ಕಂಡ ಆ ಅನಾಮಿಕ ಹುಡುಗ ನೇರವಾಗಿ ಕಾದಂಬರಿಯೊಳಗೆ ಬಂದು ಸ್ಫುಟಗೊಂಡದ್ದು ಮಾತ್ರ ಸೋಜಿಗವೇ!

ಇದು ಕಡಲ ತೀರದ ಹುಡುಗ ಮತ್ತು ಬಯಲು ಸೀಮೆಯ ಹುಡುಗಿಯರ ನಡುವಿನ ಒಂದು ನವಿರಾದ ಪ್ರೇಮಕತೆ. ಹದಿಹರೆಯವನ್ನು ಆಗಷ್ಟೇ ದಾಟಿರುವ, ಆದರೆ ಬದುಕಿನ ಬಗ್ಗೆ ಇನ್ನೂ ಪ್ರೌಢರಾಗಬೇಕಾದ ಯುವಮನಸುಗಳ ಪ್ರೇಮಕತೆ ಬರೆಯುವಾಗ ಅದನ್ನು ಸೂಕ್ಷ್ಮವಾಗಿ, ಜವಾಬ್ದಾರಿಯುತವಾಗಿ ನಿರ್ವಹಿಸಬೇಕಾದ ಅರಿವು ಇದ್ದದ್ದು ನಿಜ. ಆದರೂ ಭರವಸೆ ಸಾಲದೇ ಕಾದಂಬರಿಯನ್ನು ಪೂರ್ತಿಗೊಳಿಸದ ನಂತರ ಅದನ್ನು ಹಿರಿಯ ಲೇಖಕ ಮತ್ತು ಚಿಂತಕರಾದ ಆರ್.ಡಿ. ಹೆಗಡೆ, ಆಲ್ಮನೆಯವರ ಅಭಿಪ್ರಾಯಕ್ಕಾಗಿ ಕಳುಹಿಸಿದೆ. ಶ್ರೀಯುತರು 'ಲಲಿತವಾದ ನಿರೂಪಣೆ, ಪ್ರಾದೇಶಿಕತೆಯ ಸೊಗಡು, ಅತ್ಯಾಧುನಿಕ ವಸ್ತು ಮತ್ತು ಕತೆಯ ವಿನ್ಯಾಸ ಮೆಚ್ಚುವಂಥದ್ದು. ಸಂಭಾಷಣೆಗಳನ್ನು ನೇಯುವಲ್ಲಿ ನಿಮಗಿರುವ ವಿಶೇಷವಾದ ಸಿದ್ಧಿಯಿಂದ ಇದು ಪ್ರಕಟಣೆಗೆ ಯೋಗ್ಯವಾಗಿದೆ' ಎಂಬ ಪ್ರೋತ್ಸಾಹದ ಮಾತುಗಳನ್ನು ಆಡಿದ ನಂತರವೇ ಪತ್ರಿಕೆಗೆ ಕಳುಹಿಸಿದ್ದು. ಕಾದಂಬರಿಯನ್ನು ಇಷ್ಟಪಟ್ಟ ರಘುನಾಥ್ ಚ.ಹ. ಅವರು 'ಭಾವಗೀತೆಯಂಥ ಕಥನಕನ್ನಡದ' 'ಪ್ರೀತ್‌ಸು'ವನ್ನು ಸುಧಾದಲ್ಲಿ ಧಾರಾವಾಹಿಯಾಗಿ ಪ್ರಕಟಿಸಿದರು. ಈಗ ಕನ್ನಡ ಪುಸ್ತಕಗಳನ್ನು ಹೆಚ್ಚೆಚ್ಚು ಓದುಗರಿಗೆ ತಲುಪಿಸುವ ಮತ್ತು ಹೊಸತನದ ಕೃತಿಗಳನ್ನು ಪ್ರಕಟಿಸುವಂಥ ಸ್ತುತ್ಯ ಕಾರ್ಯದಲ್ಲಿ ತೊಡಗಿಸಿಕೊಂಡಿರುವ ವೀರಲೋಕ ಪ್ರಕಾಶನವು ಇದನ್ನು ಪುಸ್ತಕ ರೂಪದಲ್ಲಿ ತರುತ್ತಿರುವುದು ಖುಶಿಯಾಗುತ್ತಿದೆ. ವೀರಲೋಕ ಬುಕ್ಸ್‌ನ ಆಯ್ಕೆ ಸಮಿತಿ ಮತ್ತು ವೀರಕಪುತ್ರ ಶ್ರೀನಿವಾಸ ಅವರಿಗೆ ಮನಸಾರೆ ಕೃತಜ್ಞತೆ ಹೇಳುವೆ. ಅರ್ಥಪೂರ್ಣ ಮುಖಪುಟ ವಿನ್ಯಾಸಗೊಳಿಸಿದ ರೂಪಾ ಕಲ್ಲಿಗನೂರು ಅವರಿಗೆ ಅಭಿನಂದನೆ.

ಸುಧಾ ವಾರಪತ್ರಿಕೆಯಲ್ಲಿ ಧಾರಾವಾಹಿಯಾಗಿ ಪ್ರಕಟವಾದಾಗ ಹಲವಾರು ಓದುಗರು, ಪ್ರೇಮದ ಮೋಹಕತೆ ಮತ್ತು ಮನಸುಗಳ ಕ್ರೌರ್ಯದಂಥ ಹಲವು ಭಾವಗಳ ಸಂಗಮವಾಗಿರುವ ಈ ಕಾದಂಬರಿ ಯೋಚನೆಗೂ ಹಚ್ಚುತ್ತದೆ ಎಂಬಂಥ ಮಾತುಗಳಿಂದ ತಮ್ಮ ಮೆಚ್ಚುಗೆ ವ್ಯಕ್ತಪಡಿಸಿದ್ದಾರೆ. ಅವರಿಗೆಲ್ಲ ವಂದನೆಗಳು. ಅದರಲ್ಲೂ ಪ್ರತಿ ಕಂತನ್ನು ಓದಿ ತಮ್ಮ ಅನಿಸಿಕೆಗಳನ್ನು ಮುಕ್ತವಾಗಿ ಹಂಚಿಕೊಳ್ಳುತ್ತಿದ್ದ ಹಿರೇಗುತ್ತಿ ಬೀರಣ್ಣ ಮಾಸ್ತರ್, ಪ್ರೊ. ಬೀರಣ್ಣ ಮೊಗಟಾ, ಡಾ. ಪ್ರಭಾಕರ್ ನಾಯಕ, ಗೆಳೆಯರಾದ ಶ್ರೀಧರ್ ಭಟ್, ಪ್ರಿನ್ಸಿ, ದಿವ್ಯಪ್ರಕಾಶ್, ಅಕ್ಷತಾ ಕೃಷ್ಣಮೂರ್ತಿ–ಇವರನ್ನೆಲ್ಲ ವಿಶೇಷವಾಗಿ ನೆನೆಯುವೆ. ಕಾದಂಬರಿಯೊಳಗೆ ಬರುವ ಕೊಂಕಣಿ ಸಂಭಾಷಣೆಗಳನ್ನು ತಿದ್ದಿದ ಮುಂಬಯಿಯ ನಮ್ರತಾ ಭಾಂಗಿ ಮತ್ತು ಆಯ್ದ ಭಾಗವನ್ನು ವಾಚಿಸಿ ಆಡಿಯೋ ಮಾಡಿದ ಅಮೃತಾ ಶೆಟ್ಟಿಯವರಿಗೂ ಧನ್ಯವಾದಗಳು. ನನ್ನ ಬರೆಹವನ್ನು ಕಂಡಾಗೆಲ್ಲ ಖುಶಿಪಡುವ ಸಹೋದರಿ ಸುಧಾ ಮತ್ತು

ಅರುಣಕುಮಾರ್ ಗಾಂವಕರ್, ಮಕ್ಕಳ ಸಾಹಿತಿ ನಾಗೇಂದ್ರ ನಾಯಕ, ತೊರ್ಕೆ ಮತ್ತು ನಮ್ಮ ಕುಟುಂಬದವರ ಪ್ರೀತಿ ಮತ್ತು ಕಾಳಜಿಗೆ ಶರಣು. ಬರೀ ಬರೆಯುವುದಷ್ಟೇ ಅಲ್ಲ, ಅದು ಓದುಗರನ್ನು ತಲುಪುವಂತೆ ಮಾಡುವುದೂ ಮುಖ್ಯ ಎಂದು 'ಉಪದೇಶ' ನೀಡುವ ಮಗ ಆಕಾಶ, ಮಗಳು ಅಕ್ಷತಾ ಮತ್ತು ಊರಿಗೆ ಬಂದಾಗ ಸದಾ ಲ್ಯಾಪ್‌ಟಾಪ್ ಮೇಲೆ ಅಕ್ಷರ ಕುಟ್ಟುತ್ತಿರುವುದನ್ನು ಸಹಿಸುವ ಮಡದಿ ಶೀಲಾ ಅವರ ಸಹಕಾರವನ್ನೂ ನೆನೆಯುವೆ.

ಪ್ರೀತ್ಸು ನಿಮ್ಮ ಪ್ರೀತಿ ಗಳಿಸಲಿ.

—ರಾಜೀವ ನಾರಾಯಣ ನಾಯಕ

ಪ್ರಕಾಶಕರ ಮಾತು

ಪ್ರಿಯ ಓದುಗ ದೊರೆಗಳೆ, ಅತ್ಯಂತ ಪ್ರಾಚೀನ ಭಾಷೆಗಳಲ್ಲಿ ಒಂದಾದ ಕನ್ನಡಕ್ಕೆ ಭಾರತೀಯ ಭಾಷೆಗಳಲ್ಲೇ ವಿಶೇಷ ಸ್ಥಾನವಿದೆ. ಈ ನೆಲದ ಮಣ್ಣಿನ ಕಣಕಣದಲ್ಲೂ ಸಾಹಿತ್ಯದ ಘಮಲಿದೆ. ಸಾಂಸ್ಕೃತಿಕ ಹುಡಿಯಿದೆ. ಎಂಟೆಂಟು ಜ್ಞಾನಪೀಠ ಪ್ರಶಸ್ತಿಗಳನ್ನು ಪಡೆದ ಹೆಮ್ಮೆಯೂ ಜತೆಗಿದೆ. ಆದರೆ, ಸಾಹಿತ್ಯವನ್ನು ದಾಟಿಸುವ ವಿಷಯದಲ್ಲಿ ನಾವು ಹಿಂದೆ ಇದ್ದೇವೆ. ಸಂಕಟ ಪಡುವಷ್ಟು ಓದುಗರ ಸಂಖ್ಯೆಯನ್ನು ಹೊಂದಿದ್ದೇವೆ. ಕನ್ನಡದಲ್ಲಿ ವರ್ಷಕ್ಕೆ ಸಾವಿರಾರು ಶೀರ್ಷಿಕೆಯ ಪುಸ್ತಕಗಳು ಮುದ್ರಣವಾದರೂ ಕೆಲವೇ ಕೆಲವು ಸಾಹಿತಿಗಳನ್ನು ಹೊರತುಪಡಿಸಿ, ಹೆಸರಾಂತ ಸಾಹಿತಿಗಳ ಪುಸ್ತಕಗಳ ಪ್ರತಿಗಳು ಖರ್ಚಾಗುವುದು ಕೇವಲ ಐನೂರು, ಸಾವಿರ ಮಾತ್ರ. ಹೊಸಬರದ್ದು ಇನ್ನೂ ಘೋರ. ಕರ್ನಾಟಕದ ಏಳೂವರೆ ಕೋಟಿ ಜನಸಂಖ್ಯೆಯಲ್ಲಿ, ಒಬ್ಬ ಲೇಖಕನ ಪುಸ್ತಕವು ಸಾವಿರ ಜನರಿಗೂ ತಲುಪುತ್ತಿಲ್ಲ ಎನ್ನುವುದು ಖೇದಕರ. ಆದರೆ, ಇದನ್ನು ನಂಬಲು ಸಾಧ್ಯವಾ?

ನಿಜವಾಗಿಯೂ ಓದುಗರು ಇಲ್ಲವಾ? ಅಥವಾ ಓದುಗರಿದ್ದರೂ ಅವರಿಗೆ ಕೃತಿಗಳನ್ನು ತಲುಪಿಸುವಲ್ಲಿ ಸೋಲುತ್ತಿದ್ದೇವಾ? ಎನ್ನುವ ಪ್ರಶ್ನೆಯೊಂದಿಗೆ ನಾನು ನಿಮ್ಮಂಥ ಓದುಗರ ಬೆನ್ನುಹತ್ತಿದೆ. ಲಕ್ಷಾಂತರ ಓದುಗರಿದ್ದಾರೆ. ಆದರೆ ಅವರನ್ನು ತಲುಪುವಲ್ಲಿ ನಾವು ಸೋಲುತ್ತಿದ್ದೇವೆ ಎಂಬುದು ನನಗೆ ಮೇಲ್ನೋಟಕ್ಕೆ ಹೊಳೆದ ಸತ್ಯ. ಆ ಕಾರಣದಿಂದಲೇ ನಾನೀಗ ಓದುಗ ಮತ್ತು ಲೇಖಕರ ನಡುವಿನ ಸೇತುವೆಯೊಂದರ ನಿರ್ಮಾಣಕ್ಕೆ ಮುಂದಾಗಿದ್ದೇನೆ. ಆ ಸೇತುವೆಯ ಹೆಸರು 'ವೀರಲೋಕ ಬುಕ್ಸ್.'

ಕುಗ್ರಾಮವೊಂದರಲ್ಲಿ ತಯಾರಾದ ಮಡಕೆಯೊಂದು ಇವತ್ತು ಕಾರ್ಪೋರೇಟ್ ಅಂಗಳದಲ್ಲಿ ಮಾರಾಟಕ್ಕಿದೆ. ಪದವಿ, ಪುರಸ್ಕಾರಗಳನ್ನು ಪಡೆದುಕೊಂಡ ಬರಹಗಾರನೊಬ್ಬನ ಕೃತಿಯು ಸುಸಜ್ಜಿತ ಪುಸ್ತಕ ಮಳಿಗೆಯನ್ನೂ ತಲುಪುವಲ್ಲಿ ಸೋತಿದೆ. ಹಾಗಾಗಿ 'ವೀರಲೋಕ ಬುಕ್ಸ್' ಕನ್ನಡ ಪುಸ್ತಕ ಲೋಕಕ್ಕೆ ಕಾರ್ಪೋರೇಟ್ ಟಚ್ ನೀಡುವ ಉದ್ದೇಶ ಹೊಂದಿದೆ. ಕೇವಲ

ಪಟ್ಟಣದಲ್ಲಿ ಮಾತ್ರವಲ್ಲ, ಹಳ್ಳಿಗಾಡಿನ ಕಟ್ಟಕಡೆಯ ಓದುಗನಿಗೂ ಕನ್ನಡ ಪುಸ್ತಕವನ್ನು ತಲುಪಿಸುವ ದೃಢ ಸಂಕಲ್ಪ ನಮ್ಮದಾಗಿದೆ. ಒಬ್ಬ ಓದುಗ ತಾನು ಇಷ್ಟಪಡುವ ಪುಸ್ತಕ ಕೊಳ್ಳಬೇಕಾದರೆ ನಿಗದಿತ ಪುಸ್ತಕ ಅಂಗಡಿಗೆ ಬಂದರೆ ಮಾತ್ರ ಸಿಗುತ್ತದೆ ಎಂಬುದು ನಿಜಕ್ಕೂ ಓದುಗನಿಗೆ ಮಾಡುತ್ತಿರುವ ಮೋಸ. ಆದ್ದರಿಂದ ಅವನಿರುವ ಕಡೆಯೇ ಪುಸ್ತಕ ಸಿಗುವಂತೆ ಮಾಡುವ ಉದ್ದೇಶ ನಮ್ಮ ಪ್ರಕಾಶನದ್ದು. ಅದಕ್ಕಾಗಿ ಒಂದು ದೊಡ್ಡ ನೆಟ್‌ವರ್ಕ್ ಸಿದ್ಧ ಮಾಡಿದ್ದೇವೆ. ಊರೂರಲ್ಲಿ ಪುಸ್ತಕ ಸಿಗುವಂತೆ ಮಾಡುತ್ತಿದ್ದೇವೆ. ಇನ್ನೂ ಏನೇನೋ ಯೋಜನೆಗಳಿವೆ...

ಈ ಹೊಸ ರೀತಿಯ ಕಾರ್ಯಶೈಲಿಯ ಮೂಲಕ ನಾವು ನಮ್ಮ ವೀರಲೋಕ ಪ್ರಕಾಶನವನ್ನು ಆರಂಭಿಸಿದ್ದೇವೆ. ಇದಕ್ಕೆ ನಾಡಿನ ಖ್ಯಾತ ಸಾಹಿತಿಗಳಾದ ಶ್ರೀ ರಾಜೀವ ನಾರಾಯಣ ನಾಯಕ, ಶ್ರೀ ವಿಶ್ವೇಶ್ವರ ಭಟ್, ಶ್ರೀ ಕುಂ. ವೀರಭದ್ರಪ್ಪ, ಶ್ರೀ ಜೋಗಿ, ಶ್ರೀ ರವಿ ಕೃಷ್ಣಾರೆಡ್ಡಿ, ಶ್ರೀ ರಂಗಸ್ವಾಮಿ ಮೂಕನಹಳ್ಳಿ, ಶ್ರೀಮತಿ ದೀಪಾ ಹಿರೇಗುತ್ತಿ, ಶ್ರೀ ಗಣೇಶ್ ಕಾಸರಗೋಡು, ಅನಂತ ಹುದೆಂಗಜೆ, ಡಾ. ಶರಣು ಹುಲ್ಲೂರು, ಶ್ರೀ ಸಂತೋಷಕುಮಾರ ಮೆಹೆಂದಳೆ, ಎನ್. ಧನಂಜಯ, ಡಾ. ಡಿ.ಎಸ್. ಶ್ರೀನಿವಾಸ ಪ್ರಸಾದ್, ಡಾ. ಗವಿಸ್ವಾಮಿ ಎನ್., ನರೇಂದ್ರ ರೈ ದೇರ್ಲ, ಶ್ರೀ ಮಂಜುನಾಥ್ ಚಾಂದ್, ಶ್ರೀಮತಿ ಶುಭಶ್ರೀ ಭಟ್ಟ, ಶ್ರೀಮತಿ ನಾಗವೇಣಿ ವೆಂ. ಹೆಗಡೆ ಹೆಗ್ಗರ್ಸಿಮನೆ, ಶ್ರೀ ರಾಘವ್, ಡಾ. ವಾಸುದೇವ ಶೆಟ್ಟಿ, ಶ್ರೀ ಸದಾಶಿವ್ ಸೊರಟೂರು ಮತ್ತು ಖ್ಯಾತ ಕಲಾವಿದರಾದ ಶ್ರೀ ರಮೇಶ್ ಅರವಿಂದ್ ಅವರು ವೀರಲೋಕಕ್ಕೆ ತಮ್ಮ ಕೃತಿಗಳನ್ನು ಕೊಟ್ಟು ಪ್ರೋತ್ಸಾಹಿಸುತ್ತಿದ್ದಾರೆ. ಓದುಗನಿರುವ ಕಡೆಯೇ ಪುಸ್ತಕಗಳನ್ನು ಒದಗಿಸುವ ಈ ಮಹತ್ಕಾರ್ಯಕ್ಕೆ ನಿಮ್ಮ ಬೆಂಬಲವೂ ಇರಲೆಂದು ಪ್ರಾರ್ಥಿಸುವೆ.

'ಪ್ರೀತ್‌ಸು' ಕೃತಿ ಓದುವ ಸುಖ ನಿಮ್ಮದಾಗಲಿ.

ನಿಮ್ಮ,

–ವೀರಕಪುತ್ರ ಶ್ರೀನಿವಾಸ

ವೀರಲೋಕ ಬುಕ್ಸ್

ಪರಿವಿಡಿ

1

ಬಯಲು ಸೀಮೆಯ ಹುಡುಗಿ

ಹುಡುಗಿ ಬಿಸಿಲನಾಡು ಕಲಬುರ್ಗಿಯಿಂದ ಕಡಲತೀರದ ಕಾರವಾರಕ್ಕೆ ಹೊರಟಿದ್ದಳು. "ನಮ್ಮ ಮಲ್ಲಿಗೆ ಮೊಗ್ಗಿನಂಥ ಹುಡುಗಿನ ಆ ಮೀನವಾಸನೆ ದೇಸಕ್ಕ ಯಾಕೋ ಕರೆದೊಯ್ತಿ?" ಎಂದು ಸುಬ್ಬಜ್ಜಿ ಇಂದೂ ವಟಗುಟ್ಟಿದಳು. ವಿರುಪಾಕ್ಷಿ "ಯೇ ಬಿಡ ಅಜ್ಜಿ, ನಿನ್ ಮಲ್ಲಿಗೆ ಮೊಗ್ಗು ಅಲ್ಲಿ ಮೀನ್ ತಲಿ ತಿಂದು ಶಾಣೆಯಾಗ್ತಾಳ ತಗೋ!" ಎಂದಾಗ ಎಲ್ರೂ ಗೊಳ್ಳನೇ ನಕ್ಕರು. "ಥೂ ಖಬರಗೇಡಿ... ನನ್ ಮೊಮ್ಮಗಳು ಜಾಣ ಅದಾಳ, ನೀನ ದಡ್ಡ ಪರದೇಸಿ ಇದ್ದಿ. ಆಕಿಗೆ ಮೀನಾಗೀನಾ ಏನಾರ ತಿನ್ಸಿದಿ ಅಂದ್ರ ನಿನ್ನ ರುಂಡ ಚೆಂಡಾಡತೀನಿ, ನೋಡ್ ಮತ್ತ" ಎಂದಳು ಸುಬ್ಬಜ್ಜಿ. ಅಜ್ಜಿ ರೇಗಿದಷ್ಟೂ ಅಲ್ಲಿ ನಗುವಿನ ಮೀಟರು ಜಾಸ್ತಿ ದೌಡಾಯಿಸುತ್ತಿತ್ತು. ಸುಮಿಯ ಅತ್ತೆ ಶೈಲು, ಸುಮಿಯ ಕೋಮಲ ಬೆರಳಿಗೆ ಲವ್ ಮಾರ್ಕ್ ವಿನ್ಯಾಸವಿದ್ದ ಚಿನ್ನದುಂಗುರ ತೊಡಿಸಿದಳು. ಸುಮಿಯ ತಂದೆ ಲಿಂಗನಗೌಡ ಬಸವನಗೌಡ ಪಾಟೀಲ ಉರುಫ್ ಲಿಂಗಣ್ಣನವರು "ಜ್ವಾಪಾನವ್ವ, ನಿಮ್ಮತ್ತೆಗೆ ಹರೆಯದಲ್ಲಿ ಆ ದುಷ್ಯಂತ ಕೊಟ್ಟ ಪ್ರೇಮದ ಮುದ್ರಿಕೆ ಅದು" ಎಂದು ವ್ಯಂಗ್ಯವಾಡಿದರು. ನೀಲವ್ವ ಗಂಡ ಲಿಂಗಣ್ಣನತ್ತ ಉರಿಗಣ್ಣು ಬಿಟ್ಟಾಗ ಅವರು ಗಪ್ ಆದರು. ಅವರಿಗೂ ಆ ಮಾತು ಬಾಯ್ತಪ್ಪಿ ಬಂದಿತ್ತು. ಆ ಹೊತ್ತಲ್ಲಿ ಸಹೋದರಿಯ ಮನಸ್ಸಿಗೆ ನೋವು ಮಾಡುವ ದುರ್ಬುದ್ಧಿ ಇರಲಿಲ್ಲ.

ಸುಮಿ ಕಾರವಾರಕ್ಕೆ ಹೋಗೋ ವಿಷ್ಯ ತಿಳಿದು ಆಕಿ ಗೆಳತಿಯರೆಲ್ಲ ಬಂದ್ ಬಂದ್ ಹೋಗೋರು. "ಸನ್‌ಸೆಟ್ಟಲ್ಲಿ ಸೆಲ್ಫಿ ತೆಗ್ದು ವ್ಹಾಟ್ಸ್ಯಾಪ್ ಮಾಡು" ಎಂದಳು ಒಬ್ಳು. "ಏ, ನಮ್ಮೂರಿಗೂ ಚೂರು ಸಮುದ್ರ ಕಳುಹಿಸಿಕೊಡೆ..." ಎಂದಳು ಇನ್ನೊಬ್ಳು. "ಏಯ್! ಕಾರವಾರ ಸೀ ಶೋರಲ್ಲಿ ಹುಡುಗರು ಹುಡುಗೀರದು ಡಿಂಗ್ ಡಾಂಗ್ ಜೋರಂತೆ. ನಿಂಗೂ ಅಲ್ಲಿ ಲವ್ ಗಿವ್ ಆದ್ರೆ ನಮ್ಗೆ ಸಂದೇಶ ಕಳ್ಸು ಮತ್ತೆ" ಎಂದು ಪಿಸುಗುಟ್ಟಿದಳು ಮತ್ತೊಬ್ಳು. "ಶ್ಯೀ, ಹೋಗ್ರೇ" ಎಂದಳು ಸುಮಿ. "ಜಸ್ಟ್ ಲವ್ ಅಂದದ್ದಕ್ಕ ನಮ್ಮ ಚುಮಿಯ ಕಪಾಳ ಎಷ್ಟು ಲಾಲ್ ಆತು ನೋಡ್ರೇ... ಇನ್ನು ಖರೇನ ಪ್ಯಾರ್ ವ್ಯಾರ್ ಆದ್ರ... ನಾಗತಿಹಳ್ಳಿ ಚಂದ್ರಶೇಖರ್ ಸರ್ "ಮಲೆನಾಡಿನ ಹುಡುಗ, ಬಯಲು ಸೀಮೆಯ ಹುಡುಗಿ" ಎಂಬೊ ಹೊಸ ಕತೆ ಬರೀಬೇಕಾಗತೈತಿ..." ಎಂದಾಗ ಎಲ್ರೂ ಹೋ ಎಂದು ನಕ್ಕರು.

ಹುಡುಗೀರ ಜೊತೆ ಚಿಕ್ಕ ಹುಡುಗಿಯೇ ಆಗುತ್ತಿದ್ದ ಶೈಲತ್ತೆ "ಛೀ, ಶುಭ್ ಶುಭ್ ಮಾತಾಡ್ರೀ, ಅದು ದುರಂತ ಪ್ರೇಮಕತಿ... ನಮ್ಮ ಸುಮಿ ಪ್ರೀತಿಗೆ ಛೊಲೋದ ಆಗ್ಬೇಕವ್ವ!" ಎಂದಾಗ ಎಲ್ಲಾ ಹುಡುಗೀರು ಕೋರಸ್ಸಿನಲ್ಲಿ "ಓ" ಎಂದರು. "ನೋಡೇ, ನಿನ್ ಲವ್ವಿಗೆ ಅಡ್ವಾನ್ಸಾಗಿ ಅತ್ತೆಮ್ಮನ ಗ್ರೀನ್ ಸಿಗ್ನಲ್ ಸಿಕ್ಕಬಿಡ್ತು... ಇನ್ನೇಕೆ ತಡ ಸುಮವೆ, ಕಾರವಾರದ ಕಡಲತೀರದಲ್ಲಿ ನಿನ್ನ ಅಮರ ಪ್ರೇಮ ಘಮಘಮಿಸುವಂತಾಗಲಿ, ಚೆಲುವೆ" ಎಂದಳು ಒಬ್ಬಳು ನಾಟಕೀಯವಾಗಿ. "ಎಂಡಿಂಗ್ ಮಾತ್ರ ಶುಭಂ ಆಗುವಂತಾಗಲಿ" ಎಂದಳು ಇನ್ನೊಬ್ಬಳು. ಮಕ್ಕಳ ನಗುವಿನ ಅಲೆ ಹೊರಗೆ ಕವಳ ಕುಟ್ಟುತ್ತಿದ್ದ ಅಜ್ಜಿಗೂ ತಲುಪಿ, "ಏನ್ರೇ ಅದು ನಿಮ್ಮ ಗಲಾಟೆ, ಬಿಚಾರಿ ಹುಡುಗಿಗೆ ಯಾಕ್ ಸತಾಯಿಸ್ತಿರಿ" ಎಂದು ಧಮಕಿ ಹಾಕಿದಳು. ಪಕ್ಕದ ಕೋಣೆಯಲ್ಲಿ ಕೇಳಿಯೂ ಕೇಳದಂತೆ ಪೋರಿಯರ ಸಂಭಾಷಣೆಯನ್ನು ಆಲಿಸುತ್ತಿದ್ದ ನೀಲವ್ವ ಒಳಬಂದು "ಯೇ ಕೋಡಿಗಳಾ, ನಿಧಾನ ಮಾತಾಡ್ರಿ, ಹೊರಗಡೆ ನಿಮ್ಮ ಕಾಕಾರ ಕಿವಿಗಿ ಬಿದ್ರ ಕೈಯಾಗ ಕುಡಗೋಲ ಹಿಡಿದಾರು ..." ಎಂದು ಪ್ರೀತಿಯಿಂದ ಗದರಿದಳು.

*

ಸುಮಿ ಗುಲ್ಬರ್ಗಾ–ಕಾರವಾರ ಬಸ್ಸು ಹತ್ತಿ ಕಿಟಕಿ ಸೀಟು ಹಿಡಿದು ಕೂತಳು. ತಂದೆ–ತಾಯಿ, ಚಿಕ್ಕಪ್ಪ–ಚಿಕ್ಕಮ್ಮ ಮತ್ತು ಅವರ ಮಕ್ಕಳು, ಗೆಳತಿಯರು, ಎಲ್ಲರಿಗಿಂತ ಹೆಚ್ಚಾಗಿ ಪ್ರೀತಿಯ ಅಜ್ಜಿ ಮತ್ತು ಅತ್ತೆಯರನ್ನು ಬಿಟ್ಟು ಹೋಗುತ್ತಿರುವ ದುಃಖ ಉಮ್ಮಳಿಸಿ ಅತ್ತುಬಿಟ್ಟಳು. "ಛಿ, ಹುಚ್ ಅದಿ ನೀನು... ನೀ ಏನ್ ದೇಶ ಬಿಟ್ಹೋಗ್ತಿಯೇನು? ಕಾರವಾರ ಅದೆಷ್ಟು ದೂರ ಐತಿ? ಬಸ್ಸಲ್ಲಿ ಹೆಚ್ ಅಂದ್ರ ಹತ್ತ–ಹನ್ನೆರಡ ಗಂಟೆ ಆಕ್ಕೈತಿ. ಕಾರ್ ಮ್ಯಾಲಾದ್ರೆ ಇನ್ನೂ

ಬೇಗ ತಲುಪ್ತೀವಿ. ನಿಂಗೆ ನೆನಪಾದಾಗ ಬಂದ ಹೋಗೂಣಂತ, ಸಮಾಧಾನ ತಂದ್ಕೋ" ಅಂದ ಅಣ್ಣ ವಿರುಪಾಕ್ಷಿ.

ಆರು ತಿಂಗಳ ಹಿಂದೆ ವಿರುಪಾಕ್ಷಿ ಕಾರವಾರ ಡಿಸಿ ಆಫೀಸಿನಲ್ಲಿರುವ ಚಿಕ್ಕ ನೀರಾವರಿ ಇಲಾಖೆಯಲ್ಲಿ ಸರ್ವೀಸಿಗೆ ಸೇರಿದ್ದ. "ನಿಂಗ್ಯಾಕಪ್ಪ ನೌಕ್ರಿ? ಬಿಜಿನೆಸ್ಸು ನೋಡಕೋ" ಅಂತ ಲಿಂಗಣ್ಣ ಹೇಳಿದ್ದರೂ, "ಹುಟ್ಟಿದ್ದು, ಬೆಳದದ್ದು, ಓದಿದ್ದು ಎಲ್ಲಾ ಇಲ್ಲೇ ಆಯ್ತು. ಊರು ಬಿಟ್ಟು ಒಂದಿಷ್ಟು ಲೋಕಜ್ಞಾನ ಗಳಿಸಲಿ" ಎಂದು ಶೈಲತ್ತೆ ಅವನಿಗೆ ಸಪೋರ್ಟ್ ಮಾಡಿ ಕಾರವಾರಕ್ಕೆ ಕಳಿಸಿದ್ದಳು. ಆದರೆ ಕಾರವಾರದಲ್ಲಿ ಹೆಚ್ಚಿನವು ಮೀನೂಟದ ಹೊಟೆಲ್ಲುಗಳು. ಇರುವ ಸಸ್ಯಾಹಾರಿ ಹೊಟೆಲ್ಲುಗಳಲ್ಲಿ ಜೋಳದ ರೊಟ್ಟಿಗಿಟ್ಟಿ ಸಿಗುತ್ತಿರಲಿಲ್ಲ. ಅವನು ಒಂದಿಷ್ಟು ಅಡುಗೆ ಕಲಿತಿದ್ದನಾದರೂ ಒಬ್ಬನೇ ಮಾಡಿಕೊಳ್ಳುವುದಕ್ಕೆ ಮೂಡ್ ಬರುತ್ತಿರಲಿಲ್ಲ. ಅದಕ್ಕೇ ಸುಮಿಯನ್ನು ಜೊತೆಗೆ ಕರೆದೊಯ್ಯೋಕೆ ಬಂದಿದ್ದ. ಅದು ನೆಪ ಅಷ್ಟೇ, ಅವನಿಗೆ ಒಬ್ಬನೇ ಮನೆಬಿಟ್ಟು ಉಳಿದು ರೂಢಿಯಿಲ್ಲ, ಅದಕ್ಕಿಂತ ಪ್ರೀತಿಯ ಸಹೋದರಿಯನ್ನು ಬಿಟ್ಟಿರಲಾರ ಎಂಬುದು ನೀಲವ್ವಳಿಗೆ ಗೊತ್ತಿತ್ತು. ಚಿಕ್ಕ ವಯಸ್ಸಿನಲ್ಲೇ ಅದ್ಭುತ ಅಡುಗೆ ಕಲಿತುಕೊಂಡಿದ್ದ ಸುಮಿಯನ್ನು ವಿರುಪಾಕ್ಷಿ ಕರೆದೊಯ್ಯಲಿ, ಎಂಬುದು ನೀಲವ್ವನ ಒಳಮನಸ್ಸಾಗಿತ್ತು. ಅದಕ್ಕೆ ಬೇರೆಯದೇ ಕಾರಣವೂ ಇತ್ತಲ್ಲ!

ಸುಮಿ ಪಿಯುಸಿ ಮೊದಲನೇ ವರ್ಷ ಪಾಸಾಗಿದ್ದಳು, ಅಷ್ಟೇ. ಆಗಲೇ "ಹುಡುಗಿ ದೊಡ್ಡಾಗ್ಯಾಳ, ಲಗೂನ ಶಾದಿ ಮಾಡು" ಅಂತ ಸುಬ್ಬಜ್ಜಿ ದಿನಾ ಬೆಳಗ್ಗೆ ಲಿಂಗಣ್ಣನಿಗೆ ವರಾತೆ ಹಚ್ಚಲು ಶುರುಮಾಡಿದ್ದಳು. ಕುಂತ್ರೆ ನಿಂತ್ರೆ ಮದುವೆದೇ ಮಾತು ಮುದುಕಿಗೆ. "ಶಿವನಪಾದ ಸೇರುಮುಂದ ಮೊಮ್ಮಗಳ ಶಾದಿ ಕಣ್ತುಂಬಿಕೊಳ್ಳೋ ಹಂಗ ಮಾಡ್ತೀ ಇಲ್ಲಾ?" ಎಂಬಂಥ ಭಾವನಾತ್ಮಕ ಮಾತುಗಳಿಂದ ಲಿಂಗಣ್ಣನವರನ್ನು ಕಟ್ಟಿ ಹಾಕುವಳು. ತಾಯಿ ಅಂದರೆ ಭಯಭಕ್ತಿ ತುಂಬಿದ್ದ ಲಿಂಗಣ್ಣ, "ನಿನ್ನ ಮೊಮ್ಮಗಳಿಗೆ ಹದಿನೆಂಟು ತುಂಬಿದ ಕೂಡ್ಲೆ ಮಾಡೋಣ ತಗೋ" ಎಂದು ಭರವಸೆ ಕೊಡುತ್ತಿದ್ದರು. "ಇನ್ ಏಟ್ ದಿನ ಐತಿ ಹದನೆಂಟಕ್ಕ? ವರ ನೋಡೋಕೆ ಶುರುಮಾಡು" ಎಂದು ಹಟ ಮಾಡುತ್ತಿದ್ದಳು. ಪತ್ರಿಯಂಥ ಮಗಳನ್ನು ಎಳೆಯ ವಯಸ್ಸಲ್ಲೇ ಮದುವಿ ಮಾಡಿ ಕಳಿಸುವುದು ನೀಲವ್ವನ ಮನಸ್ಸಿಗೆ ಬಿಲಕುಲ್ ಇಷ್ಟವಿರಲಿಲ್ಲ. ಅದಕ್ಕೇ ಮಗಳು ಕಣ್ಣ ಹೊರಗಿದ್ದರೆ ಅಜ್ಜಿಯ ಕರಕರೆಯೂ ಇರಾಂಗಿಲ್ಲ, ಸುರಳೀತ ಓದೂ ಮುಂದುವರಿಯುತ್ತದೆ ಎಂಬುದೇ ನೀಲವ್ವನ ಲೆಕ್ಕಾಚಾರವಾಗಿತ್ತು. ವಿರುಪಾಕ್ಷಿಗೂ ಪ್ರೀತಿಯ ಸಹೋದರಿಯ ಜಿಂದಗಿ ಮದುವೆ-ಸಂಸಾರಕ್ಕಷ್ಟೇ ಸೀಮಿತ ಆಗಕೂಡದು, ಜಾಣೆಯಾದ ಆಕೆ ಸ್ವಂತ ವ್ಯಕ್ತಿತ್ವ ರೂಪಿಸಿಕೊಂಡು ಬೆಳಿಬೇಕು ಎಂಬ ಕಳಕಳಿಯಿತ್ತು. ಹೀಗಾಗಿ ಸಹೋದರಿಯನ್ನು

ಜೊತೆಗೊಯ್ಯುವುದಕ್ಕೆ ಅವನ ಊಟದ ಸಮಸ್ಯೆ ಒಂದು ನೆಪ ಮಾತ್ರವಾಗಿತ್ತು. ಕಾರವಾರದ ಕಾಲೇಜು ನಮ್ಮೂರ ಕಾಲೇಜಿಗಿಂತ ಭೇಷ್ ಐತಿ ಎಂದು ಬೇರೆ ವಿರುಪಾಕ್ಷಿ, ತುಸು ಜಾಸ್ತಿನೇ ವರ್ಣಿಸಿ ಹೇಳಿದ್ದ. ಸುಮಿಯೂ ಕಾರವಾರಕ್ಕೆ ಹೊರಡಲು ಹೂಂ ಅಂದುಬಿಟ್ಟಿದ್ದಳು. ಆಕಿ ಮನಸಲ್ಲೂ ಕಡಲು ನೋಡುವ ಆಸೆಯ ಅಲೆಗಳು ಗೆಜ್ಜೆಕಟ್ಟಿ ಕುಣಿತಿದ್ದವಲ್ಲ!

ಟೆಂಥಲ್ಲಿ ಧರ್ಮಸ್ಥಳಕ್ಕೆ ಮೂರು ದಿನದ ಸ್ಕೂಲ್ ಟ್ರಿಪ್ ಹೋದಾಗ ಮುರ್ಡೇಶ್ವರದಲ್ಲಿ ಪ್ರಥಮ ಬಾರಿಗೆ ಸಮುದ್ರ ತೀರದಲ್ಲಿ ನಡೆದಾಡಿದ್ದಳು. ಭವ್ಯ ಶಿವನ ವಿಗ್ರಹ, ಆತನ ಧ್ಯಾನಸ್ಥ ಭಂಗಿ, ಸುತ್ತಲೂ ಭೋರ್ಗರೆವ ಸಮುದ್ರ ಅವಳನ್ನು ಮಂತ್ರಮುಗ್ಧಳನ್ನಾಗಿಸಿತ್ತು. ಪ್ರಾರಂಭದಲ್ಲಿ ಭಯವಾದರೂ ಬೀಚ್ ಮೇಲೆ ನಿಂತಾಗ ಸಮುದ್ರದ ಅಗಾಧತೆಯಲ್ಲಿ ಅದೇನೋ ಆಕರ್ಷಣೆಯಿದೆ ಎನಿಸಿತ್ತು. ಸಮುದ್ರರಾಜನು ತೆರೆಗಳ ರೂಪದಲ್ಲಿ ದಡಕ್ಕೆ ಬಂದು, ತೀರದಲ್ಲಿ ಏನನ್ನೋ ಅಭಿವ್ಯಕ್ತಗೊಳಿಸಲು ಯತ್ನಿಸುತ್ತಿರುವನು ಅನಿಸುತ್ತಿತ್ತು. ಅಪ್ಪಳಿಸುವ ಮಹಾ ತೆರೆಗಳು, ಬಳಕುವ ಅಲೆಗಳು, ನೊರೆಯುಕ್ಕಿಸುವ ಕಿರುತೆರೆಗಳು, ಉಸುಕಿನಲ್ಲಿ ವಯ್ಯಾರಗೈವ ನೊರೆತೆರೆಗಳು–ಅವಳ ಹೃದಯದೊಳಗಿಳಿದಿದ್ದವು. ಸೂರ್ಯಾಸ್ತದ ಭವ್ಯ ದೃಶ್ಯವಂತೂ ಅವಳನ್ನು ಪರವಶಗೊಳಿಸಿಬಿಟ್ಟಿತ್ತು... ಸಾಗರದ ಆ ನೆನಪು ದಿನವೂ ಭೋರ್ಗರೆಯುತ್ತಿತ್ತಾದರೂ, ಕಡಲತೀರ ಕಾರವಾರವು ಹೀಗೆ ತನ್ನನ್ನು ಕರೆಸಿಕೊಳ್ಳುತ್ತದೆ ಎಂಬುದು ಮಾತ್ರ ಕನಸುಮನಸಿನಲ್ಲೂ ಇರಲಿಲ್ಲ.

ಆದರೆ ಮನೆಯವರೆಲ್ಲ ಸುಮಿಯನ್ನು ಕೇಂದ್ರದಲ್ಲಿಟ್ಟು ತಮ್ಮದೇ ಕನಸುಗಳನ್ನು ಹೆಣೆದಿದ್ದರು. ಅಜ್ಜಿಗೆ ಪಿಯುಸಿ ಮುಗಿದದ್ದೇ ಮೊಮ್ಮಗಳ ಶಾದಿ ಕಣ್ತುಂಬಿಕೊಳ್ಳುವ ಕನಸು, ನೀಲವ್ವನಿಗೆ ಕುಡಿಬಾಳೆ ಎಲೆಯಂಥ ಮಗಳನ್ನು ಕಣ್ರೆಪ್ಪೆಯೊಳಗೇ ಕಾಪಿಡುವ ಕನಸು, ಅಪ್ಪ ಲಿಂಗಣ್ಣನವರಿಗೆ ಬಿಸಿನೆಸ್ ನಿಮಿತ್ತ ಬಿಸಿಗಾಳಿಯಲ್ಲಿ ಸುತ್ತಾಡಿ ಮನೆಗೆ ಬಂದೊಡನೆ ತಂಪೆನಿಸುವ ಮಗಳು ಸದಾ ಕಣ್ಣೆದುರೇ ಇರಬೇಕೆನ್ನುವ ಕನಸು, ತಮ್ಮ–ತಂಗಿಯರಿಗೆ (ಚಿಕ್ಕಪ್ಪಂದಿರ ಮಕ್ಕಳು) ಅಕ್ಕನನ್ನು ಗೋಳುಹೊಯ್ದುಕೊಂಡು, ಆಕೆಯ ಅಕ್ಕರೆಯನ್ನು ಸವಿಯುತ್ತಿರುವ ಕನಸು, ಆಳುಕಾಳುಗಳಿಗೆ "ಧಣಿ" ಎಂದು ಕರೆದು ದಣಿವಾಗಿ "ಸೋಮವ್ವ" ಎಂದು ಬಾಯ್ತುಂಬಾ ಕರೆಯುವ ಕನಸು... ಹೀಗಾಗಿಯೇ ಸುಮಿ ಮನೆ ಬಿಡುವಾಗ ಎಲ್ಲರಿಗೂ ಮುಂಜಾನೆಯ ಸವಿಕನಸೇ ಎದ್ದು ಹೋದಂತೆ ಅನಿಸಿದ್ದು! ಆದರೆ ಕಾಡು ಮತ್ತು ಕಡಲಿನತ್ತ ಅವ್ಯಕ್ತ ಆಕರ್ಷಣೆಯಿದ್ದ ಹುಡುಗಿ ಸುಮಿಯ ಹೃದಯದಲ್ಲಿ ಅಗಲಿಕೆಯ ನೋವಿನಲ್ಲೂ ಸಮುದ್ರ ಸಂಭ್ರಮವೇ ಇತ್ತು. ಲಿಂಗಣ್ಣ ನಮ್ಮದೇ ಕಾರು ಒಯ್ಯೋ ಅಂದಿದ್ದರು. ವಿರುಪಾಕ್ಷಿ ಇಲ್ಲಾ ಆಕಿಗೆ ಬಸ್ ಮ್ಯಾಲ್ ಹೋದ್ರನ ಊರುಜನ ಎಲ್ಲಾ ಸರಿ ಗೊತ್ತಾಕೈತಿ, ಎಂದಿದ್ದ.

ಕಲಬುರಗಿಯನ್ನು ಬಿಟ್ಟ ಬಸ್ಸು ಜೇವರ್ಗಿ ಬಾದಾಮಿಯಂಥ ಪರಿಚಿತ ಊರುಗಳನ್ನು ದಾಟಿ ಮುಂದೆ ಅಪರಿಚಿತ ಪ್ರದೇಶಗಳಲ್ಲಿ ಕ್ರಮಿಸುತ್ತಿರುವಂತೆಯೇ ಸುಮಿಯ ಎದೆಯಲ್ಲಿ ಹೊಸ ಗಾಳಿ ಬೆಳಕಿನ ಕುತೂಹಲವೂ, ಸಣ್ಣ ತಳಮಳವೂ ಹಾವುಏಣಿಯಾಟ ಆಡುತ್ತಿದ್ದವು. ಕಡಲಿನತ್ತ ಪ್ರಯಾಣ ಸಾಗುತ್ತಿರುವ ಸುಖಭಾವ ಅವಳಲ್ಲಿದ್ದರೂ, ಎಲ್ಲರ ಸಾನ್ನಿಧ್ಯದಲ್ಲಿ ಸಿಗುವ ಪ್ರೀತಿಯಿಂದ ವಂಚಿತಳಾಗುವ ನೋವು ದಾರಿಯುದ್ದಕ್ಕೂ ಅವಳನ್ನು ಹೆಚ್ಚುಕಮ್ಮಿ ಮೌನವಾಗಿಟ್ಟಿತ್ತು. ಮಧ್ಯಾಹ್ನದ ಹೊತ್ತಿಗೆ ಬಸ್ಸು ನರಗುಂದ ತಲುಪಿದಾಗ ಊಟ ಮಾಡಿ ಅಲ್ಲಿಂದ ಪ್ರಯಾಣ ಮುಂದುವರಿಸಿದರು. ಹುಬ್ಬಳ್ಳಿಯಲ್ಲಿ ಚಹಕ್ಕೆ ನಿಂತ ಬಸ್ಸು ಕಲಘಟಗಿ ಕಿರವತ್ತಿ ದಾಟುತ್ತಿದ್ದಂತೆಯೇ ಸುಮಿಯನ್ನು ಕಾಡು ಸ್ವಾಗತಿಸಿತು. ಉರಿ ಬಿಸಿಲ ಪ್ರತಾಪ ಕಡಿಮೆಯಾಗಿತ್ತು. ಯಲ್ಲಾಪುರದ ನಂತರ ಅರಬೈಲು ಘಟ್ಟ ಇಳಿವಾಗ ತಂಪುಗಾಳಿ ಬೀಸಿ ಆಹ್ಲಾದಕರ ಎನಿಸಿತು. ಹತ್ತಿರದಲ್ಲಿ ಹಸಿರಾಗಿರುವ ದೂರದ ಬೆಟ್ಟದಲ್ಲಿ ನೀಲಿಯಾಗಿ ಕಾಣುವ ಹೆಮ್ಮರಗಳ ದಟ್ಟಕಾಡು ಭಯಮಿಶ್ರಿತ ರೋಮಾಂಚನವನ್ನು ಉಂಟುಮಾಡಿತು. ಸುಮಿಗೆ ಕಾಡು ಕೂಡ ಕಡಲಿನಂತೆ ನಿಗೂಢವಾಗಿದೆ ಅನಿಸಿತು. ಇಂಥ ನಿಗೂಢತೆಯತ್ತ ತನ್ನನ್ನು ಸೆಳೆಯುವ ಶಕ್ತಿ ಯಾವುದು ಎಂದು ಯೋಚಿಸಿದಳು. ನಿದ್ದೆಯಲ್ಲಿದ್ದ ವಿರುಪಾಕ್ಷಿ ಅರಬೈಲ್ ಘಟ್ಟದ ತಿರುವು ಮುರುವು ದಾರಿಯಲ್ಲಿ ಬಸ್ಸು ಕುಲುಕಾಡುವ ರೀತಿ ಮತ್ತು ಗತಿಯಲ್ಲಿ ಎಡಕ್ಕೂ ಬಲಕ್ಕೂ ತೂಕಡಿಸುತ್ತಿದ್ದ. ಘಟ್ಟ ಇಳಿದ ಮೇಲೆ ಬಸ್ಸು ವೇಗ ಹೆಚ್ಚಿಸಿಕೊಂಡು ಗುಳ್ಳಾಪುರ, ರಾಮನಗುಳಿ, ಸುಂಕಸಾಳ, ಅಗಸೂರು ಮುಂತಾದ ಹೊಸಹೊಸ ಊರುಗಳನ್ನು ಹಾದುಹೋಗುತ್ತಿತ್ತು. ಬಾಳೆಗುಳಿಯಲ್ಲಿ ರಸ್ತೆಯು ರಾಷ್ಟ್ರೀಯ ಹೆದ್ದಾರಿಗೆ ಕೂಡಿಕೊಂಡಿತು. ಬಸ್ಸು ಅಂಕೋಲೆಯೊಳಗೆ ಹೋಗಿಬಂದು ಕಾರವಾರ ತಲುಪಿದಾಗ ಕತ್ತಲಾಗಿತ್ತು. ಉಪ್ಪಿನಗಾಳಿ ಬಸ್ಸೊಳಗೆ ನುಗ್ಗಿದಾಗ ಸುಮಿ ಸಮುದ್ರ ಸನಿಹದಲ್ಲೇ ಇರುವುದನ್ನು ಗ್ರಹಿಸಿದ್ದಳು. ಕಿಟಕಿಯಾಚೆ ಇಣುಕಿ ಇಣುಕಿ ಸಮುದ್ರ ಕಣ್ಣಿಗೆ ಬೀಳುವುದನ್ನು ಕಾದಿರುವಾಗ ವಿರುಪಾಕ್ಷಿ "ಅಯ್ಯೋ, ಹಂಗ್ಯಾಕೆ ಬೇಚೈನ್ ಆಗ್ತಿ? ನಾಳೆಯಿಂದ ನಿನ್ನ ಜಿಂದಗಿನೇ ಸಮುದ್ರ ತಾಬೆ ಮಾಡ್ತೀನಿ, ತಗಳವ್ವ..." ಎಂದನು.

*

ಮರುದಿನ ಸಂಜೆ ಹೊತ್ತಿಗೆ ಸುಮಿ ಬೀಚಿಗೆ ಬಂದಿದ್ದಳು. ಕಾರವಾರದ ಕಡಲ ತೀರದೊಂದಿಗೆ ಅದು ಅವಳ ಮೊದಲ ಮುಲಾಕಾತು! ಹೆದ್ದಾರಿ ಪಕ್ಕದಲ್ಲಿ ಉದ್ದಕ್ಕೂ ಚಾಚಿಕೊಂಡಿರುವ ಸ್ವಚ್ಛ ಸುಂದರ ಬೀಚು. ಕಣ್ಣುಟ್ಟುವ ವರೆಗೂ ನೀಲಿ ಸಾಗರ. ಹಿಂಬದಿಗೆ ಪುಟ್ಟ ನಗರವನ್ನು ಬಗಲಲ್ಲಿ

ಇರಿಸಿಕೊಂಡಂತೆ ಕಾಣುವ ಸಹ್ಯಾದ್ರಿ ಪರ್ವತಗಳು. ಎಡಕ್ಕೆ ಗಿರಿಸಾಲುಗಳೆರಡು ಸಂಧಿಸುವಲ್ಲಿ ನುಸುಳಿರುವ ಚಿಕ್ಕ ಬಂದರು. ಬಂದರೊಳಗೆ ಮೂಗು ತೂರಿಸಿ ನಿರುಮ್ಮಳವಾಗಿ ನಿಂತಂತಿರುವ ಒಂದೆರಡು ಹಡುಗುಗಳು. ಎದುರು ಸಮುದ್ರದಲ್ಲಿ ತಲೆಯೆತ್ತಿ ನಿಂತಿರುವ ಸಣ್ಣಪುಟ್ಟ ದ್ವೀಪಗಳು. ದೂರದಲ್ಲಿ ಲಂಗರು ಹಾಕಿರುವ ಜಹಾಜುಗಳು. ಬಲಬದಿಯಲ್ಲಿ ದೇವಲೋಕದಿಂದ ಹಗುರ ಇಳಿಸಿಹೋದಂತೆ ಕಾಣುವ ದೇವಭಾಗ... ಆಹಾ! ಆ ಅದ್ಭುತ ಸೌಂದರ್ಯವನ್ನು ಬಿಡಿಯಾಗಿಯೂ ಇಡಿಯಾಗಿಯೂ ಕಣ್ತುಂಬಿಕೊಳ್ಳುತ್ತಿದ್ದ ಸುಮಿಗೆ ತಾನೊಂದು ಭವ್ಯ ಕನಸಿನೊಳಗಿರುವಂತೆ ಅನಿಸುತ್ತಿತ್ತು. “ಇದೇ ಟಾಗೋರ್ ಬೀಚು” ಅಂದ ವಿರುಪಾಕ್ಷಿ. “ರವೀಂದ್ರನಾಥ್ ಟಾಗೋರ ಅವರು ಕಾರವಾರಕ್ಕ ಬಂದಿದ್ರಂತ. ಇಲ್ಲಿಯ ಸೌಂದರ್ಯ ಮೆಚ್ಕೊಂಡಿದ್ರಂತ. ಅದ್ಕ ಬೀಚಿಗೆ ಅವ್ರ ಹೆಸ್ರು ಇಟ್ಟಾರ” ಅಂದ. ಬೀಚುಗಳಿಗೆ ಹೀಗೆ ಹೆಸರುಗಳಿರುವುದು ಸುಮಿಗೆ ಅಜೀಬ್ ಅನಿಸಿತು ಆದರೆ ಇಂಥ ಸಮುದ್ರತೀರವನ್ನು ವರ್ಣಿಸಲು ಟಾಗೋರ್ ಅವರಂಥ ಕವಿಗೆ ಮಾತ್ರ ಸಾಧ್ಯ ಅಂದುಕೊಂಡಳು. ಪಾದಗಳು ಸರಿದಾಡುವ ಉಸುಕಿನಲ್ಲಿ ನಡೆದಾಡಿದಳು. ಬಿಳಿನೊರೆಯುಕ್ಕಿಸುತ್ತ ಹತ್ತಿರವಾಗುವ ಕಿರುತೆರೆಗಳಿಂದ ತಪ್ಪಿಸಿಕೊಳ್ಳುವ ಆಟ ಆಡಿದಳು. ಅಲೆಗಳು ಕಾಲ್ಬೆರಳುಗಳನ್ನು ಸ್ಪರ್ಶಿಸಿದಾಗ ರೋಮಾಂಚನಗೊಂಡಳು. ದಡದ ಉಸುಕು ಅಲೆಗಳಲ್ಲಿ ತೊಯ್ದು ಅಂಗಳದಂತೆ ಆಗಿತ್ತು. ಅಲ್ಲಿ ರಂಧ್ರ ಕೊರೆದು ಹೊರಬರುವ ಏಡಿಮರಿಗಳು ಅವಳ ಕಾಲುಗಳಿಗೆ ಕಚಗುಳಿ ಮಾಡಿದವು. ಮಕ್ಕಳು ಬಾವಿ ತೋಡುವ, ಗೋಪುರ ಕಟ್ಟುವ ಆಟ ಆಡುತ್ತಿದ್ದರು. ಸುಮಿಗೂ ಅಂಥ ಆಸೆಯಾಯಿತು. ವಿರುಪಾಕ್ಷಿ ಅದನ್ನು ಅವಳ ಕಣ್ಣುಗಳಲ್ಲೇ ಗ್ರಹಿಸಿ, “ಸನ್ಸೆಟ್ ನೋಡಿ ಹೋಗೂಣು, ಸಾಕು” ಅಂದ. ಸೂರ್ಯ ಕೆಂಪಾಗಿದ್ದ. ಆಕಾಶ ಕೆಂಪಾಗಿತ್ತು. ಆ ಕೆಂಪು ನೀರಿಗೂ ಬೆರೆಯುತ್ತಿತ್ತು. ಸೂರ್ಯನು ಇಂಚಿಂಚು ಇಳಿದು ಹೋಗುವ ಆ ಭವ್ಯ ದೃಶ್ಯದಲ್ಲಿ ಮೈಮರೆತಿದ್ದಳು. “ನಾಳೆ ಬರೋಣು, ಬಾ” ಎಂದು ವಿರೂಪಾಕ್ಷಿ ಅವಳನ್ನು ಎಚ್ಚರಿಸಿದ. “ದಿನಾ ಬರೋಣು” ಅಂದಳು.

ಕಾರವಾರದಲ್ಲಿ ಇವರಿದ್ದ ಮನೆ ಸಮುದ್ರ ತೀರದಿಂದ ಒಂದೆರಡು ಮೈಲು ಅಷ್ಟೇ ದೂರವಿತ್ತು. ವಿರೂಪಾಕ್ಷಿ ಆಫೀಸಿನಿಂದ ಬಂದೊಡನೆ ಅವನ ಜೊತೆ ದಿನಾ ಸಂಜೆ ಬೀಚಿಗೆ ಹೊರಡುವಳು. ಏನೋ ಹೊಸದರಲ್ಲಿ ಹೀಗೆ ಆಕರ್ಷಣೆ ಇರತೈತಿ ಬಿಡು ಎಂದು ವಿರುಪಾಕ್ಷಿ ಅಂದುಕೊಂಡಿದ್ದ. ಆದರೆ ತಿಂಗಳಾದರೂ ಅವಳ ಉತ್ಸಾಹ ತಣಿಯಲಿಲ್ಲ, ಉಲ್ಟಾ ಜಾಸ್ತಿಯಾಯ್ತು. ಒಮ್ಮೊಮ್ಮೆ ಆಫೀಸಿನಿಂದ ದಣಿದು ಬರುತ್ತಿದ್ದ ವಿರುಪಾಕ್ಷಿಗೆ ಮತ್ತೆ ಹೊರಹೋಗುವ ಉತ್ಸಾಹ ಇರುತ್ತಿರಲಿಲ್ಲ. ಇಂದು ಬೇಡ, ಸುಸ್ತಾಗಿದೆ ಅಂದಾಗ

ಸಹೋದರಿಯ ಮೋರೆ ಬಾಡುವುದನ್ನು ನೋಡುವುದಕ್ಕೂ ಆಗುತ್ತಿರಲಿಲ್ಲ. ಅವನಿಗೆ ಮೂಡಿಲ್ಲದ ಒಂದಿನ "ನಿಂಗೆ ಬೀಚು ಹುಚ್ ಹಿಡಿಸ್ಟೈತಿ. ಬೇಗ ಸೈಕಲ್ಲು ಕೊಡಿಸ್ತೀನಿ. ನೀನೇ ಅಡ್ಡಾಡಿಕೊಂಡಿರಬಹುದು" ಅಂದ. ಅವಳ ಮೂಡು ಸರಿಯಾಗಿಲ್ಲ ಎನ್ನುವುದನ್ನು ಅರಿತು "ಸರಿ, ಸ್ಕೂಟಿ ತಗೊಂಡ್ ಹೋಗು, ಹುಶಾರು" ಎಂದಿದ್ದ. ಸುಮಿಗೆ ಸಮುದ್ರದ ಮೋಹ ನಿಜಕ್ಕೂ ಹುಚ್ಚು ಹಿಡಿಸಿತ್ತು. ಅವಳು ತಡ ಮಾಡಿರಲಿಲ್ಲ. ಹಕ್ಕಿಯಂತೆ ಹಾರೇಬಿಟ್ಟಿದ್ದಳು. ಸ್ಕೂಟಿ ಸವಾರಿಗೆ ಅವಕಾಶ ಸಿಕ್ಕಮೇಲೆ ಅವಳು ಕಾರವಾರದ ಹೊಸ ಹೊಸ ತಾಣಗಳನ್ನೂ ಒಬ್ಬಳೇ ಸುತ್ತಾಡುವ ಧೈರ್ಯ ಮಾಡಿದಳು. ಗ್ರೀನ್ ಸ್ಟ್ರೀಟು, ಮಾರುತಿಗಲ್ಲಿ, ಕೋಡಿಭಾಗ, ಕಾಜುಭಾಗ, ಸಂಕ್ರುವಾಡ, ಕಡವಾಡ–ಎಲ್ಲವನ್ನೂ ಸುಮ್ಮನೇ ಅಡ್ಡಾಡಿದಳು. ಒಂದಿನ ಕಾಳಿ ಸೇತುವೆ ವರೆಗೂ ಹೋಗಿ ಬಂದಳು. ಏಕಾಂತದಲ್ಲಿ ಕಂಡ ಕಾಳಿ ಸಂಗಮ ಅವಳನ್ನು ಮೋಹಗೊಳಿಸಿತ್ತು. ಮೊದಲೇ ಅವಳಿಗೆ ನೀಲಿ ಅಂದರೆ ಇಷ್ಟ. ಸೇತುವೆ ಮೇಲೆ ನಿಂತು ನೀಲಿ ಆಕಾಶ ಮತ್ತು ನೀಲಿ ಕಡಲು ಕಂಡಾಗ ಅವಳ ನೀಲಿ ಆಕರ್ಷಣೆ ಇನ್ನಷ್ಟು ವಿಸ್ತಾರವಾಯಿತು. ಒಂದು ಬದಿಗೆ ಮೊರೆವ ಶರಧಿ, ಇನ್ನೊಂದು ಬದಿಗೆ ಹರಿವ ಕಾಳಿನದಿ. ಈಚೆ ದೇವಭಾಗ, ಆಚೆ ನೀಲಿ–ಹಸಿರು ಸಾಲುಪರ್ವತ. ಆಹ್ ಜಗತ್ತು ಅದೆಷ್ಟು ಸುಂದರವಾಗಿದೆ!

ಟಾಗೋರ್ ಬೀಚ್ ಮಾತ್ರವಲ್ಲ, ಬಂದು ಆರು ತಿಂಗಳಾಗುವಷ್ಟೊತ್ತಿಗೆ ವಿರುಪಾಕ್ಷಿಗೆ ವರಾತೆ ಹಚ್ಚಿ ಹತ್ತಿರದಲ್ಲಿರುವ ಉಳಿದ ಬೀಚುಗಳನ್ನೂ ಸುತ್ತಾಡಿದಳು. ಪೋಳೆಂ ಬೀಚು, ತೀಳ್ಮಾತಿ ಬೀಚು, ಅಂಕೋಲೆಯ ಹೊನ್ನಗುಡಿ, ಬೇಲೇಕೇರಿ ಬೀಚು, ಗೋಕರ್ಣದ ಕುಡ್ಲೆ ಓಂ ಬೀಚು–ಹೀಗೆ ವಿರುಪಾಕ್ಷಿಯ ಎಲ್ಲಾ ರಜಾ ದಿನಗಳು ಅವಳಿಗೆ ಮಜಾ ದಿನಗಳಾದವು. ಸಾಗರ ಒಂದೇ ಆದರೂ ತೀರಗಳು ಶರಧಿಯನ್ನು ಪರಿಪರಿಯಾಗಿ ಸ್ತುತಿಸುತ್ತಿವೆ ಎಂದು ಭಾಸವಾಯಿತು ಸುಮಿಗೆ. ಸಮುದ್ರ ತೀರಗಳಲ್ಲಿಯ ಉಸುಕಿನ ಗಾತ್ರ, ಅದರ ನುಣುಪು ಮತ್ತು ಹೊಳಪಿನ ಆಧಾರದ ಮೇಲೆ ಒಂದು ತೀರ ಇನ್ನೊಂದರಂತಿಲ್ಲ ಎನ್ನುವುದನ್ನು ಅವಳು ಸೂಕ್ಷ್ಮವಾಗಿ ಗಮನಿಸಿದ್ದರೂ, ತೀಳ್ಮಾತಿಯಲ್ಲಿ ಕಂಡ ಕಪ್ಪು ಮರಳು ಅವಳನ್ನು ನಿಜಕ್ಕೂ ಮರುಳು ಮಾಡಿತ್ತು. ಕಪ್ಪು ಬಣ್ಣದ ಉಸುಕಿನ ತೀರದ ಬಗ್ಗೆ ಕಾರವಾರಕ್ಕೆ ಬರುವ ವರೆಗೂ ಅವಳು ಕೇಳಿರಲಿಲ್ಲ. ಮಾಜಾಳಿಗೆ ಹೋಗಿ ಗುಡ್ಡ ಹತ್ತಿ, ಪುಟ್ಟ ಚಾರಣ ಕೈಗೊಂಡು ತೀಳ್ಮಾತಿ ತಲುಪಿದಾಗ ದಂಡೆಯ ಮೇಲೆ ಕಪ್ಪು ಎಳ್ಳನ್ನು ಬಿಸಿಲಿಗೆ ಬಾಡಿಸಲು ಬೀರಿರುವಂತೆ ಕಾಣುತ್ತಿತ್ತು. ವಿರುಪಾಕ್ಷಿ "ತಜ್ಞರ ಪ್ರಕಾರ ಕಪ್ಪು ಇಗ್ನಾಸಿಯಸ್ ಬಂಡೆಗಳ ಸವೆತದಿಂದ ಕಪ್ಪು ಎಳ್ಳಿನಂತ ಸಣ್ಣ ಜಲ್ಲಿಕಲ್ಲುಗಳು ಉಂಟಾಗುತ್ತವೆ" ಎಂದು ತನ್ನ ಪುಸ್ತಕದ ಜ್ಞಾನವನ್ನು ಅರುಹಿದ. ಕೊಂಕಣಿಯಲ್ಲಿ "ತೀಲ್" ಅಂದ್ರೆ ಎಳ್ಳು "ಮಾತಿ"

ಅಂದ್ರೆ ಮಣ್ಣು ಎಂದರ್ಥ ಎಂದು ಭಾಷಾ ಪಾಂಡಿತ್ಯವನ್ನೂ ತೋರಿಸಿದ. ಅವನಿಗೆ ಸಹೋದರಿಗೆ ಗೊತ್ತಿಲ್ಲದ ಸಂಗತಿಯನ್ನು ತಿಳಿಸುವ ಅಭಿಮಾನವಿತ್ತು. ಸುಮಿಗೆ ವಿರೂಪಾಕ್ಷಿಯ ವೈಜ್ಞಾನಿಕ ವಿವರಣೆ ಸಕಾರಣವೆನಿಸಿದರೂ, ಈ ಬೀಚ್ ಮೇಲೆ ಇದು ಯಾಕೆ ಹೀಗಿದೆ? ಸಾವಿರಾರು ಮೈಲಿ ಉದ್ದದ ಕಡಲ ತೀರದಲ್ಲಿ ಪ್ರಕೃತಿ ಈ ದಡವನ್ನೇ ಯಾಕೆ ಆಯ್ದುಕೊಂಡಿದೆ? ಎಂಬುದೆಲ್ಲ ವಿಸ್ಮಯವೇ ಆಗುಳಿದವು.

ಲೇಡಿ ಬರ್ಡ್ ಸೈಕಲ್ ಬಂದ ಮೇಲಂತೂ ಸುಮಿಗೆ ರೆಕ್ಕೆಗಳೇ ಬಂದಿದ್ದವು. ಸ್ಕೂಟಿಯಾದ್ರೆ ವಿರೂಪಾಕ್ಷಿ ಮನೆಗೆ ಬರುವ ವರೆಗೂ ಕಾಯಬೇಕಾಗಿತ್ತು. ಈಗ ಸಂಪೂರ್ಣ ಅವಳದೇ ಮರ್ಜಿ! ಸೈಕಲ್ ಸವಾರಿಯಲ್ಲಿ ಕಾರವಾರ ಇನ್ನಷ್ಟು ಮೋಹಕವಾಗಿ ಕಂಡಿತ್ತು. ಓದಿಕೊಳ್ಳುವುದಿರಲಿ, ಏನೇ ಕೆಲಸವಿರಲಿ ಸೂರ್ಯಾಸ್ತದ ಸಮಯದಲ್ಲಿ ಮಾತ್ರ ಅವಳು ಬೀಚಿನ ಮೇಲಿರಲೇಬೇಕು. ದಿಗಂತದಲ್ಲಿ ವಿಸ್ತರಿಸುವ ಆ ವರ್ಣ ವೈಭವ, ಸೂರ್ಯ ತನ್ನ ಉಗ್ರಪ್ರತಾಪಿ ವೇಷ ಕಳಚಿ ಸೌಮ್ಯಮುಖಿಯಾಗುವ ಆ ಕ್ಷಣ ಅವಳಿಗೆ ದಿವ್ಯ ಅನಿಸುತ್ತಿತ್ತು. ದಣಿವಿಲ್ಲದ ನಿರಂತರ ತೆರೆಗಳನ್ನು ಸುಮ್ಮನೇ ನೋಡುತ್ತಿದ್ದರೂ ಅವಳಲ್ಲಿ ತಾಜಾತನದ ಸಿಂಚನವಾಗುತ್ತಿತ್ತು. ಕಡಲು ಮತ್ತು ಆಕಾಶದ ಅನೂಹ್ಯ ನೀಲಿ ನಿಚ್ಚಳ ಬಣ್ಣ ಮುಸ್ಸಂಜೆಯಲ್ಲಿ ಕೆಂಪಾಗಿ ಕಿತ್ತಳೆಯಾಗಿ ಬದಲಾಗುವ ರೀತಿ ಅವಳಿಗೆ ಸದಾ ವಿಸ್ಮಯವೇ. ಸಮುದ್ರ ಅವಳ ಪಾಲಿಗೆ ನಿತ್ಯ ನೂತನ ಭಾವವನ್ನು ಜಾಗೃತಗೊಳಿಸುವ ತಾಣವಾಗಿತ್ತು. ಈ ಭಾವ ನಿರಂತರವೆಂದೇ ಅಂದುಕೊಂಡಿದ್ದಳು. ಆದರೆ...

*

ಅಸೀಮ ಸಮುದ್ರ ದರ್ಶನದಿಂದಲೂ ಮನಸ್ಸಿನಲ್ಲಿ ಅವ್ಯಕ್ತ ಅತೃಪ್ತಿ ಉಳಿದುಕೊಳ್ಳುವುದು ಇತ್ತೀಚೆಗೆ ಸುಮಿಯ ಗಮನಕ್ಕೆ ಬರತೊಡಗಿತ್ತು. ಸೂರ್ಯಾಸ್ತದಂಥ ಅಮೋಘ ದೃಶ್ಯದಿಂದ ಹೃದಯ ತುಂಬಿ ಬಂದರೂ, ಮನೆಗೆ ಮರಳುವಾಗ ಅವಳ ಕಣ್ಣುಗಳು ನಿಷ್ಕಾರಣವಾಗಿ ಆರ್ದ್ರಗೊಳ್ಳುತ್ತಿದ್ದವು. ಮನಸ್ಸಿನಲ್ಲಿಯ ಅಖಂಡ ಪ್ರಸನ್ನತೆ ದಣಪೆ ದಾಟುವಷ್ಟರಲ್ಲಿ ಚಿಕ್ಕ ಆರ್ತಸ್ವರೂಪ ತಾಳುತ್ತಿತ್ತು. ತನ್ನೊಳಗೆ ಕಡಲಿನ ದಾಹವಿದೆ ಎಂದು ತಿಳಿದವಳಿಗೆ, ಮನಸು ಕಡಲಿನಾಚೆಗೂ ಇನ್ನೇನೋ ಹುಡುಕುತಿದೆ ಅನಿಸುತ್ತಿತ್ತು. "ಕಾಣದ ಕಡಲಿಗೆ ಹಂಬಲಿಸಿದೆ ಮನ..." ಎಂಬ ಕವಿಮಾತು ಕಾಣುವ ಕಡಲಿನೆದುರೇ ಅಲೆಅಲೆಯಾಗಿ ಮೊರೆಯುತ್ತಿತ್ತು. ಯಾಕೆ ಯಾಕೆ ಯಾಕೆ ಎಂದು ಕೇಳಿಕೊಳ್ಳುವಳು. ಕಡಲು ಉಕ್ಕಿಸುವ ಸಂಭ್ರಮವನ್ನು ತುಳುಕಾಡದಂತೆ ಹಿಡಿದುಕೊಳ್ಳುವುದು ನನಗೆ ಅಸಾಧ್ಯವಿರಬಹುದೆ? ತುಂಬಿದ

ಸಂತೋಷವೂ ಮನಸಿಗೆ ಭಾರವೇ? ಅದನ್ನು ಹಂಚಿಕೊಂಡು ಹಗುರಾಗಲು ಬಯಸುತ್ತಿದೆಯೇ ಮನಸು? ತನ್ನೆದೆಯೊಳಗಿನ ಕಡಲ ಘೋಷವನ್ನು ಆಪ್ತ ಎದೆಯೊಂದಕ್ಕೆ ಕೇಳಿಸುವ ಹಂಬಲವೆ? ಇಳಿಸಂಜೆಯ ಬೀಚಲ್ಲಿ ಒತ್ತಿಕುಳಿತ ಜೀವಗಳು, ಕಾಳಿನದಿಯ ಸೇತುವೆಯಲ್ಲಿ ಕೈಕೈ ಬೆಸೆದು ನಿಂತ ಜೋಡಿಗಳು ತನ್ನ ಒಂಟಿ ಸಂಭ್ರಮವನ್ನು ಹಂಗಿಸಿದಂತೆ ಯಾಕೆ ಅನಿಸುತ್ತಿದೆ? ಖುಷಿಯು ಸ್ಥಗಿತವಾಗಲು ನಿರಾಕರಿಸಿ ಕಾಳಿಯಂತೆ ಪ್ರವಹಿಸುತ್ತಿರಲು ಬಯಸುತ್ತದೆಯೇ?

ತೆರೆಗಳಂತೆ ಏಳುವ ತುಮುಲಗಳನ್ನು ಕಾವ್ಯಾತ್ಮಕ ಗ್ರಹಿಕೆಗಳಲ್ಲಿ ಸೋಸಿ ಸಂಗ್ರಹಿಸಿ, ಸುಮಿ ಅದಕ್ಕೆ ಒಂದು ಸಾಲಿನ ಉತ್ತರವನ್ನು ಅಂತಿಮಗೊಳಿಸಿದಳು, "ಹೃದಯವು ಒಂದು ಆತ್ಮೀಯ ಜೀವಕ್ಕಾಗಿ ತಡಪಿಸುತ್ತಿದೆ!"

ಸುಮಿಗೆ ಹುಡುಗರ ಬಗ್ಗೆ ಆಸಕ್ತಿ ಇದ್ದದ್ದು ಸುಳ್ಳಲ್ಲ. ಹುಡುಗರಂತೂ ಸುಮಿಯತ್ತ ತಿರುತಿರುಗಿ ನೋಡುತ್ತಿದ್ದರು. ಕಾಲೇಜಿನಲ್ಲಿ ಮಾಡ್ ಹುಡುಗಿಯರ ನಡುವೆಯೂ ಇವಳ ವಿಶಿಷ್ಟ ಸೌಂದರ್ಯ ಮತ್ತು ಆತ್ಮವಿಶ್ವಾಸ ಎಲ್ಲರ ಗಮನ ಸೆಳೆದದ್ದು ನಿಜ. ಅವಳದು ಬಯಲುಸೀಮೆಯ ಆಡು ಕನ್ನಡವಾದರೂ, ಸಂದರ್ಭ ಬಂದರೆ ಗ್ರಾಂಥಿಕ ಕನ್ನಡದಲ್ಲಿ ಮತ್ತು ಇಂಗ್ಲೀಷಿನಲ್ಲಿ ನಿರರ್ಗಳವಾಗಿ ಸಂಭಾಷಿಸುವ ಪ್ರತಿಭೆಯಿಂದಾಗಿ ಮೂರ್ನಾಲ್ಕು ತಿಂಗಳಲ್ಲಿ ಆಕೆಗೆ ಸಾಕಷ್ಟು ವಿದ್ಯಾರ್ಥಿಗಳ ಪರಿಚಯವೂ ಸ್ನೇಹವೂ ಸಿಕ್ಕಿತ್ತು. ಮನೆಯ ಅಕ್ಕಪಕ್ಕದಲ್ಲೂ ಕೆಲವರ ಸ್ನೇಹ ಸಂಪಾದಿಸಿದ್ದಳು. ಆದರೆ ಸ್ನೇಹವನ್ನೂ ಮೀರಿದ ಏನನ್ನೋ ಅವಳ ಮನಸ್ಸು ಹಂಬಲಿಸುತ್ತಿತ್ತು.

ಪಕ್ಕದ ಮನೆಯ ಹುಡುಗನೊಬ್ಬ ಬೈಕು ಒರೆಸುವ ನೆಪದಲ್ಲಿ ಗ್ಯಾರೇಜಿನಲ್ಲಿ ಹೆಚ್ಚು ಹೊತ್ತು ನಿಂತಿರುತ್ತಿದ್ದ. ಅಲ್ಲಿಂದ ತಮ್ಮ ಬಾಡಿಗೆ ಮನೆಯ ನೇರ ನೋಟ ಅವನಿಗೆ ಸಾಧ್ಯವಿತ್ತು. ಅವನ ಬೈಕು ಕಾರು ಇವಳನ್ನು ಆಕರ್ಷಿಸಿದರೂ, ಆತ ಸಾಕಷ್ಟು ಹ್ಯಾಂಡಸಮ್ ಇದ್ದರೂ ಅವನ ರುಬಾಬು ಅವಳಿಗಿಷ್ಟವಾಗಿರಲಿಲ್ಲ. ಬೀಚ್ ಕಡೆ ಸುಂಯ್ಯನೆ ಸಾಗುವ ಪಡ್ಡೆ ಹುಡುಗರೂ ಇವಳತ್ತ ಸಿಳ್ಳೆ ಹೊಡೆಯುವುದು, ಏನಾದರೂ ಕಾಮೆಂಟ್ ಮಾಡುವುದು ನಡೀತಿತ್ತು. ನೀಳ ಕೂದಲು, ತುಸು ದಪ್ಪಗಿರುವ ಹುಬ್ಬು. ಬಾಗಿ ಬಳಕುವ ರೀತಿಗೆ ಅವು ದೀರ್ಘವಾಗಿ ಕಾಣುತ್ತಿದ್ದವು. ಆ ತುಂಬು ಹುಬ್ಬುಗಳ ಅಡಿಯಲ್ಲಿ ಮಿನುಗುವ ಕಣ್ಣುಗಳ ಚಲನೆಯಲ್ಲಿ ಅದೇನೋ ಆಕರ್ಷಣೆಯಿತ್ತು... ಇಂಥ ಸಾಂಪ್ರದಾಯಿಕ ಚೆಲುವಿನಿಂದಲೇ ಭಿನ್ನವಾಗಿ ತೋರುತ್ತಿದ್ದ ಸುಮಿ ನಗರಕ್ಕೆ ಬಂದ ಹೊಸ ಹಕ್ಕಿಯಂತೆ ಕಾಣುತ್ತಿದ್ದದ್ದು ಸುಳ್ಳಲ್ಲ. ಅವಳೂ ಹುಡುಗರ ಸ್ಪೈಕೀ, ಶ್ಯಾಗೀ ಇತ್ಯಾದಿ ಚಿತ್ರ ವಿಚಿತ್ರ ಹೇರ್ ಸ್ಟೈಲುಗಳನ್ನೂ, ರಿಪ್ಡ್ ಜೀನ್ಸು, ಜ್ಯಾಕೆಟ್ಟುಗಳನ್ನೂ ವಯೋಸಹಜ ಕುತೂಹಲದಿಂದ ಗಮನಿಸುತ್ತಿದ್ದದ್ದು ನಿಜ. ಆದರೆ ಅವಳಲ್ಲಿ

ಅಂಥ ಬಾಹ್ಯ ಅಲಂಕಾರಗಳನ್ನೂ ಮೀರಿದ ಹುಡುಕಾಟವಿತ್ತು. ಹುಡುಗರತ್ತ ಸಹಜ ಆಕರ್ಷಣೆಯಿತ್ತಾದರೂ, ಪಡ್ಡೆಗಳ ಬಲೆಗೆ ಬೀಳುವಷ್ಟು ಎಳಸಾಗಿರಲಿಲ್ಲ. ಸುಮಿ ಕಾಲೇಜಿಗೆ ಹೋಗುವಾಗ ಸೆಕೆಂಡ್ ಕ್ರಾಸಿನಲ್ಲಿ ಕಾಣುತ್ತಿದ್ದ ಹುಡುಗ ಅವಳಿಗೆ ಇಷ್ಟವಾಗಿದ್ದ. ಹೈಟು ಚೆನ್ನಾಗಿತ್ತು. ಅವನ ಹೇರ್ ಸ್ಟೈಲು ಮಸ್ತ್ ಇತ್ತು. ಹಣೆಯಿಂದ ಕೆಳಗಿಳಿದ ಕೂದಲ ಸೀಳಿನಿಂದ ಕಾಣುವ ಅವನ ಹೊಳಪು ಕಣ್ಣುಗಳು ಅವಳಿಗೆ ಪಸಂದ್ ಆಗಿದ್ದವು. ಆದಿನ ಅಕಸ್ಮಾತ್ತಾಗಿ ಆತ ಗ್ರೀನ್ ಸ್ಟ್ರೀಟ್‌ನಲ್ಲಿ ಕಂಡಿದ್ದ. ಸೈಕಲ್ ಮೇಲೆ ಇವಳನ್ನು ದಾಟಿಹೋಗಿದ್ದ. ಸ್ವಲ್ಪ ಸ್ಮೈಲ್ ಕೂಡ ಮಾಡಿದಂತೆ ಅನಿಸಿತ್ತು. ಅದು ಆಕಸ್ಮಿಕವೇ ಅಥವಾ ತನ್ನನ್ನು ಫಾಲೋ ಮಾಡಿ ಬಂದಿರಬಹುದೇ ಎಂಬ ಸಂಶಯವೊಂದು ಅವಳ ಮೈಯಲ್ಲಿ ಸಣ್ಣ ಮಿಂಚು ಹೊಡೆದಂತಾಯಿತು. ಈ ಅಪರಿಚಿತ ಊರಲ್ಲಿ ತನ್ನ ಅಸ್ತಿತ್ವದ ಬೀಜವೊಂದು ಮೊಳಕೆಯೊಡೆದ ಭಾವವು ಅರಿವಿಲ್ಲದೇ ಅವಳನ್ನು ಗೆಲುವಾಗಿಸಿತ್ತು.

ಆ ದಿನ ತಡರಾತ್ರಿ ವ್ಹಾಟ್ಸಾಪನಲ್ಲಿ ಸೈಕಲ್ ಸ್ಟಿಕ್ಕರ್ ಅಂಟಿಸಿ "ಯಾಕೋ ನಿದ್ದೆ ಬರ್ತಿಲ್ಲ, ಎದೆಯಲ್ಲಿ ಬರೀ ಟ್ರಿಣ್ ಟ್ರಿಣ್ ಅಂತೈತಿ, ಲವ್ವ್ಯಾ ಶೈಲತ್ತೆ" ಎಂದು ಬರೆದಳು. "ಲೇ ಕೋತಿ ನಂಗ್ಯಾಕ್ ಲವ್ವ್ಯಾ ಪವ್ವ್ಯಾ ಅಂತ ಬರೀತಿ. ಅಥವಾ... ಯಾರೋ ಕರಾವಳಿ ಹುಡುಗನಿಗೆ ಹೇಳೋಕ್ಕೆ ಪ್ರಾಕ್ಟೀಸ್ ಮಾಡಿಕೊಳ್ಳಾಕ ಹತ್ತಿಯೇನ..." ಎಂದು ಶೈಲತ್ತೆ ಕಾಲೆಳೆದಳು. "ನಂಗೇನೂ ಪ್ರಾಕ್ಟೀಸು ಗ್ರಿಕ್ಟೀಸು ಬೇಕಾಗಿಲ್ಲ ಶೈಲತ್ತೆ... ಲವ್ ಆದ್ರೆ ಡೈರೆಕ್ಟಾಗಿ ಲವ್ವ್ಯಾ ಅಂತ ಹೇಳೇಬಿಡ್ತೀನಿ... ಹಂಗೇ ಆ ಪ್ರೀತಿನ ಜೀವ ಕೊಟ್ಟು ಹಾಸಿಲ್ ಮಾಡ್ಕೊಳ್ಳುವಾಕಿ ನಾ... ನಿನ್ನ ಥರ ಜೀವನಪೂರ್ತಿ ತ್ಯಾಗಮಯಿಯಾಗಿ, ಪ್ರೇಮದ ಆರಾಧನೆಯಲ್ಲಿ ಆಯಸ್ಸು ಕಳ್ಕೊಳಲ್ಲ, ಗೊತ್ತಾತೇನ?" ಎಂದಳು. ಸೆಂಡ್ ಮಾಡಿದ ಮೇಲೆ ಹಾಗೆ ಕಟುವಾಗಿ ಬರೆದು ಪಾಪ ಶೈಲತ್ತೆ ಮನಸ್ಸಿಗೆ ನೋವು ಮಾಡಿದೆ ಅಂತ ಪರಿತಪಿಸಿದಳು.

ಎಲ್ಲಾ ಸರಿಯಾಗಿದ್ದರೆ ಶೈಲತ್ತೆ ತಾನು ಪ್ರೀತಿಸಿದವನನ್ನು ಮದುವೆಯಾಗಿ ಸಂತೋಷದ ಜೀವನ ನಡೆಸಬೇಕಾಗಿತ್ತು. ಅಫ್ಜಲ್ಪುರದಲ್ಲಿ ಟೀಚರ್ ಆಗಿರುವಾಗ ಹುಸೇನ್ ಎನ್ನುವ ಇನ್ನೊಬ್ಬ ಟೀಚರ್ ಜೊತೆ ಪ್ರೇಮವಾಗಿ ಮನೆಯಲ್ಲಿ ರಗಡ್ ರಂಪಾಟವಾಗಿತ್ತು. "ಶಾದಿ ಮಾಡಕೊಂಡ್ರ ಹುಸೇನಗೇ, ಇಲ್ಲಾಕಿದ್ರ ಈ ಜನ್ಮದಲ್ಲಿ ಬ್ಯಾಡಾ" ಎಂದು ಹಟಕ್ಕೆ ಬಿದ್ದಿದ್ದಳು. "ನೀ ಮದ್ವಿ ಆಗಿಲ್ಲಾದ್ರೂ ಚಿಂತಿಲ್ಲ, ಆ ಸಾಬಿನ್ನ ಕಟ್ಕೊಳ್ಳೋಕ್ ನಾವ್ ಬಿಡಾಂಗಿಲ್ಲ, ನೀ ಏನಾರ ಅವ್ನ ಜೊತಿ ಓಡ್ ಹೋದಿ ಅಂದ್ರ, ಎಲ್ಲಿದ್ರೂ ಹುಡುಕಿ ಇಬ್ಬರದೂ ರುಂಡ ತೆಗಿತೀವಿ, ಹುಶಾರ್..." ಎಂದು ಲಿಂಗನಗೌಡ ಪಾಟೀಲರ ಇಡೀ ಕುಟುಂಬ ಧಮಕಿ ಹಾಕಿತ್ತು. ಆಳುಕಾಳುಗಳ ಕೈಯಗಳಲ್ಲಿ ಕತ್ತಿ ಮಚ್ಚುಗಳು

ಹರಿತಗೊಂಡಿದ್ದವು. ಮಾಳಿಗೆ ಮೇಲಿದ್ದ ಬಂದೂಕು ಕೆಳಗಿಳಿದು, ಬೆಂಕಿಯುಗಳಲು ಸಜ್ಜಾಗಿ ಹಜಾರದ ಗಿಳಿಗೆ ತೂಗುತ್ತಿತ್ತು.

ಆದರೆ ಅಂಥದ್ದೇನೂ ಸಂಭವಿಸಲೇ ಇಲ್ಲ. ಹುಸೇನ್ ಕಾದು ಬೇರೆಯವಳೊಂದಿಗೆ ನಿಖಾ ಮಾಡಿಕೊಂಡ ಖಬರ್ ಬಂತು. ಮನೆ ಗಂಡಸರ ನರಗಳು ಸಡಿಲುಗೊಂಡವು. ಮನೆ ಹೆಂಗಸರ ನಿಟ್ಟುಸಿರು ಹೊರಬಿತ್ತು. ನಿಧಾನ ಶೈಲು ಸರಿ ಹೋಗ್ತಾಳೆ, ಶಾದಿಗೆ ಹೂಂ ಅಂತಾಳೆ ಎಂದು ಎಲ್ಲರೂ ಕಾದ್ರು. ನಾಲ್ಕಾರು ಕಡೆಯಿಂದ ನೆಂಟಸ್ತಿಕೆ ಕೂಡ ತಂದರು. ಶೈಲತ್ತೆ ಬಿಲ್ಕುಲ್ ಒಲ್ಲೆ ಅಂದಳು. ನಾಳೆ ಹೂಂ ಅಂದಾಳು, ಮುಂದೆ ಹಾಂ ಅಂದಾಳು ಎಂದು ಕಾದರು. ಅವರ ನಿರೀಕ್ಷೆ ಸುಳ್ಳಾಯಿತು. ಶೈಲತ್ತೆ ಅವಿವಾಹಿತೆಯಾಗಿಯೇ ಉಳಿದುಬಿಟ್ಟಳು!

ಆದರೆ ಶೈಲತ್ತೆಯೆಂದೂ ಕಹಿ ಭಾವನೆಯನ್ನು ಇಟ್ಟುಕೊಂಡು ಕೊರಗುತ್ತಿರಲಿಲ್ಲ. ಗಂಭೀರ ಅಪ್ಪ, ಮೌನಿ ಅವ್ವಳಿಂದಾಗಿ ಮನೆ ಯಾವಾಗಲೂ ಬಿಗಿ ವಾತಾವರಣದಲ್ಲೇ ಇರುತ್ತಿತ್ತು. ಆದರೆ ಶೈಲತ್ತೆ ಬಂದಳೆಂದರೆ ಏನೇನೋ ಹೇಳಿ ನಗೋಳು. ಚಿಕ್ಕ ಚಿಕ್ಕ ವಿಷಯಗಳಲ್ಲಿ ಜೀವ ತುಂಬೋಳು. ಮಕ್ಕಳನ್ನು ಕಟ್ಟಿಕೊಂಡು ಆಟ ಆಡೋಳು. ನೂರಾರು ಪುಸ್ತಕಗಳನ್ನು ಓದುತ್ತಿದ್ದ ಶೈಲತ್ತೆ ಮಕ್ಕಳಿಗೆ ಆಯ್ದು ಪ್ರೇಮ ಕತೆಗಳನ್ನು, ಅದರಲ್ಲೂ ಸುಖಾಂತದ ಕತೆಗಳನ್ನು ಹೇಳುತ್ತಿದ್ದಳು. ಕೆಲವೊಮ್ಮೆ "ಯೇ ಚಂದ ಲವ್ ಸ್ಟೋರಿ ಇದೆಯಂತೆ, ನಡೀರೇ" ಅಂತ ಎಲ್ಲರನ್ನೂ ಮ್ಯಾಟನಿ ಸಿನಿಮಾಕ್ಕೆ ಕರೆದೊಯ್ಯೋಳು. ಅಜ್ಜಿ ಅಪ್ಪ ಚಿಕ್ಕಪ್ಪಂದಿರು ಅನ್ನುವಷ್ಟು ಅಂದರು. ಪ್ರಾರಂಭದಲ್ಲಿ "ಮದ್ವೆ ವಯಸ್ಸು ಮುಗೀತು, ಇನ್ನೂ ಮಕ್ಕಳಾಟ ಬಿಡಾಕಿಲ್ಲ ನೀ" ಎಂದು ಹಂಗಿಸುತ್ತಿದ್ದರೂ ಆ ಮಾತು ಅವರ ಒಡಲನ್ನೇ ಇರಿಯುತ್ತಿದ್ದರಿಂದ ಕ್ರಮೇಣ ಸುಮ್ಮನಾದರು. ಕೈಗೂಡದ ಪ್ರೇಮದಿಂದ ಆಕಿ ಹತಾಶೆಗೊಂಡು ಕೊರಗುತ್ತಿದ್ದರೆ ಅದನ್ನು ಲಿಂಗನಗೌಡನ ಮನೆಯವರು ಬಹುಶಃ ಅರ್ಥಮಾಡಿಕೊಳ್ಳುತ್ತಿದ್ದರು. ಆದರೆ ಬೇರೆಯವರೊಂದಿಗೆ ಮದುವೆಯನ್ನು ನಿರಾಕರಿಸುವ ಮೂಲಕ ಮತ್ತು ತರುವಾಯದಲ್ಲಿ ವ್ಯಕ್ತಿತ್ವದಲ್ಲಿ ತಂದುಕೊಂಡ ಬದಲಾವಣೆಗಳ ಮೂಲಕ ಮನೆಯವರಿಗೆ ಶೈಲತ್ತೆ ಹೆಚ್ಚೆಚ್ಚು ನಿಗೂಢವಾದಳು. ನಿಖರವಾಗಿ ಶೈಲತ್ತೆಯ ಪ್ರೇಮ ಕಹಾನಿ ಬಗ್ಗೆ ಎಂದೂ ಯಾರದೇ ಬಾಯಿಂದ ಪೂರ್ತಿಯಾಗಿ ಕೇಳದಿದ್ದರೂ, ಮನೆಯಲ್ಲಿ ಆಕೆಯ ಬಗ್ಗೆ ಆಗಾಗ ಆಡುತ್ತಿದ್ದ ಮೂದಲಿಕೆಯ, ವ್ಯಂಗ್ಯದ ಮಾತುಗಳಿಂದಲೇ ಚಿಕ್ಕವಳಿರುವಾಗ ಅದೆಲ್ಲ ಸುಮಿಯ ತಿಳುವಳಿಕೆಗೆ ಬರಲು ಸಾಕಾಗಿತ್ತು. ಸುಮಿ ಹೈಸ್ಕೂಲಿಗೆ ಬರುತ್ತಿದ್ದಂತೆ ಶೈಲತ್ತೆ ಗೆಳತಿಯಂತೆ ಆಗಿದ್ದಳು. ಮಾತು-ಕತೆಗೆ ಕೂತಾಗ, ವಿಷಯ ಬಂದರೆ ಪ್ರೇಮದ ಬಗ್ಗೆ ದಿವ್ಯ ಅನಿಸುವ ಸಾಲುಗಳನ್ನು ಕೋಟ್ ಮಾಡುತ್ತಿದ್ದಳು. ಪ್ರೇಮ-ವಿರಹ, ಒಲವು-

ಉನ್ಮಾದದ ಭಾವಗಳಿರುವ ಸುಂದರವಾದ ಪದ್ಯಗಳನ್ನು, ಗಜಲ್ಲುಗಳನ್ನು ಭಾವಪೂರ್ಣವಾಗಿ ಓದಿ ಹೇಳುತ್ತಿದ್ದಳು.

ಕಾರವಾರಕ್ಕೆ ಬಂದ ಮೇಲೆ ಸುಮಿಗೆ ಶೈಲತ್ತೆಯ ಬಗ್ಗೆ ಎದೆಯಲ್ಲಿ ಇನ್ನಷ್ಟು ಆರ್ದ್ರಭಾವ ಜಿನುಗತೊಡಗಿತ್ತು. ನೂರಾರು ಮೈಲಿ ದೂರದಿಂದಲೇ ಅವಳು ಹೆಚ್ಚೆಚ್ಚು ಆಪ್ತವಾಗತೊಡಗಿದಳು. ಪ್ರೀತಿ ಫಲಿಸದಿದ್ದರೂ ಬದುಕಿನಲ್ಲಿ ಹತಾಶಳಾಗದೇ, ಹುಚ್ಚಿಯಾಗದೇ ಕೂದಲೆಳೆಯಲ್ಲಿ ತನ್ನನ್ನು ಬಚಾವ್ ಮಾಡಿಕೊಂಡ ಶೈಲತ್ತೆ ಬಗ್ಗೆ ಯೋಚಿಸುವಳು. ಪ್ರೇಮದ ಬಗ್ಗೆ ನಕಾರಾತ್ಮಕವಾಗದೇ, ಪ್ರೇಮಭಾವವನ್ನು ಸದಾ ಫ್ರೆಶ್ ಆಗಿ ಪೊರೆದಿಟ್ಟುಕೊಂಡ ರೀತಿಗೆ ಅಚ್ಚರಿ ಪಡುವಳು. ವಿಷಾದದ ಅಂಚಿನಿಂದ ಪ್ರೇಮವನ್ನೂ ಬದುಕನ್ನೂ ಲೌಕಿಕವನ್ನು ಮೀರಿದ ನೆಲೆಗೆ ಎತ್ತರಿಸಿಕೊಂಡ ಶೈಲತ್ತೆಯ ಬಗ್ಗೆ ಪ್ರೀತಿ ಅಭಿಮಾನವಿದ್ದರೂ, ಕಡಲತೀರಕ್ಕೆ ಬಂದ ಮೇಲೇ ತಾನು ಅವಳನ್ನು ಹೀಗೆಲ್ಲ ಅರ್ಥಮಾಡಿಕೊಳ್ಳುತ್ತಿರುವೆ ಅನಿಸುತ್ತಿತ್ತು ಸುಮಿಗೆ. ಅಪ್ಪಟ ಪ್ರೇಮವನ್ನು ಹಿಚುಕಿದ ದುರಹಂಕಾರದ ಅಪ್ಪ ಮತ್ತು ಅವನ ಪಾಳೆಗಾರಿಕೆಯ ಕುಟುಂಬಕ್ಕೆ ಶೈಲತ್ತೆಯ ಬದಲಾದ ವ್ಯಕ್ತಿತ್ವ ಪ್ರತಿಭಟನೆಯ ರೀತಿಯಾಗಿರಬಹುದೇ? ಇಲ್ಲ, ಅದನ್ನು ಪ್ರತಿಭಟನೆ ಎನ್ನುವುದು ಸರಳ ಗ್ರಹಿಕೆಯಾಯಿತು. ಪ್ರತಿಭಟನೆಯನ್ನು ಮೀರಿದ ಸ್ವರೂಪವದು. ಏನದು? ತನಗೆ ಆ ಭಾವವನ್ನು ಮಾತಿನಲ್ಲಿ ಶಬ್ದಗಳಲ್ಲಿ ಹಿಡಿಯಲಾಗುತ್ತಿಲ್ಲವಲ್ಲ... ಹೀಗೆಲ್ಲ ಯೋಚಿಸಿ ಸುಮಿ ಸುಮ್ಮನಾಗುವಳು. ಆದರೆ ಮೌನದಲ್ಲೂ ಸದಾ ಶೈಲತ್ತೆಯ ಪ್ರೇಮದ ಆಲಾಪನೆ ಮೊರೆಯುತ್ತಿರುತ್ತದೆ, ಯಾಕೆ? ಕಾರವಾರದ ಅಸೀಮ ಸಮುದ್ರವೇ? ಸದಾ ಪ್ರತಿಧ್ವನಿಸುತ್ತಿರುವ ಶರಧಿಯ ಮೊರೆತವೇ? ಅಥವಾ ಕಾಲುದಾರಿಯ ಹುಡುಗನ ಸೀಳು ಕೂದಲಿನಿಂದ ಕಾಣುವ ಮೋಹಕ ಕಣ್ಣುಗಳೇ?

ಸೀಳು ಕೂದಲಿನಿಂದ ಕಾಣುವ ಮೋಹಕ ಕಣ್ಣುಗಳ ಹುಡುಗನನ್ನು ಮೀರಿದ, ಏನನ್ನೋ ಅಥವಾ ಯಾರನ್ನೋ ಹುಡುಕುತಿರುವೆ ಎಂದು ಸುಮಿಗೆ ಬೇಗನೇ ಅರ್ಥವಾಗಿತ್ತು. ಗ್ರೀನ್ ಸ್ಟ್ರೀಟ್ ದಾರಿಯಲ್ಲಿ ಮೂರನೇ ಬಾರಿ ಸೈಕಲ್ ಹುಡುಗ ಎದುರಾದಾಗ, ಆತನ ಕಣ್ಣುಗಳು ಸುಂದರವಿದ್ದರೂ, ಅವು ಅವಳೆಡೆಗೆ ಬೀರಿದ ದೃಷ್ಟಿಯಲ್ಲಿರುವ ಒರಟುತನ ಸುಮಿಗೆ ಇಷ್ಟವಾಗಲಿಲ್ಲ. ಕಾಣಲು ಸುಂದರವಿರುವ ಕಣ್ಣುಗಳ ದೃಷ್ಟಿಯೂ ಸುಂದರವೇ ಆಗಿರಬೇಕಿಲ್ಲ ಎಂಬುದು ಅವಳ ಅನುಭವಕ್ಕೆ ಬಂತು. ಬಹುಶಃ ಸುಮಿ ಹುಡುಗರ ಕಣ್ಣುಗಳಲ್ಲೂ ನಿಷ್ಕಳಂಕ ಕಡಲನ್ನೇ ಹುಡುಕುತ್ತಿದ್ದಳು. ತನ್ನ ಕನಸಿನ ಕಡಲ ಹುಡುಗ ಇವನಲ್ಲ ಇವನಲ್ಲ ಅನಿಸಿಬಿಟ್ಟಿತು ಅವಳಿಗೆ! ಆ ಸಂಜೆ ಅವಳನ್ನು ಮತ್ತೆ ಬೇಸರ ಮುತ್ತಿಕೊಂಡಿತು. ತನ್ನ ಮನಸ್ಸಿನ ದುಗುಡವನ್ನು ಶೈಲತ್ತೆಯೊಡನೆ ಹಂಚಿಕೊಳ್ಳಬೇಕು. ಅವಳೇ ತನ್ನ ಭಾವನೆಗಳನ್ನು ಅರಿಯಬಲ್ಲವಳು. ಆದರೆ

ಅಂಥ ಭಾವವನ್ನು ಅಕ್ಷರಗಳಲ್ಲಿ ಹಿಡಿದಿಡಲು ತನ್ನ ಬಳಿ ಸಾಧ್ಯವಾಗುತ್ತಿಲ್ಲವಲ್ಲ. ಸ್ವಚ್ಛಂದವಾಗಿ ಹಾರುವ ಚಿಟ್ಟೆಯನ್ನು ಹಿಡಿಯಲು ಹೋಗಿ ಬೆರಳಿಗೆ ಬಣ್ಣದ ಹುಡಿಯಷ್ಟೇ ಅಂಟಿಸಿಕೊಳ್ಳುವ ಹಾಗಿದೆ ತನ್ನ ಪ್ರಯತ್ನ! ಅರುಹದೇ ಅರಿಯುವ ಮನಸ್ಸೊಂದನ್ನು ತನ್ನ ಪಾಲಿಗೆ ಅನುಗ್ರಹಿಸು ಓ ಸಮುದ್ರರಾಜನೇ! ಕಡಲಂತೆ ಆಳವಿದ್ದರೂ ಕಡಲಂತೆ ನಿರಾಳವಾಗಿರುವ, ಕಡಲಂತೆ ಭೋರ್ಗರೆದರೂ ಕಡಲಂತೆ ಮೌನವಾಗಿರುವ, ಕಡಲಂತೆ ಅಗಾಧವಾಗಿದ್ದರೂ ಕಡಲಂತೆ ಆತ್ಮೀಯವಾಗುವ, ಕಡಲಂತೆ ಭಯವಾದರೂ ಕಡಲಂತೆ ಅಭಯ ನೀಡುವ ಹುಡುಗನನ್ನು ಪರಿಚಯಿಸು, ಓ ಕಾರವಾರವೇ!

2

ಕಡಲ ತೀರದ ಹುಡುಗ

ಕಾರವಾರಕ್ಕೆ ಬಂದಾಗಿನಿಂದ ದೇವರಿಗೆ ಹೂವಿಡುವುದು ತಪ್ಪಿದರೂ ಕಡಲ ತೀರಕ್ಕೆ ಬರುವುದು ಮಾತ್ರ ತಪ್ಪಲಿಲ್ಲ. ಸಮುದ್ರ ತೀರದಲ್ಲಿ ನಿತ್ಯವೂ ಉಸುಕಿನ ಬೇಲೆ ಮೇಲೆ ನಡೆಯುವವಳು. ದಡದಲ್ಲಿ ನಿಂತು ಅಲೆಗಳೊಡನೆ ತುಂಟಾಟ ಆಡುವವಳು. ದಣಿವರಿಯದ ತೆರೆಗಳೊಡನೆ ಅನುಸಂಧಾನಕ್ಕಿಳಿಯುವವಳು. ಒದ್ದೆಯಾಗಬಾರದೆಂದು ಮೊಣಕಾಲ ವರೆಗೆ ಎತ್ತಿ ನೀರಿಗಿಳಿದರೂ, ಧರಿಸಿದ ಡ್ರೆಸ್ಸು ಸೊಂಟದ ವರೆಗೂ ಹಸಿಯಾಗುವುದು ಮಾಮೂಲಾಯ್ತು. ಅದು ಒಣಗಲಿ ಎಂದು ಅವಳು ಬೇಲೆ ಉದ್ದಕ್ಕೂ ನಡೆಯುವುದುಂಟು. ಇಂದು ಅವಳಿಗೆ ಪಕ್ಕದ ಗಾಳಿಮರಗಳ ಸಾಲುಗಳ ನಡುವೆ ಅಲೆದಾಡುವ ಮನಸ್ಸಾಯಿತು. ದಡಬಿಟ್ಟು ತಂತಿಬೇಲಿ ದಾಟಿ ದಟ್ಟ ಗಾಳಿತೋಪಿನಲ್ಲಿ ಹೆಜ್ಜೆಹಾಕಿದಳು. ಸಾಗರದಿಂದ ಬೀಸುವ ಗಾಳಿಗೆ ಅದುರುತ್ತಿದ್ದ ಗಾಳಿಮರದ ಟಿಸಿಲುಗಳು ಸುಂಯ್ಯ್ ಸಂಗೀತವನ್ನು ನುಡಿಸುತ್ತಿದ್ದವು. ಸೂಜಿಯಂಥ ಎಲೆಗಳಿಂದ ಸೋಸಿ ಬಂದ ಸಂಜೆಯ ಎಳೆಬಿಸಿಲು ನೆಲಕ್ಕೆ ಚಿತ್ತಾರ ಬರೆದಿತ್ತು. ಸುಮಿ ಗಾಳಿ ಮರಗಳನ್ನು ಸುತ್ತಿಬಳಸಿ ಅಡ್ಡಾಡಿದಳು. ಒಳಬದಿಯಲ್ಲಿ ಪ್ರೇಮಿಗಳು ಸಂಜೆಯ ಸೊಬಗು ಮತ್ತು ಪ್ರೇಮದ ನಶೆಯಲ್ಲಿ ಮೈಮರೆತಿದ್ದವು. ಸನಿಹಕ್ಕೆ ಹೋಗಿ ಅವರಾಡುವ ಮಾತುಗಳನ್ನು ಆಲಿಸಬೇಕು ಅನಿಸಿತು, ಸುಮಿಗೆ. ಮರುಕ್ಷಣವೇ ಶ್ಶೀ ಎಂಥ ಹುಚ್ಚು ಆಸೆ ಅಂದುಕೊಂಡಳು.

ಆದರೆ ಅದೇಕೆ ಹುಚ್ಚುತನ ಆಗಬೇಕು? ಪ್ರೇಮವೆನ್ನುವುದು ಎಷ್ಟು ಖಾಸಗಿಯೋ ಅಷ್ಟೇ ಸಾರ್ವತ್ರಿಕ ಕೂಡ ಆಗಬೇಕಲ್ಲವೇ? ಅಮರ ಮಧುರ ಪ್ರೇಮ ಕತೆಗಳು ಸಂಭವಿಸುವುದು ಪ್ರೇಮಿಗಳ ನಡುವೆಯಾದರೂ ಆ ಕತೆಗಳನ್ನು, ಅಂಥ ಪ್ರೇಮಿಗಳನ್ನು ನಾವು ಆರಾಧಿಸುವುದಿಲ್ಲವೆ? ಮರದಡಿಗಳಲ್ಲಿ ಒರಗಿರುವ ಈ ಎಲ್ಲಾ ಗಂಡು-ಹೆಣ್ಣುಗಳನ್ನು ಬೆಸೆದಿರುವ ಭಾವತಂತು ಒಂದೇ, ಅದೇ ಪ್ರೇಮವೇ ಅಲ್ಲವೇ? ಪ್ರೇಮ ಸಾರ್ವಕಾಲಿಕ ಸತ್ಯವಾದರೂ ಸಮಾಜವು ಪ್ರೇಮಕ್ಕೆ ಪರದೆಯನ್ನೇಕೆ ಎಳೆದುಕೊಂಡಿದೆ? ಶೈಲತ್ತೆಯ ಪರಿಶುದ್ಧ ಪ್ರೇಮವನ್ನು ಸಮಾಜ ಯಾಕೆ ಮನ್ನಿಸಲಿಲ್ಲ? ... ಅಯ್ಯೋ ಮತ್ತೆ ಶೈಲತ್ತೆ! ಪ್ರೇಮದ ಪ್ರತಿ ಫ್ರೇಮಿನಲ್ಲೂ ತನಗೆ ಶೈಲತ್ತೆಯ ಅಪೂರ್ಣ ಪ್ರೇಮವು ಕಾಡುವುದೇಕೆ? ಶ್ಯಿ!

ಆಸೆಯೇನೋ ಇತ್ತು, ಆದರೆ ಅದು ಸೌಜನ್ಯವಲ್ಲ ಅನಿಸಿ ಸುಮಿ ಗಾಳಿಮರ ಸಾಲುಗಳ ನಡುವೆ ತುಂಬಾ ಒಳಭಾಗಕ್ಕೆ ಹೋಗದೇ, ದಂಡೆಗೆ ಒತ್ತಿನಿಂತ ಮರಗಳ ನೆರಳಲ್ಲೇ ನಡೆದಳು. ಕೆಂಪಾಗುತ್ತಿರುವ ಬಾನಿಗೆ, ಆಕಾಶ ಸಮುದ್ರ ಭೂಮಿಯನ್ನು ಆವರಿಸಿಕೊಳ್ಳುವ ಅವಸರವಿತ್ತು. ಸಮುದ್ರದಲ್ಲಿಯ ದ್ವೀಪಗಳಿಗೆ ರಾತ್ರಿಯಿಡೀ ಕತ್ತಲನ್ನು ಮೆತ್ತಿಕೊಂಡು ಭಾರವಾದ ದಿಗಂತವನ್ನು ಹೊರುವ ದುಗುಡವಿತ್ತು. ಸಾಗರದ ಗಾಳಿಗೆ ಕತ್ತಲಾಗುವುದರೊಳಗೆ ಭೂಮಿಗೆ ತಲುಪಿ ಮರಗಿಡಗಳೊಳಗೆ ಅವಿತು ದಣಿವಾರಿಸಿಕೊಳ್ಳುವ ಧಾವಂತವಿತ್ತು. ಇವೆಲ್ಲವಕ್ಕೂ ಸಾಕ್ಷಿಯಾಗಿ ಕಡಲ ದಂಡೆಯುದ್ದಕ್ಕೂ ನಡೆಯುತ್ತಿದ್ದ ಸುಮಿ ಕಾಳಿ ಕಡಲು ಸೇರುವ ತುದಿಗೆ ತಲುಪಿದ್ದಳು. ಅವಳೆಂದೂ ಸಮುದ್ರ ತೀರದ ದಾರಿಯಲ್ಲಿ ಕಾಳಿನದಿ ಸಂಗಮಕ್ಕೆ ಬಂದಿರಲಿಲ್ಲ. ಆ ಅದ್ಭುತ ದೃಶ್ಯ ಧುತ್ತೆಂದು ಎದುರಾಗಿ ಮೈನವಿರೇಳಿಸಿತು. ಕಾಡು ಕಣಿವೆ ಸುತ್ತಿಳಿದು, ಗುಡ್ಡ ಬೆಟ್ಟ ಹತ್ತಿಳಿದು ಕಡಲೊಳಗೆ ಸೇರುವ ಕಾಳಿ ಗಜಗಮನೆಯಾಗಿದ್ದಳು. ತುಳುಕಾಡುವ ಕಿರು ತೆರೆಗಳು, ನೀರಿಗೆ ಗೀರೆಳೆದು ಹಾರುವ ಬೆಳ್ಳಕ್ಕಿಗಳು, ನೀರಿನಿಂದ ನೆಗೆಯುವ ಮೀನುಗಳನ್ನು ನೋಡುತ್ತಾ ಮೈಮರೆತು ಹೆಜ್ಜೆಯಿಡುತ್ತಿದ್ದವಳಿಗೆ ತಾನು ತುಂಬಾ ದೂರ, ನಿರ್ಜನ ತಾಣಕ್ಕೆ ಬಂದಿರುವುದು ತಡವಾಗಿ ಅರಿವಾಯಿತು. ಸಣ್ಣ ಭಯವೊಂದು ಅವಳನ್ನು ಆವರಿಸಿ, ಪೂರ್ತಿ ಕತ್ತಲಾಗುವ ಮುನ್ನ ಮರಳಬೇಕು ಎಂದು ಇನ್ನೇನು ಹಿಂತಿರುಗುವವಳಿದ್ದಳು. ತುಸು ದೂರದಲ್ಲಿ ಪಾತಿದೋಣಿಯನ್ನು ಸಜ್ಜುಗೊಳಿಸುತ್ತಿದ್ದ ಹುಡುಗನ ಬಿಂಬವೊಂದು ಗೋಚರಿಸಿ ಅವಳನ್ನು ಇನ್ನಷ್ಟು ಮುಂದಕ್ಕೆ ಸೆಳೆದೊಯ್ಯಿತು!

ಬರೀ ಒಂದು ಬರ್ಮುಡಾದಲ್ಲಿದ್ದ ಆ ಹುಡುಗ ಪಾತಿದೋಣಿಗೆ ಏನೋ ಎಣ್ಣೆ ಹಚ್ಚುತ್ತಾ ಆ ಸಂಜೆಯ ಬಾಡಿದ ಬೆಳಕನ್ನು ಅಲುಗಾಡಿಸುತ್ತಿದ್ದ.

ಸುತ್ತಲೂ ಗೇರೆಣ್ಣೆಯ ಘಾಟು ಹರಡಿಕೊಂಡಿತ್ತು. ಸುಮಿಗೆ ಆ ಹುಡುಗ ದೋಣಿ ನದಿಗಿಳಿಸುವುದನ್ನು ನೋಡುವ ಆಸೆಯಾಯಿತು. ಹುಡುಗ ಪೂರ್ತಿ ಕೆಲಸದಲ್ಲಿ ಮಗ್ನನಾಗಿದ್ದ. ವಯಸ್ಸಿಗೆ ಮೀರಿದ ಗಾಂಭೀರ್ಯದಲ್ಲಿದ್ದ. ಸುಮಿ ತೀರಾ ಸನಿಹ ಬಂದಾಗ ಒಮ್ಮೆ ತಲೆ ಎತ್ತಿದ, ಅಷ್ಟೇ! ಒಂದೇ ಒಂದು ಕ್ಷಣ ಇಬ್ಬರ ದೃಷ್ಟಿ ಬೆರೆತದ್ದು. ಅವನ ಕಣ್ಣುಗಳು ಸೂರ್ಯನ ಬೆಳಕನ್ನು ಕುಡಿದಷ್ಟು ಪ್ರಖರವಾಗಿದ್ದವು. ಸುಮಿಗೆ ದೇವಭಾಗದಲ್ಲಿ ಸಿಡಿಲ ಚೂರೊಂದು ಬಿದ್ದಂತೆ ಭಾಸವಾಯಿತು.

ಸುಮಿ ಸುಧಾರಿಸಿಕೊಂಡು ಆ ಹುಡುಗನನ್ನೂ ಅವನ ಪಾತಿದೋಣಿಯನ್ನೂ ದಾಟಿ ಹೋಗುವಷ್ಟು ಚೈತನ್ಯ ತಂದುಕೊಂಡಳು. ಸಾಕಷ್ಟು ನಡೆದು ದಣಿದ ಕಾರಣಕ್ಕೋ, ಮಿಂಚಿನಂಥ ಹುಡುಗನ ಕಾಂತವಲಯದ ಸೆಳೆತಕ್ಕೋ, ಅವಳ ಕಾಲುಗಳು ಕಂಪಿಸುತ್ತಿದ್ದವು. ಅವಳ ಅಸ್ಥಿರ ಹೆಜ್ಜೆಯನ್ನು ಗಮನಿಸಿದ ಆ ಹುಡುಗ ಮೌನ ಮುರಿದು "ಹುಡುಗಿ, ನಿಂತ್ಕಾ" ಅಂದ. ತಿರುಗಿದಳು. ಅದೆಷ್ಟು ಒರಟಾಗಿ ಅಪರಿಚಿತಳನ್ನು ಏಕವಚನದಲ್ಲಿ ಮಾತಾಡಿಸ್ತಾನೆ! "ಯಾಕ್ರೀ, ಏನಾಯ್ತು?" ಅಂದಳು. "ಏನಾಗಿಲ್ಲ, ಆಗೂಕಿಲ್ಲ... ಅದ್ಕೆ ನಿಂತ್ಕಾ ಅಂದೆ" ಅಂದ. "ಅಂದ್ರೆ?" ಅಂದಳು. "ಆ ಕಡೆಗೆ ಸುಯಿಸೈಡ್ ಪಾಯಿಂಟು" ಅಂದ. "ಅದ್ಕೆ?" ಅಂದಳು. "ನೀವೂ ಹಾರ್ಕೊಳ್ಳೋಕೆ ಹೋಗ್ತೀರೋ ಅಂತ..." ಅಂದ. "ಏಯ್, ಲೈಫು ಇಷ್ಟು ಬ್ಯೂಟಿಫುಲ್ ಇರುವಾಗ ಜೀವ ಕೊಡುವಷ್ಟು ಮೂರ್ಖಳಲ್ಲ ನಾನು, ತಿಳಿತೇನು?" ಅಂದಳು.

ಹುಡುಗನಿಗೆ ತಲೆ ಮೇಲೆ ಹೊಡೆದಂಗಾಯ್ತು. ಮೊದಲ ಬಾರಿಗೆ ತಲೆಯೆತ್ತಿ ಸಮ ಅವಳತ್ತ ನೋಡಿದ. ಬೀಸುವ ಸಂಜೆಗಾಳಿ ಸಣ್ಣ ಉಸಿರಿಗೂ ಅಲುಗಾಡುವಷ್ಟು ನಾಜೂಕಾಗಿತ್ತು. ಸಂಜೆಯ ಸೌಮ್ಯ ಬೆಳಕು ಆ ಹುಡುಗಿಯ ಮೈಮೇಲೆ ಆಡಿಕೊಂಡಿತ್ತು. ಅವಳ ಕಣ್ಣುಗಳಲ್ಲಿ ಮಾತ್ರ ಸಣ್ಣ ಕಿಡಿ ಹೊತ್ತಿಕೊಂಡಿತ್ತು. ಹುಡುಗನಿಗೆ ತನ್ನ ತಪ್ಪಿನ ಅರಿವಾಯಿತು. "ತಪ್ಪಾಯ್ತು" ಅಂದರೂ ಅದು ಗಂಟಲಲ್ಲೇ ಉಳಿಯಿತು. ಸುಮಿ ಇನ್ನೂ ಅಲ್ಲೇ ನಿಂತಿದ್ದರಿಂದ "ಲವ್ವುಗಿವ್ವು ಫೇಲಾದವ್ರು ಇಲ್ಲಿಗ್ ಬಂದ್ ಹಾರ್ಕಣ್ತಾರೆ. ಮೊನ್ನೆ ಕಣ್ಮುಂದೆ ಅಂಥ ಭಾನಗಡಿ ಆಯ್ತು" ಎಂದ. "ಪುಣ್ಯಕ್ಕೆ ನೀವ್ ಅಂಥ ಜನ ಅಲ್ಲ ಮಡಿ, ಖುಶಿಯಾಯ್ತು" ಎಂದ.

ಹುಡುಗನಿಗೆ ಮಾತು ಮುಂದುವರಿಸುವಲ್ಲಿ ಯಾವುದೇ ಆಸಕ್ತಿ ಇರಲಿಲ್ಲ. ಕೆಲಸದಲ್ಲಿ ಹಣಕಿದವ, ಮತ್ತೆ ತಲೆ ಎತ್ತಲಿಲ್ಲ. ಸುಮಿ ಸ್ವಲ್ಪ ಮುಂದೆ ಹೋದಳು. ಅವಳಿಗೆ ಆ "ಭಾನಗಡಿ" ಬಗ್ಗೆ ಇನ್ನಷ್ಟು ತಿಳಿಯುವ ಕುತೂಹಲತ್ತು. "ನೀವ್ ಅಂಥ ಜನ ಅಲ್ಲ ಮಡಿ" ಎಂಬ ಅವನ ಮಾತಿಗೆ ನಗು ಬಂತು. ಹುಡುಗ

ಕಾಣೋಕೆ ಲಕ್ಷಣವಾಗಿದ್ದಾನೆ. ಅಂಥ ಉಜ್ವಲ ಕಣ್ಣುಗಳನ್ನು ತಾನೆಂದೂ ನೋಡಿಲ್ಲ. ಆದರೆ ಅವನು ಅಷ್ಟು ಗಂಭೀರ ಇರೋದು ಯಾಕೆ? ತಾನೊಂದು ಸಮುದ್ರದ ತುಂಡು ಅಂತ ತಿಳಿದಿರಬೇಕು ಮಹಾಶಯ... ಸುಮಿ ಮುಂದೆ ಹೆಜ್ಜೆ ಇಡುತ್ತಿದ್ದಳು ನಿಜ, ಆದರೆ ಹುಡುಗ ಜಗ್ಗುತ್ತಿದ್ದಂತೆ ಅನಿಸುತ್ತಿತ್ತು. ಮನಸ್ಸು ದೇಹದ ಜೊತೆ ಬರದೇ ಇರುವುದು ಅವಳಿಗೆ ಅರಿವಾಯಿತು. ಒಂದಿಷ್ಟು ಮುಂದೆ ಹೋದಂತೆ ಮಾಡಿ, ಅದೇ ಪಾಯಿಂಟಿನಿಂದ ವಾಪಾಸಾದಳು.

ಮತ್ತೆ ಅಂಥದ್ದೇ ದೃಶ್ಯ. ಹುಡುಗ ಸುಂದರ ಹುಡುಗಿಯೊಬ್ಬಳು ತನ್ನ ಸನಿಹದಲ್ಲೇ ಹಾಯುವುದರ ಪರಿವೆ ಇಲ್ಲದಂಥ ತಲ್ಲೀನತೆಯಲ್ಲಿದ್ದ. ಯಃಕಶ್ಚಿತ್ ತೈಲ ಹಚ್ಚಲು ಇಂಥ ಧ್ಯಾನದ ಜರೂರತ್ತು ಇದೆಯೇ ಎಂದು ಮನಸ್ಸಲ್ಲೇ ಬೈದು ಸುಮಿ ಅವನನ್ನು ದಾಟಿದಳು. ನಾಲ್ಕು ಮಾರು ಹೋದದ್ದಷ್ಟೇ! ತುಸು ಜೋರಾಗಿ ಬೀಸಿದ ಗಾಳಿಗೆ ಆಕೆಯ ದುಪ್ಪಟ್ಟಾ ಕುತ್ತಿಗೆಯಿಂದ ಜಾರಿತು. ಅದು ಗಾಳಿಯಲ್ಲಿ ತೇಲಿ ಲೀಲಾಜಾಲವೆನ್ನುವಂತೆ ಹುಡುಗನ ಅಗಲವಾದ ಎದೆ ಮತ್ತು ಉರುಟು ತೋಳುಗಳಿಗೆ ತಡೆದು ನಿಂತಿತು. ಮಿಕ್ಕುಳಿದ ಭಾಗಗಳು ಗಾಳಿಯಲ್ಲಿ ವಿಲವಿಲ ಅದುರುತ್ತಿದ್ದವು. ಸುಮಿ ಸನಿಹ ಹೋಗಿ ಅವನು ಅದನ್ನು ತೆಗೆದು ಕೊಡುವುದಕ್ಕಾಗಿ ಕಾದಳು. ಹುಡುಗ ಅವಳನ್ನೇ ದಿಟ್ಟಿಸುತ್ತಾ ನಿಂತಿದ್ದ. ಆ ಸಿನಿಮೀಯ ದೃಶ್ಯವೊಂದು ನಿರ್ಮಿಸಿದ ಸನ್ನಿವೇಶದಲ್ಲೂ ನಿರ್ಭಾವುಕನಾಗಿಯೇ ಇದ್ದ. ಇವಳ ಚಡಪಡಿಕೆ ಅಂತೂ ಅರಿವಿಗೆ ಬಂದು ತನ್ನ ಕೊಳೆ ಮೆತ್ತಿದ ಹಸ್ತಗಳನ್ನು ಮುಂದೆ ಚಾಚಿದ. ಸುಮಿ ತಾನೇ ಹಗುರವಾಗಿ ದುಪ್ಪಟ್ಟಾ ಬಿಡಿಸಿಕೊಂಡಳು. ಆತನ ಸಾನಿಧ್ಯವು ಅವಳಲ್ಲಿ ಸಣ್ಣ ನಶೆಯನ್ನು ಉಂಟು ಮಾಡಿತು. ಅವನ ಉಬ್ಬಿದ ಭುಜಗಳು, ಹರವಾದ ಎದೆ, ಆ ಎದೆಯಲ್ಲಿ ಚಿಗುರುತ್ತಿರುವ ರೋಮಗಳ ಚಿತ್ತಾರ... ಅವಳನ್ನು ಕ್ಷಣ ಪರವಶಗೊಳಿಸಿಬಿಟ್ಟವು!

ಆ ಗುಂಗಿನಲ್ಲೇ ಸ್ವಲ್ಪ ದೂರ ಹೋಗಿರಬಹುದು, ಹುಡುಗ "ಮಾತ್ರ ನಿಂತ್ಕಣಿ" ಅಂದ. ಸುಮಿಗೆ ಆ ಧ್ವನಿ ಅಶರೀರವಾಣಿಯಂತೆ ಕೇಳಿಸಿತು. "ಕತ್ತಲಾಗ್ತಿದೆ, ಬೀಚಿಗೆ ಹೋಗ್ ಮುಟ್ಟೋಕೆ ಸುಮಾರು ಹೊತ್ತು ಬೇಕು. ಕಿನಾರೆಯಲ್ಲಿ ಒಬ್ಬರೇ ಹೋಗುದು... ರಿಸ್ಕು" ಎಂದ. ಅವಳು ಏನೋ ಹೇಳುವುದಕ್ಕೆ ಮುಂಚೇ ನದಿ ನೀರಲ್ಲಿ ಕೈತೊಳೆದು, ಆಚೆ ಬೇಲಿಗೆ ಚಾಚಿದ್ದ ಸೈಕಲ್ ತೆಗೆದು, ಕುತ್ಕೊಳ್ಳಿ ಅಂದ. ಏನಾಶ್ಚರ್ಯ! ಸುಮಿ ಸಮ್ಮೋಹನಕ್ಕೆ ಒಳಗಾದವಳ ಹಾಗೆ ವಿಧೇಯಳಾಗಿ ಹುಡುಗನ ಮಾತನ್ನು ಪಾಲಿಸಿದಳು. ಯಾವುದೋ ಒಳರಸ್ತೆಯಲ್ಲಿ ಸೈಕಲ್ ಹೊಡೆಯುತ್ತಾ, ಮೇನ್ ರೋಡಿಗೆ ಹತ್ತಿಸಿ, ಟಾಗೋರ್ ಬೀಚ್ ಮೇಲೆ ಅವಳನ್ನು ಇಳಿಸಿದ. ತನ್ನ ಕೆಲಸ ಇಷ್ಟೇ

ಎಂಬ ತರಾತುರಿಯಲ್ಲಿ ತಿರುಗಿ ಹೋದ. ಅರೆ ಇದೆಂಥಾ ಗಿರಾಕಿ! ಒಂದು ಮಾತಿಲ್ಲ ಕತೆಯಿಲ್ಲ. ನೋ ಥ್ಯಾಂಕ್ಸ್ ನೋ ವೆಲ್‌ಕಮ್! ಕನಿಷ್ಠ ಹೆಸರಾದರೂ... ಎಷ್ಟು ಪೊಗರು!

ಸುಮಿಗೆ ತಡರಾತ್ರಿ ವರೆಗೂ ನಿದ್ದೆ ಹತ್ತಲಿಲ್ಲ. ಅವಳ ಮನಸ್ಸು ಕಾಳಿ ತೀರದಲ್ಲೇ ಸುಳಿದಾಡುತ್ತಿತ್ತು. ಆ "ಪೊಗರು" ಹುಡುಗ ಅವಳ ನಿದ್ದೆ ಕದ್ದಿದ್ದ. ಮಲಗುವಾಗ ಕೊರಳಿಂದ ಜಾರಿ ಹುಡುಗನನ್ನು ಅಪ್ಪಿದ ದುಪ್ಪಟ್ಟಾವನ್ನು ಪಕ್ಕದಲ್ಲಿಟ್ಟದ್ದಳು. ಎತ್ತಿ ಎದೆಮೇಲಿಟ್ಟುಕೊಂಡಳು. ಗಲ್ಲಕ್ಕೆ ಒತ್ತಿಕೊಂಡಳು. ದುಪ್ಪಟ್ಟಾಕ್ಕೆ ಅವನೆದೆಯ ಕಂಪು ಅಂಟಿದೆ ಅನಿಸಿತು. ಆಹಾ ಹುಡುಗಾ, ಕಡಲಿಗೆ ವಾಸನೆಯೂ ಇದೆಯಲ್ಲೋ ಎಂದು ನಕ್ಕಳು. ಮೀನಿನ ಸ್ಟಿಕರ್ ಅಂಟಿಸಿ ಲವ್ಯೂ ಶೈಲತ್ತೆ ಎಂದು ವ್ಹಾಟ್ಸಾಪ್ ಮಾಡಿದಳು. "ಏನೇ ಇದು ನಿನ್ನ ಹೊಸ ಮತ್ಸ್ಯಾವತಾರ?" ಎಂದಳು ಶೈಲತ್ತೆ. "ಈ ಮೀನಿಗೆ ಸ್ವಲ್ಪ ಕೊಬ್ಬು ಜಾಸ್ತಿ ಶೈಲತ್ತೆ... ಆದರೆ ಫ್ರೆಶ್ ಐತಿ, ಏಕದಂ ತಾಜಾ ತಾಜಾ" ಎಂದು ಸ್ಮೈಲೀಸ್ ಕಳುಹಿಸಿದಳು. ಬೆಸ್ತರ ಹುಡುಗನ ಜೊತೆಗೆ ಅಲೆಗಳೇಳುವ ಅನಂತದೂರದ ಸಮುದ್ರಯಾನವನ್ನು ಕಲ್ಪಿಸಿಕೊಳ್ಳುತ್ತಾ "ಗುಡ್ ನೈಟ್ ಹುಡುಗಾ!" ಎಂದದ್ದು ಆ ನೀರವ ಕೋಣೆಯಲ್ಲಿ ಪ್ರತಿಧ್ವನಿಸಿತು!

*

ಪ್ರೀತಂನಿಗೆ ಕಡಲ ಬದಿಯ ಜೋಪಡಿಯಲ್ಲೆಂದೂ ಕನಸು ಬೀಳುವುದಿಲ್ಲ. ಕಾರಣವೂ ಇತ್ತು. ಅದು ಮುಂಗಾರು ಶುರುವಾಗುವ ಒಂದು ರಾತ್ರಿ ಬಾಲಕ ಪ್ರೀತಂ ನಿದ್ದೆಯಲ್ಲಿರುವಾಗ ಆದದ್ದು. ಯಾವ ಪೂರ್ವಸೂಚನೆ ಇಲ್ಲದೇ ಕಡಲಿನಲ್ಲಿ ತೂಫಾನು ಶುರುವಾಗಿ, ರಾಕ್ಷಸ ಅಲೆಗಳು ಇವರ ಗುಡಿಸಲ ವರೆಗೂ ಅಪ್ಪಳಿಸಿದ್ದವು. ಗಾಳಿ ಮತ್ತು ಅಲೆಗಳ ಅಬ್ಬರಕ್ಕೆ ಗುಡಿಸಲಿನ ಒಂದು ಪಕ್ಕ ಕುಸಿದುಬಿದ್ದಾಗಲೇ ತಾಯಿ ಮಗ ಇಬ್ಬರೂ ಎದ್ದು ಬೆಚ್ಚಿಬಿದ್ದದ್ದು. ಪ್ರೀತಂನ ಬಾಲ್ಯಸಹಜ ಸಿಹಿಕನಸು ಬಂಡೆಗಪ್ಪಳಿಸಿದ ಅಲೆಯಂತೆ ಛಿದ್ರಗೊಂಡಿತ್ತು. ಸಮುದ್ರದ ಆರ್ಭಟಕ್ಕೆ ತಾಯಿ–ಮಗ ಮಾತ್ರವಲ್ಲ, ಮೀನುಗಾರರ ಕೇರಿಯೇ ರಾತ್ರಿಯಿಡೀ ಜಾಗರದಲ್ಲುಳಿಯಬೇಕಾಯ್ತು. ಆ ರಾತ್ರಿ ಇನ್ನೂ ಹೆಚ್ಚಿನ ಹಾನಿಯಿಲ್ಲದೇ ಹೇಗೋ ಕಳೆದುಹೋಗಿತ್ತು. ಆದರೆ ಕಡಲ ಕೊರೆತದಿಂದ ಜೋಪಡಿ ಮುಕ್ಕಾದ ನಂತರ, ತಾಯಿ–ಮಗ ಇಬ್ಬರಿಗೂ ರಾತ್ರಿಯೆಂದರೆ ಭಯದಲ್ಲೇ ಇರುವಂತಾಗಿತ್ತು. ಪ್ರೀತಂನ ತಾಯಿ ಗುಲಾಬಿ ಅವರಿವರ ನೆರವಿನಿಂದ ಚೂರು ಮೇಲ್ಬದಿಗೆ ಮನೆಯೆಂದರೆ ಮನೆಯೂ ಅಲ್ಲದ, ಜೋಪಡಿಯೆಂದರೆ ಜೋಪಡಿಯೂ ಅಲ್ಲದ ಸೂರೊಂದನ್ನು ಕಟ್ಟಿಕೊಂಡು

ಬದುಕಿಗೆ ಮರಳಿದ್ದಳು, ನಿಜ. ಆದರೆ ತದನಂತರ ಪ್ರೀತಂನಿಗೆ ಮತ್ತೆಂದೂ ಕನಸಿನ ಲೋಕ ತೆರೆದುಕೊಳ್ಳಲಿಲ್ಲ. ಅಕಸ್ಮಾತ್ ಕನಸು ಬಿದ್ದರೂ ಬೆಚ್ಚಿಬೆಚ್ಚಿ ಬೀಳುತ್ತಿದ್ದ.

ಆದರೆ ಇಂದು ಕಣ್ತೆರೆದೇ ಇದ್ದರೂ ಕನಸುಗಳು ಅವನನ್ನು ಓಲೈಸುತ್ತಿವೆ. ಆ ಹುಡುಗಿಯ ದುಪ್ಪಟ್ಟಾ ತನ್ನೆದೆಗಿನ್ನೂ ನವಿರಾಗಿ ಸ್ಪರ್ಶಿಸುತ್ತಿದೆ ಅನಿಸುತ್ತಿದೆ. ಒಳಗಿರುವ ಗುಲಾಬಿಗೆ ಮಗ ಬರಿಗೈಲಿ ಬಂದಿರುವುದು ಚಿಂತೆಗೆ ಕಾರಣವಾಗಿದೆ. ಗಾಳಕ್ಕೆ ಕೆಂಸ, ನೊಗ್ಲಿ, ಕುರುಡಿಯಂಥ ಕಾಸು ಗಿಟ್ಟಿಸುವ ನಾಲ್ಕಾರು ಹೊಳೆಮೀನುಗಳನ್ನು ಹಿಡಿದು ತರುತ್ತಿದ್ದ ಮಗ ಇಂದು ಖಾಲಿಕೈಲಿ ಬಂದಿದಾನೆ. ಅಂದರೆ ನಾಳೆ ಫಿಶಿಂಗ್ ಬೋಟಿಯವರಿಂದ ಖರೀದಿಸಿದ ಮೀನು ಮಾರಿಯೇ ಕಾಸು ಹುಟ್ಟಿಸಬೇಕು. ಕೊಂಡ ಮೀನು ಮಾರಿ ಬರುವ ಗಳಿಕೆ ಹೊಟ್ಟೆಬಟ್ಟೆಗೆ ಏನೂ ಸೋಲಿಲ್ಲ, ಖರೆ. ಮೇಲ್ಖರ್ಚು ಏನಾದರೂ ಬಂತೋ, ಪರದಾಡಬೇಕಾಗುತ್ತದೆ. ಮಗ ಹೊಳೆಮೀನು ಹಿಡಿದು ತಂದರೆ ಅದರಿಂದ ಸಿಗುವ ಕಾಸು ಗುಲಾಬಿಯ "ಉಳಿತಾಯ"ದ ಖಾತೆಗೆ ಎಂದು ವಿಶೇಷ ಡಬ್ಬಿಯಲ್ಲಿ ಜಮಾ ಆಗುತ್ತಿತ್ತು. ಇಂದು ಅವನ ಗಾಳಕ್ಕೆ ಯಾವ ಮೀನೂ ಕಚ್ಚಲಿಲ್ಲ ಕಾಣ್ತಿದೆ. ಕುಚ್ಚಕ್ಕಿ ಅನ್ನ, ಒಣಮೀನು ಪಳದಿ ಕಣ್ಣುಮುಚ್ಚಿ ಉಂಡಿದ್ದಾನೆ. ಅವನ ಮನಸ್ಸು ಬೇರೆಲ್ಲೋ ಇರುವುದು ಅವಳ ಗಮನಕ್ಕೂ ಬಂದಿದೆ. ಅದೇನೆಂದು ಕೇಳುವ ಧೈರ್ಯ ಬರಲಿಲ್ಲ. "ಪಾತಿದೋಣಿಯಲ್ಲಿ ಮೀನು ಹಿಡಿಯೂದು ಅಂದ್ರೆ ಹಿಂಗೇ. ಸಿಕ್ಕಿದ್ರೆ ಶಿಕಾರಿ, ಇಲ್ಲಾಂದ್ರೆ ಭಿಕಾರಿ... ಈ ಕೆಲ್ಸ ಬ್ಯೆಡ, ಬೋಟಿಗೆ ಹೋತಿ... ನೀ ಒಬ್ಬಳೇ ಎಷ್ಟಂತ ದುಡೀತಿ, ಆಯಿ?" ಎಂದು ಮತ್ತೆ ಅದೇ ವಿಷಯ ಎತ್ತಿದರೆ, ಎನ್ನುವ ಭಯದಲ್ಲಿ ಗುಲಾಬಿ ಸುಮ್ಮನಿದ್ದಳು. ಆ ಹಳೆಯ ನೆನಪು ಅವಳಿಗೆ ಇಷ್ಟವಾಗುವುದಿಲ್ಲ.

ಇವನು ಹುಟ್ಟಿ ನಾಲ್ಕು ತಿಂಗಳಾಗಿತ್ತು, ಅಷ್ಟೇ! ಘೋರ ಮಳೆಗಾಲದ ನಂತರ ಆಳ ಸಮುದ್ರದಲ್ಲಿ ಮೀನುಗಾರಿಕೆಗೆ ನಿಷೇಧ ಮುಗಿದಿತ್ತು. ನೂಲು ಹುಣ್ಣಿಮೆ ದಿನ ಮೀನಿನ ಬಾಲಕ್ಕೆ ಜನಿವಾರ ಕಟ್ಟಿ ಬಿಟ್ಟರೆ ಕಡಲಿನ ಒಡೆಯ ಕುಬೇರ ಒಲಿಯುವನು ಎಂಬದು ಬೆಸ್ತರ ನಂಬಿಕೆ. ಅಂಥ ಅಚಲ ನಂಬಿಕೆಯೊಂದಿಗೆ ಮೀನುಗಾರರೆಲ್ಲ ಹಬ್ಬ ಆಚರಿಸಿ ಸಂಭ್ರಮದಿಂದ ಫಿಶಿಂಗಿಗೆ ಇಳಿದಿದ್ದರು. ಗುಲಾಬಿ ಗಂಡ ಗಣಪತಿ ಬೈತಕೋಲ್ ಭಾವನೊಂದಿಗೆ ತನ್ನ "ಮತ್ಸ್ಯಾಂಜನೇಯ" ದೋಣಿ ಮೇಲೆ ಮೀನು ಹಿಡಿಯಲು ಹೋದಂವ ಜೀವಂತವಾಗಿ ವಾಪಸು ಬರಲೇ ಇಲ್ಲ. ನಾಲ್ಕಾರು ನಾಟಿಕಲ್ ಮೈಲು ದೂರಸಮುದ್ರದಲ್ಲಿ ಬಿರುಗಾಳಿಗೆ ಸಿಲುಕಿದ ದೋಣಿ ಮಗುಚಿ ಮುಳುಗಡೆ ಆಗಿತ್ತು. ಬೈತಕೋಲ್ ಭಾವ ಹೇಗೋ ಜೀವ ಉಳಿಸಿಕೊಂಡಿದ್ದ. ಒಂದೆರಡು

ದಿನಗಳ ನಂತರ ಗುಣಪತಿ ಬೆಳಂಬಾರ ದಂಡೆಯಲ್ಲಿ ಹೆಣವಾಗಿ ತಾಟಿದ್ದ. ಎಲ್ಲರಿಗೂ ಬೇಕಾದ ವ್ಯಕ್ತಿಯಾಗಿದ್ದ ಗಣಪತಿ ನಗುವ ನಗಿಸುವ ಅಪಾರ ಜೀವನ ಪ್ರೀತಿಯ ಮನುಷ್ಯನಾಗಿದ್ದ. ಬೋಟಿ ಮೇಲೆ ಹೋದನೆಂದರೆ ಕಡಲನ್ನೇ ಬಂಧಿಸಬಲ್ಲೆ ಎಂಬಂತೆ ಬಲೆ ಎತ್ತುತ್ತಿದ್ದ. ಎದೆಯುಬ್ಬಿಸಿ ನಡೆವ ರೀತಿಯಿಂದಲೇ ಜೊತೆ ಮೀನುಗಾರರಿಗೂ ಕಡಲಸಿಂಹಗಳಂತೆ ಧೈರ್ಯ ಉಕ್ಕಿಸುತ್ತಿದ್ದ. "ಕೈಕಾಲು ಕಟ್ಟಿ ಕಡಲಿಗೆ ಹೊತಾಕಿದ್ರೂ, ಬಾಯಲ್ ಮೀನ್ ಕಚ್ಕಾ ಬರುವಂತಾ ಮನುಷ್ಯ" ನ ಇಂಥ ಸಾವಿಗೆ ಇಡೀ ಮೀನುಗಾರರ ಕೇರಿಯೇ ಮರುಗಿತ್ತು. ಬೆಸ್ತರ ಬದುಕಿಗೆ ಆಸರೆಯಾಗುವ ಕಡಲೇ ಆಗಾಗ ಇಂತಹ ದುರಂತಕ್ಕೂ ಕಾರಣವಾಗುವುದು, ನಿಜ. ಹೀಗಾಗಿಯೇ ಸಮುದ್ರ ಬೇಲೆಯಲ್ಲಿ ವೈರಾಗ್ಯದ ಭಾವವೊಂದು ಸದಾ ಬಿಸಿಲು ಕಾಯಿಸಿಕೊಳ್ಳುತ್ತಿರುವಂತೆ ಭಾಸವಾಗುತ್ತದೆ!

ಗಂಡ ಸತ್ತ ದುಃಖದಿಂದ ಗುಲಾಬಿಯ ಎದೆಯೊಡೆದರೂ, ಮಡಿಲಲ್ಲಿಯ ಹಸುಗೂಸು ಅವಳು ಬದುಕಿಗೆ ಮರಳುವುದನ್ನು ಅನಿವಾರ್ಯವಾಗಿಸಿತ್ತು. ಇದಾಗಿ ಹತ್ತೊಂಬತ್ತು ನೂಲು ಹುಣ್ಣಿಮೆಗಳು ಬಂದಿವೆ ಹೋಗಿವೆ. ಮೀನುಗಾರರೆಲ್ಲ ನೂಲು ಹಬ್ಬದ ದಿನ ಸಮುದ್ರವನ್ನು ಪೂಜಿಸುವುದು ಸಂಪ್ರದಾಯವಾದರೂ ಗುಲಾಬಿಗೆ ಮಾತ್ರ ಕಡಲ ಮೇಲಿನ ಮುನಿಸು ಹಾಗೇ ಉಳಿದುಕೊಂಡಿದೆ. ಅಂದಿನಿಂದ ಇಂದಿನವರೆಗೂ ಅವಳು ಎಂದೂ ಕಡಲನ್ನು ಪೂಜಿಸಿಲ್ಲ. ಮಗನನ್ನು ಕಡಲಿಗೆ ಇಳಿಸುವುದಿಲ್ಲ ಎಂದು ಆಣೆಯನ್ನೂ ಮಾಡಿಕೊಂಡಿದ್ದಾಳೆ. ಮಗ ಬೆಳೆದು ರಟ್ಟೆ ಗಟ್ಟಿಮುಟ್ಟು ಆಗುತ್ತಿರುವುದನ್ನು ಆಸೆಗಣ್ಣಿಂದ ನೋಡುವ ಬೋಟಿಯವರು, "ಹೊಂತಗಾರ ಮಗನ ಮನೆಲಿ ಕುಳ್ಸಿ ನೀ ಯೆಂತಕೆ ಆ ನಮೂನಿ ದುಡೀತಿಯೆ?" ಎಂದು ಹಂಗಿಸುತ್ತಿದ್ದರು. ಆದರೆ ಗುಲಾಬಿಯ ನಿರ್ಧಾರ ಅಚಲವಾಗಿತ್ತು. ದಿನಾಲೂ ಬೆಳಗ್ಗೆ ಧಕ್ಕೆಗೆ ಬಂದು, ಒಳ್ಳೆಯ ಮೀನು ನೋಡಿ ಖರೀದಿಸಿ, ಮುಟ್ಟಿತುಂಬಿಕೊಂಡು ಮೀನುಪೇಟೆಗೆ ಹೋಗಿ ಮಾರಿದರೆ, ಅಲ್ಲಿಗೆ ಆ ದಿನದ ಬದುಕು ಮುಗಿಯುತ್ತದೆ. ಗುಲಾಬಿಯ ಮೀನೆಂದರೆ ತಾಜಾ ಎಂಬುದು ಕೊಳ್ಳುವವರಿಗೆ ಗೊತ್ತು. ಮುಗ್ಗಿದ ಮೀನನ್ನು ಆಕೆ ಎಂದೂ ಕೊಳ್ಳುವುದಿಲ್ಲ, ಮಾರುವುದಿಲ್ಲ. ಆ ನಂಬಿಕೆಯಿಂದ ಖರೀದಿಸುವವರು "ಚಿಪ್ ತೆಗ್ಯೆ, ಮೆತ್ತಗಾಗಿದೆ, ಮುಗ್ಗಿದೆ" ಎಂದೆಲ್ಲ ಕಿರಿಕಿರಿ ಮಾಡುವುದಿಲ್ಲ. ಗುರುತಿನವರು "ಬಗೀಲೆ ಕೊಯ್ದುಕೊಡು, ಬಾಯಿ" ಎಂದು ಕೇಳಿದರೆ, ಮುಖ ಮುರ್ಕಂಬುಕಾಗದೇ ಕೂತಲ್ಲೇ ಮೀನಿನ ತಲೆಬಾಲ ಕತ್ತರಿಸಿ, ಕಳ್ಳು ತೆಗೆದು, ಹೊಟ್ಟೆ ಚೊಕ್ಕಮಾಡಿ ಸಾರಿಗಾದರೆ ಹೋಳು ಮಾಡಿ, ಫ್ರೈಗಾದರೆ ಇಡೀ ಇಟ್ಟು ಕೊಡ್ತಾಳೆ. ಇಂಥ ವಿಶ್ವಾಸದಿಂದಾಗಿ ಅವಳ ಬಳಿಯೇ ಮೀನು ಕೊಳ್ಳುವ ಖಾಯಂ ಗಿರಾಕಿಗಳು ಇದ್ದಾರೆ. ಹೀಗಾಗಿಯೇ

ಅವಳು ಹೇಗೋ ಈ ವರೆಗೂ ಬದುಕನ್ನು ಸಂಭಾಳಿಸಿದ್ದಾಳೆ. ಮಗನನ್ನು ಮಾತ್ರ ಸರ್ವತ್ರೂ ಕಡಲಿಗೆ ಕಳಿಸೂದಿಲ್ಲ ಎಂದು ಬಬ್ಬರ್ಯ ಗುಡಿ ಮುಂದೇ ಪ್ರಮಾಣ ಮಾಡಿದ್ದಾಳೆ. ಮಗನಿಂದ ವಚನವನ್ನೂ ಪಡೆದಿದ್ದಾಳೆ. ಮಗ ಡಿಪ್ಲೊಮೋ ಕಾಲೇಜಿನಲ್ಲಿ ಚೆನ್ನಾಗಿಯೇ ಓದುತ್ತಿದ್ದಾನೆ. ಇತ್ತೀಚೆಗೆ ಮಾಜಾಳಿಯಲ್ಲಿರುವ ಮೈದುನ "ಕಡಲಿಗೆ ಬರೂದು ಬ್ಯೆಡದಿದ್ರೆ ಬ್ಯೆಡ, ಹೊಳೆಗಾದ್ರೂ ಹೋಗಿ ನಾಲ್ಕು ಜಬ್ಬು ಹಿಡಿಯೂದ ಕಲಿಲಿ. ಕುಲ ಕಸಬು ತಿಳಿದಿರಲಿ" ಎಂದು ಒತ್ತಾಯಿಸಿ ಪಾತಿದೋಣಿ ಮಾಡಿಕೊಟ್ಟಿದ್ದಾನೆ. ಕಾಳಿನದಿಯಲ್ಲಿ ಮೀನು ಹಿಡಿಯುವ ಹುನರುಗಳನ್ನೂ ಹೇಳಿಕೊಟ್ಟಿದ್ದಾನೆ. ಆಗಿನಿಂದ ಮಗ ಅಷ್ಟಿಷ್ಟು ಮೀನು ಹಿಡಿದು ಆಯಿಗೆ ನೆರವಾಗುತ್ತಾನೆ. ಮಗನ ಕೈಗುಣ ಲೈಕಿದೆ ಎಂದು ಅವಳಿಗೆ ಗೊತ್ತು. ಗಂಡ ಗಣಪತಿದೂ ಹಂಗೇ ಇತ್ತು.

ಗಣಪತಿ ಮಹಾ ಕಸುಬುದಾರ ಮನುಷ್ಯನಾಗಿದ್ದ. ಅವನಲ್ಲಿ ಗೋರು ಬಲೆ, ಬೀಸು ಬಲೆ, ಬೆಳ್ಳಂಜಿ ಬಲೆ ಹೀಗೆ ಹತ್ತಾರು ಬಲೆಗಳಿದ್ದವು. ಯಾವ ಟೈಮಲ್ಲಿ ಯಾವ ಬಲೆ ಬಳಸಬೇಕು ಎನ್ನುವ ಅಂತು ಬಲ್ಲವನಾಗಿದ್ದ. "ಮತ್ಸ್ಯಾಂಜನೇಯ" ಎಂಬ ಸ್ವಂತ ದೋಣಿ ಕೂಡ ಮಾಡಿಕೊಂಡಿದ್ದ. ಅವನು ಹಿಡಿದು ತಂದ ಮೀನನ್ನು ಗುಲಾಬಿ ಅತ್ತಿಗೆ–ಮೈದನಿಯರ ಜೊತೆಗೆ ಮಾರಿ ಬರುತ್ತಿದ್ದಳು. ಜೀವನ ಚೆನ್ನಾಗಿಯೇ ಇತ್ತು. ಆದರೆ ಅದು ಹೇಗೋ ಅವನು ರಂಪಣಿ ಬೋಟ್ ಫಿಶಿಂಗಿನ ಆಕರ್ಷಣೆಗೆ ಬಿದ್ದ. ಹತ್ತಿಪ್ಪತ್ತು ನಾಟಿಕಲ್ ಮೈಲಿ ದೂರದ ಆಳ ಸಮುದ್ರದಲ್ಲಿ ದೊಡ್ಡ ಮೀನುಗಳ ಬೇಟೆಯ ಗೀಳು ಹತ್ತಿಸಿಕೊಂಡ. ರಂಪಣಿ ಸಾವಕಾರ ಅವನಿಗೆ ಪರ್ಸೆಂಟೇಜ್ ಆಸೆ ತೋರಿಸಿದ್ದ. ಗಣಪತಿ ತನ್ನದೇ ತಂಡ ಮಾಡಿಕೊಂಡಿದ್ದ. ದೊಡ್ಡ ಅಪರೂಪದ ಮೀನುಗಳನ್ನು ರಾಶಿ ಹಿಡಿದರೆ ರಂಪಣಿ ಸಾವಕಾರನಿಗೂ ಲಾಭ, ಬೋಟಿಗೆ ಹೋದ ಮೀನುಗಾರರಿಗೂ ಲಾಭ ಎಂಬ ಲೆಕ್ಕಾಚಾರ ಆಕರ್ಷಕವಾಗಿಯೇ ಇತ್ತು. ಗಣಪತಿ ಮನಸ್ಸಿನಲ್ಲಿ ಏನೇನೋ ಆಸೆ, ಯೋಜನೆಗಳಿದ್ದವು. ರಟ್ಟೆಯಲ್ಲಿ ಬಲ ಇರುವಾಗಲೇ ನಾಲ್ಕು ಕಾಸು ಮಾಡಿಕೊಳ್ಳಬೇಕು ಎಂದು ಪುರಸೊತ್ತಿಲ್ಲದೆ ದುಡಿಯುತ್ತಿದ್ದ. ಜೊತೆಗಾರರಲ್ಲೂ ಉತ್ಸಾಹ ತುಂಬುತ್ತಿದ್ದ. ಆದರೆ ಆ ವರ್ಷದ ಮತ್ಸ್ಯಕ್ಷಾಮದಿಂದ ಫಿಶಿಂಗ್ ಇಲ್ಲದೇ ಹೆಚ್ಚಿನ ಗಳಿಕೆ ಸಾಧ್ಯವಾಗಲಿಲ್ಲ.

ಕೋಟಿಕೋಟಿ ಸಾಲ ಮಾಡಿ ಟ್ರಾಲರ್ ಬೋಟ್ ಮಾಲೀಕರಲ್ಲಿ ಕೆಲವರು ಲೈಟ್ ಫಿಶಿಂಗ್ ಮಾಡುವ ಅಡ್ಡದಾರಿಗಿಳಿದರು. ಸಮುದ್ರದ ನಡುವೆ ಲಂಗರು ಹಾಕಿ ಎಲ್ಲಿಡಿ ಲೈಟುಗಳಿಂದ ಮೀನುಗಳನ್ನು ಆಕರ್ಷಿಸಿ ಅವನ್ನು ಬಲೆಯಲ್ಲಿ ಹಿಡಿಯುವ ನಿಷೇಧಿತ ಮೀನುಗಾರಿಕೆ ಶುರುವಾಯಿತು. ಗಣಪತಿಯ ಸಾಹುಕಾರನೂ ಅಂಥ ಮೀನುಗಾರಿಕೆಗೆ ಒತ್ತಡ ಹೇರಿದ. ನೀನು

ತಾಂಡೇಲ, ನೀ ಹೇಳಿದರೆ ಉಳಿದವರು ಕೇಳ್ತಾರೆ ಅಂದ. ಗಣಪತಿ ಬಿಲಕುಲ್ ಆಗಾ ಅಂದ. ಕಸಿಪಿಸಿ ಆಗಿ ಬೋಟಿನ ದಂಧೆಯನ್ನೇ ಬಿಟ್ಟು ಊರಿಗೆ ಬಂದ. ಲೈಟ್ ಫಿಶಿಂಗು ಕಾನೂನಿಗೆ ವಿರುದ್ಧ ಎಂಬುದಕ್ಕಿಂತ ದೊಡ್ಡ ಮೀನುಗಳ ಜೊತೆಗೆ ಚಿಕ್ಕ ಚಿಕ್ಕ ಮೀನುಗಳ ರಾಶಿಯೇ ಬಲೆಗೆ ಸಿಕ್ಕು ನಾಶವಾಗುವುದನ್ನು ಅವನು ಕಣ್ಣಾರೆ ಕಂಡಿದ್ದ. ಹೀಗೆ ಮೊಟ್ಟೆ ಮರಿಗಳನ್ನೂ ಕಡಲ ಒಡಲಿಂದ ಬರಿದು ಮಾಡಿದರೆ ಮುಂದೆ ಮೀನುಗಾರಿಕೆಯೇ ದಿಕ್ಕೆಟ್ಟು ಹೋಗುತ್ತದೆ ಎಂಬುದು ಅವನಿಗೆ ಗೊತ್ತಿತ್ತು. ಟ್ರಾಲರ್ ಬೋಟುಗಳು ಲೈಟ್ ಫಿಶಿಂಗಿನಲ್ಲಿ ಕಾಸು ಮಾಡಿಕೊಂಡರೂ, ಸಾಂಪ್ರದಾಯಿಕ ಮೀನುಗಾರಿಕೆಯವರ ಬಲೆಗೆ ಮೀನೇ ಸಿಗದೇ ಬರಗೆಟ್ಟು ಹೋಗುವ ಸ್ಥಿತಿಗೆ ಬರುವುದು ನಿಶ್ಚಿತವಾಗಿತ್ತು. ಗಣಪತಿ ಕೇರಿಯ ಮೀನುಗಾರರಲ್ಲಿ ಲೈಟ್ ಫಿಶಿಂಗ್ ವಿರೋಧಿ ಅಭಿಪ್ರಾಯವನ್ನು ರೂಪಿಸಲು ಪ್ರಯತ್ನಿಸಿದ. ಸಾಂಪ್ರದಾಯಿಕ ಮೀನುಗಾರಿಕಾ ಸಂಘ ಕಟ್ಟಿ ಪ್ರತಿಭಟನೆ ಮೆರವಣಿಗೆ ಎಲ್ಲದಕ್ಕೂ ಮುಂದಾದ. ಕೆಲವು ಟ್ರಾಲರ್ ಮಾಲೀಕರ ವಿರೋಧ ಕಟ್ಟಿಕೊಂಡ. ಮೀನುಗಾರರಲ್ಲೇ ಭಿನ್ನಾಭಿಪ್ರಾಯ ಉಂಟಾಗಿ ಪರಸ್ಪರ ದ್ವೇಷದ ಗುಂಪು ಪಂಗಡಗಳಾದವು.

ಈ ನಡುವೆ ಗಣಪತಿ ಮೀನುಗಾರಿಕೆಯ ಹೊಸ ಸಾಧ್ಯತೆಗಳನ್ನು ಹುಡುಕಾಡಿದ. ಜೊತೆ ಮೀನುಗಾರರನ್ನು ಸೇರಿಸಿ ಕಣಸಗಿರಿಯಲ್ಲಿ ಗಜನಿಭೂಮಿ ಲೀಸಿಗೆ ಕೊಂಡು ಸಿಗಡಿ ಬೆಳೆಸಿದ. ನಸುಕಿನಲ್ಲಿ ಮತ್ಸ್ಯಾಂಜನೇಯವನ್ನೇರಿ ಸಮುದ್ರಕ್ಕೆ ಹೋಗುವುದನ್ನು ಮಾತ್ರ ಬಿಡಲಿಲ್ಲ. ಅಪರೂಪದ ಮೀನು ಬಲೆಗೆ ಬಿದ್ದು ನಾಲ್ಕು ಕಾಸು ಮಾಡಿಕೊಳ್ಳುವ ಆತುರ ಅವನಿಗೆ. ಗಂಡ ಪುರಸೊತ್ತಿಲ್ಲದೇ ದುಡಿಯುವುದನ್ನು ನೋಡಿ ಗುಲಾಬಿ ನೊಂದುಕೊಳ್ಳುತ್ತಿದ್ದಳು. "ಐ ಹ್ಯಾವ್ ಡ್ರೀಮ್ಸ್ ರೋಸೀ" ಎಂದು ಅವಳನ್ನು ರಮಿಸುತ್ತಿದ್ದ. ಚಿಕ್ಕವನಿದ್ದಾಗಲೇ ಶಾಲೆ ಬಿಟ್ಟರೂ, ಗೋವಾದ ರೆಸ್ಟಾರಂಟಿನಲ್ಲಿ ಕೆಲಸಕ್ಕಿದ್ದಾಗ ಅವನು ಒಂದಿಷ್ಟು ಇಂಗ್ಲೀಶ್ ಕಲಿತಿದ್ದ. ಮೂಡು ಬಂದಾಗ ಗುಲಾಬಿಯೆದುರು ಅವನು ಅಂಗ್ರೇಜಿಯಲ್ಲೇ ಮಾತಾಡೋದು. ಅವನ ದೊಡ್ಡ ಕನಸೆಂದರೆ ಮೆಹನತ್ತಿನಿಂದ ಸ್ವಲ್ಪ ಹಣ ಉಳಿತಾಯಮಾಡಿ, ಬಾಕಿ ಸಾಲ ಪಡೆದು ಸ್ವಂತ ಬೋಟ್ ಮಾಡುವುದು. ಸಣ್ಣ ಕನಸೆಂದರೆ ಮೋಟರ್ ಸೈಕಲ್ ಕೊಂಡು ಶಂಕರನಾಗ್ ಸ್ಟೈಲಲ್ಲಿ ಗುಲಾಬಿ ಜೊತೆಗೆ ಕಾರವಾರ ಸುತ್ತುವುದು... ಆದರೆ ಕಡಲಿಗೆ ಕನಸುಗಳ ಕ್ಯಾರೇ ಇರಲಿಲ್ಲ!

*

ಪ್ರೀತಂನಿಗೆ ಇಂದು ಮೀನು ಹಿಡಿದು ತರಲೇಬೇಕಾದ ಅನಿವಾರ್ಯತೆಯಿತ್ತು. ಪಾತಿದೋಣಿಯನ್ನು ನೀರಿಗಿಳಿಸಿ, ಹುಟ್ಟನ್ನು ಹಾಕುತ್ತಾ ನದಿ ನಡುವೆ ತಂದು ನಿಲ್ಲಿಸಿಕೊಂಡ. ತುಳುಕಾಡುವ ಕಿರುತೆರೆಗಳಲ್ಲಿ ಸಂಜೆಯ ಬೆಳಕು ಹೊಯ್ದಾಡುತ್ತಿತ್ತು. ಇಂದು ಅವನು ಆರು ಮತ್ತು ಏಳು ನಂಬರ್ ಗಾಳಗಳನ್ನು ತಂದಿದ್ದ. ಅವಕ್ಕೆ ಎರೆ ಸಿಕ್ಕಿಸಿ, ನೀರಲ್ಲಿ ಎಸೆದು ಸಿಡಿಕೋಲುಗಳನ್ನು ದೋಣಿಯಂಚಿನ ಹುಕ್ಕಿಗೆ ಸಿಕ್ಕಿಸಿದ. ಇನ್ನೊಂದು ಬದಿಗೆ ಬಳಗಾಳವನ್ನೂ ನೀರಿಗಿಳಿಸಿದ. ಹೆಚ್ಚು ಆಳಕ್ಕಿಳಿಯದ ಬಳಗಾಳದಲ್ಲಿ ಮೀನು ಹಿಡಿಯುವುದರಲ್ಲಿ ಅವನಿಗಷ್ಟು ಆಸಕ್ತಿಯಿಲ್ಲ. ಆದರೆ ಇರಲಿ ಎಂದು ಅದನ್ನು ಹಿಡಿದುಕೊಂಡು ಬಂದಿದ್ದ. ಏಳು ನಂಬರ್ ಗಾಳಕ್ಕೆ ಜೀವಂತ ಮರಿ ಮೀನನ್ನು ಎರೆಯಾಗಿ ಚುಚ್ಚಿದ್ದ. ಸಾಮಾನ್ಯವಾಗಿ ಒಂದೇ ಗಾಳವನ್ನೆಸೆದು ಪೂರ್ತಿ ಗಮನವಿಡುತ್ತಿದ್ದ ಪ್ರೀತಂ ಇಂದು ಮೂರುಮೂರು ಗಾಳಗಳೊಂದಿಗೆ ಅದೃಷ್ಟ ಪರೀಕ್ಷೆಗಿಳಿದಿದ್ದ. ಗಾಳ ಎಸೆದೊಡನೆ ಅಗೋಚರ ಆಳದಲ್ಲಿ ಮೀನುಗಳ ಚಲನೆ ಕಲ್ಪಿಸುತ್ತಾ, ತಕ್ಷಣ ಧ್ಯಾನಸ್ಥ ಸ್ಥಿತಿ ತಲುಪುತ್ತಿದ್ದ ಅವನ ಮನಸ್ಸು ಇಂದು ಚಂಚಲವಾಗಿತ್ತು... ಆ ಹುಡುಗಿ ಇಂದೂ ಬರುತ್ತಾಳೆ ಎಂದು ಅನಿಸುತ್ತಿತ್ತು. ಮೀನು ಹಿಡಿಯುವಾಗ ಮನಸ್ಸು ಬೇರೆಕಡೆ ಇದ್ದರೆ ಗಾಳಕ್ಕೆ ಮೀನು ಕಚ್ಚುವುದಿಲ್ಲ ಎಂದು ಚಿಕ್ಕಪ್ಪ ಹೇಳಿಕೊಟ್ಟ ಮೊದಲ ಪಾಠವಾಗಿತ್ತು. ಗಾಳ ಹಾಕುವವನ ಚಿತ್ತ ಹನಿ ಹಂದಾಡಿದರೂ, ಅದು ಗಾಳದ ತುದಿತನಕ ತಲುಪುತ್ತದೆ ಅಂದಿದ್ದ. ಕೆಂಸದಂಥ ಮೀನುಗಳು ತುಂಬಾ ಸೂಕ್ಷ್ಮ. ಗಾಳದ ಚಲನೆಯಲ್ಲೇ ಅಪಾಯವನ್ನು ಗ್ರಹಿಸುವಷ್ಟು ಚುರುಕುತನ ಅವಕ್ಕಿದೆ ಎಂದಿದ್ದ ಚಿಕ್ಕಪ್ಪ.

"ಗಾಳಕ್ಕೆ ಮೀನು ಹಿಡಿಯುದು ಅಂದ್ರೆ ಬೀಸುಬಲೆಯಿಂದ ಮೀನು ಗೋರಿದಂಗಲ್ಲ, ತಮ್ಮ. ಕಂಡಾಪಟ್ಟೆ ತಾಳ್ಮೆ ಇರಬೇಕು. ಗಾಳಹಾಕು ಹೊತ್ತಲ್ಲಿ ದ್ಯಾವ್ರಪೂಜೆಯಷ್ಟೇ ಶ್ರದ್ಧೆ ಇರಬೇಕು, ತಿಳ್ಕ. ನೀನು ನೀರಲ್ಲಿ ಗಾಳ ಸುಣದೆ ಸುಮ್ನೆ ಕೂತೆ ಅಂದ್ರೆ ಆಗೂದಿಲ್ಲ. ನೀ ಹಾಕಿದ ಎರೆನೋಡಿ ಮೀನುಗಳು ಪಟ್ಟನೆ ಕಚ್ತವೆ ಅಂತ ಕನಸು ಕಾಣಬೇಡಾ. ಅಂತಂಥ ಮೀನುಗಳು ನಿನ್ನ ಗಾಳ ಮೂಸುದೂ ಇಲ್ಲ. ಆದರೆ ನಿರಾಸೆ ಪಡಬೇಡಾ. ಅವೇ ತಿರುಗಿ ಬಂದು ತಿನ್ನೂದು ಉಂಟು. ಇಂಥ ಚಂಚಲತೆಯನ್ನೇ ನಿನ್ನ ಅದೃಷ್ಟ ಮಾಡಿಕೊ. ಗಾಳದ ಸಿಡಿ, ದಾರ ಅಲುಗಾಡುವ ನಮೂನಿಗೇ ಮೀನು ಎರೆ ಕಚ್ಚಿದ್ದು, ಬಿಟ್ಟದ್ದು ತಿಳಿವಷ್ಟು ನಿನ್ನ ಮತಿ ಸೂಕ್ಷ್ಮಗೊಳ್ಳಬೇಕು. ಏರಿ, ಕೆಂಸ, ನೊಗ್ಲಿ ಇವೆಲ್ಲ ಮಹಾ ಸೂಕ್ಷ್ಮ ಪ್ರಾಣಿಗಳು. ಅವನ್ನು ಒಲಿಸಬೇಕಾಗ್ತದೆ, ರಮಿಸಬೇಕಾಗ್ತದೆ, ವಂಚಿಸಬೇಕಾಗ್ತದೆ, ತಮ್ಮ. ಅದಕ್ಕೆಲ್ಲ ಕಂಡಾಪಟ್ಟೆ ಸಹನೆ ಬೇಕಾಗ್ತದೆ..." ಎಂದೆಲ್ಲ ಚಿಕ್ಕಪ್ಪ ಹೊಳೆನೀರಿನ ನಡುವೆ ಮತ್ಸ್ಯೋಪದೇಶಗೈದಿದ್ದ. ಅದನ್ನು ಪ್ರೀತಂ ಪಾಲಿಸಿದವನೇ!

ಆದರೆ ಇಂದು ಅಂಥ ಧ್ಯಾನ ಸಾಧ್ಯವಾಗದಿರುವುದು ಪ್ರೀತಂನಿಗೂ ಅರಿವಾಗುತ್ತಿದೆ. ಏನಾದರೂ ಮೀನು ಒಯ್ಯಲಿಲ್ಲ ಅಂದ್ರೆ ಇಸ್ಮಾಯಿಲ್ ಸಾಹೇಬರು ಅಥವಾ ಮಾಬಲೇಸ್ವರ ಸಾವ್ಕಾರರ ಎದುರು ಆಯಿ ಸಾಲಕ್ಕೆ ನಿಲ್ಲುವುದು ಅನಿವಾರ್ಯವಾಗುತ್ತದೆ. ಪದೆಪದೇ ಆಯಿ ಅವರೆದುರು ಕೈಯೊಡ್ಡುವುದು ಅವನಿಗೆ ಇಷ್ಟವಿಲ್ಲ. ಹೀಗಾಗಿ ಪ್ರತಿದಿನಕ್ಕಿಂತ ಮೊದಲೇ ನೀರಿಗಿಳಿದಿದ್ದ. ಒಂದಕ್ಕಿಂತ ಹೆಚ್ಚು ಗಾಳ ಬೀಸಿದ್ದ. ಫೀಸ್ ಕಟ್ಟಲು ದುಡ್ಡು ಕಮ್ಮಿ ಬೀಳುತ್ತದೆ ಎಂದು ಆಯಿ ಡಬ್ಬಿಯಲ್ಲಿರುವುದನ್ನು ಲೆಕ್ಕ ಹಾಕುತ್ತಾ ಹೇಳಿದ್ದಳು. ಒಂದೆರಡು ಕೆಂಸನಾದರೂ ಗಾಳಕ್ಕೆ ಸಿಕ್ಕಿದರೆ ಆಯಿ ಸಾಲಕ್ಕೆ ಕೈ ಒಡ್ಡುವುದು ತಪ್ಪುವುದು ಎಂಬ ವಿಚಾರದಲ್ಲಿದ್ದ. ಆದರೆ ಉಂಡೆ ಗಾಳದ ದಾರವನ್ನು ಹೆಬ್ಬೆರಳು ಮತ್ತು ತೋರುಬೆರಳ ನಡುವಿಟ್ಟುಕೊಂಡು ಎಳೆಯುವ, ಸಡಲಿಸುವ, ಕುಣಿಸುವ ಕ್ರಿಯೆಯನ್ನು ಯಾಂತ್ರಿಕವಾಗಿಯೇ ಮಾಡುತ್ತಿದ್ದ. ನೀರೊಳಗೆ ಕಣ್ಣಿಳಿಸಿದಷ್ಟೂ ತೇಲಿ ಬರುವ ಆ ದುಪ್ಪಟ್ಟಾ ಹುಡುಗಿಯ ಮುಖ ಅವನನ್ನು ಚಂಚಲಗೊಳಿಸುತ್ತಿತ್ತು!

ದೋಣಿಯಲ್ಲಿ ಕುಳಿತು ಗಾಳಗಳನ್ನು ಸಂಭಾಳಿಸುತ್ತಿರುವಾಗಲೇ, ಆಗಾಗ ತಲೆಯೆತ್ತಿ ದಡದತ್ತ ಕಣ್ಣುಹಾಯಿಸುತ್ತಿದ್ದ. ಎದೆಗೆ ಕೋಮಲತೆ ಸೋಂಕಿಸಿ ಹೋದ ಆ ಹುಡುಗಿಯ ಹೆಸರೇನಿರಬಹುದು? ಯಾವ ಕಾಲೇಜಿನಲ್ಲಿರಬಹುದು? ಅವಳ ಭಾಷೆ ನಮ್ಮಡೆಯಂಗಿಲ್ಲ... ಯಾವ ಊರಿನವಳೋ? ಎಂಬ ಪ್ರಶ್ನೆಗಳು ಮನಸ್ಸಿನಲ್ಲಿ ತೆರೆಗಳಂತೆ ತುಳುಕಾಡುತ್ತಿದ್ದವು.

ಕಾಲೇಜಿನಲ್ಲಿ ಸಾಮಾನ್ಯವಾಗಿ ತನ್ನ ಪಾಡಿಗೆ ತಾನಿರುತ್ತಿದ್ದ ಹುಡುಗ ಪ್ರೀತಂ. ಜಾವೆಲಿನ್ ಥ್ರೋನಲ್ಲಿ ಕಾರವಾರಕ್ಕೆ ಚಾಂಪಿಯನ್ ಆದ ಮೇಲೆ ಹುಡುಗಿಯರು ಅವನತ್ತ ಆಕರ್ಷಿತರಾಗಿದ್ದು ನಿಜ. ಕಾಲೇಜಿನಲ್ಲಿ ಮಾತ್ರವಲ್ಲ, ಕಾರವಾರದ ಚಂದಚಂದ ಹುಡುಗಿಯರೂ ಇವನ ಸ್ನೇಹಕ್ಕಾಗಿ ನಾನಾತರದ ಇಶಾರೆಗಳನ್ನು ಮಾಡುತ್ತಿದ್ದರೂ ಇವನಿಗೆ ಫರಕು ಬೀಳುತ್ತಿರಲಿಲ್ಲ. ವಯಸ್ಸಿಗೆ ಮೀರಿದ ಗಾಂಭೀರ್ಯ ಮತ್ತು ಮಿತಭಾಷಿತನ ಅವನದಾಗಿತ್ತು. ಆದರೆ ಮೊದಲ ಬಾರಿಗೆ ಈ ಹುಡುಗಿ ಅವನನ್ನು ಯಾಕೋ ಚಂಚಲಗೊಳಿಸಿದ್ದಳು. ನಿನ್ನೆ ಅವಳನ್ನು ಟಾಗೋರ್ ಬೀಚ್ ಮೇಲೆ ಇಳಿಸಿ, ತಿರುಗುವಾಗ ಒಮ್ಮೆ ಅವಳ ಕಣ್ಣುಗಳನ್ನು ನೋಡಿದ್ದ, ಅಷ್ಟೇ! ನೇರ ಹೃದಯಕ್ಕೇ ಇಳಿದಿತ್ತು ಆ ದೃಷ್ಟಿ! ಇವನ ಕ್ಲಾಸಮೇಟ್ ಕೆಲವರು ಹುಡುಗಿಯರು, ಲವ್ವುಗಿವ್ವು ಎಂದೆಲ್ಲ ಮಾತಾಡುತ್ತಿದ್ದರು. ವ್ಹಾಟ್ಸಾಪ್ ಚಾಟ್ಸ್ ತೋರಿಸುತ್ತಾ, ನನ್ನ ಗರ್ಲಫ್ರೆಂಡು, ನನ್ನ ಲವ್ವರು ಎಂದೆಲ್ಲ ಹೆಮ್ಮೆಯಿಂದ ಹೇಳಿಕೊಳ್ಳುತ್ತಿದ್ದರು. ಇವನು ಅಂಥ ಪಡ್ಡೆ ವಿಷಯಗಳಿಗೆಲ್ಲ ಲಕ್ಷ ಹಾಕುತ್ತಿರಲಿಲ್ಲ. ಕೆಲವೊಮ್ಮೆ ಗೆಳೆಯರೆಲ್ಲ ಇವನ ನಿರಾಸಕ್ತಿಯನ್ನು ಅಪಹಾಸ್ಯ ಮಾಡುವಾಗ ಇವನು ಒಮ್ಮೊಮ್ಮೆ ಯೋಚಿಸಿದ್ದುಂಟು; ತನಗ್ಯಾಕೆ

ಈ ಹುಡುಗಿಯರ ಅಥವಾ ಈ ಪ್ರೀತಿಪ್ರೇಮದ ಬಗ್ಗೆ ಅಂಥ ಸೆಳೆತವಿಲ್ಲ. ಇದು ಅಸಹಜವೇ? ಹಗಲುಗನಸು ಹಾಗಿರಲಿ, ತನಗೆ ನಿದ್ದೆಯಲ್ಲೂ ಕನಸು ಬೀಳುವುದಿಲ್ಲ. ಹುಡುಗಿಯರತ್ತ ಆಕರ್ಷಿತರಾಗದಿರುವುದಕ್ಕೆ ಇದೇ ಕಾರಣವಿರಬಹುದೇ? ಆದರೆ ನಿನ್ನೆ ಆ ಹುಡುಗಿಯ ದರ್ಶನ ಆದಾಗಿನಿಂದ ಮನಸ್ಸಲ್ಲಿ ಚಂಚಲತೆಯ ಭಾವ ಉಂಟಾಗಿರುವುದು ಅವನ ಗಮನಕ್ಕೆ ಬಂದದ್ದು ಸುಳ್ಳಲ್ಲ. ಈ ಹುಡುಗಿಯ ಅದಾ ಬೇರೇನೇ ಆಗಿದೆ ಅಂದುಕೊಂಡ... ಅರರೆ! "ಅದಾ" ಅಂದೆನೇ? ಭಾಷೆ ಕೂಡ ಬದಲಾಗಿಬಿಟ್ಟಿದೆ! ಲವ್ ಆಟ್ ಫಸ್ಟ್ ಸೈಟ್ ಅಂತಾ ಗೆಳೆಯರ ಮಾತಿನಲ್ಲಿ ಕೇಳಿದ್ದ. ತನಗೂ ಲವ್ ಗಿವ್? ಸಾಧ್ಯವೇ ಇಲ್ಲ... ಹಸಿವು ಮತ್ತು ಪ್ರೇಮ? ಖತರ್ನಾಕ್ ಕಾಂಬಿನೇಶನ್ ಮಾರಾಯ! ಶ್ಯೆಶ್ಯೆ... ಎಂದು ತಲೆ ಅಲ್ಲಾಡಿಸಿದ... ಏನಾಶ್ಚರ್ಯ! ದಡದಲ್ಲಿ ಅದೇ ಹುಡುಗಿ! ತನ್ನ ಈ ವರೆಗಿನ ಸ್ವಗತಗಳನ್ನೆಲ್ಲ ಕೇಳಿಸಿಕೊಂಡವಳಂತೆ ನಗುತ್ತಾ ನಿಂತಿದ್ದಾಳೆ!!

ದೋಣಿಯಿಂದ ದಡಕ್ಕೆ ಹೇಗೇ ಗೆರೆ ಎಳೆದರೂ ಅದು ಸರಳ ರೇಖೆಯೇ ಆಗುತ್ತದೆ. ಗಾಳಗಳನ್ನು ಮೇಲೆಳೆದು, ಹುರಿಗಟ್ಟಿದ ಬಾಹುಗಳಿಂದ ಹುಟ್ಟು ಹಾಕುತ್ತಾ ಬಿಟ್ಟ ಬಾಣದಂತೆ ಪಾತಿದೋಣಿ ನಡೆಸಿದ. ಹತ್ತಿರ ಬಂದಂತೆ ಹುಟ್ಟಿನಿಂದಲೇ ವೇಗ ನಿಯಂತ್ರಿಸಿದ. ಪಾತಿದೋಣಿ ಅವಳ ಪಾದ ಸ್ಪರ್ಶಿಸುವ ರೀತಿಯಲ್ಲಿ ದಡ ತಲುಪಿತು. "ಹಾಯ್" ಅಂದಳು. ಇವನು ಮಾತು ಮರೆತಿದ್ದ. "ಹಲೋ" ಅಂದು ನಕ್ಕಳು. ಸಂಜೆಯ ಬೆಳಕನ್ನು ನಗುವಿನಲ್ಲೇ ಹಿಡಿದಿಟ್ಟುಕೊಂಡಂಥ ನಗುವದು. ಸ್ವಲ್ಪ ನಾಟಕೀಯವಾಗಿ "ಕಡಲು ತೀರದ ಹುಡುಗನ ಹೆಸರು ಪ್ರೀತಂ ಅಂತ ಗೊತ್ತಾತು" ಅಂದಳು. "ಮತ್ತೆ, ಈ ಅಪರಿಚಿತ ಹುಡುಗಿಗೆ ಅದು ಹ್ಯಾಗ್ ತಿಳೀತು ಅಂತ ಸರಪ್ರೈಸ್ ಆಗಬ್ಯಾಡ, ಅಥ್ವಾ ತಾನು ವರ್ಲ್ಡ್ ಫೇಮಸ್ಸು ಅಂತಾನೂ ತಿಳ್ಕೋಬ್ಯಾಡ... ಬೇಲಿಗೆ ಚಾಚಿದ ನಿನ್ನ ಲಟಾರಿ ಸೈಕಲ್ ಮ್ಯಾಲ "ಪ್ರೀತಂ, ಡಿಪ್ಲೊಮೋ 2" ಅಂತ ಪೇಂಟಲ್ಲಿ ಬರೆದದ್ದು ಇಂದು ಕಣ್ಣಿಗ್ ಬಿತ್ತು" ಎಂದು ಕಿಲಕಿಲ ನಕ್ಕಳು. ಅವಳು ನಕ್ಕಷ್ಟೂ ಅಲ್ಲಿ ಬೆಳಕು ಹೆಚ್ಚುತ್ತಿತ್ತು. ಮುಸ್ಸಂಜೆ ಕೂಡ ಕುತೂಹಲದಿಂದ ದಿನದ ವಿದಾಯವನ್ನು ವಿಳಂಬಿಸುತ್ತಿರುವಂತಿತ್ತು. "ನನ್ನ ಹೆಸ್ರು ಸುಮಾ... ಎಲ್ರೂ ಸುಮಿ ಸುಮಿ ಅಂತಾರ. ನೀನೂ ಅನ್ನಬಹುದು... ನಾನು ಬಯಲುಸೀಮೆ ಕಡೆಯವಳ ಅದೀನಿ. ಗುಲ್ಬರ್ಗಾ ನಮ್ಮೂರು" ಅಂದಳು. "ನಿನ್ನೆ ಥ್ಯಾಂಕ್ಸ್ ಹೇಳೋಕೆ ಮರೆತೆ, ಯಾಕೋ ನೀನು ನಂಗಿಷ್ಟ ಆದಿ" ಅಂದಳು. "ಫ್ರೆಂಡ್ಸ್?" ಎಂದು ಕೇಳಿದಳು. "ಓಕೆ, ಫ್ರೆಂಡ್ಸ್" ಅಂದ. "ಫ್ರೆಂಡ್ಸ್ ಫಾರೆವರ್?!" ಎಂದು ಶೇಕ್ ಹ್ಯಾಂಡ್ ಮಾಡಲು ಕೈ ಮುಂದೆ ಮಾಡಿದಳು. ಪ್ರೀತಂ ತುಸು ಅನುಮಾನಿಸಿದ. ಕೆಲವೇ ನಿಮಿಷಗಳ ಹಿಂದೆ ಏರಿ ಮೀನಿನ ಬಾಯಿ ಅಗಲಿಸಿ

ಗಾಳದಿಂದ ಬಿಡಿಸುವಾಗ ಅಂಟಿದ ಮೀನಿನ ಗಂಧ ಹಾಗೇ ಇತ್ತು. "ಕೈ ಮುಟ್ಟಿ ಶಾಕ್ ಹೊಡೆಸಿಕೊಳ್ಳೋ" ಎಂದಳು. ಅವನ ಕೈಗಳನ್ನು ತಾನೇ ಎಳೆದು ಕೈಕುಲುಕಿದಳು. ಅವರ ಸ್ಪರ್ಶಕ್ಕೆ ನದಿಯೂ ಕಂಪಿಸಿತು ಎನ್ನುವ ಹಾಗೆ ಕಿರು ಅಲೆಗಳು ತುಳುಕಾಡಿದವು.

"ದೋಣಿಲಿ ಬರ್ಲಾ?" ಎಂದು ಪಾತಿ ಹತ್ತಿ ಕೂತಳು. ಹುಟ್ಟನ್ನು ಸುಮ್ಮನೇ ನೀರಲ್ಲಿ ಆಡಿಸಿದಳು. ಪಾತಿಯಲ್ಲಿ ಕಣ್ಣು ತೆರೆದು ಒರಗಿದ್ದ ಮೀನೊಂದನ್ನು ಹಗುರವಾಗಿ ಸ್ಪರ್ಶಿಸಿದಳು. ಅದು ಮಿಸುಕಾಡಿ ನೀರಿಗೆ ನೆಗೆಯಿತು. ಪುಳಕ್ಕನೇ ನೀರೊಳಗೆ ಕಣ್ಮರೆಯಾಯಿತು. ಆ ಆಕಸ್ಮಿಕದಿಂದ ಸ್ವಲ್ಪ ದಂಗಾದರೂ ಇಬ್ಬರೂ ಜೋರಾಗಿ ನಕ್ಕರು. ಅದು ನದಿಯಲ್ಲಿ ಚಲಿಸಿ ದೇವಭಾಗದಲ್ಲಿ ಪ್ರತಿಧ್ವನಿಸಿತು. "ಮೀನಿಗೆ ಮತ್ತೆ ಜೀವ ಬಂತಲ್ಲೋ?" ಎಂದಳು. "ನಿನ್ನ ಟಚ್ಚಲಿ ಏನೋ ಮ್ಯಾಜಿಕ್ ಇರಬೇಕು" ಎಂದ ನಗುತ್ತಾ. "ಓ ಪರವಾಗಿಲ್ಲ, ಹುಡುಗನಿಗೆ ಮೈಚಳಿ ಹೋಯ್ತು. ಈಗ ಮಾತಾಡಬಹುದು" ಅಂದಳು. ಮಾತು ಅವರನ್ನು ಹತ್ತಿರ ಮಾಡುತ್ತಿತ್ತು. ಸುಮಿ ಕಾಳಿ, ಕಡಲು, ಸ್ಯಾಂಡು, ಸನ್ಸೆಟ್ಟು ಬಗ್ಗೆ ಮಾತಾಡಿದಳು. ಸುಮಿಯ ವರ್ಣನೆಯು ಪ್ರೀತಂ ನಿತ್ಯ ಕಾಣುತ್ತಿದ್ದ ಜೀವಿಸುತ್ತಿದ್ದ ಈ ದೃಶ್ಯಗಳಲ್ಲಿ ಹೊಸತನದ ಸಿಂಚನವಾಗುತ್ತಿತ್ತು. ಸುಮಿಯ ಹಾಗೆ ಅವನೆಂದೂ ಇದನೆಲ್ಲ ವಿಸ್ಮಯದ ಕಣ್ಣುಗಳಿಂದ ನೋಡಿರಲಿಲ್ಲ. ಅವಳ ಮಾತಿನ ಸಡಗರ, ನಗುವಿನ ಬೆರಗು ಪ್ರೀತಂನನ್ನು ಚುಂಬಕದಂತೆ ಸೆಳೆಯುತ್ತಿದ್ದವು. ಅವನಿಗೆ ಅವಸರವಿತ್ತು, ಅದರ ಅರಿವೂ ಇತ್ತು. ಇಂಥ ಅವಕಾಶ ಬಿಟ್ಟು ಹೋಗಲೂ ಮನಸಿರಲಿಲ್ಲ. ಆದರೆ ಆಕೆಗೂ ತಡ ಆಗುತ್ತದೆ, ಒಬ್ಬಳೇ ಕತ್ತಲಲ್ಲಿ ಮರಳುವುದು ಸರಿಯಲ್ಲ ಎಂದು "ನಾಳೆ ಸಿಗೋಣ?" ಅಂದ. ಅವಳು "ದಿನಾ ಸಿಗೋಣ" ಅಂದಳು. ಅವನು ನಕ್ಕು ಪಾತಿಯನ್ನು ಆಳದ ನೀರಿಗೆ ತಿರುಗಿಸಿದ. ಗೋವಾ ಬನಿಯನ್ನು, ಬರ್ಮುಡಾ, ತಲೆಗೊಂದು ಕ್ಯಾಪ್ ಧರಿಸಿದ ಹುಡುಗನ ಆಕೃತಿ ಕಣ್ಣುತುಂಬಿಕೊಳ್ಳುತ್ತ ಆಕೆ ಇನ್ನೂ ದಡದಲ್ಲೆ ನಿಂತಿದ್ದಳು. "ಓಯ್, ಕತ್ತಲಾಗ್ತಿದೆ, ಇಂದು ನಿನ್ನ ಸೈಕಲ್ ಮ್ಯಾಲೆ ಬಿಡೂಕೆ ಆಗೂದಿಲ್ಲ. ನಂಗೆ ಮೀನ್ ಹಿಡಿಯುಕುಂಟು, ಆಯ್ತಾ" ಅಂದ. "ಲೇ, ಇಂದು ಹೈವೇ ಮೇಲಿಂದ ಹಾಯಿಸಿ ಬಂದೀನಿ. ಸ್ಕೂಟಿಯನ್ನು ಇಲ್ಲೇ ಬ್ರಿಡ್ಜ್ ಕೆಳಗೆ ನಿಲ್ಸಿನಿ..." ಅಂದಳು. "ಹುಶಾರಿ ಹುಡುಗಿ ಹಾಂ" ಅಂದ. "ಮೀನ್ ತಲಿ ತಿಂದೋರ್ ಮಾತ್ರ ಚುರುಕು ಅಂತ ತಿಳ್ಕೋ ಬ್ಯಾಡಲೇ" ಅಂದಳು. ಅವನು ನಕ್ಕ. ಅವಳೂ ನಕ್ಕಳು. ಸುಮಿ ದೋಣಿ ನದಿ ಮಧ್ಯಕ್ಕೆ ಹೋಗುವ ವರೆಗೂ ಕಾದು, ಮಂಡಿನೀರ ಆಳದವರೆಗೆ ನದಿಯಲ್ಲಿಳಿದು ಬಗ್ಗಿ "ಐ ಲೈಕ್ ಯು ಪ್ರೀತ್" ಅಂದಳು. ನೀರ ಪಾತಳಿಯಲ್ಲಿ ಚಲಿಸಿದ ಧ್ವನಿ ಅವನಿಗೆ ತಲುಪಿತು. ಅವಳು ಪ್ರೀತ್ ಎಂದದ್ದು ಅವನಿಗೆ ಆಪ್ತವೆನಿಸಿತು. "ಐ ಲವ್ಯೂ ಅನ್ನೋ ಆಸೆ...

ಆದರೆ ನೀನು ಖುಶಿಯಿಂದ ಎದೆಗಿದಿ ಒಡೆದುಕೊಂಡರೆ, ಅಂತ ಅದನ್ನು ಪೋಸ್ಟಪೋನ್ ಮಾಡಿನಿ" ಅಂದಳು. ಅದು ಅವನಿಗೆ ಕೇಳಿಸಿತೋ ಇಲ್ಲವೋ. ಅವಳು ಅಷ್ಟು ದೂರ ಹೋದ ಮೇಲೆ ಏನೋ ನೆನಪಾದವನ ಹಾಗೆ ಅವನು "ನೈನ್ ಏಯ್ಟ್ ಸಿಕ್ಸ್ ನೈನ್... ಏಯ್ಟ್ ಸೆವೆನ್ ಜೀರೋ... ಫೈವ್ ಫೋರ್ ಫೈವ್" ಅಂದ. ಅದು ಅವಳಿಗೆ ಕೇಳಿಸಿತೋ ಇಲ್ಲವೋ!

3

ಓ ಫ್ಲಾವರ್ ಪರ್ಲ್ ಅಂಬ್ರೆಲ್ಲಾ

ಲೈಫ್ ಎಂದೂ ಇಷ್ಟು ಸುಂದರವಾಗಿ ಕಂಡಿರಲಿಲ್ಲ. ಸುಮಿ ದಿಟ್ಟ ಹುಡುಗಿ ಎಂದು ಎಲ್ಲರೂ ಹೇಳುತ್ತಿದ್ದರು. ತಾನೂ ಹಾಗೇ ಭಾವಿಸಿದ್ದಳು. ಆದರೆ ತಾನು ಇಷ್ಟೊಂದು ಬೋಲ್ಡ್ ಆಗಿರುವೆ ಎಂಬುದು ಸುಮಿಗೆ ಕಾರವಾರಕ್ಕೆ ಬರುವ ವರೆಗೂ, ಅದರಲ್ಲೂ ಪಾತಿದೋಣಿ ಹುಡುಗನನ್ನು ಭೇಟಿಯಾಗುವ ವರೆಗೂ ತಿಳಿದಿರಲಿಲ್ಲ. ಅಮೂರ್ತ ನೆಲೆಯಲ್ಲಿ ಮನಸ್ಸು ಹಂಬಲಿಸುತ್ತಿದ್ದದ್ದು ಅಚಾನಕ್ಕಾಗಿ ಸಂಭವಿಸಿದ ವಿಸ್ಮಯದಲ್ಲಿ ಅವಳಿದ್ದಳು. ಬಿಸಿಲನಾಡಿನಲ್ಲಿ ಝರಿಯಂತೆ ಒಸರುತ್ತಿದ್ದ ಪ್ರೀತಿಭಾವನೆ, ಕಡಲ ತೀರದಲ್ಲಿ ಭೋರ್ಗರೆವ ಅಲೆಯಾಗಿತ್ತು. ಬಹುಶಃ ಪ್ರೇಮದ ಸೆಲೆಯೊಂದು ಶೈಲತ್ತೆಯಿಂದಲೇ ತನ್ನೊಳಗೆ ಹರಿದು ಬಂದಿರಬೇಕು. ಪ್ರೀತಿಯ ಶೈಲತ್ತೆ... ಸಮಾಜವು ನಿನ್ನ ಪ್ರೇಮವು ಪರಿಪೂರ್ಣಗೊಳ್ಳಲು ಬಿಡಲಿಲ್ಲ. ಆದರೆ ನೀನು ಪ್ರೇಮದ ಅಮರತ್ವವನ್ನು ತೋರಿಸಿದೆ. ಯು ಆರ್ ಗ್ರೇಟ್ ಶೈಲತ್ತೆ... ಎಂದು ಸಂದೇಶ ಬರೆದು ನೂರಾರು ಹಾರ್ಟ್ ಇಮೋಜಿಗಳನ್ನು ಕಳಿಸಿದಳು. ಹುಚ್ಚಿ ಎಂದಳು ಶೈಲತ್ತೆ. "ಐ ಆಮ್ ಇನ್ ಲವ್, ಲವ್, ಲವ್..." ಎಂದು ಮೆಸೇಜಿಸಿದಳು ಸುಮಿ.

ಶೈಲತ್ತೆಗೂ ಸಿಕ್ಕಾಪಟ್ಟೆ ಖುಶಿಯಾಗಿತ್ತು. ಘನ ಕುಟುಂಬದಲ್ಲಿ ತಾನು ಸ್ಥಾಪಿಸಿದ ಪ್ರೇಮರಾಜ್ಯಕ್ಕೆ ನೂತನ ಪಟ್ಟಾಭಿಷೇಕವಾಗುತ್ತಿರುವುದು ಅವಳನ್ನು ರೋಮಾಂಚನಗೊಳಿಸಿತ್ತು. ಹಣ ದುಡಿತ ಬಿಸಿನೆಸ್ಸು ಮನೆತನ ಮರ್ಯಾದೆ

ಸಮಾಜ ಆಡಂಬರ ಜಾತಿ ಧರ್ಮ... ಜಡ ಮನಸ್ಸುಗಳೇ ಧಿಕ್ಕಾರವಿರಲಿ ಎಂದುಕೊಂಡಳು. ತಡರಾತ್ರಿವರೆಗೂ ಎಚ್ಚರವಿದ್ದು ಸುಮಿಗೆ "ನನ್ನ ಪುಟ್ಟ ಮರಿ. ಪ್ರೇಮವು ನಿನ್ನ ಹೃದಯದಲ್ಲಿ ಬೆಳಕನ್ನು ಇಳಿಸಲಿ. ಆ ಬೆಳಕಿನ ಅಮೃತವನ್ನು ಮನಸಾರೆ ಕುಡಿ, ನಿನ್ನ ಹುಡುಗನಿಗೂ ಕುಡಿಸು... ಅಮರತ್ವ ಎಂಬುದು ಬೇರಿಲ್ಲ ಮಗಳೇ" ಎಂದು ಬರೆದು ಹಾಸಿಗೆಯಲ್ಲಿ ಒರಗಿದಳು. ಕಿಟಕಿಯಿಂದ ಹಾಯಿಸಿ ಬಂದ ನಕ್ಷತ್ರಗಳ ಬೆಳಕು ಇಂದು ದಿನಕ್ಕಿಂತ ಹೆಚ್ಚೇ ಇದೆ ಅನಿಸಿತು ಅವಳಿಗೆ.

ಇತ್ತ ಪ್ರೀತಂನ ಜೋಪಡಿಗೆ ಖುದ್ದು ನಕ್ಷತ್ರಗಳೇ ಇಳಿದು ಬಂದಿದ್ದವು. ಮಿಂದು ಬಂದರೂ ಉಳಿಯುತ್ತಿದ್ದ ಎಂದಿನ ಮತ್ಸ್ಯಗಂಧಕ್ಕೆ ಬದಲಾಗಿ ಅವನ ಮೈ ಮನಸ್ಸುಗಳಲ್ಲಿ ಸುಮಿ ಘಮಘಮಿಸುತ್ತಿದ್ದಳು. ಮಗ ರಾಶಿ ಖುಶಿಯಲ್ಲಿರುವುದನ್ನು ಗಮನಿಸಿದರೂ ಆಯಿ ಕಾರಣ ಕೇಳಲಿಲ್ಲ. ಗಾಳಕ್ಕೆ ಹಿಡಿದ ನಾಲ್ಕಾರು ಮೀನುಗಳಲ್ಲಿ ಸಾಕಷ್ಟು ದೊಡ್ಡಕ್ಕಿರುವ ಕೆಂಸವೂ ಇದ್ದುದ್ದರಿಂದ ಗುಲಾಬಿಯೂ ಖುಶಿಯಾಗಿದ್ದಳು. ಬೆಳಿಗ್ಗೆ ಕೊಂಡೋಗಿ ಅಮೃತ ಹೊಟೆಲಿನವರಿಗೆ ಕೊಡುವೆ, ಅವರು ಬಾಕಿಯವರಿಗಿಂತ ಹತ್ತು ರುಪೈ ಹೆಚ್ಚು ಕೊಡ್ತಾರೆ, ಎಂದು ಅದನ್ನು ಐಸ್ ಹಾಕಿದ ಮುಟ್ಟಿಯಲ್ಲಿ ಮುಚ್ಚಿಟ್ಟಳು. ಇತ್ತೀಚೆಗೆ ಮಗ ಪಾತಿದೋಣಿ ಮೇಲೆ ಕಾಳಿ ಅಳಿವೆಯಲ್ಲಿ ಮೀನು ಹಿಡಿಯಲು ಶುರು ಆದಮೇಲೆ ಅವಳಿಗೆ ಒಂದಿಷ್ಟು ದುಡ್ಡು ಕೈಯಲ್ಲಿ ಆಡುತ್ತಿತ್ತು. ಅಳಿವೆಯಲ್ಲಿ ಸಿಗುವ ನೊಗ್ಲಿ ಕೆಂಸ ಇತ್ಯಾದಿ ರುಚಿರುಚಿ ಮೀನುಗಳಿಗೆ ಪಕ್ಕದ ಗೋವಾದಿಂದಲೂ ಬೇಡಿಕೆಯಿತ್ತು. ಆದರೆ ಕಲಿಯುತ್ತಿರುವ ಮಗನನ್ನು ಹಾಗೆ ಇಡೀ ದಿನ ಕೆಲಸಕ್ಕೆ ಹಚ್ಚಲು ಅವಳಿಗೆ ಮನಸ್ಸಿಲ್ಲ. ಆದರೆ ಒಂದು ಹೊತ್ತಾದರೂ ನೀರಿಗಿಳಿಯದೇ ಗತಿಯಿಲ್ಲ. ಕಾಲೇಜಿನಲ್ಲಿ ಅದಕ್ಕೆ ಇದಕ್ಕೆ ಅಂತ ದುಡ್ಡು ಕೇಳ್ತಾನೇ ಇರ್ತಾರೆ. ಮಗನ ವಯಸ್ಸಿನ ಮೀನುಗಾರ ಹುಡುಗರು ಗೋವಾ, ರತ್ನಗಿರಿ, ಮಲ್ಪೆ, ಸುರತ್ಕಲ್ ಕಡೆಗೆ ಬೋಟಿಗೆ ಹೋಗಿ ಸೀಸನ್ನಿನಲ್ಲಿ ಹಣ ಗಳಿಸಿ ಬರುತ್ತಾರೆ. ಆದರೆ ತಾನು ಮಗನನ್ನೆಂದೂ ಕಡಲಿಗೆ ಕಳಿಸುವುದಿಲ್ಲ ಎಂದು ಆಣೆ ಮಾಡಿಕೊಂಡಾಗಿದೆ. ತ್ರಾಸ ಆದರೂ ಅಡ್ಡಿಲ್ಲ, ಒಣಮೀನು ಕಚ್ಚಿ ಗಂಜಿ ಉಂಡರೂ ಆಗುದು. ಆದರೆ ಮಗ, ನೀ ಮಾತ್ರ ಕಡಲಿಗಿಳಿವುದು ಬ್ಯಾಡಾ... ನಾಲ್ಕಕ್ಷರ ಕಲಿತು ಬ್ಯಾರದೇ ದಾರಿ ನೋಡಿಕೋ, ಎಂದು ಅವನನ್ನು ಕಟ್ಟಿಹಾಕಿದ್ದಳು. ಆದರೆ ಕಾಳಿ ಸಂಗಮದಿಂದ ಕಾಣುವ ಅಬ್ಬರದ ಕಡಲು ಪ್ರೀತಂನನ್ನು ಸದಾ ಆಕರ್ಷಿಸುತ್ತಿದ್ದದ್ದು ಮಾತ್ರ ನಿಜ. "ನಿನ್ನ ಅಪ್ಪ ಮಾನೇರಿ ತೆರೆಗಳನ್ನೂ ಮಣಿಸಿ, ಲೀಲಾಜಾಲವಾಗಿ ದೋಣಿ ನಡೆಸುವುದನ್ನು ಅದೇನ್ ಕೇಳುವೆ" ಎಂದು ಆಯಿ ಮೂಡು ಬಂದಾಗ ಕತೆಮಾಡಿ ಹೇಳುತ್ತಿದ್ದರಿಂದ ಅವನ ಮನಸ್ಸಿನಲ್ಲಿ ಕಡಲ ಬಗ್ಗೆ ಸೆಳೆತವೊಂದು ಇದ್ದದ್ದು ಸುಳ್ಳಲ್ಲ. ಅಂಥ

ಸೆಳೆತದಲ್ಲೇ ಪ್ರೀತಂ ದೋಣಿಯನ್ನು ಮುನ್ನಡೆಸುತ್ತಾ ಸಮುದ್ರದ ಮುಖಕ್ಕೆ ಎದುರಾದದ್ದುಂಟು. ಸಮುದ್ರ ಸೀಳೆದ್ದು ತೆರೆಗಳು ಉಕ್ಕೇರುವುದನ್ನು, ಸುರುಳಿಯಾಗಿ ಸುತ್ತಿ ಮರಳುವುದನ್ನು ಕಂಡಾಗ ರೋಮಾಂಚನ ಆಗಿದ್ದುಂಟು.

ಈ ಹುಡುಗಿ ಸುಮಿಗೂ ಸಮುದ್ರ ಅಂದ್ರೆ ರೋಮಾಂಚನ ಅಂತೆ; ಕಡಲೆಂದರೆ ನಿತ್ಯೋತ್ಸವ ಅಂತೆ! ಅವಳ ಕಣ್ಣುಗಳಲ್ಲಿ ಅದೆಂಥ ವಿಸ್ಮಯದ ಥಳಕು, ತುಂಟತನದ ಬಳಕು, ಉತ್ಸಾಹದ ಬೆಳಕು! ಅರರೆ... ಇದೇನಿದು ಥಳಕು ಬಳಕು ಬೆಳಕು? ತಾನು ಕವಿಯಾಗಿಬಿಟ್ಟೆನಲ್ಲ! ಈ ಬಯಲುಸೀಮೆಯ ಹುಡುಗಿ ತನ್ನಲ್ಲಿ ಏನೋ ಹೊಸತನ ಕಾಣಿಸುತ್ತಿದ್ದಾಳೆ. ಜಗತ್ತು ಬೇರೇನೇ ಆಗಿ ಕಾಣುತ್ತಿದೆ. ಬದುಕು ಸುಂದರವಾಗಿದೆ ಅನಿಸುತ್ತಿದೆ... ಮುಂಜಾನೆ ಸ್ಪೋರ್ಟ್ಸ್ ಪ್ರಾಕ್ಟೀಸು, ಆಮೇಲೆ ಕಾಲೇಜು, ಮಧ್ಯಾಹ್ನದ ನಂತರ ಓದ್ಕೊಳ್ಳೋದು, ಸಂಜೆ ಬೇಲೆ ಮೇಲೆ ಆಟ, ಮುಸ್ಸಂಜೆ ಹೊತ್ತಿಗೆ ಪಾತಿದೋಣಿಯಲ್ಲಿ ಕೂತು ಗಾಳ ಹಾಕುವುದು–ಹೀಗೆ ರಾತ್ರಿ ಹಾಸಿಗೆಗೊರಗಿದರೆ ಸಾಕು, ದಣಿವಿನಿಂದಾಗಿ ನಿದ್ದೆಗೆ ಜಾರುತ್ತಿದ್ದವನಿಗೆ, ಈಗ ಮಧ್ಯರಾತ್ರಿ ವರೆಗೂ ಏನೇನೋ ವಿಚಾರಗಳು ಕಚಗುಳಿಯಿಟ್ಟು ಜಾಗರದಲ್ಲಿಡುತ್ತಿವೆ! "ಅಯ್ಯೋ ನಾಳೆ ಸ್ಪೋರ್ಟ್ಸು, ಬೇಗ ಏಳಬೇಕು" ಎಂದು ಕನಸುಗಳನ್ನು ರಮಿಸುತ್ತಾ ನಿದ್ದೆ ಹೋದ.

*

ಪ್ರೀತಂ ನಸುಕಿನಲ್ಲಿಯೇ ಎದ್ದು ರೆಡಿಯಾಗಿ, ಆಯಿಗೆ ಕೈಮುಗಿದು ಮೈದಾನಕ್ಕೆ ಬಂದಿದ್ದ. ಅದು ಜಿಲ್ಲಾಮಟ್ಟದ ಕ್ರೀಡಾಕೂಟ ಆಗಿದ್ದರಿಂದ ಕ್ರೀಡಾಪಟುಗಳು, ಕ್ರೀಡಾಪ್ರೇಮಿಗಳು ಕಾರವಾರದ ಮಾಲಾಗ್ರೌಂಡಿನಲ್ಲಿ ಓಡಾಡಿಕೊಂಡಿದ್ದರು. ಪ್ರೀತಂ ಬಯಲುಸೀಮೆಯ ಹುಡುಗಿಗೆ ಟೂರ್ನಾಮೆಂಟ್ ನೋಡಲು ಬಾ ಎಂದು ಹೇಳುವುದನ್ನು ಮರೆತದ್ದಕ್ಕೆ ತನ್ನನ್ನೇ ಬೈದುಕೊಂಡ. ಅವಳು ಶಿರ್ವಾಡಾದ ರೇಲ್ವೆ ಸ್ಟೇಶನ್ ರೋಡಿನಲ್ಲಿ ಮನೆ ಮಾಡಿರುವುದನ್ನು ಹೇಳಿದ್ದಳು. ಆಕೆಯ ಮೊಬೈಲ್ ನಂಬರ್ ಕೂಡ ಗೊತ್ತಿಲ್ಲದ್ದಕ್ಕೆ ಹಳಹಳಿಸಿದ. ಆ ಹುಡುಗಿ ಇಲ್ಲಿದ್ದರೆ ನನ್ನ ಜಾವೆಲಿನ್ ಥ್ರೋ ಹೇಗಿರುತ್ತಿತ್ತು? ಬಹುಶಃ ಇನ್ನಷ್ಟು ಸ್ಫೂರ್ತಿ ಬರುತ್ತಿತ್ತು. ಸುಮಿಯ ಹಾಗೆ ತಾನು ಮೋಹಕವಾಗಿ ಮಾತಾಡಲಾರೆ. ಆದರೆ ಆಟದ ಮೂಲಕ ಒಂಚೂರು ಹೀರೋಗಿರಿ ತೋರಿಸುವ ಅವಕಾಶವಾಗುತ್ತಿತ್ತು... ಅಂಥದೇ ಯೋಚನೆಯಲ್ಲಿ ವಾರ್ಮ್ ಅಪ್ ಮಾಡುತ್ತಿರುವಾಗ "ಹಲೋ ಹೀರೋ, ಆಲ್ ದಿ ಬೆಸ್ಟ್" ಎಂಬ ಧ್ವನಿ ಕೇಳಿ ಸಟಕ್ಕನೆ ಅತ್ತ ನೋಡಿದ. ಏನಾಶ್ಚರ್ಯ, ಅವಳೇ! "ನಂಬೂಕಾಗ್ತಿಲ್ಲ... ರಾಶಿ ಖುಶಿಯಾಯ್ತು, ಹಾಂ" ಅಂದ. ಸುಮಿ ನಾಟಕೀಯವಾಗಿ "ಕಡಲು ತೀರದ ಹುಡುಗನೊಬ್ಬ ಜಾವೆಲಿನ್

ಚಾಂಪಿಯನ್ ಅಂತ ಗೊತ್ತಾಯ್ತು... ಖಾತ್ರಿ ಮಾಡ್ಕೊಳ್ಳೋಕ್ ಬಂದಿನಿ" ಅಂದಳು. "ಹೇಯ್, ಮತ್ತೊಮ್ಮೆ ತಾನು ವರ್ಲ್ಡ್ ಫೇಮಸ್ ಅಂತ ಹಿಗ್ಗಬೇಡಾ, ನಮ್ಮ ನೋಟೀಸ್ ಬೋರ್ಡಿನಲ್ಲಿ ವಿಷಯ ಗೊತ್ತಾಗಿ ಬಂದೆ, ಅಷ್ಟೆ" ಎಂದು ಮೈದಾನ ಕಂಪಿಸುವಂತೆ ನಕ್ಕಳು. "ಬಂದದ್ದು ರಾಶಿ ಖುಶಿಯಾಯ್ತು" ಅಂದ. "ಅರೆ! ಇನ್ನೂ ಖುಶಿಯಾಗುವಂಥ ಮಾತು ಕೇಳು ಹುಡುಗಾ. ಈವರೆಗೆ ನಾನು ಹುಡುಕುತ್ತಿದ್ದದ್ದು ಕಡಲನ್ನು ಮಾತ್ರ ಎಂದು ತಿಳಿದಿದ್ದೆ. ಕಡಲ ಸೆಳೆತವು ನನ್ನನ್ನು ಕಲಬುರ್ಗಿಯಿಂದ ಕಾರವಾರಕ್ಕೆ ಬರುವಂತೆ ಮಾಡಿದ್ದೂ ಖರೆ. ಆದರೆ ನನಗೆ ಸಿಕ್ಕಿದ್ದು ಪ್ರೀತ್ ಎಂಬ ಸಮುದ್ರದಂಥ ಹುಡುಗ ಎಂಬುದು ರಾತ್ರಿಯಿಡೀ ಜಾಗರದಲ್ಲಿ ಅರಿವಾಯಿತು" ಎಂದಳು. ಮೈದಾನದ ನಡುವೆ ನಿಂತಿರುವ ತಮ್ಮಿಬ್ಬರನ್ನು ಇಡೀ ಕಾರವಾರವೇ ದಿಟ್ಟಿಸುತ್ತಿದೆ ಎಂದು ಪ್ರೀತಂನಿಗೆ ಭಾಸವಾಯಿತು. "ನೀ ಸಿಕ್ಕಿದ್ದು ನನಗೂ ರಾಶಿ ಖುಶಿಯಾಗ್ತಿದೆ" ಅಂದ. "ಅದು ನಿನ್ನ ಕಣ್ಣಲ್ಲೇ ಕಾಣ್ತಿದೆ, ಮನಸಿನ ಮಾತನ್ನು ಹೇಳು" ಎಂದು ನಕ್ಕಳು. ಪ್ರೀತಂ ಬೆವರುತ್ತಿದ್ದ. ಸುಮಿ ಅವನ ಜಾವೆಲಿನ್ ಇಸಿದುಕೊಂಡು, "ಓ ಈಟಿವೀರನೇ, ಅದೋ, ನಾನು ಆ ತುದಿಯಲ್ಲಿ ಕೂತಿರುವೆನು. ಅಲ್ಲಿವರೆಗೂ ನಿನ್ನ ಈ ಆಯುಧವನ್ನು ಎಸೆದು, ನಿನ್ನ ಹೃದಯದಲ್ಲಿ ಮೀಟಿರುವ ಪ್ರೀತಿಯನ್ನು ನನ್ನ ಚರಣಗಳಿಗೆ ಸಮರ್ಪಿಸು!" ಎಂದಳು. ಪ್ರೀತಂನೂ ತುಸು ನಾಟಕೀಯವಾಗಿ "ಅಪ್ಪಣೆ" ಅಂದ.

ಮೊದಲ ಚಾನ್ಸಿನಲ್ಲಿ ಪ್ರೀತಂ ಸ್ವಲ್ಪ ನರ್ವಸ್ ಆದದ್ದು ನಿಜ. ಗ್ರಿಪ್ ಜಾಗದಲ್ಲಿ ಕೈ ಬೆವರುತ್ತಿತ್ತು. ಜಾವೆಲಿನ್ ಹಿಡಿದು ಎಸೆಯುವ ಲೈನ್ ವರೆಗಿನ ರನ್-ಅಪ್ ನಲ್ಲೂ ದೃಢತೆ ಬರಲಿಲ್ಲ. ಅವನ ಕೋಚ್ ರೊಡ್ರಿಗ್ಸ್ ಸರ್ "ಫೋಕಸ್ ಕರ್ ರೇ, ಚಡ್ವ್ಯಾ" ಎಂದು ಕೊಂಕಣಿಯಲ್ಲಿ ಹುರುಪು ತುಂಬಿದರು. ಎರಡನೇ ಬಾರಿಯ ಪ್ರಯತ್ನ ಚೆನ್ನಾಗಿತ್ತು. ಆದರೆ ಅವನಿಗಿಂತ ಇನ್ನೂ ದೂರ ಎಸೆದವರಿದ್ದರು. ಕೊನೆಯ ಬಾರಿ ಜಾವೆಲಿನ್ ಭದ್ರವಾಗಿ ಹಿಡಿದ. ಕ್ಷಣ ಕಣ್ಣುಮುಚ್ಚಿ ಆಳವಾದ ಉಸಿರೆಳೆದು ದೇಹವನ್ನು ಮನಸ್ಸನ್ನು ತಾದಾತ್ಮ್ಯಗೊಳಿಸಿ ಆತ್ಮವಿಶ್ವಾಸದ ಹೆಜ್ಜೆಯಿಟ್ಟ. ಎದೆಸೆಟೆಸಿ ಭುಜಗಳನ್ನು ನಿರ್ದಿಷ್ಟ ಪಾತಳಿಯಲ್ಲಿಟ್ಟು ಬಿರುಸಾಗಿ ಜಾವೆಲಿನ್ ಎಸೆದ. ಆ ಎಸೆತದ ನಿಖರತೆ, ಜಾವೆಲ್ಲಿನ್ ಚಿಮ್ಮಿದ ರೀತಿ ನೆರೆದವರಲ್ಲಿ ರೋಮಾಂಚನ ಉಂಟುಮಾಡಿತು. ಅದು ಖಂಡಿತ ದಾಖಲೆ ದೂರ ಕ್ರಮಿಸಲಿದೆ ಎನ್ನುವುದು ಪ್ರೀತಂನಿಗೆ ಪಕ್ಕಾ ಆಗಿತ್ತು. ಅದು ಸುಮಿ ಕುಳಿತ ಗ್ಯಾಲರಿಯ ಸಾಲಿಗೆ ಸರಿಯಾಗಿಯೇ ಬಿದ್ದಿತ್ತು! ಥ್ರೋವಿಂಗ್ ಆರ್ಕಿನೊಳಗಿಂದ ತನ್ನೆಲ್ಲಾ ಹುನರು, ಸಾಮರ್ಥ್ಯದಿಂದ ಎಸೆದ ಜಾವೆಲಿನ್ ಮಿಂಚಿನಂತೆ ಚಲಿಸಿ, ಸಿಡಿಲಿನಂತೆ ನೆಲಕ್ಕೆ ಎರಗಿದಾಗ ಪ್ರೀತಂನ ಜೀವನದ ಹೆಮ್ಮೆಯ ಕ್ಷಣವೊಂದು ಚಿಮ್ಮಿತ್ತು.

ಆದರೆ ಮರುಕ್ಷಣವೇ ಚಿಕ್ಕ ಆಘಾತವೊಂದು ಅವನಿಗಾಗಿ ಹೊಂಚುಹಾಕಿತ್ತು! ದಾಖಲೆ ದೂರಕ್ಕೆಸೆದ ಹೆಮ್ಮೆಯಲ್ಲಿ ಪ್ರೀತಂನ ಕಣ್ಣುಗಳು ಜಾವೆಲಿನ್ ವೇಗದಲ್ಲೇ ಸುಮಿಯತ್ತ ಧಾವಿಸಿದವು. ಅರೆ! ಯಾವುದೋ ಹುಡುಗನ ಜೊತೆ ಸಂಭಾಷಣೆಯಲ್ಲಿದ್ದಾಳಲ್ಲ, ತಾನು ದಾಖಲೆ ದೂರಕ್ಕೆ ಎಸೆದದ್ದನ್ನು ಅವಳು ಗಮನಿಸಲಿಲ್ಲವೇ ಹಾಗಾದರೆ? ತನ್ನ ಸಾಧನೆಯ ಕ್ಯಾರೇ ಇಲ್ಲದಂತೆ ಅವನ ಜೊತೆ ಏನು ಮಾತು! ಅವನು ಕ್ರಿಕೆಟರ್ ರೋಹಿತ್ ಅಲ್ಲವೇ! ಸುಮಿಯೊಂದಿಗೆ ಅಷ್ಟು ಸನಿಹದಲ್ಲಿರುವುದೇಕೆ? ಅವರಿಬ್ಬರ ಮಾತು–ಕತೆ ನೋಡಿದರೆ ಬಹಳ ದಿನಗಳ ಪರಿಚಯ ಇದ್ದಂತಿದೆಯಲ್ಲ. ಬರೀ ಪರಿಚಯವೇ? ಅವರು ಆಡುವುದು ನೋಡಿದರೆ ಕ್ಲೋಸ್ ಕೂಡ ಆಗಿರಬಹುದು... ಪ್ರೀತಂನಿಗೆ ಕಡಲ ತೆರೆಗಳು ಮೇಲೆದ್ದು, ಸುರುಳಿಸುರುಳಿಯಾಗಿ ತನ್ನನ್ನು ಒಳಗೆ ಎಳೆದುಕೊಂಡಂತೆ ಅನಿಸಿತು. ಪ್ರಥಮ ಸ್ಥಾನದ ಪೋಡಿಯಮ್ ಮೇಲೆ ನಿಂತು ಮೆಡಲ್ ಸ್ವೀಕರಿಸುವಾಗ ತಾನೇ ಎಸೆದ ಜ್ಯಾವೆಲಿನ್ ತನ್ನೆದೆಗೇ ಬಂದು ಇರಿದಂತೆ ಅನಿಸಿತು. ಬಹುಮಾನ ವಿತರಣೆಯಾದೊಡನೆ ಕೋಚ್ ರೊಡ್ರಿಗ್ಸ್ ಸರ್ ಕರೆದದ್ದರಿಂದ ಪ್ರೀತಂ ಅತ್ತ ನಡೆದ. ಅಲ್ಲಿಂದಲೂ ಅವನ ಕಣ್ಣುಗಳು ಗ್ಯಾಲರಿ ಕಡೆಗೇ ಇದ್ದವು. ಈಗ ಸುಮಿ ಯಾವುದೋ ಹುಡುಗಿ ಜೊತೆ ನಿಂತಿದ್ದಾಳೆ. ಹೌದು, ಅವಳು ಕಾಮರ್ಸ್ ಕಾಲೇಜಿನ ಸ್ಟುಡೆಂಟ್ ಜಾಹ್ನವಿ. ಆ ಹುಡುಗಿ ಜೊತೆ ಏನು ಮಾತು?! ಯಾಕೋ ತನಗಿಷ್ಟವಿಲ್ಲ ಆ ಹುಡುಗಿ. ಕಾಲೇಜಿನಲ್ಲಿ ಸ್ವಲ್ಪ ಓವರ್ ಎಂದು ಫೇಮಸ್ ಆಗಿರುವ ಆಕೆಯೊಂದಿಗೆ ಯಾವಾಗ ಫ್ರೆಂಡಶಿಪ್ ಆಯ್ತು ಸುಮಿಗೆ? ಆಗ ರೋಹಿತ್, ಈಗ ಜಾಹ್ನವಿ... ಏನಿದು ಚಕ್ಕರ್ ನಡಿತಿದೆ?

*

ಹುಡುಗ ಹುಡುಗಿ ಇಬ್ಬರೂ ರಾತ್ರಿಯಿಡೀ ನಿದ್ದೆ ಮಾಡಲಿಲ್ಲ. ಸುಮಿಗೆ ಪ್ರೀತಂ ಎಸೆದ ಜಾವೆಲಿನ್ ತನ್ನ ಪಾದಕ್ಕೆ ಚುಚ್ಚಿದಂತೆ, ಪ್ರೀತಂನಿಗೆ ತಾನೇ ಎಸೆದ ಜಾವಲಿನ್ ಮರಳಿ ತನ್ನೆದೆಗೇ ಇರಿಯುತ್ತಿರುವಂತೆ ಅನಿಸಿತೊಡಗಿತ್ತು! ನೀನಂದ್ರೆ ಇಷ್ಟ ಅಂದಿದ್ದಳು. ಪೋಕರಿ ಹುಡುಗನೆಂದೇ ಫೇಮಸ್ಸಾಗಿರುವ ರೋಹಿತನ ಜೊತೆಗೆ ಅಷ್ಟೊಂದು ಕ್ಲೋಸ್ ಆಗಿರುವುದು ಯಾಕೆ? ಅವನ ಉಸಿರು ಬಿಗಿದುಬರುತ್ತಿತ್ತು. ಇತ್ತ ಸುಮಿಗೂ ಉಸಿರು ಕಟ್ಟುತ್ತಿತ್ತು. ಕಾಮರ್ಸ್ ಕಾಲೇಜಿನ ಹುಡುಗಿ ಜಾಹ್ನವಿ ಜೊತೆಗೆ ಅಫೇರ್ ಇದ್ದದ್ದನ್ನು ಪ್ರೀತಂ ಹೇಳಲೇ ಇಲ್ಲ, ಎಂದು ಉರಿದು ಬೀಳುತ್ತಿದ್ದಳು. ಈ ಹುಡುಗರ ಸಹವಾಸವೇ ಬೇಡಪ್ಪ ಎಂದು ಅವಳು, ಈ ಹುಡುಗೀರನ್ನ ನಂಬಬಾರದು ಎಂದು ಅವನು! ಸ್ಪೋರ್ಟ್ಸಿನಲ್ಲಿ ಸಾಧನೆ ಮಾಡಬೇಕಾದರೆ ಏನೆಲ್ಲ ಮಾಡಬಾರದು ಅನ್ನುವ

ಕೋಚ್ ರೊಡ್ರಿಗ್ಸ್ ಅವರ ಪಟ್ಟಿಯಲ್ಲಿ ಹುಡುಗಿಯರ ಚಕ್ಕರಲ್ಲಿ "ಅಜಿಬಾತ್ ಪಡನಕಾ" ಎಂಬುದೂ ಒಂದಾಗಿತ್ತು. ಕಾರವಾರಕ್ಕೆ ಬರುವ ಮೊದಲು ನೀಲವ್ವ ಸುಮಿಯ ಕೂದಲು ಬಾಚುತ್ತಾ "ಚಂದಾಗಿ ಓದು ಬರಹ ಕಲ್ತು ಮುಂದೆ ಬಾ ಮಗಳೆ, ಹುಡುಗರ ಸಾವಾಸಕ್ಕೆ ಮಾತ್ರ ಎಂದೂ ಹೋಗಬ್ಯಾಡಾ" ಅಂದಿದ್ದಳು. "ನಿನ್ನ ಶೈಲತ್ತಿ ಕತಿ ಏನಾಯ್ತು, ನಿಂಗೇ ಗೊತ್ತೈತಿ" ಎಂದೂ ತಿಳಿಸಿ ತಿಳಿಸಿ ಹೇಳಿದ್ದಳು.

ಸಹಜ ಆಕರ್ಷಣೆಗೊಳಗಾದ ಹೊಸ್ತಿಲಿನಲ್ಲೇ ಎಳೆಯ ಜೀವಗಳೆರಡು ಮಾನಸಿಕ ಗುದ್ದಾಟಕ್ಕಿಳಿಯುವಂತಾಯ್ತು. ಈ ಹುಡುಗೀರನ್ನ ನಂಬಲೇಬಾರದು ಎಂದು ಅವನು, ಈ ಹುಡುಗರ ಸಹವಾಸವೇ ಬೇಡ ಎಂದು ಅವಳು ನಿರ್ಧಾರ ಮಾಡಿ ಒಂದು ವಾರವೇ ಆಗಿತ್ತು. ಅವಳು ಬೀಚಿಗೆ ಹೋದರೂ ಕಾಳಿತೀರದತ್ತ ನಡೆಯಲಿಲ್ಲ. ಇವನು ಪಾತಿ ದೋಣಿಯಲ್ಲಿ ಮೀನು ಹಿಡಿಯುವಾಗ ಬೀಚಿನ ದಾರಿಯತ್ತ ನೋಡದಂತೆ ಕಣ್ಣುಗಳನ್ನು ಕಟ್ಟಿಹಾಕಿದ್ದ. ಆದರೆ ಇಬ್ಬರ ಮನಸ್ಸುಗಳಲ್ಲೂ ಪರಸ್ಪರರ ಬಗೆಗಿನ ಯೋಚನೆಗಳು ಮಾತ್ರ ಕ್ಷಣವೂ ಮರೆಯಾಗಲಿಲ್ಲ. ನಿಂತಲ್ಲಿ ಕೂತಲ್ಲಿ ಮಾತಿನಲ್ಲಿ ಮೌನದಲ್ಲಿ ಗಾಳಿಯಲ್ಲಿ ಬೆಳಕಿನಲ್ಲಿ ಅವರೇ, ಬರೀ ಅವರಿಬ್ಬರೇ! ಉಣ್ಣುವಾಗ ತಿನ್ನುವಾಗ ಯಾವುದೋ ಧ್ಯಾನದಲ್ಲಿರುವ ಮಗನನ್ನೇ ಗುಲಾಬಿ ದಿಟ್ಟಿಸುವಳು. ಹೊಂತಗಾರ ಹುಡುಗನ ಮೌನದೊಂದಿಗೆ ಸಂವಾದಿಸುವ ಬಗೆ ತಿಳಿಯದೇ ಅವಳೂ ಸುಮ್ಮನುಳಿದಳು. ಮಾತು ರೂಪಗೊಳ್ಳದ ಇಂಥ ಗಳಿಗೆಯಲ್ಲೇ ಗುಲಾಬಿಗೆ ಗಂಡನ ನೆನಪಾಗುವುದು. ಮನೆಯಲ್ಲಿ ಮೌನ ಹೆಚ್ಚಾದಷ್ಟೂ ಸಮುದ್ರದ ಅಲೆಗಳ ಆರ್ಭಟ ಹೆಚ್ಚಾಗುತ್ತಿತ್ತು. "ಕಾಲೆಜಲ್ಲಿ ಸರ್ ಬೈದ್ರಾ? ರೊಡ್ರಿಗ್ಸ್ ಮಾಸ್ತರ್ ಏನಾರೂ ಅಂದ್ರಾ? ಮಾರ್ಕು ಕಮ್ಮಿ ಬಿತ್ತಾ? ದೋಸ್ತರ ಸಂತಿಗೆ ಜಗಳಾಯ್ತಾ? ದುಡ್ಡ ಬೇಕಾ?" ಎಂಬಿತ್ಯಾದಿ ತೇಲುವ ಪ್ರಶ್ನೆಗಳನ್ನು ಒತ್ತಾಯದಲ್ಲಿ ತಂದುಕೊಂಡು ಆ ಮೌನವನ್ನು ಅಲುಗಾಡಿಸಲು ಪ್ರಯತ್ನಿಸುವಳು.

ಶೈಲತ್ತೆಗೂ ಏನೋ ಮಿಸ್ ಹೊಡೆಯಲು ಶುರುವಾಗಿತ್ತು. ನಿತ್ಯದ ತುಂಟತನದ, ಜೀವತುಂಬುವ ಮೆಸೇಜುಗಳು ಬಂದ್ ಆಗಿದ್ದವು. "ಯಾಕ, ನಿನ್ನ ಮತ್ಸ್ಯಗಂಧಿ ಮೆಸೇಜುಗಳು ರಜೆ ಮೇಲಿವೆ ಏನ?" ಎಂದು ಕೆಣಕುವಳು. ಸುಮಿ "ಮೂಡಿಲ್ಲ ಶೈಲತ್ತೆ" ಎನ್ನುವಳು. ಅಪಾರ್ಥ, ಮೌನ, ವಿರಹಗಳೂ ಪ್ರೇಮದ ಅವಸ್ಥಾಂತರಗಳಲ್ಲಿ ಜರುಗುವ ಸಾಮಾನ್ಯ ಸಂಗತಿಗಳು ಎನ್ನುವುದನ್ನು ಶೈಲತ್ತೆ ತಿಳಿಯದವಳೇನಲ್ಲ. ಇಂಥ ಸಂದರ್ಭದಲ್ಲಿ ತನ್ನ ಉಪದೇಶಕ್ಕಿಂತ, ಸಂಬಂಧದ ಸೂಕ್ಷ್ಮಗಳು ಸ್ವಾನುಭವದಿಂದ ಮನವರಿಕೆಯಾದರೇ ಒಳಿತು ಎಂದು ತಾನೂ ಮೌನವಾದಳು. ಆದರೂ ಬಾಹ್ಯ ಶಕ್ತಿಗಳು ಪ್ರೇಮವನ್ನು ಕಮರಿಸುವ ತನ್ನ ಕಾಲದವರಿಗೂ, ಪ್ರೇಮಕ್ಕೆ ಸಂಪೂರ್ಣ ಶರಣಾಗದೇ,

ಅಹಂನಿಂದ ಒಲವು ಬಿರುಕು ಬಿಡುವಂತೆ ಮಾಡುವ ಇಂದಿನವರಿಗೂ ಇರುವ ಫರಕನ್ನು ಅರಿತವಳಾಗಿ ದುಗುಡಗೊಳ್ಳುವಳು. ಸುಮಿಯ ಎಳೆಯ ಹೃದಯಕ್ಕೆ ಒಂದಿಷ್ಟು ಹಿತವಾಗಲು ತಾನೊಮ್ಮೆ ಕಾರವಾರಕ್ಕೆ ಹೋಗಿ ಬರಬೇಕು ಎಂದುಕೊಂಡಳು. ಆ ರಾತ್ರಿ "ಪ್ರೀತಿಯಲ್ಲಿ ಮನಸ್ತಾಪ, ಗಲತಫೆಮಿ ಆಗೋದು ಸಹಜ. ಪರಸ್ಪರ ಮಾತಿನಿಂದ, ಕೆಲವೊಮ್ಮೆ ಮೌನದಿಂದ ಮನಸ್ಸನ್ನು ನಿರ್ಮಲಗೊಳಿಸಿಕೊಳ್ಳಬೇಕು. ಪ್ರೀತಿಯಂಥ ಪ್ರೀತಿಯನ್ನೂ ಸಹನೆ ಸಮಾಧಾನ ವಿವೇಕದಿಂದ ಸ್ಫುಟಗೊಳಿಸುತ್ತಿರಬೇಕಾಗುತ್ತದೆ, ಮಗಳೇ" ಎಂದಷ್ಟೇ ಮೆಸೇಜು ಬರೆದು ಮಲಗಿದಳು.

ಕಣ್ಣಾರೆ ಕಂಡದ್ದರಲ್ಲಿ ಕಿವಿಯಾರೆ ಕೇಳಿದ್ದರಲ್ಲಿ ಗಲತಫೆಮಿ ಹೇಗೆ ಸಾಧ್ಯ? ಸ್ಪೋರ್ಟ್ಸ್ ಡೇ ದಿನ, ಕಾಮರ್ಸ್ ಕಾಲೇಜಿನ ಆ ಹುಡುಗಿ ಜಾಹ್ನವಿ "ಐ ಲವ್ ಹಿಮ್ ಸೋ ಮಚ್" ಎಂದಿದ್ದು ಸುಳ್ಳೇ! ಮೊಬೈಲಿನಲ್ಲಿ ಪ್ರೀತಂನ ಅದೆಷ್ಟು ಫೋಟೋಗಳನ್ನು ಸೇವ್ ಮಾಡಿಕೊಂಡಿದ್ದಾಳೆ! ಆದರೆ... ಆದರೆ... ಪ್ರೀತಂ ಕೂಡ ನಿನ್ನನ್ನು ಪ್ರೀತಿಸ್ತಾನಾ ಅಂತ ನಾನ್ಯಾಕೆ ಒಂದು ಮಾತು ಕೇಳಲಿಲ್ಲ? ಶ್ಶೀ, ಅದು ನನ್ನ ತಲಿಗೇಕೆ ಹೊಳೆಯಲಿಲ್ಲ? ನಾಳೆ ಪ್ರೀತಂನನ್ನೇ ಮೀಟ್ ಮಾಡಿ ಕ್ಲಿಯರ್ ಮಾಡಿಕೊಳ್ಳಲಾ?

ಆ ದಿನ ಟೂರ್ನಾಮೆಂಟ್ ಮುಗಿಸಿ ಗ್ರೌಂಡಿಂದ ಹೊರಬೀಳುವಾಗ ರೋಹಿತನಿಗೂ ಪ್ರೀತಂನಿಗೂ ಮಾತಿನ ಚಕಮಕಿ ಆದದ್ದು ನಿಜ. "ಅವಳು ನಮ್ಮ ಗಲ್ಲಿಯ ತಾನಗುಬ್ಬಿ, ಐ ಲವ್ ಹರ್... ನೀ ಏನಾದ್ರೂ ಕ್ರಾಸ್ ಬಂದ್ರ್ಯೋ, ಸಿಕ್ಸರ್ ಬಾರ್ಸಿದಂಗೆ ಗ್ರೌಂಡಾಚೆ ಅಟ್ಟುವೆ, ಮಗನೇ!" ಎಂದಿದ್ದ. ರೋಹಿತನ ಧಮಕಿಗೆ ಹೆದರಿರಲಿಲ್ಲ. ಆದರೆ ಸುಮಿ ಬೇರೊಬ್ಬನನ್ನು ಪ್ರೀತಿಸ್ತಾಳೆ ಅನ್ನುವುದನ್ನು ಅರಗಿಸಿಕೊಳ್ಳುವುದು ಪ್ರೀತಂನಿಗೆ ಕಷ್ಟವಾಗಿತ್ತು. ಆದರೆ... ಆದರೆ... ಸುಮಿನೂ ನಿನ್ನ ಲವ್ ಮಾಡ್ತಾಳೇನೊ ಎಂದು ನಾನ್ಯಾಕೆ ಒಂದು ಮಾತು ಕೇಳಲಿಲ್ಲ? ಶ್ಯೆ, ಅದು ನನ್ನ ತಲಿಗೇಕೆ ಹೊಳಿಲಿಲ್ಲ? ನಾಳೆ ಸುಮಿಯನ್ನೇ ಮೀಟ್ ಮಾಡಿ ಕ್ಲಿಯರ್ ಮಾಡಿಕೊಳ್ಳಲಾ?

ಕ್ಲಿಯರ್ ಮಾಡಿಕೊಳ್ಳಬೇಕು ಎಂಬ ತೀರ್ಮಾನದೊಂದಿಗೆ ಮರುದಿನ ಹುಡುಗ ಹುಡುಗಿ ಪರಸ್ಪರ ಹುಡುಕಾಡುತ್ತಾ ಕಡಲ ತೀರದಲ್ಲಿ ಅಲೆದಾಡಿದರು, ಮೊದಲ ಬಾರಿಗೆ ಕಡಲ ಪರಿವೆಯಿಲ್ಲದೇ! ಆದರೆ ಮನಸ್ಸುಗಳು ಪರಸ್ಪರ ಪ್ರದಕ್ಷಿಣೆಯಲ್ಲಿದ್ದರೂ ಚಲಿಸುವ ಪಥ ವಿರುದ್ಧ ದಿಕ್ಕಿನಲ್ಲಿತ್ತು. ಇಬ್ಬರೂ ಹಿಂದೆ ಮುಂದೆ ಸುತ್ತಾಡಿದರೂ ಎದುರಾಬದುರಾ ಆಗಲಿಲ್ಲ.

"ಕಡಲಿಗಿಳಿಯದ ದಿನ ಕಡಲ ಮಕ್ಕಳಿಗೆ ಅರೆಹೊಟ್ಟೆಯೇ" ಎಂದಿದ್ದ ಪ್ರೀತಂ. ಹೀಗಾಗಿ ಅವನು ದಿನಾ ಬಂದೇ ಬರುತ್ತಾನೆ ಎಂದು ಗೊತ್ತಿತ್ತು. ತನಗಾಗಿ ಕಾಯುತ್ತಿರಲಿ ಎಂದು ಮನಸ್ಸು ಬಯಸುತ್ತಿತ್ತು. ಅವಳು

ಸೇತುವೆ ಕೆಳಗಿನ ರಸ್ತೆಯಿಂದ ನೇರವಾಗಿ ಕಾಳಿ ನದಿಗೆ ಹೋದರೆ ಕತೆ ಬೇರೆಯಾಗುತ್ತಿತ್ತೇನೋ. ಸುಮಿ ಬೀಚ್ ಮೇಲೆ ನಡೆಯುತ್ತಾ ಕಾಳಿ ಅಳಿವೆ ತಲುಪಿದ್ದಳು. ಸುಮಿ ಕಾಳಿ ಸಂಗಮ ತಲುಪಿದಾಗ ಪಾತಿದೋಣಿಯೇನೋ ದಡದಲ್ಲಿತ್ತು. ಪ್ರೀತಂ ಕಾಣಲಿಲ್ಲ. “ಎಲ್ಲಿ, ಹೋದ ನಿನ್ ಸವಾರ?” ಎಂದು ದೋಣಿಯನ್ನು ನೇವರಿಸಿದಳು. ಈಗ ಬರ್ತಾನೆ, ಆಗ ಬರ್ತಾನೆ ಅಂತ ಕಾದಳು. ಎಷ್ಟು ಹೊತ್ತಾದರೂ ಪ್ರೀತಂನ ಸುಳಿವು ಇಲ್ಲದಿದ್ದಾಗ ಕಡ್ಡಿಯಿಂದ ಪಾತಿದೋಣಿಯ ಮೈ ಗೀರಿ ಮೊಬೈಲ್ ನಂಬರ್ ಬರೆದಳು.

“ಕಡಲನ್ನು ಕಾಣದ ದಿನ ಕನಸೇ ಬೀಳದು” ಎಂದಿದ್ದಳು ಸುಮಿ. ಹೀಗಾಗಿ ದಿನಾ ಅವಳು ಬೀಚಿಗೆ ಬಂದೇ ಬರುತ್ತಾಳೆ ಎಂದು ಗೊತ್ತಿತ್ತು. ಅವಳನ್ನು ಹುಡುಕುತ್ತ ಪ್ರೀತಂ ಟಾಗೋರ್ ಬೀಚ್ ಮೇಲೆ ಎರಡೆರಡು ಸುತ್ತು ಅಡ್ಡಾಡಿದ್ದ. ಬೀಚು, ಪಾರ್ಕು, ಪಾನಿಪುರಿ ಅಂಗಡಿಗಳನೆಲ್ಲಾ ಸುತ್ತಾಡಿ ನಿರಾಸೆಯಿಂದ ರಂಗಮಂದಿರದ ಮೆಟ್ಟಿಲುಗಳ ಮೇಲೆ ಕೂತ. ಅವಳು ಸ್ಕೂಟಿ ಮೇಲೆ ಬರೋದು ಗೊತ್ತಿದ್ದರೂ ಅದನ್ನು ನೋಡಿರಲಿಲ್ಲ. ಮಿಂಚಿನಂತೆ ಏನೋ ಹೊಳೆದು ಟು ವ್ಹೀಲರ್ ಸ್ಟ್ಯಾಂಡಿಗೆ ಹೋಗಿ ಬೈಕುಗಳ ನಂಬರ್ ಪ್ಲೇಟುಗಳನ್ನೆಲ್ಲಾ ಗಮನಿಸುತ್ತಾ ಹೋದ. ಸ್ಕೂಟಿ ಗುಲ್ಬರ್ಗಾದೇ ಆಗಿದ್ದರೆ, ಅದರ ನಂಬರ್ ಪ್ಲೇಟ್ ಬೇರೇನೆ ಆಗಿರಬೇಕು ಎನ್ನುವುದು ಅವನ ಅಂದಾಜು. ಅದು ಹುಸಿಯಾಗಲಿಲ್ಲ. ಹಾಗೊಂದು ನಂಬರ್ ಪ್ಲೇಟ್ ಕೆಎ–32 ರಿಂದ ಶುರುವಾಗಿತ್ತು. ಖುಶಿಯಾಯ್ತು ಅವನಿಗೆ. ಈ ಸ್ಕೂಟಿ ಸುಮಿಯದೇ ಎನ್ನುವುದು ಖಾತ್ರಿಯಾಯ್ತು. ಆದರೆ ಎಲ್ಲಿ ಹೋದಳು? ಬೀಚ್ ಮೇಲೆ ಇಲ್ಲಾ ಅಂದರೆ, ಅವಳು ಕಾಳಿನದಿ ಕಡೆ ನಡೆದು ಹೋಗಿರಬಹುದೇ? ಅವಸರದಿಂದ ಸೈಕಲ್ ಏರಿ ಸುಂಯ್ಯಂತ ಅತ್ತ ಹೊರಟೇಬಿಟ್ಟ, ಹೊರಡುವುದಕ್ಕಿಂತ ಮುಂಚೆ ಸ್ಕೂಟಿಯ ಮಿರರ್ ಮೇಲೆ ಮೊಬೈಲ್ ನಂಬರ್ ಗೀಚುವುದನ್ನು ಮಾತ್ರ ಮರೆಯಲಿಲ್ಲ.

ಹುಡುಗ ಹುಡುಗಿಯರ ಮುಲಾಕಾತನ್ನು ನೋಡಲಾಗದೇ ಮುಸ್ಸಂಜೆ ಸೂರ್ಯ ನಿಧಾನಿಸಿ ನಿಧಾನಿಸಿ ಕಡಲಿಗಿಳಿದು ಹೋದ. ಪರಸ್ಪರ ದರ್ಶನ ಸಂಭವಿಸದಿದ್ದರೂ ಪ್ರೀತಂ ಮತ್ತು ಸುಮಿಯರಿಬ್ಬರ ಹೃದಯಗಳಿಗೆ ಈಗ ಮೊಬೈಲು ಧ್ವನಿಯಾಗಿತ್ತು! ಪ್ರೇಮಿಗಳು ಮೌನದಲ್ಲೂ ಸಂಭಾಷಿಸಬಲ್ಲರು ಎಂದು ಶೈಲತ್ತೆ ಹೇಳಿದ್ದು ನಿಜವಾದರೂ ಸುಮಿಗೆ ಈಗ ಮಾತಿನ ಜರೂರತ್ತು ಇತ್ತು. ಮಿತಭಾಷಿಯಾದರೂ ಈ ಸಮಯದಲ್ಲಿ ಪ್ರೀತಂನಿಗೂ ಮಾತು ಬೇಕಾಗಿತ್ತು. “ರಾಶಿ ಮಿಸ್ ಮಾಡ್ಕಂಡೆ” ಅಂದ. “ನಿನ್ ಮ್ಯಾಲೆ ಕಡಲಿನಷ್ಟು ಪ್ರೀತಿಯಾಗಿದೆ, ಪ್ರೀತ್” ಎಂದಳು. ಅವರ ಮಾತು ನಗು ದಣಿವರಿಯದೆ ಭೋರ್ಗರೆಯಿತು. ತಡರಾತ್ರಿ ವರೆಗೂ ನೂರಾರು ಸಂದೇಶಗಳು

ವಿನಿಮಯಗೊಂಡು ಕತ್ತಲಲ್ಲಿ ಮಿಂಚುವ ಬಳ್ಳಿಗಳಾದವು. ಎಲ್ಲಾ ಕ್ಲಿಯರ್ ಮಾಡಿಕೊಳ್ಳಬೇಕು ಎಂದುಕೊಂಡಿದ್ದ ಇಬ್ಬರ ಹೃದಯದಲ್ಲೂ ಈಗ ಪ್ರೇಮವು ಕ್ರಿಸ್ಟಲ್ ಕ್ಲಿಯರ್ ಆಗಿ ಹೊಳೆಯುತ್ತಿತ್ತು!

*

ಸುಮಿ ಪ್ರೀತಂನ ಜೊತೆಗೆ ಸುತ್ತಾಡುವಾಗ ಹೊಸತೇ ಆದ ಕಾರವಾರವನ್ನು ಕಂಡಳು. ಪ್ರೀತಂಗೂ ಹಾಗೇ! ಪ್ರೀತಂ ಹುಟ್ಟಿ ಬೆಳೆದದ್ದು ಕಾರವಾರದಲ್ಲೇ ಆದರೂ, ಪುಣ್ಯಾತ್ಮ ಕೆಲವೊಂದು ಜಾಗಗಳನ್ನು ನೋಡಿರಲೇ ಇಲ್ಲ. ಇಬ್ಬರೂ ಸೈಕಲ್ಲಿನಲ್ಲಿ ಸುತ್ತಿದ್ದೇ ಸುತ್ತಿದ್ದು. ಇಬ್ಬರ ಕ್ಲಾಸುಗಳೂ ಮಧ್ಯಾಹ್ನ ಒಂದೇ ಟೈಮಿಗೆ ಮುಗಿಯುತ್ತಿದ್ದದ್ದು ಅವರಿಗೆ ಹೀಗೆ ಅಲೆದಾಡಲು ಅನುಕೂಲವಾಗಿತ್ತು. ಕಾರವಾರದ ಗಲ್ಲಿ ಗಲ್ಲಿಗಳು, ರಸ್ತೆ ಒಳರಸ್ತೆಗಳು, ಬೀಚು, ಪಾರ್ಕು, ಬಂದರು, ಮಾರುತಿ ಮಂದಿರ, ಚರ್ಚು, ಕೋಡಿಭಾಗ, ಸಂಕ್ರುಭಾಗ, ಕಡವಾಡ, ನಂದನಗದ್ದಾ, ಶಿರವಾಡ ಎಲ್ಲವನ್ನೂ ಇನ್ನೊಮ್ಮೆ ಮತ್ತೊಮ್ಮೆ ಸುತ್ತಾಡಿದರು. ಸದಾಶಿವಗಡದಲ್ಲಿರುವ ಸೂಫಿಸಂತನ ದರ್ಗಾ, ಶಿವಾಜಿ ಕೋಟೆಗೆ ಹೋದಾಗ ಐತಿಹಾಸಿಕ ಸಂಗತಿಗಳನ್ನು ಸುಮಿಯೇ ವಿವರಿಸಿದಳು. "ನಮ್ಮೂರ ಬಗ್ಗೆ ನನಗೇ ಇಷ್ಟೊಂದು ಗೊತ್ತಿರಲಿಲ್ಲ ಮಾರಾಯ್ತಿ" ಅಂದ ಪ್ರೀತಂ.

ಹುಡುಗರು ಹುಡುಗಿಯರು ಜೊತೆಜೊತೆಯಲ್ಲಿ ಅಡ್ಡಾಡಿದರೂ, ಸಾರ್ವಜನಿಕ ಶಿಷ್ಟಾಚಾರ ಕಾದುಕೊಂಡಿದ್ದರೆ ಅದನ್ನು ಮನ್ನಿಸುವಷ್ಟು ಉದಾರತನ ಕಾರವಾರಿಗರಲ್ಲಿತ್ತು. ಹೀಗಾಗಿ ಇವರ ಅಲೆದಾಟಕ್ಕೂ ಅನ್ಯೋನ್ಯತೆಗೂ ಅನುರಾಗಕ್ಕೂ ಯಾವುದೇ ಭಂಗ ಬರಲಿಲ್ಲ. ಪ್ರೀತಂ ಅವಳಿಗೆ ಖಾಂದಾ ಭಜ್ಜಿ, ಬಂನ್ಸ್ ಭಾಜಿ, ವಡಾ ಪಾವ್, ಭೇಲ್ ಪುರಿ ಸೆಂಟರ್ ಗಳನ್ನು ಕಾಣಿಸಿದ. ಬಗೆಬಗೆ ತಿನಿಸುಗಳ ರುಚಿ ಸ್ವಾದವನ್ನು ಮನಸಾರೆ ಸವಿಯುವ ಸುಮಿಯನ್ನು ನೋಡುವುದೇ ಪ್ರೀತಂನ ಕಣ್ಣುಗಳಿಗೆ ಹಬ್ಬವಾಯಿತು. ತಿನಿಸುಗಳ ಫ್ಲೇವರುಗಳನ್ನು, ಅವಕ್ಕೆ ಬಳಸಿದ ಸಾಮಗ್ರಿಗಳ ಪ್ರಮಾಣವನ್ನು ತೂಗಿ ಹೇಳಬಲ್ಲ ಅವಳ ಜ್ಞಾನ ಪ್ರೀತಂನನ್ನು ಚಕಿತಗೊಳಿಸಿತ್ತು. ತನ್ನ ಆಯಿ ಅದ್ಭುತವಾಗಿ ಮಾಡುವ ಕೋಳಿ ಸಾರಿನಂಥ ಪದಾರ್ಥಗಳಿಗೂ ಬರೀ "ಲೈಕಾಗಿದ ಆಯಿ, ಹಾಂ" ಎಂಬುದನ್ನು ಬಿಟ್ಟು ಬೇರೇನನ್ನೂ ಹೇಳಲಾಗದ ತನ್ನ ಶಬ್ದ ದಾರಿದ್ರ್ಯಕ್ಕೆ ತನ್ನನ್ನೆ ಹಳಿದುಕೊಂಡ. ಆಯಿ ಮಾಡುವ ಮೀನುಪಳದಿ, ರವಾ ಫ್ರೈ, ಶೆಟ್ಲಿಮುಡಿ, ಬಸಲೆಸೊಪ್ಪಿನ ಹುಳ್ಗ... ಇತ್ಯಾದಿ ಅಡುಗೆಗಳ ರುಚಿಯ ಗುಣಗಾನವನ್ನೂ ಸುಮಿಯ ಬಾಯಿಂದ ಒಮ್ಮೆ ಕೇಳುವಂತಾದರೆ, ಆಯಿಗೂ ಕೇಳಿಸುವಂತಾದರೆ ಎಷ್ಟು ಮಸ್ತ್ ಆಗುತ್ತಿತ್ತು! ಆದರೆ ಈ ಹುಡುಗಿ ಪ್ಯೂರ್ ವೆಜಿಟೇರಿಯನ್ ಮಾರಾಯಾ, ಶ್ಯೆ!

"ನೀವು ಗಡೀಗಡೀ ಶ್ಯೆ ಅಂಬುದು ಎಂತಕೆ ಮಾರಾಯ್ರೆ?" ಎಂದು ಸುಮಿ ಪ್ರೀತಂನನ್ನು ಅಣಕಿಸಿದಳು. "ನಿಮ್ಗೆ ಕಾರವಾರಿ ಭಾಷಾ ಬಂತು ತಗೋರಿ" ಎಂದು ಪ್ರೀತಂನೂ ಅಣಕಿಸಿದ. ಸುಮಿ ಅವನ ಕೆನ್ನೆ ಹಿಂಡುತ್ತಾ "ನೀನೂ ಬಯಲಸೀಮೆ ಭಾಷಿ ಕಲಿಯಾಕ್ ಹತ್ತಿ ಏನ" ಎಂದಳು. ಇಬ್ಬರೂ ನಕ್ಕರು. "ಹೇ ಪ್ರೀತ್, ನಿನ್ನದು ಕರಾವಳಿ ಕನ್ನಡ, ನನ್ನದು ಬಯಲುಸೀಮೆ ಕನ್ನಡ. ಎರಡೂ ಚಂದವೇ. ಹಾಗೇ ಮೈಸೂರು ಕನ್ನಡ, ಮಂಗಳೂರು ಕನ್ನಡ ಇಲ್ಲಾ ಇವೆ... ಆದರೆ ಈ ಎಲ್ಲ ಕನ್ನಡ ನದಿಗಳು ಸೇರುವ ಕಡಲಿನಂಥ ಒಂದು ಕನ್ನಡವಿದೆ, ಯಾವ್ದು ಹೇಳು? ಅದೇ ನಮ್ಮ ಅಣ್ಣಾವ್ರ ಸಿರಿಗನ್ನಡ! ನಾವು ಇನ್ಮುಂದೆ ಆ ಸಿರಿಗನ್ನಡದಲ್ಲೇ ಮಾತಾಡೋಣ... ಓಕೆನಾ? ನಮ್ಮ ಡಾ. ರಾಜಕುಮಾರ್, ಅನಂತನಾಗ್ ಅಚ್ಚ ಕನ್ನಡವನ್ನು ಹೇಗೆ ಕನ್ನಡಿಗರ ಮನಸ್ಸಿಗೊಯ್ದರು ಅಲ್ವಾ... ನೀನು ಸಿನಿಮಾ ಗಿನಿಮಾ ಹೆಚ್ಚು ನೋಡಿಲ್ಲಾ, ನಂಗೊತ್ತು... ನಾನು ನಮ್ಮ ಶೈಲತ್ತೆಗೆ ಎಷ್ಟು ಋಣಿಯಾಗಿದ್ದರೂ ಸಾಲದು. ಅವಳಿಂದಾಗಿಯೇ ಹಳೆಯ ಸಿನಿಮಾಗಳನ್ನೂ ನೋಡಿದೆ... ನಿಜ ಹೇಳಬೆಕೇಂದರೆ ಆಕೆ ನನ್ನ ಹೃದಯದಲ್ಲೂರಿದ ಪ್ರೀತಿಬೀಜವೇ ಈ ಕಡಲತೀರದ ಹುಡುಗನ ಹೃದಯದಲ್ಲಿ ಚಿಗುರಿದೆ ಅನಿಸುತ್ತದೆ" ಎಂದು ಪ್ರೀತಂನ ಕೊರಳಿಗೆ ಜೋಲಿ ಹೊಡೆದಳು.

"ಹೇ ಪ್ರೀತ್, ನಂಗೊಂದು ಆಸೆ... ನಿನ್ನಜೊತೆ ದೋಣಿಲಿ ಕೂತು ಕಾಳಿನದಿಯ ಉಗಮ ಸ್ಥಾನಕ್ಕೆ ಹೋಗಬೇಕಂತ..." ಅಂದಳು. ನದಿದಾರಿಯಲ್ಲಿ ಕೊಡ್ಸಳ್ಳಿ ಡ್ಯಾಮು, ಕದ್ರಾ ಡ್ಯಾಮು ಸಿಗುತ್ತವೆ ಎಂಬುದು ಅವನಿಗೆ ಗೊತ್ತಿತ್ತು. "ನಂಗೂ ಒಂದ್ ಆಸೆ ಇದೆ, ನದಿನಡುವೆ ದೋಣಿಯಲ್ಲಿ ಹೋಗುವಾಗ ನಿಂಗೊಂದು ಡ್ಯಾಶ್ ಡ್ಯಾಶ್ ಕೊಡಬೇಕು ಅಂತ" ಅಂದ. ಈ ಡ್ಯಾಶ್ ಡ್ಯಾಶಿಗೆ ಕನ್ನಡದಲ್ಲಿ ಚುಂಬನ ಅಂತಾರೆ" ಅಂದಳು. "ಕಾರವಾರದಲ್ಲಿ 'ಕಿಸ್' ಅಂತಾರೆ" ಅಂದ. "ಎರಡೂ ಬೇಡ 'ಮುತ್ತು' ಅಂತ ಕನ್ನಡದಲ್ಲಿ ಮುತ್ತಿನಂಥ ಶಬ್ದ ಇದೆ, ಗೊತ್ತೈತೋ ಇಲ್ಲಾ?" ಅಂದಳು. "ಕೇಳಿದ್ದೇನೆ, ಆದ್ರೆ ಹೇಗಿರುತ್ತದೆ ಅಂತ ಅನುಭವ ಇಲ್ರಿ. ತಾವು ಕರುಣೆ ತೋರಿಸಿದರೆ..." ಎಂದು ಕೈಬೆರಳನ್ನು ಅವಳ ತುಟಿಗಳ ಮೇಲಿಟ್ಟ. "ಬೇಶರಮ್" ಎಂದು ಸುಮಿ ಅವನನ್ನು ಆಚೆ ತಳ್ಳಿದಳು.

"ಹೇ ಪ್ರೀತ್, ನಿಂಗೆ ನಾಗತಿಹಳ್ಳಿ ಚಂದ್ರಶೇಖರ್ ಅವರು ಬರೆದ ಕತೆ ಗೊತ್ತಾ? ಬಯಲು ಸೀಮೆಯಿಂದ ಒಬ್ಬ ಹುಡುಗ ಕಾರವಾರಕ್ಕೆ ಬರೋದು, ಮಲೆನಾಡಿನ ಹುಡುಗಿ ಜೊತೆ ಲವ್ ಆಗೋದು, ಮನೆಯವ್ರು ಒಪ್ಪದೆ ಇರೋದು... ಇತ್ಯಾದಿ."

"ನಾನು ಕತೆ ಕಾದಂಬರಿಗಳನೆಲ್ಲ ಓದಿದ್ದು ಕಮ್ಮಿ ಮಾರಾಯ್ತಿ."

"ನಿಂಗೆ ಆ ಕತೆ ಕೊಡ್ತೀನಿ, ಓದು. ನಾನು ಶೈಲತ್ತೆ ಕಾರಣದಿಂದ ಒಂದಿಷ್ಟು ಕನ್ನಡ ಸಾಹಿತ್ಯ ಓದಿನಿ. ತುಂಬಾ ಸಿನಿಮಾ ನೋಡಿನಿ."

"ಸ್ಕೂಲಲ್ಲಿದ್ದಾಗ ಆಯಿ ಮೀನು ಮಾರಿ ಬರಲು ತಡವಾದ್ರೆ, ಇಲ್ಲೇ ಹತ್ತಿರದಲ್ಲಿದ್ದ ಲೈಬ್ರರಿಗೆ ಹೋಗ್ತಿದ್ದೆ. ಅಲ್ಲಿರುವ ಪತ್ರಿಕೆಗಳ ಮೇಲೆ ಕಣ್ಣು ಹಾಯಿಸುತ್ತಿದ್ದೆ, ಅಷ್ಟೇ."

"ನನಗೆ ಗಜಲ್ ಅಂದ್ರೆ ಇಷ್ಟ."

"ನಿಂಗೆ ದಿನಕರ ದೇಸಾಯಿಯವರು ಗೊತ್ತಾ? ಅವರ ನನ್ನ ದೇಹದ ಬೂದಿ... ಹೋಹೋಚೋ ಪದ್ಯಗಳನ್ನು ಕೇಳಿದ್ಯಾ?"

"ಹೌದು, ಒಂದು ಬದಿ ಕಡಲು ಒಂದು ಬದಿ ಸಹ್ಯಾದ್ರಿ. ಅದನ್ನ ಓದಿ ಅನಂತ ಸಮುದ್ರ ಮತ್ತು ಅಖಂಡ ಪರ್ವತಗಳನ್ನು ಕಲ್ಪಿಸಿಕೊಳ್ಳುತ್ತಿದ್ದೆ. ಈಗ ಅಂಥ ನೆಲದಲ್ಲಿ ನಿಂತಿದ್ದೇನೆ. ಜೊತೆಗೊಬ್ಬ ಸಖನೂ!"

"ಇಲ್ಲೇ ಇನ್ನೊಮ್ಮೆ ಹುಟ್ಟುವೆನು ನಲ್ಲೆ ... ಅಂತ ಒಂದು ಸಾಲುಂಟು."

"ಈಗ ನಾನು ಜನುಮ ಜನುಮಗಳಲ್ಲೂ ನಿನ್ನ ಜೊತೆಯಲ್ಲೇ."

ಸುಮಿ ದೂರದಲ್ಲಿ ಸೂರ್ಯಾಸ್ತ ನೋಡುತ್ತಾ ಮೌನವಾದಳು. ದಿನವಿಡೀ ಧಗಧಗ ಉರಿದ ಸೂರ್ಯ ಸಮುದ್ರ ಪ್ರವೇಶಕ್ಕೆ ಮುನ್ನ ಕೆಂಬಣ್ಣದಲ್ಲೂ ಶಾಂತ ಸ್ವರೂಪಿಯೇ ಆಗಿದ್ದ. ಹಗುರ ಸಮುದ್ರದಲ್ಲಿ ಇಳಿದು ಹೋಗುವುದು, ಆಕಾಶ ಶೂನ್ಯವಾಗುವುದು ಸುಮಿಯ ಕಣ್ಣುಗಳನ್ನು ಆರ್ದ್ರಗೊಳಿಸಿದವು. ಸನಿಹ ನಿಂತಿದ್ದ ಪ್ರೀತಂನನ್ನು ತಬ್ಬಿಕೊಂಡಳು. ಅವನ ಎದೆಯಲ್ಲಿ ಮುಖವಿಟ್ಟು "ಲವ್ಯು ಲವ್ಯೂ" ಅಂದಳು. ಪ್ರೀತಂ ತನ್ನ ತೋಳುಗಳನ್ನು ಅವಳ ಸುತ್ತಲೂ ಬಳಸಿದ್ದ. ಅವನ ಕಣ್ಣುಗಳಲ್ಲಿ ಚಿಕ್ಕ ನಶೆ ಪಸರಿಸಿದ್ದು ಸುಮಿಗೆ ಕಾಣುತ್ತಿತ್ತು. "ಪ್ರೀತ್, ಈ ಪ್ರೀತಿ ಅದೆಂಥ ಸುಖ ಕೊಡುತ್ತಿದೆ, ಅಲ್ವಾ! ನಮ್ಮ ಪ್ರೇಮ ದೈಹಿಕವನ್ನು ದಾಟಿ ಆತ್ಮಸಂಗಾತಕ್ಕೂ ಒಲಿಯಬೇಕು" ಎಂದಳು. "ಹಲೋ, ಪ್ರೀತಿಯಂಥ ಪ್ರೀತಿಗೆ ಇಷ್ಟು ಭಾರವಾದ ಮಾತಿನ ಸಿಂಗಾರವೇಕೆ?" ಎಂದ. "ಈ ಕ್ಷಣವು ಮಾತ್ರ ಸತ್ಯ, ಇರದುದರೆಡೆಗೆ ತುಡಿಯುದೆಲ್ಲವೂ ಮಿಥ್ಯ" ಎಂದು ನಕ್ಕ.

"ನೀನೂ ಪ್ರೇಮದ ಅಮಲಿನಲ್ಲಿ ರೂಮಿ ಆಗ್ತಿದ್ದಿ, ಬಿಡು" ಎಂದು ನಕ್ಕಳು.

"ರೂಮಿ? ಯೇ ರೂಮಿ-ಗೀಮಿ ಕ್ಯಾ ಹೈ?"

"ಓಹೋ, ನೀನೂ ಏಕ್ ದೂಜೆ ಕೆ ಲಿಯೇ ಸಿನಿಮಾ ಹಾಡು ಕೇಳಿದ್ದಿ ಅನ್ನು" ಅಂದಳು.

"ಸಿನಿಮಾನೂ ನೋಡಿದ್ದೇನೆ, ಹೈಸ್ಕೂಲಿನಲ್ಲಿದ್ದಾಗ... ಶೂಟಿಂಗೆಲ್ಲಾ ಗೋವಾ ಬೀಚುಗಳಲ್ಲಿ ಮಾಡಿದ್ದರಿಂದ ಇಷ್ಟವಾಗಿತ್ತು."

"ಓಹೋ ಅಪ್ಪಡಿಯಾ?"

"ಹೇ ಸು... ನಾನು ಇಂಗ್ಲೀಷಿನಲ್ಲಿ ಕೆಲವು ಶಬ್ದಗಳನ್ನು ಕೊಡ್ತೇನೆ. ಅವನ್ನು ನೀನು ಕನ್ನಡದಲ್ಲಿ ವಾಕ್ಯ ಮಾಡಬೇಕು, ಆಯ್ತಾ?"

"ಕರೆಕ್ಟ್ ಹೇಳಿದ್ರೆ ಏನ್ ಕೊಡ್ತಿಯೋ?"

"ಸರಿಯಾಗಿತ್ತು ಅಂದ್ರೆ ನಾ ಕೇಳಿದ್ದು ನೀ ಕೊಡಬೇಕು. ತಪ್ಪಾದ್ರೆ ನೀ ಕೇಳದೇ ಇದ್ರೂ ನಾನೇ ಕೊಡ್ತೇನೆ."

"ಎರಡೂ ಒಂದೇ ಆಯ್ತಲ್ಲೋ ಕೋತಿ, ಹೋಗ್ಲಿ ಏನ್ ಕೊಡ್ತಿ?"

"ಅದು ಸೆಂಟೆನ್ಸಿನಲ್ಲೇ ಗೊತ್ತಾಗ್ತದೆ."

"ಮಂಜೂರ್."

"ಓ ಫ್ಲಾವರ್ ಪರ್ಲ್ ಅಂಬ್ರೆಲ್ಲಾ... ಇದನ್ನ ಕನ್ನಡದಲ್ಲಿ ಅನುವಾದ ಮಾಡು."

"ಓ ಹೂವೇ ಮುತ್ತು ಛತ್ರಿ."

"ಹೂವಿಗೆ ಇನ್ನೊಂದು ಹೆಸರು? ಹಾಗೆ ಛತ್ರಿಗೆ ನಮ್ಮಕಡೆ ಏನಂತಾರೆ?"

"ಸುಮ? ಕೊಡೆ?"

"ಸುಮದಲ್ಲಿ ಮ ಸ್ವಲ್ಪ ನಾಚಿದೆ."

"ಸುಮಿ."

"ಗ್ರೇಟ್, ಈಗ ಪೂರ್ತಿ ವಾಕ್ಯ ಮಾಡು."

"ಓ ಸುಮಿ ಮುತ್ತು ಕೊಡೆ!"

"ಕರೆರೆರೆಕ್ಟ್... ಕೊಡು ಮತ್ತೆ!"

"ಯೂ... ತಿಂದಾಗ್ತಿನಿ ನಿನ್ನ... ಕೊಡೊಲ್ಲ ನಿಂಗೆ ಮುತ್ತು."

"ಹ ಹ ಹಾ... ಕೊಡಲೇ ಬೇಕು. ಇಲ್ಲದಿದ್ರೆ ಚೀಟರ್ ಕಾಕ್ ಆಗ್ತಿಯಾ!"

"ಸರಿ, ನಂದೂ ಒಂದು ಚಾಲೆಂಜ್, ಅದ್ರಲ್ಲಿ ಪಾಸ್ ಆದ್ರೆ ಕೊಡ್ತೀನಿ, ಆಯ್ತಾ?"

"ನನ್ನ ಪ್ರೈಸ್ ಕೊಡು ಮೊದ್ಲು. ಆಮೇಲೆ ನಿನ್ನ ಸವಾಲು."

"ಗುರು ನನ್ನ ಸವಾಲನ್ನೂ ಸ್ವೀಕರಿಸು. ಗೆದ್ರೆ ಡಬಲ್ ಸರ್‌ಪ್ರೈಸು."

"ಸರಿ, ಕೇಳು."

"ಶಿ ಸೆಲ್ಸ್ ಸಿ ಶೆಲ್ಸ್ ಆನ್ ದ ಸಿ ಶೋರ್... ರಿಪೀಟ್ ಮಾಡು ಮರಿ."

"ಅದರಲ್ಲೇನಿದೆ?... ಶಿ ಸೆಲ್ಸ್ ಶಿ ಸೆಲ್ಸ್ ಆನ್ ದಿ ಶಿ ಸೋರ್."

"ಹ ಹ ಹಾ..."

"ಇನ್ನೊಮ್ಮೆ ಹೇಳ್ತೇನೆ ತಡಿ... ಶಿ ಶೆಲ್ಸ್ ಶಿ ಶೆಲ್ಸ್..."

"ಶಿ ಶಿ ಶೀ..."

"ಶಿ... ಸೆಲ್ಸ್... ಸಿ... ಶೆಲ್ಸ್... ಆನ್ ದಿ ಶಿ ಶೋರ್... ಸಾರಿ ಸಾರಿ... ಇನ್ನೊಮ್ಮೆ ಟ್ರೈ ಮಾಡ್ತೇನೆ."

"ಲಾಸ್ಟ್ ಚಾನ್ಸ್..."
"ಶಿ... ಸೆಲ್ಸ್... ಸಿ... ಶೆಲ್ಸ್... ಆನ್... ದಿ... ಸಿ... ಶೋರ್..."
"ಕರೆರೆರೆಕ್ಟ್, ಗುಡ್ ಬೊಯ್."
"ಗಿಫ್ಟ್ ಎಲ್ಲಿ?"
"ಗುಡ್ ಬಾಯ್."
"ಹೇ! ಕೊಟ್ಟು ಹೋಗು ಗಿಫ್ಟು."
"ಕಣ್ಮುಚ್ಚು ಕೋತಿ.'
"..."
"ಉಮಮಮಮಮ್ಮಾ..."
"ಇದು ಕೆನ್ನೆಗಾಯ್ತು, ತುಟಿಗೆ?"
"ಸದ್ಯ ಅಷ್ಟು ಸಾಕು."
"ಲವ್ಯೂ ಅನ್ನು."
"ಲವ್ಯೂ."
"ಲವ್ಯೂ ಲವ್ಯೂ."

*

ಆ ಸಂಜೆ ಕಡಲಿಂದ ಮನೆಗೆ ಬರುವುದು ಎಂದಿಗಿಂತ ತಡವಾಗಿತ್ತು. ವಿರುಪಾಕ್ಷಿ ಬಾಗಿಲಲ್ಲೇ ಕಾದು ನಿಂತಿದ್ದ. ಇವಳು "ಹೈ ಬ್ರೋ" ಅಂದಳು. ಎಂದಿಗಿಂತ ಹೆಚ್ಚು ಲವಲವಿಕೆಯಲ್ಲಿದ್ದಳು. ವಿರುಪಾಕ್ಷಿಗೂ ಖುಶಿಯಲ್ಲಿರೋ ಸಹೋದರಿಯನ್ನು ಕಂಡೊಡನೆಯೇ ದಿನದ ಆಯಾಸವೆಲ್ಲ ಮಾಯವಾಗುತ್ತಿತ್ತು. ಇಂದು ಅವನ ಮನಸ್ಸಿನಲ್ಲೊಂದು ಸಣ್ಣ ಸುಳಿಗಾಳಿ ಬೀಸಿಹೋಯಿತು. ತನ್ನ ನಗುವಿಗೆ ತಿರುಗಿ ನಗದ ಅಣ್ಣ ಅಪರಿಚಿತನಂತೆ ಕಂಡದ್ದು ಯಾಕೆಂದು ಸುಮಿ ಒಳಗೆ ಹೋಗುವ ವರೆಗೂ ಯೋಚಿಸಿದಳು. ಅವಳ ಮನಸ್ಸಿನಲ್ಲಿ ಏನೋ ಚುಚ್ಚಿದಂತಾಯಿತು. ಅವನನ್ನು ಅಪರಿಚಿತ ಮಾಡಿದ್ದು ನಾನೇ! ಚಿಕ್ಕ ಚಿಕ್ಕ ವಿವರಗಳನ್ನೂ ಬಿಡದೇ ಹೇಳುವ ನಾನು, ಪ್ರೇಮ ಸಂಭವಿಸಿದ ಬಗ್ಗೆ ಅಣ್ಣನಿಗೆ ಅರುಹಲಿಲ್ಲ ಏಕೆ ಎನ್ನುವುದು ಅವಳಿಗೇ ಆಶ್ಚರ್ಯವಾಯಿತು. ಜೀವದಷ್ಟು ಪ್ರೀತಿಸುವ ಸಹೋದರನಲ್ಲಿ ಇಂಥ ದಿವ್ಯವಾದದ್ದನ್ನು ಮುಚ್ಚಿಟ್ಟೆನಲ್ಲ ಎಂಬ ತಪ್ಪಿತಸ್ಥ ಭಾವವು ಅವಳನ್ನು ಕೊರೆಯಲು ಶುರುವಾಯಿತು. ಆ ರಾತ್ರಿ ಅವಳಿಗೆ ನಿದ್ದೆ ಬೀಳಲಿಲ್ಲ. ಮಲಗಿದ್ದ ವಿರುಪಾಕ್ಷಿಯನ್ನು ನಡುರಾತ್ರಿಯಲ್ಲೆ ಎಬ್ಬಿಸಿ, ಅವನ ಎರಡೂ ಕೈಗಳನ್ನು ಹಿಡಿದು ತಲೆಯೂರಿದಳು. "ಮನ್ನಿಸು ಬ್ರೋ" ಎಂದಳು. ವಿರುಪಾಕ್ಷಿ ಅರೆ ನಿದ್ದೆ ಮತ್ತು ಅರೆ ಎಚ್ಚರದ ಸ್ಥಿತಿಯಲ್ಲಿ ಸಹೋದರಿಯನ್ನು ನೋಡಿದ. ಅವಳ ಕಣ್ಣುಗಳಲ್ಲಿ ಹಣತೆ ದೀಪವೊಂದು ಬೆಳಗುತ್ತಿತ್ತು. ಶೈಲತ್ತೆ

ಹೇಳುತ್ತಿದ್ದ ಪ್ರೇಮ ಕತೆಗಳನ್ನು ವಿರುಪಾಕ್ಷಿಯೂ ಆಲಿಸಿದವನೇ ಅಲ್ಲವೇ! ಅವನಿಗೆ ಸಹೋದರಿಯ ಮನಸ್ಸಿನಲ್ಲೇನಿದೆ ಎಂಬುದು ಅರ್ಥವಾಯಿತು. ಹಗುರ ಅವಳನ್ನು ಎಬ್ಬಿಸಿ ಹಣೆಗೆ ಮುತ್ತಿಟ್ಟು ಈಗ ಹೋಗಿ ಮಲ್ಕೋ, ನಾಳೆ ಮಾತಾಡೋಣ ಅಂದ.

ಸುಮಿಯೇನೋ ಹಗುರಾದಳು. ಆದರೆ ವಿರುಪಾಕ್ಷಿಗೆ ರಾತ್ರಿಯಿಡೀ ಜಾಗರವಾಯ್ತು. ಸುಮಿ ಪ್ರೇಮದ ಹಾದಿಯಲ್ಲಿ ಸಾಕಷ್ಟು ಮುನ್ನಡೆದಿರುವುದು ಅವನಿಗೆ ಅರಿವಾಯ್ತು. ಅವನು ದ್ವಂದ್ವದಲ್ಲಿ ಬೆಂದ. ಒಂದು ಕಡೆ ಶೈಲತ್ತೆ ಪರಂಪರೆಯ ಪ್ರೇಮ. ಇನ್ನೊಂದೆಡೆ ತಲೆಮಾರುಗಳಿಂದಲೂ ರಕ್ತದಲ್ಲೇ ಬಂದ ಲಿಂಗನಗೌಡ ಪಾಟೀಲ ಮನೆತನದ ಕಠೋರತೆ ಮತ್ತು ನಿಷ್ಠುರತೆ. ಒಮ್ಮೆ ಅಪ್ಪನಾಗಿ ಮನೆತನ, ಅಂತಸ್ತು, ಸಮಾಜ, ಇಜ್ಜತ್ತು ಎಂದು ಯೋಚಿಸುತ್ತಿದ್ದ. ಇನ್ನೊಮ್ಮೆ ಅತ್ತೆಯಾಗಿ ಪ್ರೀತಿ, ಪ್ರೇಮ, ಹೃದಯ ಎಂದು ಯೋಚಿಸುತ್ತಿದ್ದ. ಚೆನ್ನಾಗಿ ಓದಲು ಬಂದವಳಿಗೆ ಈ ಪ್ರೀತಿಪ್ರೇಮದ ಲಫಡಾ ಯಾಕೆ ಬೇಕಿತ್ತು? ಎಂದು ಅವನೊಳಗೆ ಅಪ್ಪ ಆರ್ಭಟಿಸಿದರೆ, ಪ್ರೀತಿಪ್ರೇಮ ಎಲ್ಲವೂ ಹೇಳಿ ಬರುತ್ತವೆಯೇ ಕಂದಾ, ಎಂದು ಶೈಲತ್ತೆ ಸಮಾಧಾನ ಮಾಡುತ್ತಿದ್ದಳು. ಇಲ್ಲ, ಇದು ನನಗೆ ಮಾತ್ರ ಮಾಡಿದ ದ್ರೋಹವಲ್ಲ, ನಮ್ಮ ಮನೆತನಕ್ಕೇ ಮಾಡಿದ ದ್ರೋಹ. ಪ್ರೀತಿಯ ಸಹೋದರಿ ಎಂದು ನೀಡಿದ ಸ್ವಾತಂತ್ರ್ಯವನ್ನು ಹೇಗೆ ದುರುಪಯೋಗಪಡಿಸಿಕೊಂಡಳು! ಚೆನ್ನಾಗಿ ಓದಲಿ ಡಿಗ್ರೀ ಪಡೆಯಲಿ ಸ್ವತಂತ್ರ ವ್ಯಕ್ತಿತ್ವವನ್ನು ರೂಪಿಸಿಕೊಳ್ಳಲಿ ಎಂದು ನಾನು ಬಯಸಿದ್ದೆ. ಅವಳ ಬಗ್ಗೆ ಏನೇನೋ ಕನಸು ಕಂಡಿದ್ದೆ. ವಿಶ್ವಾಸಕ್ಕೆ ದ್ರೋಹ ಮಾಡಿದಳು... ಇಲ್ಲ ಇವಳ ಈ ಲವ್ವುಗಿವ್ವು ಮೊಳಕೆಯಲ್ಲೇ ಚಿವುಟಿ ಹಾಕಬೇಕು... ನಾಳೆಯೇ ಇವಳನ್ನು ಊರಿಗೆ ಕಳುಹಿಸುತ್ತೇನೆ. ಹಟಮಾಡಿದರೆ ಕೆನ್ನೆಗೊಂದು ಬಿಗಿಯುತ್ತೇನೆ. ಅಪ್ಪನಿಗೆ ಹೇಳಿ ಇವಳನ್ನು ಮನೆಯಲ್ಲಿ ಕೂಡುಹಾಕಿಸುತ್ತೇನೆ. ಬುದ್ಧಿ ಕಲಿಯದಿದ್ದರೆ, ವರನನ್ನು ಹುಡುಕಿ ಮದುವೆ ಮಾಡಿಬಿಡಿ ಎನ್ನುತ್ತೇನೆ... ಎಂದು ಉಗ್ರಭಾವದಲ್ಲಿ ಎದ್ದು ಅವಳ ಕೋಣೆಗೆ ಹೋದ.

ಸುಮಿ ಒಂದು ಪಕ್ಕ ತಿರುಗಿ ಮಲಗಿದ್ದಳು. ನಿದ್ದೆಯಲ್ಲೂ ಕಿರುನಗೆ ಹಾಗೇ ಇತ್ತು. ಕೆನ್ನೆಗೆ ದುಪ್ಪಟ್ಟಾ ಒತ್ತಿಕೊಂಡಿದ್ದಳು. ಫ್ಯಾನ್ ಗಾಳಿಗೆ ಕಂಪಿಸುತ್ತಿದ್ದ ದುಪ್ಪಟ್ಟಾ ತುದಿ ಆಗಾಗ ಅವಳ ಮುಖದ ಮೇಲೆ ಕಚಗುಳಿಯಿಡುತ್ತಿತ್ತು. ಆ ತುದಿಯಲ್ಲಿ ಏನೋ ಬರೆದ ಹಾಗಿದೆಯಲ್ಲ. ಪ್ರೀತ್... ಓಹ್ ಇವನೇ ಹಾಗಾದರೆ ನನ್ನ ಸಹೋದರಿಯ ಮನಸ್ಸು ಕೆಡಿಸಿದವನು! ತಂದೆ ತಾಯಿ ಚಿಕ್ಕಪ್ಪ ಚಿಕ್ಕಮ್ಮ ಅಜ್ಜಿ ಸಹೋದರರು ಸಹೋದರಿಯರು–ಇವರೆಲ್ಲರ ಅಪಾರ ಪ್ರೀತಿಯೂ ಅವಳಿಗೆ ಅರಕೆಯಾಯಿತೆ? ಜಾಣೆಯಾದ ಸುಮಿ ಹೀಗೆ ಮೀನು ವಾಸನೆಯ ಕಡಲ ಕಿನಾರೆಯ ಹುಡುಗನ ಆಕರ್ಷಣೆಗೆ ಬೀಳುವಳು ಎಂದು

ಎಣಿಸಿರಲಿಲ್ಲವಲ್ಲ. ಆ ಹುಡುಗನೇ ಏನೋ ಮೋಸ ಮಾಡಿರಬೇಕು. ಅವನನ್ನು ಸುಮ್ಮನೇ ಬಿಡುವುದಿಲ್ಲ. ಮುಗ್ಧ ಸಹೋದರಿಯ ಚಿತ್ತ ಚಂಚಲಗೊಳಿಸಿದ್ದಕ್ಕೆ ಕೆನ್ನೆಗೊಂದು ಬಿಗಿಯುತ್ತೇನೆ. ಇನ್ಮುಂದೆ ಅವಳ ಸುದ್ದಿಗೆ ಬರದಂತೆ ಪಾಠ ಕಲಿಸುತ್ತೇನೆ...

ವಿರುಪಾಕ್ಷಿಯ ಪ್ರತಿ ಯೋಚನೆಯನ್ನು ಕೆಣಕುವಂತೆ ದುಪ್ಪಟ್ಟಾ ಅಲುಗಾಡುತ್ತಿತ್ತು. ಅದನ್ನು ಹರಿಯುವಷ್ಟು ಸಿಟ್ಟು ಬಂತು ಅವನಿಗೆ. ಆದರೆ ಮುಗ್ಧ ಮಗುವಿನಂತೆ ನಿದ್ದೆಯಲ್ಲಿರುವ ಸುಮಿಯನ್ನು ನೋಡಿ ಮನಸ್ಸು ಮೆತ್ತಗಾಗುತ್ತಿತ್ತು. ಎಂಥ ಜೀವತುಂಬಿದ ಹುಡುಗಿ. ಕೆಲಸದಲ್ಲಿ ಅದೇನು ಅಚ್ಚುಕಟ್ಟು. ಸ್ಟಡಿಯಲ್ಲೂ ಅಷ್ಟೇ ಜಾಣೆ. ಆಕೆಯ ಕೈನಲ್ಲಿ ಏನೋ ಮಾಂತ್ರಿಕತೆಯಿದೆ. ಏನೇ ಅಡುಗೆ ಮಾಡಿದರೂ ಅದರ ರುಚಿಯ ಪರಿಯೇ ಬೇರೆ. ಚಿಕ್ಕ ವಯಸ್ಸಿನಲ್ಲಿಯೇ ಎಂಥ ಅದ್ಭುತ ಅಡುಗೆ ಕಲಿತಿದ್ದಾಳೆ. ಮಾತ್ರವಲ್ಲ ಅದನ್ನು ಪ್ರೆಸೆಂಟ್ ಮಾಡುವ ರೀತಿಯೂ ಅನನ್ಯ. ಎಲ್ಲಿಂದ ಕಲಿತಳೋ ಈ ಹುಡುಗಿ! ತುಂಟತನವಿದ್ದರೂ ವಯಸ್ಸಿಗೆ ಮೀರಿದ ಪ್ರಬುದ್ಧತೆ ಅವಳದು...

ಯಾಕೋ ತಾನು ಸೋಲುತ್ತಿರುವೆ ಅನಿಸಿತು. ಹಗುರ ಅವಳ ಮೈಮೇಲೆ ಚಾದರ ಬಿಡಿಸಿ ಕೋಣೆಯಿಂದ ಹೊರಗೆ ಬಂದು ಗಳಗಳನೇ ಅತ್ತುಬಿಟ್ಟ. ಈಗ ಅಪ್ಪನನ್ನು ಕರೆಸುವುದೋ ಅಥವಾ ಶೈಲತ್ತೆಯನ್ನೋ? ಅಪ್ಪನಿಗೆ ಗೊತ್ತಾದರೆ ಮತ್ತೆ ರಾಕ್ಷಸನಾಗುತ್ತಾನೆ. ಶೈಲತ್ತೆಗೆ ತಿಳಿಸಿ ಅಪ್ಪನಿಗೆ ಹೇಳದಿದ್ದರೆ ನಾನು ಪಿತೃದ್ರೋಹಿಯಾಗುತ್ತೇನೆ. ಇಬ್ಬರನ್ನು ಕರೆಸಿದರೂ ಅದು ಎಲ್ಲರಿಗೂ ಜಾಹೀರಾಗಿ ರಂಪಾಟವಾಗುವುದು ಮಾತ್ರ ಖಾತ್ರಿ. ಬೇಡ, ನಾನೇ ನನ್ನ ಲೆವೆಲ್ಲಿನಲ್ಲಿ ಇದನ್ನು ಸಂಭಾಳಿಸುತ್ತೇನೆ... ಆದರೆ ಅದು ಹೇಗೆ ಮಾಡಲಿ? ವಿರುಪಾಕ್ಷಿ ತಲೆಯೊಳಗೆ ಎರಡು ಮೈಲಿಯಾಚೆಯ ಕಡಲು ಬೆಳಗಾಗುವ ವರೆಗೂ ಬಂದುಬಂದು ಅಪ್ಪಳಿಸುತ್ತಿತ್ತು.

*

ಪ್ರೇಮಿಗಳು ಒಂದಿನ ಮೀಟ್ ಮಾಡದಿದ್ದರೂ ವಿರಹ ಭರತದಂತೆ ಉಕ್ಕುತ್ತದೆ. ನೊರೆಯುಕ್ಕಿಸುವ ತೆರೆಗಳಂತೆ ಮನಸ್ಸು ಚಡಪಡಿಸುತ್ತದೆ. ಇವೆಲ್ಲ ಪ್ರೇಮದ ತೀವ್ರತೆಯ ಸೂಚಕಗಳು... ಇಂಥ ಮಾತುಗಳು ಶೈಲತ್ತೆ ಹೇಳಿದ ಪ್ರೇಮಕತೆಗಳಲ್ಲಿ ಕೇಳಿದ ಸಾಲುಗಳೇ ಆಗಿದ್ದವು. ಬಹುಶಃ ಭರತದಂತೆ, ತೆರೆಗಳಂತೆ ಎಂಬಿತ್ಯಾದಿ ಉಪಮೆಗಳು ಮಾತ್ರ ಬದಲಾಗಿರಬಹುದು, ಅಷ್ಟೇ! ಬಿಡುಗಡೆಗೊಳಿಸುವ ಒಲವೇ ಬಂಧನವಾಗುವ ಪರಿಗೆ ಸುಮಿ ಚಕಿತಳಾಗುವಳು. ಬಂಧನ–ಬಿಡುಗಡೆ ಎರಡರ ಅರ್ಥವನ್ನು ಹುಡುಕಾಡುವಳು. ಕೆಲವೊಮ್ಮೆ ತಾನು ಪ್ರೇಮದ ಸ್ವರೂಪವನ್ನು ಹೀಗೆ ಹಿಂಜಿ ನೋಡುವುದು ತರವಲ್ಲ

ಅನಿಸುವುದು. ಸುಮಿಯ ಮನಸ್ಸು ಪ್ರೇಮದ ಆರಾಧನೆ ಮಾಡುತ್ತಿತ್ತು. ಪ್ರೇಮಕ್ಕಾಗಿ ಕಾತರಿಸುತ್ತಿತ್ತು. ಕಡಲ ಆಕರ್ಷಣೆ ಅದರ ಬಾಹ್ಯರೂಪವಾಗಿತ್ತು. ಪ್ರೀತಂನಿಗೆ ಈ ಪ್ರೇಮವೆನ್ನುವುದು ಆಕಸ್ಮಿಕದಲ್ಲಿ ಸಂಭವಿಸಿತ್ತು. ಆತ ಪ್ರೇಮಕ್ಕಾಗಿ ಎಂದೂ ಹಂಬಲಿಸಿರಲಿಲ್ಲ. ಹುಡುಕಾಡಿರಲಿಲ್ಲ. ಸುಮಿಗೆ ಪ್ರೇಮವು ಅರಸುತ್ತಿದ್ದ ಬಳ್ಳಿ ಹೃದಯದಲ್ಲೇ ಸಿಕ್ಕಂತಾದರೆ, ಪ್ರೀತಂನಿಗೆ ಪ್ರೇಮ ಪ್ರತ್ಯಕ್ಷವಾದ ಹಾಗೆ! ಪ್ರೇಮದ ಅಲೌಕಿಕತೆ ಅಥವಾ ಅಮರತ್ವದ ಬಗ್ಗೆ ಆತ ಎಂದೂ ಯೋಚಿಸಲಾರ. ಆಕಸ್ಮಿಕದಲ್ಲಿ ಒಲಿದಿದ್ದರೂ ಪ್ರೇಮವನ್ನು ಈ ಕ್ಷಣದ ಗಾಳಿ ನೀರು ಬೆಳಕಿನಂತೆ ಸ್ವೀಕರಿಸಿದ್ದ. ಪ್ರೀತಂನಿಗೆ ಪ್ರೇಮದ ಕಡಲಲ್ಲಿ ತೇಲುತ್ತಿರಬೇಕು ಎಂಬಾಸೆ. ಅದೇ ಸುಮಿಗೆ ಪ್ರೇಮದ ಕಡಲಿನ ಆಳಕ್ಕಿಳಿಯಬೇಕು ಎಂಬ ಆಕಾಂಕ್ಷೆ. ಪ್ರೀತಂನಿಗೆ ಪ್ರೇಮದಲ್ಲಿ ಮಾತು ಮುಖ್ಯವಲ್ಲ. ಸುಮಿಗೆ ಮಾತಲ್ಲೂ ಪ್ರೇಮಮಂಟಪ ಕಟ್ಟಬೇಕು. ಅವಳಿಗೆ ಪ್ರೇಮವನ್ನು ಒಂದು ಸಂಭ್ರಮವನ್ನಾಗಿಸುವ ಮನಸ್ಸು. ಪ್ರೀತಂನಿಗೆ ಪ್ರೇಮವೇ ಸಂಭ್ರಮ; ಸಂಭ್ರಮವೆಂಬುದು ಬೇರೆ ಇಲ್ಲ. ಅದು ಅವನಿಗೆ ಪ್ರೇಮದ ಜಿಜ್ಞಾಸೆಯಿಂದ ಮೂಡಿದ ಮಾತಲ್ಲ. ಸಹಜ ಅರಿವಿನಿಂದ ದಕ್ಕಿದ್ದು... ಹೀಗೆ ಇಬ್ಬರ ಪ್ರೇಮವು ಗಾಢವಾದರೂ ಅದನ್ನು ಗ್ರಹಿಸುವ ಪರಿಯಲ್ಲಿ ಭಿನ್ನತೆಯಿತ್ತು. ಬಹುಶಃ ಆ ಭಿನ್ನತೆಯೂ ಪ್ರೇಮ ಪೊರೆಯುವಲ್ಲಿ ಪೂರಕವೇ ಆಗಿರಬಹುದು! ಪ್ರೀತಂ ಮತ್ತು ಸುಮಿಯರ ಒಲವಿಗೆ ಅದರ ಅಭಿವ್ಯಕ್ತಿಗೆ ಸುಂದರ ಕಾರವಾರವೂ ಪೂರಕವಾದದ್ದು ಮಾತ್ರ ಸುಳ್ಳಲ್ಲ. ಕಡಲ ತೀರವು ಅವರ ಪ್ರೇಮವನ್ನು ನಿತ್ಯನೂತನಗೊಳಿಸುತ್ತಿತ್ತು.

"ಪ್ರೀತ್, ಈ ಪ್ರೇಮ ಎನ್ನುವುದು ಅದೆಂಥ ದಿವ್ಯಾನುಭೂತಿ ಅಲ್ಲವಾ?" ಎಂದಳು.

"ಪ್ರೀತಿ ಪ್ರೇಮ ಅಥವಾ ಲೈಫನ್ನು ನೀನು ದೊಡ್ಡದೊಡ್ಡ ಶಬ್ದಗಳಿಂದ ವರ್ಣಿಸುವುದು ಅಥವಾ ಫಿಲಾಸಫಿಕಲ್ ಆಗಿ ನೋಡುವುದು ಯಾಕೆ? ಈ ಗಳಿಗೆಯಲ್ಲಿ ನೀನು, ನಿನ್ನ ಈ ಸುಂದರ ಕಣ್ಣುಗಳು, ಚಿಕ್ಕ ಭಾವಕ್ಕೂ ಕಂಪಿಸುವ ನಿನ್ನ ಆ ಹುಬ್ಬುಗಳು, ನಿನ್ನ ಪ್ರತಿ ಮಾತಿಗೂ ಜೇನು ಅಂಟಿಸುವ ಈ ತುಟಿಗಳು... ಇವು ಮಾತ್ರ ಸತ್ಯ. ಅವುಗಳಾಚೆ ನಾನು ಏನನ್ನು ಯೋಚಿಸಲಾರೆ" ಎಂದ.

"ಇದೇ ಒಂದು ಫಿಲಾಸಫಿ ಆಯ್ತಲ್ಲೋ ಗುರು" ಎಂದಳು.

"ಅದಕ್ಕೇ, ಈ ಫಿಲಾಸಫಿಗಳನ್ನೆಲ್ಲ ಸಮುದ್ರಕ್ಕೆಸೆಯೋಣ... ಬಾ ಸುಮ್ಮನೇ ಅಪ್ಪಿಕೊಳ್ಳೋಣ" ಎಂದು ಅವಳನ್ನು ಸನಿಹಕ್ಕೆಳೆದುಕೊಂಡ.

ಅಲ್ಲಿ ಚೂರು ಕತ್ತಲಿತ್ತು. ಪ್ರೇಮಿಗಳಿಗೆ ಹಿತವಾಗುವಷ್ಟೇ ಬೆಳಕಿತ್ತು. ಪಶ್ಚಿಮವು ಎಲ್ಲಾ ಕೆಂಪಾದವೋ ಅನ್ನೋಥರ ರಂಗೇರಿತ್ತು. ನೀಲಿ ಕಡಲು ಕೆಂಪಾಗಿ ಕಪ್ಪಾಗುತ್ತಿತ್ತು. ಗಾಳಿಮರಗಳು ಸುಂಯ್ಯೆನ್ನುವುದು ನಿಧಾನವಾಗಿತ್ತು. ಪ್ರೀತಂನ ತೋಳುಗಳು ಸುಮಿಯ ಸೊಂಟವನ್ನು ಒತ್ತಿಹಿಡಿದಿದ್ದವು. ಸುಮಿ

ತನ್ನೆರಡು ಕೈಗಳನ್ನು ಪ್ರೀತಂನ ಕುತ್ತಿಗೆ ಸುತ್ತ ಬಳಸಿ ತನ್ನೆದೆಯ ಭಾರವನ್ನು
ಅವನೆದೆಗೆ ಆನಿಸಿದ್ದಳು. ಜಾವೆಲಿನ್ ಎಸೆತದಲ್ಲಿ ಹುರಿಗಟ್ಟಿದ ತೋಳುಗಳು,
ಹುಟ್ಟು ಹಾಕಿ ದೋಣಿ ನಡೆಸಿ ಹರವಾದ ಎದೆ ಅವಳಿಗೆ ಆಸರೆಯಾಗಿದ್ದವು.
ಆ ಹಿತವಾದ ಅಪ್ಪುಗೆಯಲ್ಲಿ ಸುಮಿಯ ಕೋಮಲ ತನು ಇನ್ನಷ್ಟು
ಮೃದುಗೊಳ್ಳುತ್ತಿತ್ತು. ಪ್ರೀತಂ ಅವಳ ಹಸ್ತವನ್ನು ಚುಂಬಿಸಿದ. ಕೈ ಬೆರಳುಗಳನ್ನು
ಕಚ್ಚಿದ. ಕೆನ್ನೆಗಳಿಗೆ ತನ್ನ ತುಟಿಗಳನ್ನು ಒತ್ತಿದ. ಕೊರಳಲ್ಲಿ ಸುಳಿದಾಡುವ
ಕೂದಲು ಸರಿಸಿ ಕಂಠ ಕಚ್ಚಿದ. ಮುದ್ದು ಉಕ್ಕಿ ತುಟಿಗಳನ್ನು ಚುಂಬಿಸಿದ. ಅವನ
ಬಿಸಿಯುಸಿರ ಶಾಖಕ್ಕೆ ಅವಳೂ ಕರಗಿದಳು. ಕಿರು ಮೀಸೆಯಂಚಿನ ತುಟಿಯನ್ನು
ತನ್ನ ತುಟಿಗಳಲ್ಲಿ ಕಚ್ಚಿ ಹಿಡಿದಳು. ಇಬ್ಬರ ತುಟಿಗಳು ಬೆಸೆದುಕೊಂಡಿದ್ದರೂ
ಉದ್ರೇಕದಲ್ಲಿ ಕಂಪಿಸುತ್ತಿದ್ದವು. ಒಮ್ಮೆ ಅವಳು ನವಿರಾಗಿ ತುಟಿ ಒತ್ತಿದರೆ,
ಇವನು ಅದನ್ನು ಕಚ್ಚಿ ಬಿಗಿಗೊಳಿಸುವನು. ಇನ್ನೊಮ್ಮೆ ಅವಳು ಕಡಲಿನಷ್ಟು
ದಾಹದಿಂದ ತುಟಿಗಳನ್ನು ಹೀರಿದರೆ, ಅವನು ಕಲಾವಿದನಂತೆ ತುಟಿಗಳಿಗೆ
ಪ್ರೇಮದ ಗಂಧವನ್ನು ಸವರುವನು! ಅಪ್ಪುಗೆಯ ಅಮಲು, ಮುದ್ದಿಸುವ
ಆವೇಶವು ಇಬ್ಬರನ್ನೂ ಮೈಮರೆಸಿತ್ತು. ಉನ್ಮತ್ತ ಪ್ರೇಮದಲ್ಲಿ ಪರವಶಗೊಂಡ
ಜೀವಗಳಿಗೆ ಸುತ್ತಲ ಜಗತ್ತಿನ ಪರಿವೆಯೇ ಇರಲಿಲ್ಲ; ತಲೆಯ ಹಿಂದೆ ಬಲವಾದ
ಪೆಟ್ಟುಬಿದ್ದು, ರಕ್ತಚೆಲ್ಲಿ ಪ್ರೀತಂ ನೆಲಕ್ಕೆ ಉರುಳುವ ವರೆಗೂ!

4

'ಹ್ಯಾಶ್ ಟ್ಯಾಗ್ ಕಂಡೆಮ್ ಲವ್ ಹೇಟರ್ಸ್'

ಪ್ರೇಮದ ಸಾಕ್ಷಾತ್ಕಾರಕ್ಕಾಗಿ ಸಾವು-ಬದುಕಿನ ಇಂಥ ಬಾಗಿಲುಗಳನ್ನೂ ದಾಟಬೇಕಾಗುತ್ತದೆ ಎನ್ನುವುದು ಸುಮಿಗೆ ತಿಳಿದಿರಲಿಲ್ಲ. ಪ್ರೇಮದ ಉನ್ಮಾದವು ಮರುಕ್ಷಣವೇ ಇಂಥ ಘೋರ ಸ್ಥಿತಿಗೆ ತಳ್ಳಬಹುದು ಎಂಬುದರ ಅರಿವಿರಲಿಲ್ಲ. ಆಘಾತದ ಗಳಿಗೆಯಲ್ಲೂ ಪರಿಸ್ಥಿಯನ್ನು ನಿಭಾಯಿಸುವ ಅದಮ್ಯ ಚೈತನ್ಯವೊಂದು ಚಿಮ್ಮುತ್ತದೆ ಎನ್ನುವುದೂ ಒಂದು ಜೀವನಾನುಭವಾಯಿತು ಅವಳಿಗೆ. ಅಂಥ ಶಕ್ತಿ ಸುಮಿಯಲ್ಲಿ ಜಾಗ್ರತಗೊಳ್ಳದಿದ್ದರೆ ಪ್ರೀತಂನ ಜೀವಕ್ಕೆ ಏನಾಗುತ್ತಿತ್ತೋ! ಆ ಮುಸ್ಸಂಜೆಯ ನಸುಗತ್ತಲಲ್ಲಿ ಮುಸುಕುಧಾರಿಗಳ ಹೊಡೆತಕ್ಕೆ ಪ್ರೀತಂ ಉರುಳಿದಾಗ, ಆ ಕ್ಷಣಕ್ಕೆ ದಿಕ್ಕೆಟ್ಟರೂ, ಮರುಕ್ಷಣವೇ ಆಕೆ ತೋರಿದ ದಿಟ್ಟತನವನ್ನು ಎಲ್ಲರೂ ಕೊಂಡಾಡಿದವರೇ! ಸುಮಿಗೆ ಅದು ತನ್ನ ಪ್ರಜ್ಞೆಯನ್ನು ಮೀರಿದ ಪ್ರತಿಕ್ರಿಯೆಯಾಗಿತ್ತು ಅನಿಸುತ್ತದೆ. ಜೀವನ್ಮರಣದ ಗಳಿಗೆಯಲ್ಲಿ ಚಿಮ್ಮುವ ಪ್ರಕ್ರಿಯೆ ಬುದ್ಧಿಗೆ ಅತೀತವಾದದ್ದು ಎಂಬುದು ಅವಳ ಈಗಿನ ತರ್ಕ. ಆ ಆಘಾತದ ಗಳಿಗೆಯಲ್ಲಿ ನಿಭಾಯಿಸಿದ್ದೆಲ್ಲವೂ ನೆನಪಿನ ಚೌಕಟ್ಟುಗಳಲ್ಲಿ ಅಸ್ಪಷ್ಟವಾಗಿ ದಾಖಲಾಗಿದ್ದವು. ಅರೆಪ್ರಜ್ಞಾವಸ್ಥೆಯಲ್ಲಿ ನೆಲಕ್ಕೊರಗಿದ್ದ ಪ್ರೀತಂನನ್ನು ತೊಡೆಮೇಲೆ ಮಲಗಿಸಿಕೊಂಡು, ರಕ್ತ ನಿಲ್ಲಿಸಲು

ತಕ್ಷಣವೇ ದುಪ್ಪಟ್ಟಾ ಸೀಳಿ ಪಟ್ಟಿಮಾಡಿ ಗಾಯಕ್ಕೆ ಬಿಗಿದುಕಟ್ಟಿದ್ದಳು. ಹತ್ತಿರ ಯಾರಾದರೂ ಇರುವರೇ ಎಂದು ಕೂಗಿದ್ದಳು. ಮೊಬೈಲಿಂದ ವಿರುಪಾಕ್ಷಿಗೆ ಕಾಲ್ ಮಾಡಿದ್ದಳು. ಅವನದು ಬ್ಯಿಸಿ ಟೋನ್ ಬರುವಾಗ ಪ್ರೀತಂನ ಫೋನ್ ಎತ್ತಿ ಅದರ ಪಾಸವರ್ಡನ್ನು ತಿಳಿಯದೇ ಇದ್ದರೂ ಬೆರಳುಗಳು ಸುಮ್ಮನೇ "ಪ್ರೀತ್ಸು" ಎಂದು ಟೈಪ್ ಮಾಡಿದಾಗ ಅದು ಓಪನ್ ಆಗಿತ್ತು! ಕಾಲ್ ರಿಜಿಸ್ಟರಿಗೆ ಹೋಗಿ ಇತ್ತೀಚಿನ ಕರೆಗಳನ್ನು ತಡಕಾಡಿದಾಗ ಆಯಿ, ಮಾವಾ, ಬೈತಕೋಲ್ ಚಿಕ್ಕಪ್ಪ, ರೊಡ್ರಿಗ್ಸ್ ಸರ್ ಹೆಸರುಗಳು ಕಂಡಿದ್ದವು. ರೊಡ್ರಿಗ್ಸ್ ಸರ್ ಅವರಿಗೆ ಕಾಲ್ ಮಾಡಿ ವಿಷಯ ತಿಳಿಸಿದ್ದಳು. "ಪ್ರೀತಂನನ್ನು ಉಳಿಸಿ ಪ್ಲೀಸ್" ಎಂದಿದ್ದಳು. ರೊಡ್ರಿಗ್ಸ್ ಸರ್ "ಐ ವಿಲ್ ರೀಚ್ ಇನ್ ಟು ಮಿನಟ್ಸ್" ಅಂದಿದ್ದರು. ಆ ಟು ಮಿನಟ್ಸ್ ಕೂಡ ಅವಳಿಗೆ ದೀರ್ಘ ಅನಿಸಿತ್ತು. ಸ್ಮೃತಿ ತಪ್ಪಿದ ಪ್ರೀತಂನನ್ನು ಹೇಗೋ ಹೆಗಲಿಗಾನಿಸಿ ಗಾಳಿಮರಗಳ ನಡುವೆ ನಡೆದು ಹೈವೇ ತಲುಪಿದ್ದಳು. ಅಷ್ಟರಲ್ಲಿ ಎಂಟತ್ತು ಬೈಕುಗಳೂ ಒಂದೆರಡು ಕಾರುಗಳೂ ಅಲ್ಲಿಗೆ ಬಂದಿದ್ದವು. ಆ ನಂತರ ನಡೆದದ್ದೆಲ್ಲ ರೊಡ್ರಿಗ್ಸ್ ಸರ್ ಸಾರಥ್ಯದಲ್ಲೇ. ಸಿವಿಲ್ ಆಸ್ಪತ್ರೆಯಲ್ಲಿ ಕೂಡ ಅರೆಕ್ಷಣವೂ ವಿಳಂಬವಾಗಲಿಲ್ಲ. ಪ್ರೀತಂ ಜೀವಾಪಾಯದಿಂದ ಪಾರಾಗಿದ್ದ. ಪ್ರೀತಂನಿಗೆ ಸ್ಮೃತಿ ಬಂದ ನಂತರವೇ ಯಾರೋ ಹೋಗಿ ಆಯಿಯನ್ನು ಕರೆದು ತಂದದ್ದು.

ಅಷ್ಟರಲ್ಲಿ ಪೋಲಿಸ್ ಕಂಪ್ಲೇಂಟ್ ಕೂಡ ದಾಖಲಾಯ್ತು. ರೋಡ್ರಿಗ್ಸ್ ಸರ್ "ಥೈ ವಚಾ, ಕೋಣ್ ತ್ಯಾಜೆರ್ ಮಾರ್ಲೆ ಪಳಯಾ" ಎಂದು ಕಳುಹಿಸಿದ್ದ ನಾಲ್ಕಾರು ಹುಡುಗರು ಬೀಚಿನಲ್ಲಿ ಸುತ್ತಾಡಿ ದುಷ್ಕೃತ್ಯ ಎಸಗಿದವರ ಸುಳಿವು ಸಿಗದೇ ಬರಿಗೈಲಿ ಬಂದಿದ್ದರು. ಪೋಲೀಸರು ನಿಮಗೆ ಯಾರ ಮೇಲಾದರೂ ಸಂಶಯವಿದ್ರೆ ಹೇಳಿ ಎಂದಿದ್ದರು. ರೊಡ್ರಿಗ್ಸ್ ಸರ್ "ಆ ಹುಡುಗ ಅಜಾತಶತ್ರು, ಈ ಹುಡುಗಿಯ ಮೇಲಿನ ದ್ವೇಷವೇನಾದರೂ ಇರಬಹುದೇ ಕೇಳಿ" ಅಂದರು. "ಹುಡುಗಿಯರ ಸಾವಾಸ ಮಾತ್ರ ಮಾಡಬೇಡಾ ಅಂದೆ, ಕೇಳದ್ನಾ? ಹಿ ಕುಡ್ ಗೋ ಟು ನ್ಯಾಶನಲ್ ಲೆವೆಲ್... ಈ ಘಾಟೀ ಹುಡುಗಿಯಿಂದ್ಲೇ ಇತ್ಲೆವಟೂ ಭಾನಗಡಿ ಝಾಲಿ" ಅಂದರು. ಆವೇಶದ ಸಂದರ್ಭದಲ್ಲಿ ರೊಡ್ರಿಗ್ಸ್ ಸರ್ ಕನ್ನಡ, ಕೊಂಕಣಿ, ಇಂಗ್ಲೀಷು ಮಿಕ್ಸ್ ಮಾಡಿ ಮಾತಾಡುವುದು ಗೊತ್ತಿದ್ದ ಅವರ ವಿದ್ಯಾರ್ಥಿಗಳಿಗೆ ಅಂಥ ಆಘಾತದ ಸಂದರ್ಭದಲ್ಲೂ ಒಳಗೊಳಗೇ ನಗು ಬರುತ್ತಿತ್ತು. ಪ್ರೀತಂ ರೊಡ್ರಿಗ್ಸ್ ಸರ್ ಅವರ ಕೈಗಳನ್ನು ಮೆಲ್ಲನೆ ಒತ್ತಿ, ಕಣ್ಣುಗಳಲ್ಲೇ ಸುಮಿಯ ಮನ ನೋಯಸಬೇಡಿ ಎಂಬಂತೆ ಯಾಚಿಸಿದ. ರೊಡ್ರಿಗ್ಸ್ ಸರ್ ಮನಸ್ಸು ಮೆತ್ತಗಾಯಿತು. "ಐ ಆಮ್ ಸಾರಿ" ಅಂದ್ರು. ಸುಮಿ ಇನ್ನೂ ಎಂಥ ಮನಸ್ಥಿತಿಯಲ್ಲಿದ್ದಳೆಂದರೆ ರೊಡ್ರಿಗ್ಸ್ ಸರ್ ಮಾತುಗಳು ಏನೂ ಪರಿಣಾಮ ಉಂಟುಮಾಡಲಿಲ್ಲ. ಅವಳ ಮೌನವನ್ನು ಕಂಡು ಗುಲಾಬಿಯೇ

ಅವಳ ಹತ್ತಿರ ಹೋಗಿ "ನೀ ಎಂತಕೆ ಬೆಜಾರ ಮಾಡ್ತಿ ಮಗಾ... ಅಂವ್ನ ಜೀವ ಉಳಿಸಿದೆ ನೀನು" ಅಂದು ತಲೆ ನೇವರಿಸಿದಳು. ಸುಮಿಗಾದ ಆಘಾತ ಮೊದಲ ಬಾರಿಗೆ ಅಳುವಾಗಿ ಹೊರಬಂತು. ಗುಲಾಬಿಯ ಹೆಗಲ ಮೇಲೆ ಮುಖವಿಟ್ಟು ಅತ್ತುಬಿಟ್ಟಳು. ಅಷ್ಟರಲ್ಲಿ ವಿರುಪಾಕ್ಷಿ ಬುಲ್ಲೆಟ್ ಮೇಲೆ ಬಂದು ಹೆಚ್ಚು ಮಾತಿಲ್ಲದೇ ಸುಮಿಯನ್ನು ಮನೆಗೆ ಕರೆದೊಯ್ದ. ಸುಮಿಗೆ ಅಲ್ಲಿ ಇನ್ನೊಂದು ಆಘಾತ ಕಾದಿತ್ತು. ಮನೆ ಸಮೀಪಿಸಿದಾಗ ಬೊಲೆರೋ ಗಾಡಿ ಗೇಟ್ ಮುಂದೆ ನಿಂತಿತ್ತು. ಸುಮಿಗೆ "ಸಮ್ಥಿಂಗ್ ಈಸ್ ರಾಂಗ್" ಎನ್ನುವುದರ ಸುಳಿವು ಹತ್ತಿತು. ಬುಲ್ಲೆಟ್ನಿಂದ ಇಳಿದು ಎದುರು ಬಂದು ವಿರುಪಾಕ್ಷಿಯ ಕಣ್ಣುಗಳನ್ನು ದಿಟ್ಟಿಸಿದಳು. ಅವನು ದೃಷ್ಟಿಯನ್ನು ತಿರುಗಿಸಿದ. "ಯು ಟೂ ಬ್ರೋ?!!" ಎಂಬ ಉದ್ಗಾರ ಮಾತ್ರ ಹೊರಬಿತ್ತು.

*

"ಗೋವಾಕೆ ಕ್ರಿಕೆಟ್ ಟೂರ್ನಾಮೆಂಟಿಗೆ ಹೋಗದ್ನೋ ಮಾರಾಯಾ, ನಂಗೆ ಅಲ್ಲೇ ಸುದ್ದಿ ಗುತ್ತಾಯ್ತು" ಅಂದ ರೋಹಿತ್. ಆಸ್ಪತ್ರೆಯಿಂದ ಡಿಸ್ಚಾರ್ಜ್ ಆದ ಮೇಲೆ ಪ್ರೀತಂನನ್ನು ನೋಡಲು ಅವರ ಮನೆಗೆ ರೋಹಿತ್ ಬಂದಿದ್ದ. "ಖರೆ ಹೇಳ್ತಿನೋ ಮಾರಾಯಾ... ಶಾಕ್ ಆಯ್ತು" ಅಂದ. ಸ್ವಲ್ಪ ಹೊತ್ತು ಡಿಟೇಲಾಗಿ ವಿಷಯ ಕೇಳಿ ತಿಳಿದ ಮೇಲೆ, ಪ್ರೀತಂನ ಎರಡೂ ಕೆನ್ನೆ ಹಿಂಡಿ "ಮಗ್ನೆ ನಾ ಕಣ್ ಹಾಕಿದ್ ಚೆಲುವೆಯನ್ನ ನೀ ಹೈಜಾಕ್ ಮಾಡಿದೆ... ಅದ್ಕೇ ನಿಂಗೆ ಸಮಾ ಆಯ್ತು" ಅಂದು ನಕ್ಕ. ಬಗ್ಗಿ ಅವನ ಕಿವಿಯಲ್ಲಿ "ಸುಮಿಯಂಥ ಸಮ್ತಿಗೆ ಹೂ ಅಪ್ಪಿಕೊಳ್ಳುದಾದರೆ ನಾನು ಹಿಂಗೆ ಹೊಡ್ತ ತಿನ್ನೂಕೆ ರೆಡಿ ಮಾರಾಯಾ" ಎಂದು ಕಣ್ಣು ಮಿಟುಕಿಸಿದ. ಆಯಿಯತ್ತ ತಿರುಗಿ "ಗುಲಾಬಕ್ಕ, ಬ್ಯಾಗೆ ಎಂಗೇಜಮೆಂಟ್ ಮಾಡಬಿಡ... ಕದ್ದುಮುಚ್ಚಿ ರೋಮ್ಯಾನ್ಸ್ ಮಾಡುದ ಬಿಟ್ಟು, ಖುಲ್ಲಂಖುಲ್ಲಾ ಲವ್ ಮಾಡ್ಕಂಡಿರಲೆ" ಎಂದ. ಅವನ ಮಾತಿಗೆ ಪ್ರೀತಂನ ಚಿಕ್ಕ ಮನೆಯಲ್ಲಿ ಸೇರಿದ್ದ ಅವನ ಕಾಲೇಜಿನ, ಸ್ಪೋರ್ಟ್ಸ್ ಕ್ಲಬ್ಬಿನ ಗೆಳೆಯರು, ನುಶಿಕೋಟಿಯಿಂದ ಬಂದಿದ್ದ ಗುಲಾಬಿ ಬಳಗದವರು, ಬಿಣಗಾದಿಂದ ಬಂದಿದ್ದ ಗಂಡನ ಕಡೆಯವರು ಎಲ್ಲರೂ ನಕ್ಕರು. ಅಲ್ಲಿವರೆಗೆ ಆಕಾಶವೇ ತಲೆ ಮೇಲೆ ಬಿದ್ದ ಹಾಗೆ ಕೂತಿದ್ದ ಗುಲಾಬಿಯ ಮುಖಗಳೂ ಸ್ವಲ್ಪ ಸಡಿಲಾದವು. "ಸಾಕಮಾಡಾ, ಅಂಕೋಲಿ ಹುಂಬ" ಎಂದು ಹುಸಿಕೋಪ ತೋರಿಸಿ ಎಲ್ಲರಿಗೂ ಅವಲಕ್ಕಿ ಬೆಲ್ಲ ಕಲಿಸಿ ಕೊಟ್ಟಳು.

ಸುಮಿ ಎನ್ನುವ ಹುಡುಗಿ ಪರಿಚಯ ಆದದ್ದನ್ನು ಆಯಿಗೆ ಮಾತುಮಾತಲ್ಲಿ ಸೂಕ್ಷ್ಮವಾಗಿ ಹೇಳಿದ್ದು ಬಿಟ್ಟರೆ, ಪ್ರೀತಂ ಬೇರೆ ಯಾರಿಗೂ ಅದನ್ನು ಇವನಾಗಿಯೆ ಹೇಳಿರಲಿಲ್ಲ. ಈ ಹಲ್ಲೆಯ ಪ್ರಕರಣವು ತನ್ನ ಪ್ರೇಮವನ್ನು ಸ್ವಯಂ

ಜಗಜ್ಜಾಹೀರು ಮಾಡಿದ್ದು ಮಾತ್ರವಲ್ಲದೇ, ಆ ಪ್ರೇಮವು ಸಂಬಂಧಿಕರಿಗೂ ಸ್ನೇಹಿತರಿಗೂ ಸ್ವೀಕಾರಾರ್ಹ ಆದಂತೆ ಕಾಣುತ್ತಿರುವುದು ಅವನನ್ನು ಗೆಲುವಾಗಿಸಿತ್ತು. ಎಲಾ ಗಾಯದ ಮಾಯವೇ ಎಂಬ ಸೋಜಿಗದಲ್ಲಿ ಅವನು ನೋವಿನಲ್ಲೂ ಒಳಗೊಳಗೇ ಖುಶಿಯಾಗಿದ್ದ!

ಅವಲಕ್ಕಿ ಸಿಕ್ಕಾಪಟ್ಟೆ ಖಾರಾ ಆಗಿ ಇಸಗುಡುತ್ತಾ ರೋಹಿತ್ "ಗುಲಾಬಕ್ಕ ನೀ ಬಯಲುಸೀಮೆ ಹೆಣ್ಣನ್ನ ಸೊಸಿ ಮಾಡ್ಕಾ, ನಮ್ಮ ತಕರಾರ್ ಏನೂ ಇಲ್ಲಾ, ಆದ್ರೆ ನಮ್ಗೂ ಈ ನಮೂನಿ ಖಾರಾ ಮೆಣಸ್ ತಿನ್ಸಬೆಡಾ, ಕೈ ಮುಗೀತಿ ಮಾರಾಯ್ತಿ" ಅಂದ. ಮತ್ತೆ ಎಲ್ಲರೂ ನಕ್ಕರು. "ಹಾನಾ ಗುಲಾಮಾ, ಅಟ್ಟುಂದ ಖಾರಾ ಅಗಿದೇನಾ? ತಡಿ ಹಂಗಾರೆ" ಎಂದು ಗುಣುಬಲ್ಲಿ ಮತ್ತಷ್ಟು ಬೆಲ್ಲ ತಂದು "ತಕ್ಕಾ, ನಮ್ಮ ಹಿರೇಗುತ್ತಿ ಬೆಲ್ಲವೇ!" ಎಂದು ಅವಲಕ್ಕಿ ಮೇಲೆ ಸುತ್ತು ಹಾಕಿದಳು. ಚಹ ಕುಡಿದ ನಂತರ ರೋಹಿತ್ ಗೆಳೆಯರೊಡನೆ ಗಂಭೀರ ಚರ್ಚೆಗಿಳಿದ. "ಪ್ರೀತಂನ ಮೇಲೆ ಅಟ್ಯಾಕ್ ಮಾಡಿಸಿದವನು ರೋಹಿತನೇ ಇರಬಹುದು, ಅಂತ ಯಾರೋ ಪೋಲಿಸರಿಗೆ ಹೇಳಿದ್ರಂತೆ. ಇಂಥ ಹಲ್ಕಟ್ ಕೆಲ್ಸ ಸರ್ವಥಾ ಮಾಡೂದಿಲ್ಲ. ನಂಗೆ ಆ ಘಾಟೀ ಹುಡುಗಿ ಬಗ್ಗೆ ಒಂಥರಾ ಆಕರ್ಷಣೆ ಇದ್ದದ್ದು ಖರೆ, ಆದರೆ, ಇವರಿಬ್ಬರದೂ ರಿಯಲ್ ಲವ್ ಅಂತ ಗೊತ್ತಾದ ಕೂಡಲೇ ತಲೆಯಿಂದ ತೆಗೆದುಹಾಕಿದ್ದೆ..." ಎಂದ. "ನೋಡಿ, ನಮ್ಮ ಸ್ನೇಹಿತನ ಮೇಲೆ ಹಲ್ಲೆಯಾಗಿದೆ. ಹಲ್ಲೆ ಮಾಡಿದವರು ಅಥವಾ ಮಾಡಿಸಿದವರು ಇನ್ನೂ ಯಾರಂತ ಗೊತ್ತಾಗಿಲ್ಲ. ಯಾರನ್ನೂ ಅರೆಸ್ಟ್ ಕೂಡ ಮಾಡಿಲ್ಲ. ಫ್ರೆಂಡ್ಸ್, ಇದು ನಾವು ಮೌನವಾಗಿರುವ ಸಮಯವಲ್ಲ. ಇಂಥ ಹೇಯ ಕೃತ್ಯವನ್ನು ಪ್ರತಿಭಟಿಸಲೇಬೇಕು. ಒಂದು ಮೆರವಣಿಗೆ ಮಾಡುವಾ. ನೋಡಿ, ಇದು ಪ್ರೀತಂ ಮೇಲಿನ ಹಲ್ಲೆ ಮಾತ್ರವಲ್ಲ, ಯಂಗ್ ಜನರೇಶನ್ ಮೇಲಿನ ಇಂಟಾಲರನ್ಸ್. ಅರ್ಥ ಮಾಡಿಕೊಳ್ಳಿ... ಆ ಹುಡುಗಿ ತೋರಿದ ಧೈರ್ಯವನ್ನು ಮೆಚ್ಚಬೇಕು. ಶಿ ಈಸ್ ಅ ಬ್ರೇವ್ ಗರ್ಲ್... ಅವಳಿಂದ ಪ್ರೀತಂ ಬದುಕಿದ, ಅವರ ಪ್ರೀತಿಯನ್ನು ನಾವು ಬದುಕಿಸುವಾ... ನಮ್ಮ ಕಾರವಾರದಲ್ಲಿ ಮತ್ತೆ ಇಂಥದ್ದು ಆಗಬಾರದು... ಮಾಲಾ ಗ್ರೌಂಡಿನಿಂದ ಮೆರವಣಿಗೆ ಹೊರಡೋಣ, ಡಿಸಿ ಆಫೀಸಿಗೆ ಹೋಗಿ ಮನವಿ ಸಲ್ಲಿಸೋಣ. ಲವ್ ಮಾಡೋದು ಪಾಪ ಅಲ್ಲ... ಪರಸ್ಪರ ಮೆಚ್ಚಿದವರು ಅಪ್ಪಿಕೊಂಡರೆ ಅದೇನು ಅಪರಾಧವಲ್ಲ... ಇದು ನೈತಿಕ ಪೋಲೀಸಗಿರಿಯ ಕಿತಾಪತಿ ಆಗಿದ್ದರೆ, ಅದನ್ನು ಖಂಡಿಸೋಣ, ಧಿಕ್ಕಾರ ಹಾಕೋಣ..." ಅಂದ.

"ಹೇಯ್ ಸಚಿನ್, 'ಹ್ಯಾಶ್ ಟ್ಯಾಗ್ ಕಂಡೆಮ್ ಲವ್ ಹೇಟರ್ಸ್" ಅಂತ ಫೇಸ್ಬುಕ್ಕು ಮತ್ತು ವ್ಹಾಟ್ಸ್ಯಾಪ್ ಗ್ರುಪ್ ಕ್ರಿಯೇಟ್ ಮಾಡು. ಅದು ವೈರಲ್ ಆಗ್ಬೇಕು. ಹೇಯ್ ಸುನಿಲ್, ನೀ ಅರ್ಟಿಸ್ಟ್ ಅಲ್ವಾ? ಕೆಲವು ಪೋಸ್ಟರ್ಸ್ ರೆಡಿ ಮಾಡು. ಚೈತ್ರಾ, ನೀ ಕವನ-ಗಿವನ ಬರೀತಿಯಲ್ಲಾ... ಕ್ಯಾಚೀ ಲೈನ್ಸ್

ಬರೀ... ಲೈಕ್ 'ಪ್ರೀತ್ಸೋದ್ ತಪ್ಪಲ್ಲ', 'ಪ್ರೀತಿ ಪ್ರೇಮ ಪ್ರಣಯ, ಇದು ಯುವ ಮನಸ್ಸುಗಳ ವಿಷಯ', 'ಯುವ ಭಾವನೆಗಳನ್ನು ಅರ್ಥ ಮಾಡಿಕೊಳ್ಳಿ, ಪ್ರೀತಿ ಪ್ರೇಮಕ್ಕೆ ಇಡಬೇಡಿ ಕೊಳ್ಳಿ'... ಹೀಗೆ ಇನ್ನಷ್ಟು ಲೈನುಗಳನ್ನ ಬರಿ" ಎಂದು ಎದ್ದು ನಿಂತ. ರೋಹಿತನ ಭಾಷಣದಂಥ ಮಾತಿಗೆ ಎಲ್ಲರ ಮೈ ಬೆಚ್ಚಗಾಗಿತ್ತು. ಹೋಗುವಾಗ "ಹೇ ಪ್ರೀತ್ ನನ್ಮಗನೇ, ನಿನ್ ಫಾಟಿ ಮಿರ್ಚಿಗೂ ಕರಿ... ಅವಳಿದ್ರೆ ನಮಗೂ ಸ್ಫೂರ್ತಿ" ಎಂದು ನಗುತ್ತಾ ಅಲ್ಲಿಂದ ಬಿರುಸಾಗಿ ಹೊರನಡೆದ. ಉಳಿದವರು ಒಬ್ಬೊಬ್ಬರಾಗಿ ವಿದಾಯ ಹೇಳಿದರು.

ಪ್ರೀತಂ ಆಯಿಯ ಮೊಬೈಲ್ ಇನ್ನೊಮ್ಮೆ ನೋಡಿದ. ಮೊನ್ನೆಯ ಘಟನೆಯ ಸಮಯದಲ್ಲಿ ಇವನ ಮೊಬೈಲ್ ಎಲ್ಲೋ ಬಿದ್ದುಹೋಗಿದ್ದರಿಂದ ಆಯಿಯ ಮೊಬೈಲ್ ಬಳಸುತ್ತಿದ್ದ. ಸುಮಿಗೆ ಕಳುಹಿಸಿದ ಮೆಸೇಜುಗಳ ಡೆಲಿವರಿ ಆಗಿರಲಿಲ್ಲ. ವಾಟ್ಸಾಪ್ ಕರಿ ಟಿಕ್ಕು ನೀಲಿಯಾಗಿರಲಿಲ್ಲ, ಮೊನ್ನೆಯಿಂದಲೂ! "ನಾಳೆ ಬರುವೆ ಪ್ರೀತ್, ಟೇಕ್ ಕೇರ್, ಲವ್ಯೂ" ಎಂದು ಎಲ್ಲರೆದುರೇ ಹೇಳಿ ಹೋದವಳು ಮತ್ತೆ ನೋಡಲು ಬರದಿರುವುದು ಪ್ರೀತಂನ ಚಿಂತೆಗೆ ಕಾರಣವಾಗಿತ್ತು. ಬರುವುದು ಬೇಡ, ಕಾಲ್ ಕೂಡ ಕನೆಕ್ಟ್ ಆಗ್ತಿಲ್ಲ. ಒಮ್ಮೆ ಸ್ವಿಚ್ಡ್ ಆಫ್ ಎಂದು, ಇನ್ನೊಮ್ಮೆ ನೆಟವರ್ಕ್ ಹೊರಗಿದೆ ಎಂದೂ, ಮತ್ತೊಮ್ಮೆ ಈ ನಂಬರ್ ಅಸ್ತಿತ್ವದಲಿಲ್ಲ ಎಂದು ಒದರುತ್ತಿತ್ತು. ಪ್ರೀತಂನಿಗೆ ಏನೋ ಆಗಬಾರದ್ದು ಆಗಿದೆ ಅನಿಸುತ್ತಿತ್ತು. ಮಗ ನಿದ್ದೆಯಿಲ್ಲದೇ ಹಾಸಿಗೆಯಲ್ಲಿ ಚಡಪಡಿಸುವುದನ್ನು ಗುಲಾಬಿಯೂ ಗಮನಿಸಿದ್ದಳು. ಈಗ ನಿದ್ದೆ ಬೀಳಬಹುದು ಆಗ ನಿದ್ದೆ ಬೀಳಬಹುದು ಎಂದು ಕಾದು ತಾನೂ ಕಣ್ಣುರೆಪ್ಪೆ ತೆರೆದೇ ಮಲಗಿದ್ದಳು. ಮಗನ ತಲೆಗಾಯಕ್ಕಿಂಥ ಹೆಚ್ಚಿನ ನೋವು ಆತನ ಎದೆಮೇಲಿದೆ ಅನ್ನುವುದು ಅವಳ ಕರುಳಿಗೆ ಅರಿವಾಗಿತ್ತು. "ಮಗ, ನೋಯ್ತಿದ್ಯಾ?" ಎಂದಳು. "ಕಶಾಯ ಮಾಡ್ಕೊಡ್ಲಾ?" ಅಂದಳು. ಪ್ರೀತಂ ಹಾಸಿಗೆಯಿಂದೆದ್ದು "ಆಯಿ ಬ್ಯಾಗ್ ಬತ್ತಿ, ನೀ ಮನಿಕ್ಕಾ" ಎಂದ. "ಅಯ್ಯೋ ಈ ರಾತ್ರಿಗೆಂತಕೆ ಹೋತ್ಯೋ ಮಗನೆ?" ಅಂದಳು. ಬಾಗಿಲು ತೆಗೆದು ಚಿಟ್ಟಿಗೆ ಚಾಚಿದ್ದ ಸೈಕಲ್ಲು ನೆಟ್ಟಗೆ ಮಾಡಿದ. ಮಗನನ್ನು ತಡೆಯುವುದು ಅಸಾಧ್ಯ ಎನ್ನುವುದು ಆಯಿಗೆ ಗೊತ್ತಾಗಿತ್ತು. ಪಟಪಟ ಬಾಗಿಲು ಹಾಕಿ "ಶ್ಯೆ ಶ್ಯೆ, ಒಬ್ನೇ ಹೋಗುದ್ ಬೆಡಾ. ನಾನೂ ಬತ್ತಿ, ತಡಿಯೋ" ಎಂದಳು. ಒಂಥರಾ ಗುಂಗಿನಲ್ಲಿದ್ದ ಪ್ರೀತಂ ಕೂಡ ಬೇಡಾ ಅನ್ನಲಿಲ್ಲ.

ಕಾರವಾರದ ಮುಖ್ಯ ರಸ್ತೆಗಳು ನಡುರಾತ್ರಿ ಮೈ ಅಗಲಿಸಿ ಆರಾಂದಲ್ಲಿ ವಿಶ್ರಮಿಸಿದ್ದವು. ಹಗಲಲ್ಲಿ ನಜ್ಜುಗುಜ್ಜಾದ ಒಳರಸ್ತೆಗಳು ಮೈಬಿಡಿಸಿಕೊಂಡಿದ್ದವು. ಸಮುದ್ರ ಮಾತ್ರ ತನ್ನದೇ ಲಹರಿಯಲ್ಲಿ ಮೊರೆಯುತಿತ್ತು. ಹಗಲಲ್ಲಿ ಅಸ್ತವ್ಯಸ್ತವಾಗಿರುವ ಪೇಟೆಯ ಅಂಗಡಿಗಳು ತಮ್ಮ ಸರಕುಗಳನೆಲ್ಲ ಒಳನುಂಗಿ

ನೀಟಾಗಿದ್ದವು. ಬಸ್ ಡಿಪೋ ದಾಟಿದ ಮೇಲೆ ಚಿಕ್ಕ ಓಣಿಯಲ್ಲಿ ಸೈಕಲ್ಲು ನಡೆಸಿ ಶಾಂತಿ ಸದನ್ ಎನ್ನುವಲ್ಲಿ ನಿಲ್ಲಿಸಿದ. ದಣಪೆ ದಾಟಿ ಚಿಕ್ಕ ಅಂಗಳದ ಪಕ್ಕದಲ್ಲಿದ್ದ ಮೆಟ್ಟಿಲುಗಳನ್ನು ಹತ್ತಿ ಬಾಗಿಲೆದುರು ನಿಂತು ಮತ್ತೆ ಮತ್ತೆ ಬೆಲ್ ಮಾಡಿದ. ಹಿಂದಿನಿಂದ ಬಂದ ಗುಲಾಬಿ "ಬೀಗ ಹಾಕರಲ್ಲೋ ಮಗ" ಎಂದಳು. ಪ್ರೀತಂ ಹುಚ್ಚನಂತಾದ. ಅಲ್ಲೇ ಮೆಟ್ಟಿಲ ಮೇಲೆ ಕೂತ. ಪಕ್ಕದ ಕಂಪೌಂಡಿನಿಂದ ನಾಯಿ ಒಂದೇ ಸಮನೆ ಬೊಗಳುತ್ತಿತ್ತು. "ರಾತ್ರಿ ಹಿಂಗೆ ಬೇರೆಯವ್ರ ಕಂಪೌಂಡ್ ಒಳಗೆ ದಣಿಹುತ್ತ ಇರೂದ ಸರಿ ಅಲ್ಲ, ನಾಳೆ ವಿಚಾರ್ಸುನಿ, ಬಾ ಮಗ" ಎಂದು ಗುಲಾಬಿ ಪ್ರೀತಂನನ್ನು ಅಲ್ಲಿಂದ ಕೆಳಗಿಳಿಸಿದಳು. ದಣಪೆ ದಾಟುವಾಗ ಕೆಳಮನೆಯೊಳಗೆ ಝುಗ್ಗನೇ ಬೆಳಕಾಯಿತು. ಬಾಗಿಲೂ ತೆರೆದುಕೊಂಡಿತು. "ಯಾರು ಯಾರು? ಕೋಣು ಕೋಣು?" ಎನ್ನುವುದೂ "ನಾವು ನಾವು... ಆಮಿ ಆಮಿ" ಎಂಬ ಭಯದ ಧ್ವನಿಗಳೂ ಸಣ್ಣ ಕೋಲಾಹಲವನ್ನೆ ಉಂಟುಮಾಡಿದವು. ಕೆಲವರು ಗುಲಾಬಿಯ ಗುರುತು ಹಿಡಿದರು. "ಅರೆ, ಗುಲಾಬಿ ರಾತ್ರಿ ಮೀನ ಮಾರುಕೆ ಬಂದ್ಯೇನೇ?" ಎಂದು ಮಶ್ಕರಿ ಮಾಡಿದರು. ಹಿಂಗಿಂಗೆ ಎಂದು ವಿಷಯ ತಿಳಿದ ಮೇಲೆ ಮನೆ ಓನರ್ "ಅಜ್ಜಿ ಸೀರಿಯಸ್ಸು ಅಂತ ಅಣ್ಣ ತಂಗಿ ರಾತ್ರೋರಾತ್ರಿ ಊರಿಗೆ ಹೋದ್ರಲ್ಲ" ಎಂದರು. "ಇಬ್ಬರಿಗೂ ಏನೋ ಕಸಪಿಸಿ ಆಗ್ತಿತ್ತು. ಬ್ಯಾರೆವ್ರ ಸುದ್ದಿ ನಮಗೆಂತಕೆ ಅಂತ ನಾ ಲಕ್ಷ ಹಾಕಲಿಲ್ಲ" ಎಂದಳು ಮನೆಯಮ್ಮ.

ಪ್ರೀತಂನ ಮೇಲಿನ ಹಲ್ಲೆಯ ಪ್ರಕರಣದಲ್ಲಿ ರೋಹಿತನ ಬಗ್ಗೆ ಸಂಶಯಪಟ್ಟವರಿದ್ದರು. ಸುಮಿಯ ಮೇಲೆ ಅವನಿಗೆ ಸೀಕ್ರೆಟ್ ಲವ್ ಇದೆ ಎಂಬ ಕಾರಣ ಕೊಟ್ಟಿದ್ದರು. ಆದರೆ ಕಠಿಣಕೋಣದಲ್ಲಿ ಟೀಚರ್ ಆಗಿದ್ದ ರೋಹಿತನ ಅಮ್ಮ ಮತ್ತು ಆಯಿ ನುಶಿಕೋಟೆಯ ಕನ್ನಡ ಶಾಲೆಯಲ್ಲಿ ಜೊತೆಯಲ್ಲಿ ಕಲಿತವರು. ಆಯಿಗೆ ಈ ಹುಡುಗನ ಮೇಲೆ ಗೆಳತಿಯ ಮಗ ಎಂಬ ಮಮತೆಯಿತ್ತು. ಹೀಗಾಗಿ ಅವನ ಮೇಲೆ ಸಂಶಯಪಟ್ಟವರ ಮೇಲೆ ಗನಾ ಬೈದಿದ್ದಳು. ಟೂರ್ನಾಮೆಂಟಿನ ದಿನ ಸುಮಿ ವಿಷಯದಲ್ಲಿ ಇಬ್ಬರಿಗೂ ಮಾತಿನ ಚಕಮಕಿ ಆದದ್ದು ನಿಜ. ಆದರೆ ಮನೆಗೆ ಬಂದು ಅವನೇ ತಾನೆಂದಿಗೂ ಹಲ್ಲೆ ಮಾಡುವಂಥ, ಮಾಡಿಸುವಂಥ ಹೀನ ಕೆಲ್ಸ ಮಾಡಲಾರೆ ಎಂದು ಹೇಳಿಹೋಗಿದ್ದಾನೆ. ಇನ್ನು ಕೆಲವರು ಸುಮಿಯ ಅಣ್ಣನೇ ಮಾಡಿಸಿರಬಹುದು ಎಂದು ಸಂದೇಹ ವ್ಯಕ್ತಪಡಿಸಿದ್ದರು. ಸುಮಿಯ ಅಣ್ಣನನ್ನು ಒಂದೆರಡು ಬಾರಿ ನೋಡಿದ್ದರೂ ಅವನೊಂದಿಗೆ ಇನ್ನೂ ಮಾತಾಡಿರಲಿಲ್ಲ. "ಹೇ, ಪ್ರೀತ್ ಮುಂದಿನ ಸಂಡೇ ನನ್ನ ಅಣ್ಣನನ್ನು ಮೀಟ್ ಮಾಡಿಸುತ್ತೇನೆ. ಡೋಂಟ್ ವರಿ, ಅವನು ನನ್ನ ಫ್ರೆಂಡ್ ಥರ" ಅಂದಿದ್ದಳು ಸುಮಿ. ಸುಮಿಯ ಪ್ರಕಾರ ತಮ್ಮಿಬ್ಬರ ಸ್ನೇಹ ಪ್ರೀತಿ ಅವಳ ಅಣ್ಣನಿಗೂ ತಿಳಿದಿದೆಯಂತೆ. ಅವನ ಸಮ್ಮತಿಯೂ

ಇದೆಯಂತೆ. ಅಂಥವನನ್ನು ಹಲ್ಲೆಯ ಆರೋಪಿ ಮಾಡುವುದು ಹೇಗೆ? ಆದರೆ ಒಂದು ಮಾತೂ ಹೇಳದೇ ಊರಿಗೆ ಹೊರಟುಹೋದದ್ದು ವಿಷಯ ಗಂಭೀರವಾಗಿದೆ ಎಂಬುದು ಪ್ರೀತಂನ ತಲೆಗೆ ಇನ್ನೊಂದು ಆಘಾತದಂತೆ ಅಪ್ಪಳಿಸಿತ್ತು. ಅಜ್ಜಿಯನ್ನು ತುಂಬಾ ಹಚ್ಚಿಕೊಂಡಿದ್ದು ಪ್ರೀತಂನಿಗೆ ಗೊತ್ತಿತ್ತು. ಅವಳು ಸೀರಿಯಸ್ ಆಗಿದ್ದರೂ ಕನಿಷ್ಠ ಒಂದು ಕಾಲ್ ಮಾಡಿ ತಿಳಿಸದೇ ಹೋಗುತ್ತಾಳೆಂದರೆ, ಈಗ ಅವಳ ಫೋನೇ ರೀಚ್ ಆಗ್ತಿಲ್ಲ ಅಂದರೆ ಏನೋ ಲಫಡಾ ಆಗಿದೆ, ಸುಮಿ ತೊಂದರೆಯಲ್ಲಿದ್ದಾಳೆ ಎಂಬುದು ಪ್ರೀತಂನಿಗೆ ಪಕ್ಕಾ ಆಯಿತು. ಗಾಯದ ಹೊಲಿಗೆ ಬಿಡಿಸುವ ವರೆಗೂ ಅವನು ಚಡಪಡಿಸುತ್ತಲೇ ಇದ್ದ.

*

ಹುಡುಗ ಕಡಲತೀರದ ಕಾರವಾರದಿಂದ ಬಿಸಿಲನಾಡು ಕಲಬುರಗಿಗೆ ಹೊರಟಿದ್ದ. ಅದು ಬಯಲು ಸೀಮೆಯತ್ತ ಅವನ ಮೊದಲ ಪ್ರಯಾಣವಾಗಿತ್ತು. ಒಮ್ಮೆ ಅಂತರ್ ಜಿಲ್ಲಾ ಟೂರ್ನಾಮೆಂಟಿಗೆ ಅಂತ ಧಾರವಾಡಕ್ಕೆ ಹೋದದ್ದುಂಟು. ಆದರೆ ಅದನ್ನೂ ದಾಟಿ ಮೊತ್ತಮೊದಲ ಬಾರಿಗೆ ಹೋಗುತ್ತಿರುವುದು. ಆದರೂ ಅವನಿಗೆ ಗುಲ್ಬರ್ಗಾ ಅಂಥ ಅಪರಿಚಿತ ಪ್ರದೇಶ ಅನಿಸುತ್ತಿರಲಿಲ್ಲ. ಸುಮಿ ತನ್ನ ಅದೆಷ್ಟೋ ನೆನಪುಗಳಲ್ಲಿ ಗುಲ್ಬರ್ಗಾವನ್ನು ಕಣ್ಣಿಗೆ ಕಟ್ಟುವಂತೆ ಚಿತ್ರಿಸಿದ್ದಳು. ಹೀಗಾಗಿ ಅಲ್ಲಿಯ ಭೌಗೋಳಿಕ ವಿಶಿಷ್ಟತೆ, ಬಿಸಿಲ ತಾಪ, ಜನರ ಆಚಾರ ವಿಚಾರಗಳು, ತಿಂಡಿತಿನಿಸುಗಳು, ಭಾಷೆ ಇತ್ಯಾದಿಗಳ ಬಗ್ಗೆ ಪ್ರೀತಂನಿಗೆ ಒಂದು ಸಾಮಾನ್ಯ ಗ್ರಹಿಕೆ ಇತ್ತು.

ಕಾರವಾರ-ಗುಲ್ಬರ್ಗ ಬಸ್ಸು ಹತ್ತಿ ಕೂತಿದ್ದ. ಕಿಟಕಿ ಬದಿ ಸೀಟೇ ಸಿಕ್ಕಿತ್ತು. ಬಸ್ ಸ್ಟ್ಯಾಂಡಿಗೆ ಬಂದ ಚೈತ್ರಾ, ರೋಹಿತ್, ಚೇತನ್, ದೀಪಾಲಿ, ಗೌರವ್ ಯಾರಲ್ಲೂ ನಿಜವಾದ ಲವಲವಿಕೆ ಇರಲಿಲ್ಲ. ಅವರೆಲ್ಲ ಅವನನ್ನು ಹೋಗದಂತೆ ತಡೆಯಲು ಸೋತಿದ್ದರು. ಹಿಂದಿನ ರಾತ್ರಿ ಪ್ರೀತಂನ ಮನೆಯಲ್ಲಿ ಈ ಬಗ್ಗೆ ದೊಡ್ಡ ಚರ್ಚೆಯೇ ನಡೆದಿತ್ತು. ಸುಮಿಯನ್ನು ಹುಡುಕಿ ಕಲಬುರಗಿಗೆ ಹೋಗುವ ಅವನ ವಿಚಾರಕ್ಕೆ ಎಲ್ಲರೂ ಮಳ್ಳ ನೀನು ಅಂದಿದ್ದರು. ಅವನ ಜೀವಕ್ಕೆ ಅಪಾಯವಿರುವುದನ್ನು ಮತ್ತೆಮತ್ತೆ ನೆನಪಿಸಿದ್ದರು. ರೋಹಿತ್ "ನೀ ಹಾಂ ಅನ್ನು ನಾವೇ ಹೋಗಿ ಅವಳನ್ನು ಕಿಡ್ನ್ಯಾಪ್ ಮಾಡಿ ತರುತ್ತೇವೆ. ಆಲ್ ಇಸ್ ಫೇರ್ ಇನ್ ಲವ್ ಆಂಡ್ ಲವ್ ವಾರ್... "ಅಂದಿದ್ದ. "ಲವ್ ನಿಂದು, ವಾರ್ ನಮ್ದು" ಎಂದು ತಮಾಷೆ ಮಾಡಿದ್ದ. "ಬ್ಯಾಡ ಪ್ರೀತಂ, ಇವನ ಮಾತ್ರ ಕಳಿಸಬೇಡಾ. ಅಂವ ಕಿಡ್ನ್ಯಾಪ್ ಮಾಡಿ ಊರಿಗೆ ವಾಪಸ್ ಬರೂದು ಡೌಟು. ಬೆಕ್ಕಿನ ಕೈಲಿ ಮೀನು ಸುಟ್ಟಕಬಾ ಅಂದಂಗಾಗುದು"

ಎಂದು ಚೇತನ್ ಅವರನ್ನೆಲ್ಲ ನಗಿಸಲು ಪ್ರಯತ್ನಿಸಿದ್ದ. ಆದರೆ ಅವನ ಜೋಕಿಗೆ ಅಂಥ ಉತ್ಸಾಹದ ಪ್ರತಿಕ್ರಿಯೆ ಬರಲಿಲ್ಲ. ಪ್ರೀತಂನೂ ಎಲ್ಲರನ್ನೂ ಚಿಯರ್ ಅಪ್ ಮಾಡಲು ಪ್ರಯತ್ನಿಸುತ್ತಿದ್ದ. "ನೋಡಿ, ಯಾಕೋ ನನಗೀಗ ಜೀವದ ಬಗ್ಗೆ ಹೆದರಿಕೆಯಾಗ್ತಿಲ್ಲ. ನೀವು ಬೇಕಾದರೆ ಇದು ಪ್ರೇಮದ ಮಹಿಮೆಯೇ ಅನ್ನಿ. ಹೃದಯದಲ್ಲಿ ಪ್ರೀತಿ ಮತ್ತು ಭಯ ಎರಡೂ ಇರುವುದು ಸಾಧ್ಯವಿಲ್ಲ" ಅಂದ. "ಆಹಾಹಾ. ಪ್ರೇಮದಲ್ಲಿ ಪಿಎಚ್ಡಿ ಮಾಡಿದವರ ನಮೂನಿ ಮಾತಾಡ್ತಾ" ಎಂದಳು ಚೈತ್ರ. ಪ್ರೀತಂ ಗಂಭೀರವಾಗಿಯೆ ಇದ್ದ. "ನಾನು ಸಾವಿನ ಭಯ ಮೀರಿದ್ದೇನೆ ಅಂತ ಹೇಳೋದಿಲ್ಲ. ಆದರೆ ನನ್ನ ಜೀವಕ್ಕೆ ಅಪಾಯವಿಲ್ಲ ಅನಿಸ್ತಾ ಇದೆ. ಒಂದ್ವೇಳೆ ಸುಮಿಯ ಕಡೆಯವರೇ ನನ್ನ ಮೇಲೆ ಅಟ್ಯಾಕ್ ಮಾಡಿಸಿದ್ದಲ್ಲಿ, ಮತ್ತೆ ಹಾಗೆ ಮಾಡುವುದು ಸಾಧ್ಯವಿಲ್ಲ. ನಿಮ್ಮೆಲ್ಲರ ಇಷ್ಟೊಂದು ಸಪೋರ್ಟ್ ಇರುವುದು ಈಗ ಜಗಜ್ಜಾಹೀರಾಗಿದೆ. ನಿನ್ನೆ ಕಾಲೇಜಿಗೆ ಹೋಗಿ ಸುಮಿಯ ಗುಲ್ಬರ್ಗಾ ಅಡ್ರೆಸ್ ತಗೊಂಡಿದ್ದೇನೆ. ಸುಮಿಯ ಅಣ್ಣನ ಆಫೀಸಿಗೆ ಹೋದರೆ ಸುದ್ದಿಯಾಗುತ್ತದೆ ಎಂದು ಅಲ್ಲಿಗೆ ಹೋಗಿಲ್ಲ. ನೀವೂ ಯಾರೂ ಆ ಬಗ್ಗೆ ದುಡುಕಬೇಡಿ... ಆದಷ್ಟು ಸಮಾಧಾನದಿಂದ ಇರೋಣ, ಸುಮಿ 'ಪರಸ್ಪರ ಮನಸ್ಸು ಗೆದ್ದಾಗಿದೆ. ಇನ್ನು ಲೋಕದ ಮನಸ್ಸು ಗೆಲ್ಲೋದು ಬಾಕಿ ಇದೆ ಅಂದಿದ್ದಳು.' ಸೋ ನಂದೂ ಅದೇ ವಿಶನ್, ಅದೇ ಮಿಶನ್... ನವ್ ಗಿವ್ಮಿ ಯುವರ್ ಪರ್ಮಿಶನ್!" ಎಂದು ನಾಟಕೀಯವಾಗಿ ಅವರನ್ನು ನಗಿಸಲು ಪ್ರಯತ್ನಿಸಿದ. ಅವರೆಲ್ಲರೂ ಮೌನವಾಗಿದ್ದರು. ಬಸ್ಸು ಬಿಡಲು ರೆಡಿಯಾದಾಗ "ನೀವೆಲ್ಲ ನಾನು ಸುಮಿಯನ್ನು ಹುಡುಕಿ ಹೋಗ್ತಿರುವೆ ಅಂದ್ಕೊಂಡಿರುವಿರಿ, ಅಲ್ವಾ? ಖರೆ ಅಂದ್ರೆ ಇದು ನನ್ನನ್ನೇ ನಾನು ಶೋಧಿಸಿಕೊಳ್ಳುವ ಪಯಣ... ಪ್ರೀತಿಯಲ್ಲಿ ಪ್ರೀತಂ ಪಾಗಲ್ ಆಗ್ಯಾ ಅಂತ ನಗ್ಯಾಡ್ತೀರಿ, ನಂಗೊತ್ತು. ಆದ್ರೆ ಅದೊಂಥರಾ ಸುಖ... ನಾ ಬರುವ ವರೆಗೂ ಆಯಿ ನಿಮ್ಮ ತಾಯಿ. ಅವಳ ಬಗ್ಗೆ ಕಾಳಜಿಯಿರಲಿ" ಎಂದು ಅವರಿಗೆಲ್ಲ ಕೈ ಬೀಸಿ ಕಣ್ಮರೆಯಾದ.

*

ಅಂಕೋಲಾ ಬಿಟ್ಟು ಅರಬೈಲು ದಾಟುವ ವರೆಗೂ ಆಯಿ ಬಗ್ಗೆಯೇ ಯೋಚಿಸುತ್ತಿದ್ದ. ಆಯಿಯನ್ನು ಸಮಾಧಾನ ಮಾಡಿ ಒಪ್ಪಿಸುವುದು ಪ್ರೀತಂನಿಗೆ ಸಾಕುಬೇಕಾಗಿತ್ತು. "ಮಗನೆ, ನಿಮ್ಮ ಪ್ರೀತಿ ಗಟ್ಟಿಯಾಗಿದ್ರೆ ತಿರುಗಿ ಬರ್ತಾಳೆ, ಗಡ್ಬಿಡಿ ಮಾಡಬೆಡವೊ, ತಡಿಯೊ" ಅಂದಿದ್ದಳು ಆಯಿ. ಅವಳ ಆತಂಕ, ಕಾಳಜಿ ಸಹಜವೇ ಆಗಿತ್ತು. "ಯಾರಿಗೂ ಕೆಟ್ಟದು ಮಾಡದ ಮಗನನ್ನು ಆ ನಮೂನಿ ನಿಟ್ಟಿ ತಪ್ಪುವಂತೆ ಹೊಡೆದವರು, ಏನು ಮಾಡೂಕೂ ಹೇಸದವರು" ಎಂಬುದು ಆಯಿಯನ್ನು ಒಳಗಿಂದೊಳಗೆ ಕೊರೆಯುತ್ತಿದ್ದದ್ದು ಪ್ರೀತಂನಿಗೆ

ಗೊತ್ತಿತ್ತು. ಆದರೆ ತಮ್ಮ ಪ್ರೇಮವು ಎಲ್ಲಾ ಪ್ರಮಾಣಗಳನ್ನು ಮೀರಿದ ಅವಸ್ಥೆಯಲ್ಲಿತ್ತಲ್ಲ. ಅದು ಆಯಿಯ ಗ್ರಹಿಕೆಗೆ ಬಾರದಿರಲೂ ಸಾಧ್ಯವಿರಲಿಲ್ಲ. "ಹಂಗಾರೆ ನೀ ಒಬ್ನೇ ಹೋಗುದ್ ಬೆಡಾ ಮಗಾ, ನಾನೂ ಬತ್ತಿ ಸಂತಿಗೆ" ಅಂದಿದ್ದಳು. "ಬ್ಯಾಡ ಆಯಿ, ನಾನೇನ್ ಅಲ್ಲಿ ಯುದ್ಧ ಮಾಡಿ ಆ ಹುಡುಗೀನ ಬಿಡಿಸೋಕೆ ಹೋಗ್ತಿಲ್ಲ. ಏನಿದ್ರೂ ಅವರ ಮನಸ್ಸು ಗೆಲ್ಲೋದು..." ಎಂದಿದ್ದ. "ಸ್ವಂತ ತಂಗಿ ತಲಿ ಕಡೂಕೂ ತಯಾರಾಗಿದ್ರು ಅಂತ ನೀನೇ ಶೈಲತ್ತೆ ಅನ್ನೋರ ಕತೆ ಹೇಳಿದ್ಯಲ್ಲೊ ಮಗ. ನಿನ್ ತಲಿಗೆ ಆ ನಮೂನಿ ಬಡಿದು ಜೀಂವ ತೆಗೂಕೆ ಮಾಡದ್ರಲ್ಲ ಮಗನೆ. ಅಂಥವರಿಗೆ ಮನಸು ಅನ್ನುವುದು ಇರುದೇನೋ?" ಎಂದಿದ್ದಳು. "ಅದೆಲ್ಲ ಖರೆ ಆಯಿ. ಆದರೆ ಸುಮಿಗೆ ಇಂಥ ಗಳಿಗೆಯಲ್ಲಿ ನನ್ನ ಸಾಥ್ ಅಗತ್ಯವಿದೆ ಎಂದು ಮನಸು ಹೇಳ್ತಿದೆ. ನಾನು ಇಲ್ಲಿ ಸುಮ್ಮನಿದ್ದು ನೆಮ್ಮದಿಯಾಗಿರಲಾರೆ... ನಾನು ನೆಟ್ಟಗೆ ಸುಮಿಯ ಮನೆಗೆ ಹೋಗುದಿಲ್ಲ. ಫಸ್ಟು ಸುಮಿಯ ಶೈಲತ್ತೆಗೆ ಸಿಕ್ತೆ. ಅವಳ ಅಡ್ರೆಸ್ಸು ಫೋನ್ ನಂಬರು, ಏನೂ ಇಲ್ಲ ಖರೆ. ಆದ್ರೆ ಟೀಚರ್ ಆಗಿರುದರಿಂದ ಹುಡುಕುದು ಕಷ್ಟ ಆಗುವಂಗಿಲ್ಲ. ಒಮ್ಮೆ ಶೈಲತ್ತೆ ಸಿಕ್ಕಿದರೆ ಮುಂದಿನ ದಾರಿ ಅವಳೇ ಕಾಣಿಸ್ತಾಳೆ. ನೀ ಟೆನ್ಶನ್ ಮಾಡ್ಕಬೆಡಾ ಆಯಿ" ಎಂದು ಪ್ರೀತಂ ಗುಲಾಬಿಗೆ ಸಮಾಧಾನ ಹೇಳಿದ್ದ.

ಬಸ್ಸು ಅರಬೈಲು ಘಟ್ಟ ಹತ್ತಿ ಯಲ್ಲಾಪುರ ಕಿರವತ್ತಿ ದಾಟುತ್ತಿರುವಂತೆ ಸಹ್ಯಾದ್ರಿ ಶ್ರೇಣಿಗಳ ದಟ್ಟಕಾಡು ವಿರಳವಾಗಿ, ಘಟ್ಟದ ಮೇಲಿನ ಲಕ್ಷಣಗಳು ಶುರುವಾಗಿದ್ದವು. ಕಲಘಟಗಿ ತಲುಪಿದಾಗ ನೈಸರ್ಗಿಕವಾಗಿ ಮಾತ್ರವಲ್ಲ, ಜನರ ದಿರಿಸು ಮತ್ತು ಮಾತುಕತೆಗಳಲ್ಲೂ ಬಯಲುಸೀಮೆಯ ಘಮಲು ಪ್ರಕಟವಾಗಿತ್ತು. ಬಟಾ ಬಯಲು, ಬಿಸಿಗಾಳಿ, ಹೊಲದಲ್ಲಿ ಹೊಸ ಬಗೆಯ ಬೆಳೆಗಳು, ಓಡಾಡುವ ಭಿನ್ನ ತಳಿಯ ದನಕರುಗಳು, ಉದ್ದುದ್ದ ಸಾಲುಗಳಲ್ಲಿ ಉಳುಮೆ ಮಾಡಿದ ಗುರುತುಗಳು–ಇವನ್ನೆಲ್ಲ ಪ್ರೀತಂನ ಹೊರಗಣ್ಣು ಕಾಣುತ್ತಿರುವಂತೆಯೇ, ಕಡಲ ಜಲರಾಶಿಯಲ್ಲಿ ಚಿಕ್ಕ ದೋಣಿಯಲ್ಲಿ ಚುಕ್ಕೆಯಾಗುವ ಮನುಷ್ಯ, ಬಟಾಬಯಲ ತುದಿಯಲ್ಲಿ ಬಿಂದುವಾಗುವ ಮನುಷ್ಯ–ಇವರ ಸಮಾನ ಹಂಬಲಗಳು, ಹುಡುಕಾಟಗಳ ಬಗ್ಗೂ ಅವನಿಗೆ ಯೋಚನೆಗಳು ಬರುತ್ತಿದ್ದವು. ಕಡಲಿರಲಿ, ಕಾಡಿರಲಿ ಅಥವಾ ಇಂಥ ಬಯಲೇ ಇರಲಿ, ತನ್ನ ಅನಾಮಿಕತೆಯನ್ನು ಮೀರುವ, ಭೌತಿಕ ಆಕಾರ–ಆಯಾಮಗಳನ್ನು ವಿಸ್ತರಿಸುವ ಮನುಷ್ಯ ಚೈತನ್ಯವನ್ನು ಒಳಗಣ್ಣು ಅರಿಯುತ್ತಿತ್ತು. ತನ್ನ ಯೋಚನೆಗಳು ಈಚೆಗೆ ಗಂಭೀರ ಸ್ವರೂಪ ಪಡೆಯುತ್ತಿರುವುದರ ಅರಿವಾಗಿ ಅಚ್ಚರಿಗೊಂಡ. ಸೀದಾ ಸಾದಾ ವಿಚಾರಗಳಿಗಷ್ಟೇ ಸೀಮಿತಗೊಂಡಿದ್ದ ತನ್ನನ್ನು ಪ್ರೇಮವು ಚಿಂತನೆಯ ನೆಲೆಗೂ ವಿಸ್ತರಿಸುತ್ತಿದೆಯೇ? ಬಯಲುಸೀಮೆ ಕಡೆಯ ಪ್ರೀತಿ ಪ್ರೇಮ ದ್ವೇಷ ಸೇಡು ಕೊಲೆಗಳ ನೂರಾರು ಕತೆಗಳನ್ನು ಕೇಳಿದ್ದೇನೆ. ಸಾವಿನ ಅರಿವಿದ್ದರೂ ತನ್ನನ್ನು

ಅತ್ತ ಸೆಳೆಯುತ್ತಿರುವ ಶಕ್ತಿ ಯಾವುದು, ಹಾಗಾದರೆ? ಚಂಡಮಾರುತದ ಮುನ್ಸೂಚನೆಯಿದ್ದಾಗಲೇ ನಿನ್ನಪ್ಪನಿಗೆ ಕಡಲಿಗಿಳಿವ ಪ್ರಚೋದನೆ ಹೆಚ್ಚಾಗುತ್ತಿತ್ತು ಎಂದು ಆಯಿ ಹೇಳುತ್ತಿರುತ್ತಾಳೆ. ತಾನೂ ಅಂಥ ಹುಂಬತನದ ಹಾದಿ ಹಿಡಿದಿರುವೆನೇ?

ಬಸ್ಸು ಹುಬ್ಬಳ್ಳಿ ಬಸ್ ಸ್ಟ್ಯಾಂಡಿಗೆ ಬಂದಾಗ ಕಂಡಕ್ಟರ್ "ಹತ್ತ್ ನಿಮಿಶ ಟೈಮಿದೆ ನೋಡ್ರೀ... ಮುಂದೆ ಹೋಗುವವ್ರು ಊಟ ತಿಂಡಿ ಮಾಡ್ಕಳ್ಳಿ" ಎಂದ. ಪ್ರೀತಂ ಸೀಟಿನ ಮೇಲೆ ಕರ್ಚೀಫ್ ಇಟ್ಟು ಕೆಳಗಿಳಿದ. "ಫಸ್ಟ್ ಟೈಮ್ ಮಾವನ ಮನೆಗೆ ಪಾದರ್ಪಣೆ ಮಾಡಿದ್ದೀರಿ, ಖಾಲಿ ಹಾತ್ ಬಂದಿದ್ದಿರಲ್ಲ ಅಳಿಯಂದಿರೇ" ಎಂದು ಸುಮಿ ನಾಟಕೀಯವಾಗಿ ಕಿಚಾಯಿಸಬಹುದು! ಅರ್ಧ ಕಿಲೋ ಧಾರವಾಡ ಫೇಡಾ ಕಟ್ಟಿಸಿಕೊಂಡ. "ಲೇ ಕೋತಿ, ಇದು ಮಾವನ ಮನೆಗೆ ಆಯ್ತು, ನಂಗೆ ಪೈ ರೆಸ್ಟೋರೆಂಟಿಂದ ಖಾಜ್ಮಿಜಿ ಯಾಕೆ ತರಲಿಲ್ಲ?" ಅಂತ ಕ್ಯಾತೆ ತೆಗಿಬಹುದು ಅನಿಸಿ ತನ್ನಷ್ಟಕ್ಕೇ ನಕ್ಕ. ಸುಮಿಯನ್ನು ಮೀಟ್ ಆಗುವುದೇ ಖಾತ್ರಿ ಇಲ್ಲದಿರುವಾಗ, ಮುಂದೆ ಏನಾಗಲಿದೆ ಎನ್ನುವ ಅಂದಾಜೂ ಇಲ್ಲದಿರುವಾಗ ಇಂಥ ಕಲ್ಪನೆಗಳು ಹುಟ್ಟಿಕೊಂಡು, ಈ ಕ್ಷಣಗಳನ್ನು ಹಗುರಗೊಳಿಸುವ ರೀತಿಗೆ ಚಕಿತಗೊಂಡ. ಸುಮಿಯನ್ನು ತಾನು ಭೇಟಿ ಮಾಡುವ ಎಲ್ಲಾ ಸಾಧ್ಯತೆಗಳನ್ನು ಅವಳ ಮನೆಯವರು ತಡೆಯುತ್ತಾರೆಂಬುದನ್ನು ತಿಳಿದಿರುವಾಗಲೂ, ಫೇಡಾ ಪ್ಯಾಕೆಟ್ ಕೊಂಡದ್ದು ಪ್ರೇಮದ ಕಿಲಾಡಿತನವೇ ಇರಬೇಕು, ಅಥವಾ ಇದು ಪ್ರೇಮದಿಂದ ಚಿಮ್ಮುವ ಅಖಂಡ ಆಶಾವಾದವೇ ಇರಬೇಕು ಅನಿಸಿತು. ಇಂಥ ವೈಚಾರಿಕ ಹೊಯ್ದಾಟಕ್ಕೋ, ಅಥವಾ ಆಯಿ ಚೀಲದಲ್ಲಿಟ್ಟಿದ್ದ ಕೊಟ್ಟೆರೊಟ್ಟಿ ಕಾಯ್ ಚಟ್ನಿ ತಿಂದ ಪರಿಣಾಮಕ್ಕೋ ಅವನಿಗೆ ಕಣ್ತೂಗಿ ಬರುತ್ತಿತ್ತು. ಬಸ್ಸು ರಣರಣ ಬಿಸಿಲಲ್ಲಿ ಪ್ರೀತಂ ಎಂದೂ ಕಾಣದ ಬಾದಾಮಿ, ಬಾಗಲಕೋಟ ಊರುಗಳನ್ನು ದಾಟಿ ಒಂದೇ ಸಮನೆ ಮುಂದೆ ಸಾಗುತ್ತಿತ್ತು. ಗುಡ್ಡ ಬೆಟ್ಟಗಳಿಲ್ಲದ ವಿಶಾಲ ಬಯಲು ಅವನಿಗೆ ಬೆರಗನ್ನು ಮೂಡಿಸುತ್ತಿತ್ತು. ಬಟಾ ಬಯಲಿಗೂ ಕೂಡ ನಿಗೂಢತೆಯ ಅಂಶ ಬೆರೆತಿದೆ ಅನಿಸುತ್ತಿತ್ತು. ರಸ್ತೆ ಪಕ್ಕದಲ್ಲಿ ಹಸಿರು ಹೊತ್ತು ನಿಂತಿದ್ದ ಹುಣಿಸೆ ಬೇವು ಆಲದ ಮರಗಳು ಅವನ ಯೋಚನಾ ಸರಣಿಯನ್ನು ಸ್ವಲ್ಪ ಮಟ್ಟಿಗೆ ತುಂಡುತುಂಡು ಮಾಡುತ್ತಿದ್ದವು. ಅಷ್ಟೊಂದು ಫಲವತ್ತಾದ ಮಣ್ಣನ್ನೂ, ಆ ಮಣ್ಣಲ್ಲಿ ಸಂತೃಪ್ತವಾಗಿ ತೂಗುತ್ತಿದ್ದ ಜೋಳ ಹತ್ತಿ ಗಿಡಗಳನ್ನೂ ಅವನು ಮೊದಲ ಬಾರಿಗೆ ನೋಡುತ್ತಿದ್ದ. ಸುಮಿಯ ಸರಳ ಮನಸ್ಸು, ಮಾತಿನಲ್ಲಿಯ ತುಂಟತನ, ಜೀವನಪ್ರೀತಿ, ಒಗರುತನ, ಒರಟುತನ ಎಲ್ಲವೂ ಈ ಮಣ್ಣು ಬಯಲು ಆಕಾಶಗಳ ಸಾಂದ್ರರೂಪದಂತೆ ಅನಿಸಿತು. ಈ ಸುಡುಬಿಸಿಲ ಹುಡುಗಿಗೆ ಕಡಲಿನ ದಾಹ. ಕಡಲಿನಿಂದಲೂ ಇಂಗದ ದಾಹವನ್ನು ಕಡುಪ್ರೇಮದಲ್ಲಿ ತಣಿಸಿಕೊಳ್ಳುವ ಧಾವಂತ. ಕಡಲೊಳಗೆ ಒಂದು

ಬಿಂದುವಾಗಿದ್ದ ನನ್ನನ್ನು ಸಾಗರವನ್ನಾಗಿಸಿದಳು. ನನ್ನೊಳಗೆ ಸುಪ್ತವಾಗಿದ್ದ ಪ್ರೇಮವನ್ನು ಬಯಲು ಮಾಡಿ ಹೊಸ ಸ್ವರೂಪವನ್ನೇ ನೀಡಿದಳು...

ಶ್ಯೇ! ಏನಾಗಿದೆ ನನಗೆ? ಇಂಥ ತಲ್ಲಣದ ಸಮಯದಲ್ಲಿ ರೂಪಕದ ಭಾಷೆಯಲ್ಲಿ(ಸುಮಿಯದೇ ಪದ) ಯೋಚಿಸುತ್ತಿರುವೆನಲ್ಲ! ಇದು ಪ್ರೇಮದ ಪ್ರತಾಪವೇ, ಅಥವಾ ವಿರಹದ ಪ್ರಕೋಪವೇ? ಅಲ್ಲಿ ಪಾಪದ ಹುಡುಗಿ ಎಂಥ ಕಷ್ಟದಲ್ಲಿರುವಳೋ! ಚೂರು ಅವಕಾಶ ಇದ್ದರೂ ಹೇಗಾದರೂ ಮಾಡಿ ಕಾಂಟ್ಯಾಕ್ಟ್ ಮಾಡುವಂಥವಳು. ಅದರರ್ಥ ಅವಳಪ್ಪ ಅವಳನ್ನು ಖಂಡಿತವಾಗಿಯೂ ಕೂಡು ಹಾಕಿದ್ದಾನೆ. ಹಾರುವ ಹಕ್ಕಿಯಂತೆ ಇರಲು ಬಯಸುವ ಆ ಹುಡುಗಿಗೆ ಮಾನಸಿಕವಾಗಿ ಅದೆಷ್ಟು ಹಿಂಸೆ ಆಗಿರಬಹುದು! ಸುಮಿಯನ್ನು ಹುಡುಕಿ ತನ್ನ ಮನೆವರೆಗೂ ಬಂದದ್ದಕ್ಕಾಗಿ ಆ ಮನುಷ್ಯ ಇನ್ನಷ್ಟು ಕಠೋರ ಆಗಬಹುದು. ಅವಳಿಗೆ ಮತ್ತಷ್ಟು ಕಿರುಕುಳ ನೀಡಬಹುದು. ಹಾಗಂತ ಇದು ತಾನು ನಿಷ್ಕ್ರಿಯನಾಗಿರುವ, ತಟಸ್ಥನಾಗಿರುವ ಗಳಿಗೆಯಲ್ಲವಲ್ಲ... ಪ್ರೀತಂನಿಗೆ ತನ್ನ ವೈಯಕ್ತಿಕ ಇತಿಮಿತಿಗಳ ಅರಿವಿರುವುದಾದರೂ ಪ್ರೇಮದಲ್ಲಿ ಸಂಭವಿಸುವ ಅಪಾರ ಸಾಧ್ಯತೆಗಳ ಬಗ್ಗೊ ಭರವಸೆ ಮೂಡಿದೆ. ಅದೇ ಅವನನ್ನು ಈ ಪ್ರಯಾಣಕ್ಕೆ ಅಣಿಗೊಳಿಸಿದ್ದು... ಕಾಳಿ ತೀರದಿಂದ ಕೃಷ್ಣಾ ದಂಡೆಗೆ ಬರಮಾಡಿದ್ದು...

ಆಲಮಟ್ಟಿ ಡ್ಯಾಮ್ ಹತ್ತಿರವೇ ಇರಬೇಕು. ನದಿಯಲ್ಲಿ ಹಿನ್ನೀರು ವಿಸ್ತಾರವಾಗಿ ಹರವಿಕೊಂಡಿತ್ತು. ನಮ್ಮ ನದಿಗಳಲ್ಲಿ ಬರೀ ಸಿಹಿ ನೀರೇ ಇರೋದು ಅಂದಿದ್ದಳು ಸುಮಿ. ನಮ್ಮ ಕಾಳಿಯೂ ಕದ್ರಾಕ್ಕಿಂತ ಮೇಲೆ ಹೋದರೆ ಸಿಹಿಸಿಹಿನೇ... ನಿನ್ನ ಹಾಗೆ ಅಂದಿದ್ದ. ನೀನು ಕವಿಯಾಗಾಕ್ ಹತ್ತಿದಿ ಬಿಡು ಎಂದು ನಕ್ಕಿದ್ದಳು. ಕಳೆದ ವರ್ಷ ನೆರೆಯುಕ್ಕಿ ದಡಗಳಲ್ಲಿರುವ ಊರುಗಳು ಮುಳುಗಿದ ಕತೆ ಹೇಳಿದ್ದಳು. ನಮ್ಮೂರಾಗ ಮಳೆ ಬರದಿದ್ರೂ ಪ್ರವಾಹ ಬರತೈತಿ ಗೊತ್ತಾ, ಎಂದಿದ್ದಳು. ಸಿದ್ನಾಳ ಊರಿನಲ್ಲಿ ವಾರದ ಸಂತೆ ಇತ್ತೇನೋ. ಬಸ್ಸು ಗಚ್ಚಾಗಿಚ್ಚಿಯಾಯ್ತು ಆ ರಶ್ನಲ್ಲೇ ಭೀಮಾ ನದಿಯನ್ನು ದಾಟಿದ್ದಾಯಿತು. ಗಾಣಗಾಪುರ ದಾಟಿದ ಮೇಲೆ ಗಾಳಿಯಲ್ಲಿ ಸುಮಿಯ ಗಂಧವೇ ಬೆರೆತಂತೆ ಅನಿಸಿತು. ಗುಲ್ಬರ್ಗಾ ಇನ್ನು ಹೆಚ್ಚು ದೂರ ಇರಲಿಕ್ಕಿಲ್ಲ. ಅಲ್ಲಿ ಇಳಿದು ರಾತ್ರಿಯನ್ನು ಅದು ಹೇಗೋ ಕಳೆದರೆ, ಬೆಳಿಗ್ಗೆ ಶೈಲತ್ತೆಯನ್ನು ಪತ್ತೆಹಚ್ಚುವ ಕೆಲಸ ಶುರು ಮಾಡಬೇಕು. ಹೊಟೆಲ್ ರೂಮ್ ಮಾಡಿದರೆ ಪುಕ್ಸಟ್ಟೆ ಖರ್ಚು. ಆದಷ್ಟು ಕಡಿಮೆ ಹಣದಲ್ಲಿ ಈ ನನ್ನ ಪ್ರೇಮಯಾತ್ರೆಯನ್ನು ಸಂಭಾಳಿಸಬೇಕು. ಏನಾಗುತ್ತದೆ, ಬಸ್ ಸ್ಟ್ಯಾಂಡಿನಲ್ಲೇ ಮಲಗುತ್ತೇನೆ. ಈ ಬಯಲು ಸೀಮೆಯಲ್ಲಿ ಕಾರವಾರದ ಬಡ ಬೆಸ್ತರ ಹುಡುಗನ ಗುರುತು ಹಿಡಿಯುವವರು ಯಾರಿಲ್ಲ... ನಾನೇನು ಫಿಲ್ಮ್ ಸ್ಟಾರ್ ಅಲ್ಲವಲ್ಲ...

"ಪ್ರೀತಮ್ಮಾ ಅಂದ್ರೆ ಯಾರಲೇ?" ಎಂಬ ಧ್ವನಿ ಬಂದತ್ತ ಪ್ರೀತಂನ ಕಿವಿಗಳು ಸಟಕ್ಕನೆ ನೆಟ್ಟಗಾದವು. ರಾತ್ರಿ ಒಂಬತ್ತು ಗಂಟೆ! ಆಗಷ್ಟೇ ಬಸ್ಸು ಕಲಬುರಗಿ ಕೇಂದ್ರ ಬಸ್ ನಿಲ್ದಾಣ ತಲುಪಿತ್ತು. ಬಸ್ ಸ್ಟ್ಯಾಂಡಿನಲ್ಲಿ ಜಸ್ಟ್ ಇಳಿದಿದ್ದ. ಗುಲ್ಬರ್ಗಾದ ಅಪರಿಚಿತ ನೆಲದ ಮೇಲೆ ಇಟ್ಟ ಮೊದಲ ಹೆಜ್ಜೆಯಲ್ಲೇ ಯಾರೋ ತನ್ನ ಹೆಸರು ಕರೆಯುವುದನ್ನು ಆತ ನಿರೀಕ್ಷಿಸಿರಲಿಲ್ಲ. ಆ ಧ್ವನಿಯ ಒರಟುತನಕ್ಕೆ ಅವನು ಅಲರ್ಟ್ ಆದ. ಮೀನು ತಿಂದ ತಲೆ ಅವನನ್ನು ಏಕಕಾಲಕ್ಕೆ ಹಲವು ಸಾಧ್ಯತೆಗಳನ್ನು ಕ್ಷಣಾರ್ಧದಲ್ಲಿ ಗುಣಿಸಿ ಭಾಗಿಸುವ ಕೆಲಸ ಮಾಡಿತು. ಸುಮಿಯ ಕಡೆಯವರಿಗೆ ತಾನು ಇಲ್ಲಿಗೆ ಬರುವ ಬಾತ್ಮಿ ಸಿಕ್ಕಿರಬೇಕು... ತನ್ನನ್ನು ಇಲ್ಲಿಂದಲೇ ಅಪರಿಚಿತ ಸ್ಥಳಕ್ಕೊಯ್ಯಲು ಜನ ಕಳಿಸಿರಬೇಕು, ಅಥವಾ ಕೈಕಾಲು ಮುರಿದು ಬನ್ನಿ ಅಂತ ಹೇಳಿರಬೇಕು... ಪ್ರೀತಂನ ಸೂಕ್ಷ್ಮ ಇಂದ್ರಿಯ ಅಪಾಯವನ್ನು ಗ್ರಹಿಸಿತ್ತು. ಸಿಕ್ಕಿಬಿದ್ದರೆ ಕತೆ ಮುಗೀತು. ಈ ಅಪರಿಚಿತ ಜಾಗದಿಂದ ಎಂದೂ ತಪ್ಪಿಸಿಕೊಳ್ಳಲಾರೆ. ಈಗ ಆಯ್ಕೆಗಳೇ ಇಲ್ಲ. ತಿರುಗದೇ ತಪ್ಪಿಸಿಕೊಳ್ಳುವುದೊಂದೇ ದಾರಿ. ಗಾಳಕ್ಕೆ ಸಿಕ್ಕಿಸಿದ ಎರೆಯ ಅಲುಗಾಟದಲ್ಲೇ ಅಪಾಯವನ್ನು ಗ್ರಹಿಸಿ ಮಾಯವಾಗುವ ಸೆಳಕದಂಥ ನಿಗೂಢ ಮೀನುಗಳನ್ನು ನೀರಿನಲ್ಲಿ ಕಂಡಿದ್ದಿದೆ. ಡೇಂಜರ್ ಝೋನಿನಿಂದ ಪಾರಾಗು ಮಗನೇ, ಎಂಬ ಎಚ್ಚರದ ಗಂಟೆ ಬಾರಿಸಿತು. ಜಾವೆಲಿನ್ ಎಸೆದು ಹುರಿಗೊಂಡ ಅವನ ಕೈಕಾಲುಗಳು ಅಂಥ ವೇಗಕ್ಕೆ ಸೆಟೆದುಕೊಂಡವು. ಮಿಂಚಿನಂತೆ ಓಡಿ ಬಸ್ ಸ್ಟ್ಯಾಂಡಿನಿಂದ ಹೊರಬಿದ್ದ. ತಿರುಗಿ ನೋಡದಿದ್ದರೂ ಹೆಜ್ಜೆಗಳ ದಡದಡ ಸದ್ದಿನಲ್ಲಿ ಯಾರೋ ಬೆನ್ನಟ್ಟಿ ಬರುವುದು ಅವನಿಗೆ ಅಂದಾಜಾಗುತ್ತಿತ್ತು. ಮುಖ್ಯ ರಸ್ತೆ ಬಿಟ್ಟು ಒಳ ರಸ್ತೆಗಳಲ್ಲಿ ಓಡಿದ. ಸಂಜೆವಾಣಿ ಕಾರ್ಯಾಲಯದಿಂದ ಹಾದು ಮುಂದೆ ಮದಿನಾ ಮಸ್ಜಿದ್ ಬಂತು. ಅಲ್ಲಿಯ ಕಿರು ಓಣಿಗಳನ್ನು ದಾಟಿದ. ಪ್ರಾಕ್ಟೀಸ್ ಸಮಯದಲ್ಲಿ ರೊಡ್ರಿಗ್ಸ್ ಸರ್ "ಥಾಂಬೂ ನಕಾ... ಧಾಂವ್ ಧಾಂವ್" ಎನ್ನುವುದು ಕೇಳಿಸಿದಂತಾಗಿ ಇನ್ನಷ್ಟು ವೇಗ ಹೆಚ್ಚಿಸಿದ. ಸಾಯಿಬಾಬಾ ಮಂದಿರ ದಾಟುವಾಗ ಕ್ರಾಸ್ ರೋಡಿಂದ ಸುಂಯ್ಯನೆ ಜೀಪೊಂದು ಪಾಸಾಯಿತು. ಕ್ಷಣ ನಿಧಾನಿಸಿ ಯೋಚಿಸಿದ. ಆ ಜೀಪಿನಲ್ಲೂ ತನ್ನನ್ನು ಹುಡುಕಲು ಬಂದ ಜನ ಇರಬಹುದು ಅನಿಸಿತು. ಪಕ್ಕಕ್ಕೆ ತಿರುಗಿ ಅಡ್ಡ ಓಡಿದ. ತನ್ನ ಬೆನ್ನಿಗಿರುವ ಬ್ಯಾಗ್ ನಿಂದ ಗುರುತು ಹಿಡಿಯಬಹುದು ಎಂದರಿತು, ಅದರಲ್ಲಿರುವ ಬಟ್ಟೆಗಳು, ಸೋಪು, ಬ್ರಶ್ಶು, ಆಯಿಲು ಎಲ್ಲವನ್ನೂ ಪಂಜಿಯಲ್ಲಿ ಸುತ್ತಿ ಬ್ಯಾಗನ್ನು ಕಸದ ತೊಟ್ಟಿಗೆಸೆದ. ಧರಿಸಿದ್ದ ನೀಲಿ ಬಣ್ಣದ ಟಿಶರ್ಟ್ ಮೇಲೆ ಬೇರೆ ಬಣ್ಣದ ಮತ್ತೊಂದು ಟಿಶರ್ಟು ಎಳೆದುಕೊಂಡ. ಬೇಟೆಗಾರನ ಚಾಲಾಕಿತನ ಮತ್ತು ಶಿಕಾರಿಯ ತೀಕ್ಷ್ಣತೆ ಅವನ ಬುದ್ಧಿಯನ್ನು ದೇಹವನ್ನು ನಿರ್ದೇಶಿಸುತ್ತಿದ್ದವು.

ಅಪರಿಚಿತ ದಾರಿಗಳಲ್ಲಿ ಓಡುತ್ತಾ ಓಡುತ್ತಾ ಪ್ರೀತಂನಿಗೆ ತಾನು ಯಾವುದೋ ಸಿನಿಮಾ ದೃಶ್ಯದೊಳಗೆ ಇರುವಂತೆ ಭಾಸವಾಯಿತು. ಕಲಬುರಗಿ ನಗರಿಯೇ ರಜತಪರದೆಯಾಗಿ, ತಾನೇ ಪಾತ್ರಧಾರಿಯಾಗಿ ಸೃಷ್ಟಿಯಾಗಿರುವ ಸನ್ನಿವೇಶಕ್ಕೆ ಆ ದಣಿವಲ್ಲೂ ಅವನಿಗೆ ನಗು ಬಂತು. ಅಂಥ ಒಂದು ಹಗುರ ಗಳಿಗೆಯಲ್ಲಿ ಅವನು ಓಡುವುದನ್ನು ನಿಧಾನಿಸಿ ನಡೆಯತೊಡಗಿದ. ಅವನ ದಣಿವೆಲ್ಲ ಮಾಯವಾಗುವಂತೆ ದೊಡ್ಡ ಕೆರೆಯೊಂದು ಅವನಿಗೆ ಎದುರಾಯಿತು. ಅದರ ಹೆಸರು ಕೂಡ ಅಲ್ಲಿ ಬರೆದಿತ್ತು. ಅಪ್ಪನ ಕೆರೆ! ಸುಮಿ ತನ್ನ ಮಾತುಗಳಲ್ಲಿ ಈ ಕೆರೆ ಬಗ್ಗೆ ಅನೇಕ ಸಲ ಹೇಳಿದ್ದುಂಟು! ಗಟಗಟ ನೀರು ಕುಡಿದು ಅಲ್ಲೇ ಒಂದೆಡೆ ಕೂತ. ದಣಿವಾಗಿತ್ತು, ಹಸಿವೂ! ಮಧ್ಯರಾತ್ರಿ ಸಮೀಪಿಸುವ ಸಮಯ. ಜನರ ಓಡಾಟ ಇರಲಿಲ್ಲ. ಬಿಸಿಗಾಳಿ ಇನ್ನೂ ತಣಿದಿರಲಿಲ್ಲ. ಚಂದ್ರನಿಲ್ಲದ ಆಕಾಶ. ನಕ್ಷತ್ರಗಳು ಮಿನುಗುತ್ತಿದ್ದವು. ಅವನ್ನು ಎಣಿಸುತ್ತಿರುವಂತೆಯೇ ಮನಸ್ಸು ಶಾಂತವಾಗತೊಡಗಿತು. ಪ್ರೀತಂ ಚಂದ್ರ ನಕ್ಷತ್ರಗಳಿಗೆ ಅಪರಿಚಿತನಲ್ಲ. ಮೀನಿಗೆ ಗಾಳಹಾಕಿ ಕಾದಿರುವ ಒಂಟಿ ರಾತ್ರಿಗಳಲ್ಲಿ ಚಂದ್ರ ನಕ್ಷತ್ರಗಳೇ ಅವನ ಸಂಗಾತಕ್ಕಿರುವುದು. ಆದರೆ ಚಂದ್ರ ಆಪ್ತನಾದದ್ದು ಸುಮಿಯ ಸ್ನೇಹದ ನಂತರವೇ! ಸುಮಿಯ ಧ್ಯಾನದಲ್ಲಿ ಕೆಲವೊಮ್ಮೆ ಮನಸ್ಸಿನ ಮಾತುಗಳು ತುಟಿಮೀರಿ ಹೊರಬಂದಾಗ, ಚಂದ್ರ ತನ್ನ ಮಾತು ಕೇಳಿ ತುಂಟತನದಿಂದ ನಗುತ್ತಿರುವಂತೆ ಅನಿಸುತ್ತಿತ್ತು. "ಪ್ರೇಮಿಗಳ ಮಾತನ್ನು ಕದ್ದು ಕೇಳ್ತಿಯೇನೋ?" ಎಂದು ನೀರಿನಲ್ಲಿ ಬೆರಳಾದ್ದುತ್ತಿದ್ದ. ನದಿಚಂದ್ರ ಕಚಗುಳಿಯಾದಂತೆ ಹೊಯ್ದಾಡುತ್ತಿದ್ದ. ನಕ್ಷತ್ರಗಳೂ ಚದುರುತ್ತಿದ್ದವು. ಆದರೆ ಅಪ್ಪನಕೆರೆಯಲ್ಲಿ ಚಂದ್ರನಿಲ್ಲದೇ ನಕ್ಷತ್ರಗಳೂ ವಿರಹಮುಖಿಯಾಗಿರುವಂತೆ ಭಾಸವಾಯಿತು. ಸುಮಿಯ ಪ್ರೇಮ ಸಂಭವಿಸುವ ಮೊದಲು ಬರೀ ಚಪ್ಪಟೆಯಾಗಿ ಕಾಣುತ್ತಿದ್ದ ಚಂದ್ರ ನಕ್ಷತ್ರಗಳಲ್ಲಿ ಈಗ ಸಂವೇದನೆಯ ಆಯಾಮಗಳೂ ಇವೆ ಅನಿಸುತ್ತಿತ್ತು. ಇದು ಪ್ರೇಮದ ಮಹಿಮೆಯೋ ಅಥವಾ ವಿರಹದ ಮಾಯೆಯೋ ಅವನಿಗೆ ತಿಳಿಯದಾಯಿತು!

5

ಕಲಬುರಗಿಯಲ್ಲಿ ಕಡಲು

ಬಹುಶಃ ಇದು ಪ್ರೇಮದ ಲೀಲೆಯೇ ಇರಬೇಕು ಅನಿಸಿತು ಶೈಲತ್ತೆಗೆ. ಮಿಲನ ಮತ್ತು ವಿರಹ–ಎರಡೂ ಸ್ಥಿತಿಗಳಲ್ಲಿ ಅರಳಿ ನರಳಿದ ತನ್ನ ಪ್ರೇಮ, ಸುಮಿಯಲ್ಲಿ ಮತ್ತೆ ಪಲ್ಲವಿಸಿವೆ ಎಂದು ಅನಿಸುತ್ತಿತ್ತು ಅವಳಿಗೆ. ಹೀಗಾಗಿ ಸುಮಿಯ ಪ್ರೇಮದ ಮಾತುಗಳಿಗೆಲ್ಲ ಕಿವಿಯಾಗುತ್ತಿದ್ದಳು, ಹೃದಯವಾಗುತ್ತಿದ್ದಳು. ಜಾಣೆ ಸುಮಿ ಪ್ರೀತಿಸಿದ ಕಡಲ ತೀರದ ಹುಡುಗನನ್ನು ಕಾಣಬೇಕೆಂದು ಅವಳ ಮನಸ್ಸು ಬಯಸಿದ್ದು ನಿಜ. ಆದರೆ ಹೀಗೆ ದೇವಲೋಕದಿಂದ ಇಳಿದವನಂತೆ ಎದುರು ಬಂದು ನಿಲ್ಲುತ್ತಾನೆ ಎಂದು ಮಾತ್ರ ಆಕೆ ಎಂದೂ ಎಣಿಸಿರಲಿಲ್ಲ. "ಕಲಬುರಗಿಯಲ್ಲಿ ಕಡಲನ್ನು ಕಂಡಂಗಾತು" ಎಂದು ಪ್ರೀತಂನ ತಲೆ ನೇವರಿಸಿದಳು. ನಿತ್ಯವೂ ಸುಮಿ ಆಡುತ್ತಿದ್ದ ಮಾತುಗಳು, ಆಕೆ ಕಳಿಸುತ್ತಿದ್ದ ಮೆಸೇಜುಗಳು ಪ್ರೀತಂಮಯವೇ ಆಗಿರುತ್ತಿದ್ದರಿಂದ ಆಕೆಗೆ ಪ್ರೀತಂ ಎದುರಾದಾಗ ಅಪರಿಚಿತ ಅನಿಸಲೇ ಇಲ್ಲ. ಕಡಲ ತೀರದ ಹುಡುಗನನ್ನು ಕಣ್ತುಂಬಿಕೊಂಡಷ್ಟೂ ಅವಳ ಹೃದಯವು ತುಂಬಿದ ಭಾವದಲ್ಲಿ ತುಳುಕಾಡುತ್ತಿತ್ತು. ಈ ಹುಡುಗನನ್ನು ಕಂಡು ತಾನು ಇಷ್ಟು ಭಾವಕಳಾಗುವುದು ಸಭೆಯಲ್ಲಿ ಕೂತವರ ಕುತೂಹಲಕ್ಕೆ ಕಾರಣವಾಗುವುದು ಎಂಬ ಅರಿವಾಗಿ ಸ್ವಲ್ಪ ಜಾಗರೂಕಳಾದಳು. ಫಂಕ್ಷನ್ ಶುರುವಾಗಲು ಇನ್ನೂ ಅರ್ಧ ಗಂಟೆ ಸಮಯ ಇತ್ತಾದ್ದರಿಂದ, ಅವನನ್ನು ಸಭಾಭವನದಿಂದ

ಹೊರಗೆ ಕರೆದೊಯ್ದು, "ಬಾ ಪುಟ್ಟ, ಏನಾರ ತಿಂದ್ ಬರೋಣು" ಎಂದು ಹತ್ತಿರದ ಹೊಟೆಲ್ಲಿಗೆ ಕರೆದೊಯ್ದಳು. ಅವನಿಗೊಂದು ಬೆಣ್ಣೆ ದೋಸೆ ಆರ್ಡರ್ ಮಾಡಿದಳು. "ಹೌದು, ನಾ ಇಲ್ಲಿ ಸಿಗ್ತೀನಿ ಅಂತ ನಿಂಗೆ ಹೆಂಗೆ ಗೊತ್ತಾತು?" ಅಂದಳು. ಪ್ರೀತಂ ಆ ದಿನದ ಪೇಪರ್ ತೆಗೆದು ಒಳಪುಟದಲ್ಲಿ ಅಚ್ಚಾದ ಸುದ್ದಿ ತೋರಿಸಿದ. "ಖ್ಯಾತ ಸಾಹಿತಿ ಚಲನಚಿತ್ರ ನಿರ್ದೇಶಕ ನಾಗತಿಹಳ್ಳಿಯವರ ಉಪನ್ಯಾಸ" ಎಂಬ ಹೆಡಲೈನಿನ ಅಡಿಯಲ್ಲಿ ಸುದ್ದಿಯ ವಿವರಗಳಿದ್ದವು. "ಅದೇನೋ ಸರಿ, ನಾನು ಈ ಫಂಕ್ಷನ್ನಿಗೆ ಬರೋದು ನಿಂಗೆ ಹೆಂಗೆ ತಿಳಿತು?" ಎಂದಳು. "ನಾಗತಿಹಳ್ಳಿಯವರ ದೊಡ್ಡ ಫ್ಯಾನು ಅಂತ ಸುಮಿ ಹೇಳಿದ್ದಳು. ಅವರ 'ಮಲೆನಾಡಿನ ಹುಡುಗಿ ಬಯಲು ಸೀಮೆಯ ಹುಡುಗ' ಕತೆಯನ್ನು ನೀವು ನೂರು ಬಾರಿ ಓದಿದ್ದೀರಂತೆ" ಎಂದು ತುಸು ತುಂಟತನದಲ್ಲಿ ಹೇಳಿದ.

"ಸುಮಿ ಥರ ನೀನೂ ಚಾಷ್ಟಿ ಮಾಡ್ತಿಯೇನೋ, ಹುಡುಗಾ?" ಎಂದು ಪ್ರೀತಂನ ಕಿವಿ ಹಿಂಡಿದಳು. "ಅದು ಖರೆನ, ನೂರಕ್ಕೂ ಜಾಸ್ತಿ ಸರ್ತಿ ಓದಿನಿ" ಎಂದು ದೊಡ್ಡಕ್ಕೆ ನಕ್ಕಳು. ಸುತ್ತಮುತ್ತಲಿನ ಭಿಡೆಯಿಲ್ಲದ ಅವಳ ನಗು ಪ್ರೀತಂನಿಗೆ ಇಷ್ಟವಾಯಿತು. ನೇರವಾಗಿ ಹೃದಯದಿಂದ ಬಂದಂತೆ ಕೇಳಿಸುತ್ತಿತ್ತು. ಶೈಲತ್ತೆಯ ಚಂದದ ಬಗ್ಗೆ ಸುಮಿ ವರ್ಣಿಸಿದ್ದರಲ್ಲಿ ಏನೂ ಅತಿಶಯೋಕ್ತಿ ಇರಲಿಲ್ಲ. ಹುಸೇನನಿಗೆ ಖೂಬಸೂರತ್ ಬೇಗಂಳೇ ಸಿಕ್ಕಿರಬಹುದು. ಆದರೆ ಶೈಲತ್ತೆಯಂಥ ಸುಂದರಿಯನ್ನು, ದೈವಿಕ ಕಳೆಯಿರುವ ಪ್ರೇಮಿಯನ್ನು ಖಂಡಿತವಾಗಿಯೂ ಮಿಸ್ ಮಾಡಿಕೊಂಡ ಅನಿಸಿತು. "ಹೂಂನಪ್ಪಾ, ನಾನು ನಾಗ್ತಿಹಳ್ಳಿಯವರ ಬಿಗ್ ಫ್ಯಾನು. ಅವರ "ಪ್ರೇಮ ಕತೆಗಳು" ಕಥಾಸಂಕಲನ ಐತಿ. ಅದು ಸದಾ ನನ್ನ ಬ್ಯಾಗಲ್ಲೇ ಇರತೈತಿ. ಈಗ್ಲೂ ಐತಿ. ಅದ್ರಮ್ಯಾಲೆ ನಾಗತಿಹಳ್ಳಿ ಸರ್ ಆಟೋಗ್ರಾಫ್ ತಗೋಬೇಕು ಅಂದ್ಕೊಂಡಿನಿ" ಅಂದಳು. ಪ್ರೀತಂ ಎರಡು ದಿನದಿಂದ ಸರಿಯಾಗಿ ಏನನ್ನೂ ತಿಂದಿರಲಿಲ್ಲ. ದೋಸೆ ಬಂದೊಡನೆ ಮುರಿದು ತಿನ್ನತೊಡಗಿದ. ಶೈಲತ್ತೆ ಸುಮಿಯ ಬಗ್ಗೆ ಮೌನವಾಗಿದ್ದಳು. ಪರಿಸ್ಥಿತಿ ನೆಟ್ಟಗಿಲ್ಲ ಎನ್ನುವುದು ಪ್ರೀತಂನೂ ಗ್ರಹಿಸಿದ್ದ. ಅವಳು ಸುಮಿ ಬಗ್ಗೆ ಹೇಳಲಿ ಎಂದು ಕಾದ. "ಸುಮಿಯನ್ನು ಅಷ್ಟೊಂದು ಪ್ರೀತಿಸ್ತಿಯೇನೋ ಪುಟ್ಟಾ?" ಅಂದಳು. ಅದಕ್ಕೆ ಉತ್ತರವೂ ಶೈಲತ್ತೆಗೆ ಗೊತ್ತಿದ್ದರಿಂದ ಅವನು ತಲೆ ಎತ್ತಲಿಲ್ಲ. ಇನ್ನೊಂದು ದೋಸೆಗೆ ಕೈ ಹಚ್ಚಿದ್ದ. "ಸುಮಿ ನನ್ಜೊತೆ ಸಂಪರ್ಕವೇ ಇಲ್ಲದಂಗ್ ಮಾಡಿದಾರ ಖೋಡಿಗಳು" ಎಂದಳು. "ಖರೆ ಹೇಳ್ಬೇಕಂದ್ರೆ ಆಕಿನ ಎಲ್ಲಿ ಇಟ್ಟಾರೋ, ಪಾಪದ ಹುಡುಗಿಗೆ ಏನ್ ಹಿಂಸೆ ಕೊಡಾಕ್ ಹತ್ತಾರೋ ಒಂದೂ ತಿಳಿವಲ್ದು ನಂಗೆ. ನನ್ನಿಂದ ಎಲ್ಲ ಗಪಚುಪ್ ಆಗಿಟ್ಟಾರ. ನೀ ತಲಿಹಾಕಿದ್ರ ನೆಟ್ಟಗಿರಾಂಗಿಲ್ಲ ಅಂತ ಧಮಕಿ ಹಾಕ್ಯಾರ. ನಾ ಹುಚ್ಚಿಯಾಗ್ಬಿಟ್ಟಿನಿ" ಎಂದಳು. ಅವಳ ಕಣ್ಣುಗಳಲ್ಲಿ

ನೀರಾಡಿತು. ಯಾರ ಮೇಲೆ ವಿಶ್ವಾಸವಿಟ್ಟು ಇಲ್ಲಿ ವರೆಗೂ ಬಂದಿದ್ದನೋ, ಅವಳೇ ಇಷ್ಟು ಅಧೀರಳಾಗಿರುವುದನ್ನು, ಅಸಹಾಯಕಳಾಗಿರುವುದನ್ನು ಪ್ರೀತಂ ಊಹಿಸಿರಲಿಲ್ಲ. "ಆದ್ರೆ ನಿನ್ನನ್ನು ಕಂಡ ಮೇಲೆ ನನಿಗೆ ಮತ್ತೆ ಧೈರ್ಯ ಬಂದ್ಯೆತಿ. ಸುಮಿಗಾಗಿ ನೀನು ಗೊತ್ತು-ಗುರಿಯಿಲ್ಲದ ಅಪರಿಚಿತ ಊರಿಗೆ ಬಂದಿ ಅನ್ನೋದೇ ಈ ಪ್ರೀತಿ ಅಗಾಧವಾದದ್ದು ಎಂಬ ನನ್ನ ನಂಬಿಕೆಯನ್ನು ಇನ್ನಷ್ಟು ಗಟ್ಟಿ ಮಾಡ್ತು. ಕಡಲತೀರದ ಹುಡುಗನ ಪ್ರೇಮವೂ ಕಡಲಿನಷ್ಟೆ ಆಳ ಐತಿ. ಸುಮಿನ ಕಾರವಾರದಿಂದ ಕರೆದುಕೊಂಡ ಬಂದ ಬಗ್ಗೆ ನನ್ನ ಕರುಳಲ್ಲಿ ನೋವಿಟ್ಟುಕೊಂಡು ಅಡ್ಡಾಡ್ತಿದ್ದೆ. ಆದರೆ ನಿನ್ನ ಕಂಡಾಗಿಂದ ಮನಸು ಚೂರು ತಂಪಾಯ್ತು ಮಗನೆ. ಆದ್ರೆ ನಾವ್ ದುಡುಕುವಾಂಗಿಲ್ಲ. ಕಟುಕರು ಅವರು. ಭಾಳಾ ಹುಶಾರಾಗಿರಬೇಕು. ಫಂಕ್ಷನ್ ಮುಗಿಲಿ. ಇಬ್ರೂ ಕೂತು ಯೋಚಿಸೋಣ" ಅಂದು ಬಿಲ್ ಪೇ ಮಾಡಲು ಎದ್ದು ಕೌಂಟರಿಗೆ ಹೋದಳು. ಪ್ರೀತಂ ಅವಳನ್ನು ಹಿಂಬಾಲಿಸಿದರೂ, ಶೈಲತ್ತೆ ದಾರಿ ತೋರುವಳು ಎಂದು ನಿರೀಕ್ಷಿಸಿ ಬಂದಿದ್ದ ಅವನಿಗೆ ಅದರ ಮಿತಿಯ ಅರಿವಾಗತೊಡಗಿತು. ಆತನಿಗೆ ಮತ್ತೆ ಏಕಾಂಗಿಯಂತೆ ಅನಿಸಿತು. ವೇದಿಕೆ ಮೇಲೆ ಕಾರ್ಯಕ್ರಮ ನಡಿತಿರುವಾಗಲೇ ಅವನ ಮೀನು ತಿಂದ ಮಸ್ತಿಷ್ಕವು ಇತರ ಸಾಧ್ಯತೆಗಳನ್ನು ಯೋಚಿಸತೊಡಗಿತು.

ನಾಗತಿಹಳ್ಳಿ ಚಂದ್ರಶೇಖರ್ ತುಂಬಾ ಚೆನ್ನಾಗಿ ಮಾತಾಡಿರಬೇಕು. ಅವರ ಭಾಷಣ ಮುಗಿಯುತ್ತಿದ್ದಂತೆಯೇ ಜನರ ಚಪ್ಪಾಳೆಯಲ್ಲಿ ಅದು ವ್ಯಕ್ತವಾಯಿತು. ಆದರೆ ಅದು ಹೆಚ್ಚು ಸಾಹಿತ್ಯಿಕವಾದ್ದರಿಂದಲೋ ಅಥವಾ ಅವನ ಮನಸ್ಸು ಸುಮಿಯ ಯೋಚನೆಯಲ್ಲಿ ವ್ಯಸ್ತವಾದ್ದರಿಂದಲೋ ಪ್ರೀತಂನಿಗೆ ಆ ಭಾಷಣದ ಸಾರವನ್ನು ಸರಿಯಾಗಿ ಗ್ರಹಿಸಲು ಅಥವಾ ಗ್ರಹಿಸಿದ್ದನ್ನು ಆನಂದಿಸಲು ಸಾಧ್ಯವಾಗಲಿಲ್ಲ. ಆದರೆ ಅವರು ಮೌಲ್ಯಗಳನ್ನು ಆದರ್ಶಗಳನ್ನು ಇಟ್ಟುಕೊಂಡವರು, ಅದಕ್ಕಿಂತ ಹೆಚ್ಚಿನದಾಗಿ ಸಹೃದಯಿ ಮನುಷ್ಯ ಅನಿಸಿತು. ಅವರ ಪ್ರಸಿದ್ಧ ಕತೆ ಮಲೆನಾಡಿನ ಹುಡುಗಿ ಬಯಲು ಸೀಮೆಯ ಹುಡುಗ ಕತೆಯನ್ನು ಇತ್ತೀಚೆಗಷ್ಟೇ ಓದಿದ್ದ. ಸುಮಿ ಆ ಕತೆಯನ್ನು ಹುಡುಕಿ ಅವನಿಗೆ ಓದಲು ಕೊಟ್ಟಿದ್ದಳು. ಕಥೆಯಲ್ಲಿಯ ಎಳೆಯರ ಪ್ರೇಮ, ಕಾರವಾರದ ಪರಿಸರವನ್ನು ಚಿತ್ರಿಸಿದ ರೀತಿ ಅವನಿಗೆ ಇಷ್ಟವಾದರೂ ಅದರ ಎಂಡಿಂಗ್ ಮಾತ್ರ ಅವನನ್ನು ವಿಚಲಿತಗೊಳಿಸಿದ್ದು ನಿಜ. ಕಚಗುಳಿಯಿಡುವ ಕಿಶೋರರ ಪ್ರೇಮ ದುರಂತದಲ್ಲಿ ಕೊನೆಗೊಂಡದ್ದನ್ನು ಅವನಿಗೆ ಅರಗಿಸಿಕೊಳ್ಳಲು ಕಷ್ಟವಾಗಿತ್ತು. ಆ ಕಾರಣಕ್ಕಾಗಿ ಕತೆಗಾರರ ಬಗ್ಗೆ ಚಿಕ್ಕ ಅಸಮಾಧಾನವೂ ಇತ್ತು.

ಭಾಷಣದ ನಂತರ ನಾಗತಿಹಳ್ಳಿಯವರು ವೇದಿಕೆಯಿಂದ ಕೆಳಗಿಳಿದಾಗ ಸಭಿಕರಲ್ಲಿ ಕೆಲವರು ಅವರನ್ನು ಸುತ್ತುಹಾಕಿಕೊಂಡರು. ಅವರಲ್ಲಿ ಶೈಲತ್ತೆಯೂ

ಇದ್ದಳು. ಪ್ರೇಮ ಕತೆಗಳು ಪುಸ್ತಕದ ಮೇಲೆ ಆಟೊಗ್ರಾಫ್ ಕೂಡ ಪಡೆದಳು. "ನಿಮ್ಮ ಅಭಿಮಾನಿ ಸರ್. ನಮ್ಮ ಇಡೀ ಕುಟುಂಬದವರೇ ನಿಮ್ಮ ಅಭಿಮಾನಿಗಳು. ನಾನು ನಿಮ್ಮ ಎಲ್ಲಾ ಕತಿ ಕಾದಂಬರಿಗಳನ್ನ ಓದೀನಿ ಸರ್, ಸಿನಿಮಾಗಳನ್ನ ನೋಡೀನಿ... ಅದರಲ್ಲೂ ಪ್ರೇಮ ಕತೆಗಳು ತುಂಬಾನೇ ಇಷ್ಟ" ಅಂದಳು. "ಓಹ್ ಗುಡ್, ಪ್ರೇಮ ಎನ್ನುವುದು ಏಜಲೆಸ್ ಅನುಭೂತಿ" ಎಂದರು. "ಸರ್, ಒಂದು ಮಾತು ಕೇಳುವುದಿತ್ತು, ಪ್ರೀತಿ ಪ್ರೇಮದ ಬಗ್ಗೆ, ಯೌವನದ ಭಾವಗಳಿಗೆ ಕಚಗುಳಿಯಿಡುವಂಥ 'ಮಲೆನಾಡಿನ ಹುಡುಗಿ'... ಎಂಬ ಚಂದದ ಕತೆ ಬರೆದಿರಿ. ಆದರೆ ಆ ಚಂದದ ಕತೆಯನ್ನು ಸ್ಯಾಡ್ ಎಂಡ್ ಮಾಡಿದಿರಿ. ಆ ಬೇಸರ ಮಾತ್ರ ಸದಾ ಕಾಡತಿರತೈತಿ. ಎಳೆಯ ಪ್ರೇಮವು ಪಲ್ಲವಿಸುವ ಮೊದಲೇ ಹಾಗೆ ಚಿವುಟಿದ್ದು ಸರಿನಾ?" ಎಂದಳು. ಶೈಲತ್ತೆಯ ಮಾತಿಗೆ ನಾಗತಿಹಳ್ಳಿಯವರು ನಗು ಬೀರಿದರು. "ವಿರಹ ವಿದಾಯ ವಿಯೋಗ–ಇವೆಲ್ಲ ಪ್ರೇಮದ ಪೆಹಲುಗಳೇ ತಾನೆ!" ಎಂದರು. "ನಿಜ, ಈಗಿನ ಜನರೇಶನ್ ಪ್ರೀತಿಯನ್ನು ಗ್ರಹಿಸುವ ರೀತಿ ನೋಡಿದರೆ, ಎಂಡಿಂಗ್ ಕುಡ್ ಹ್ಯಾವ್ ಬೀನ್ ಬೆಟರ್ ಅನ್ನುತ್ತೆ" ಅಂದರು. "ಬಟ್, ಈಗ ಹೊಸ ಕತೆ ಬರೆಯಬಹುದೆ ಹೊರತು, ಹಳೆಯದನ್ನು ತಿದ್ದೋಕೆ ಸಾಧ್ಯವಾಗಲ್ಲ, ಅಲ್ವಾ?" ಎಂದರು. "ಪ್ರೇಮವು ಆಗಾಗ ಪೊರೆ ಕಳಚಿ ಹೊಸತಾಗಿರುತ್ತದೆ. ಪ್ರೇಮವನ್ನು ಹೊಸತನದಲ್ಲಿ ಹುಡುಕಬೇಕು, ಅಲ್ವಾ?" ಎಂದರು. "ನಿಜ ಸರ್, ನೀವು ಆ ಹಳೆ ಕತೆಯ ಮುಕ್ತಾಯವನ್ನು ಬದಲಿಸಲು ಸಾಧ್ಯವಾಗದಿರಬಹುದು. ಆದರೆ ಹೊಸ ಜೀವಂತ ಪ್ರೇಮವೊಂದು ಸುಖಾಂತ್ಯವಾಗಲು ಸಹಾಯ ಮಾಡಬಹುದು" ಎಂದ ಪ್ರೀತಂ. ಶೈಲತ್ತೆಯತ್ತ ನೋಡುತ್ತಾ ಮಾತಾಡುತ್ತಿದ್ದ ನಾಗತಿಹಳ್ಳಿಯವರು ಪ್ರೀತಂನತ್ತ ತಿರುಗಿದರು. ಅವರ ನೋಟದಲ್ಲಿ ಕುತೂಹಲವಿತ್ತು. "ಸರ್ ಇವನು ಪ್ರೀತಂ. ಕಾರವಾರದ ಹುಡುಗ. ಇದೇ ಊರಿನ ಹುಡುಗಿಯೊಂದಿಗೆ ಲವ್ ಆಗ್ಬಿಟ್ಟೈತಿ ಸರ್. ನಿಮ್ಮ ಕತೆಯಲ್ಲಿದ್ದ ಹಾಗೇ ಇವನ ಪ್ರೇಮದಲ್ಲೂ ವಿಘ್ನಗಳು ಎದುರಾಗ್ಯವ. ಅದಕ್ಕ ಹಂಗಂದ ಅನಸತೈತಿ" ಎಂದಳು ಶೈಲತ್ತೆ. ಕ್ಷಣ ಪ್ರೀತಂನನ್ನು ದಿಟ್ಟಿಸಿದ ಅವರು ಇವನಲ್ಲೇನೋ ಕತೆಯಿದೆ ಅನಿಸಿ ಹೆಗಲ ಮೇಲೆ ಕೈಹಾಕಿ, "ಒಂದ್ ಕೆಲ್ಸ ಮಾಡೋಣ, ನಿಮಗೆ ಬೇರೆಲ್ಲೂ ಹೋಗೋದು ಇಲ್ಲಾಂದ್ರೆ, ನನ್ ಜೊತೆ ಗೆಸ್ಟ್ ಹೌಸಿಗೆ ಬನ್ನಿ. ಅಲ್ಲೇ ಕೂತು ಮಾತಾಡೋಣ, ಆಯ್ತಾ? ಪ್ರೀತಿ ಪ್ರೇಮ ಅಂದ್ರೆ ಬೀದಿ ಮಾತೆ?" ಎಂದು ನಕ್ಕರು. ಮುಳುಗುತ್ತಿದ್ದ ನಾವೆಯನ್ನು ಸಮರ್ಥವಾಗಿ ದಡ ಸೇರಿಸುವ ನಾವಿಕ ಸಿಕ್ಕಂತೆ ಅನಿಸಿತು ಪ್ರೀತಂನಿಗೆ. ಆದರೆ ಆ ನಾವಿಕ ನಾವೆಯನ್ನು ನೇರ ತೂಫಾನ್ ಕೇಂದ್ರಕ್ಕೇ ಒಯ್ಯುವ ಅಂದಾಜು ಪ್ರೀತಂನಿಗಿರಲಿಲ್ಲ! ಗೆಸ್ಟ್ ಹೌಸಿನಲ್ಲಿ ಪ್ರೀತಂನಿಂದ ಕತೆಯನೆಲ್ಲ ಕೇಳಿಸಿಕೊಂಡ ನಾಗತಿಹಳ್ಳಿ ಸರ್ "ನಾಳೆ ನೇರವಾಗಿ

ಲಿಂಗನಗೌಡ ಪಾಟೀಲರ ದರ್ಬಾರಿನಲ್ಲಿ ಕತೆ ಮುಂದುವರಿಯುತ್ತೆ..." ಎಂದು ಬೀಳ್ಕೊಟ್ಟಿದ್ದರು.

*

ಕಲಬುರಗಿಯಿಂದ ಜೇವರ್ಗಿಯ ಭೀಮಾ ನದಿ ತಟದಲ್ಲಿರುವ ಲಿಂಗನಗೌಡ ಪಾಟೀಲರ ಮೂಲಸ್ಥಾನಕ್ಕೆ ಮೂವರ ಸವಾರಿ ಹೊರಟಿತ್ತು. ಈ ಪ್ರಯಾಣವೂ ಒಂದು ಸಿನಿಮೀಯ ದೃಶ್ಯದಂತೆ ಭಾಸವಾಯಿತು ಪ್ರೀತಂನಿಗೆ. ಶೈಲತ್ತೆ "ನಮ್ಕಡಿ ಎಳ್ಳ ಅಮವಾಸಿ ಹೆಂಗ್ ಆಚರಿಸ್ತಾರೆ ತೋರಿಸ್ತೀನಿ" ಅಂದಿದ್ದಳು. ಎಳ್ಳ ಅಮವಾಸ್ಯೆ ದಿನ ಇಡೀ ಪಾಟೀಲಗೌಡ ಮನೆತನದವರು ಒಟ್ಟಾಗುತ್ತಾರಂತೆ. ಭೂಮಿತಾಯಿಗೆ ಪೂಜೆ ಸಲ್ಲಿಸಿ, ಸಾಮೂಹಿಕ ಭೋಜನ, ಮನರಂಜನಾ ಕಾರ್ಯಕ್ರಮ ಎಲ್ಲ ಇರುತ್ತಂತೆ. ನೂರಾರು ಎಕರೆ ಹೊಲದ ನಡುವೆ ಪೂರ್ವಜರು ಕಟ್ಟಿದ್ದ ಮನೆಯಲ್ಲಿ ಈ ಸಾಂಪ್ರದಾಯಿಕ ಕಾರ್ಯವನ್ನು ಪ್ರತಿವರ್ಷ ವಿಜೃಂಭಣೆಯಿಂದ ಆಚರಿಸುತ್ತಾರಂತೆ. ಅಣ್ಣ, ಚಿಕ್ಕಣ್ಣ, ದೊಡ್ಡಪ್ಪ, ಚಿಕ್ಕಪ್ಪನ ಕುಟುಂಬದವರೆಲ್ಲರೂ ಎಲ್ಲಿದ್ದರೂ ಈ ಸಂದರ್ಭದಲ್ಲಿ ಅಲ್ಲಿ ಸೇರುತ್ತಾರಂತೆ. ಭೀಮಾ ನದಿಗೂ, ಮನೆದೇವರಿಗೂ, ಹೊಲದಲ್ಲಿರುವ ಬನ್ನಿ ಮರಕ್ಕೂ ಪೂಜೆ ಸಲ್ಲಿಸಿ, ನೈವೇಧ್ಯವನ್ನು ಭೂತಾಯಿಗೆ ಅರ್ಪಿಸುವ ಆಚರಣೆಯ ಮಹತ್ವವನ್ನು ಶೈಲತ್ತೆ ದಾರಿಯಲ್ಲಿ ವಿವರಿಸುತ್ತಾ ಹೋದಳು. ರಾತ್ರಿ ಅಲ್ಲೇ ವಾಸ್ತವ್ಯ ಮಾಡಿ, ಭಜನೆ, ಶಾಸ್ತ್ರೀಯ ಸಂಗೀತ, ಸುಗಮ ಸಂಗೀತದಂಥ ಸಾಂಸ್ಕೃತಿಕ ಕಾರ್ಯಕ್ರಮಗಳನ್ನೂ ಇಟಗೋತಾರಂತೆ. ಹೇಗೂ ನಾಗತಿಹಳ್ಳಿ ಸರ್ ಗುಲ್ಬರ್ಗಾದಲ್ಲಿದ್ದಾರೆ, ಅವರನ್ನು ಆಮಂತ್ರಿಸಿದರೆ ಹೇಗೆ? ಎಂಬ ಯೋಚನೆ ಶೈಲತ್ತೆಗೆ ಹೊಳೆದು, ನಿನ್ನೆ ಮಾತುಕತೆಯ ನಡುವೇ ಅನುಮಾನದಲ್ಲೇ ಕೇಳಿದ್ದಳು. ನಾಗತಿಹಳ್ಳಿ ಸರ್ ಅದಕ್ಕೆ ಒಪ್ಪಿಯೇ ಬಿಟ್ಟಿದ್ದರು! ಪ್ರೀತಂನ ಪ್ರೇಮಕತೆಯನ್ನು ಮಂಗಳಕರಗೊಳಿಸುವ ಸಾರಥ್ಯವನ್ನೂ ಹೊತ್ತಿದ್ದರು!

"ಸರ್, ನೀವು ಬರ್ತಿದ್ದೀರಿ ಅಂತ ಇಡೀ ಕುಟುಂಬವೇ ಖುಶ್ ಆಗ್ಯಾರೆ" ಎಂದಳು ಶೈಲತ್ತೆ. ಹಾಗೆ ನೋಡಿದರೆ ನಾಗತಿಹಳ್ಳಿಯವರು ಲಿಂಗನಗೌಡಪಾಟೀಲ ಕುಟುಂಬಕ್ಕೆ ಅಪರಿಚಿತರಲ್ಲವಂತೆ. ಅವರ ಕತೆ ಕಾದಂಬರಿಗಳನ್ನು ಓದಿಕೊಂಡವರಿದ್ದಾರೆ. ಸಿನಿಮಾ ನೋಡಿದವರಿದ್ದಾರೆ. ತಾಯಿಯಂತೂ ಅಮೃತಧಾರೆ ಸಿನಿಮಾ ನೋಡಿ ನನ್ ಮೊಮ್ಮಗಳು ಸುಮಿಗೆ ದಿಗಂತನಂಥ ಹುಡುಗ ಸಿಗಲಿ ಅಂತ ಹತ್ತು ವರ್ಷದ ಹಿಂದೇ ಹಾರೈಸಿದ್ದಾಳಂತೆ. "ನಮ್ಮ ಅಣ್ಣ ಲಿಂಗಣ್ಣ ಸೈತ ಸಿನಿಮಾಗಳಲ್ಲಿ ಪ್ರೇಮಿಗಳು ಪಡೋ ಕಷ್ಟ ನೋಡಿ ಕಣ್ಣಲ್ ನೀರು ಹಾಕ್ಕೋತ್ತಾರೆ ಸರ್" ಎಂದು ದೊಡ್ಡದಾಗಿ ನಕ್ಕಳು. "ಸರ್,

ಸಾಹಿತ್ಯ ಸಿನಿಮಾಗಳಿಗೆ ಮನಸ್ಸನ್ನು ಆರ್ದ್ರಗೊಳಿಸುವ ಶಕ್ತಿ ಇದ್ದರೂ, ಅಸಲಿ ಜಿಂದಗಿಗೆ ಬಂದ್ರೆ ಮೂಲ ಸ್ವಭಾವ ಬಿಡಲಾಗದ ವಿಪರ್ಯಾಸವನ್ನು ಹೇಗೆ ವಿವರಿಸುತ್ತೀರಿ?" ಎಂದಳು. ನಾಗತಿಹಳ್ಳಿಯವರು, "ಆ ಶೋಧಕ್ಕೆ ತಾನೆ ನಾವು ಹೊರಟಿರುವುದು?" ಎಂದು ನಕ್ಕರು.

ಎಂಥ ಗಂಭೀರ ವಿಷಯವನ್ನೂ ಹಗುರದಲ್ಲೇ ನಿಭಾಯಿಸುವ ನಾಗತಿಹಳ್ಳಿ ಸರ್ ಮುಖದಲ್ಲಿ ಒಂದು ಮುಗುಳುನಗು ಸ್ಥಾಯಿಯಾಗಿರುತ್ತಿತ್ತು. ಅದು ಪ್ರೀತಂನಿಗೆ ಇಷ್ಟವಾಗುತ್ತಿತ್ತು. ನಿನ್ನೆ ಗೆಸ್ಟ್ ಹೌಸಿನಲ್ಲಿ ಅಷ್ಟು ದೊಡ್ಡ ಲೇಖಕ, ಸಿನಿಮಾ ನಿರ್ದೇಶಕರಾಗಿಯೂ ಅದೆಷ್ಟು ಆತ್ಮೀಯವಾಗಿ ಮಾತಾಡಿದ್ದರು! ಕಾಳಿ ತೀರದಲ್ಲಿ ಸುಮಿ ಮತ್ತು ತಾನು ಮೊದಲಬಾರಿಗೆ ಭೇಟಿಯಾದದ್ದು, ಇಬ್ಬರೂ ಇಷ್ಟಪಟ್ಟದ್ದು, ಜೊತೆಜೊತೆಯಲ್ಲಿ ಕಾರವಾರ ಸುತ್ತಾಡಿದ್ದು ಎಲ್ಲವನ್ನೂ ಆಸಕ್ತಿಯಿಂದ ಆಲಿಸಿದ್ದರು. ಸುಮಿಯ ಸಮುದ್ರದಾಕರ್ಷಣೆ ಬಗ್ಗೆ ಪ್ರೀತಂ ಹೇಳಿದಾಗ, "ಶರಧಿ ಅಂದರೇನೇ ತೀರದ ವಿಸ್ಮಯ, ಮಾರಾಯ" ಅಂದಿದ್ದರು. ಬೀಚ್ ಮೇಲೆ ಇಬ್ಬರೂ ಜೊತೆಯಲ್ಲಿರುವಾಗ ಅಪರಿಚಿತರು ದಾಳಿ ಮಾಡಿದ್ದನ್ನು ಹೇಳಿದ್ದ. ಅವರು ಖತರ್ನಾಕ್ ಇದ್ದಾರೆ, ಮತ್ತು ತಾವು ಈಗ ಅಂಥ ಅಪಾಯದ ಝೋನಿಗೆ ಹೋಗುತ್ತಿದ್ದೇವೆ ಎನ್ನುವ ಸೂಚನೆ ಕೊಡಬೇಕಿತ್ತು ಅವನಿಗೆ. ತಲೆಗೆ ಭಯಂಕರ ಪೆಟ್ಟು ಬಿದ್ದು ಎಚ್ಚರ ತಪ್ಪಿದ ಘಟನೆಗೆ ಪ್ರೀತಂ ಹೆಚ್ಚು ಒತ್ತುಕೊಟ್ಟು ಹೇಳಿದರೂ, ಅದಕ್ಕೂ ಪೂರ್ವದ ಮುಂಚಿನ ಗಾಳಿಮರದಡಿಯ ಪ್ರಣಯ ಭಾಗವನ್ನು ಮೊಟಕುಗೊಳಿಸಿದ್ದನ್ನು ಗ್ರಹಿಸಿ "ಬರೀ ಟ್ರೇಲರ್ ತೋರಿಸ್ಬೇಡವೋ ಹುಡುಗ, ಆ ರೋಮ್ಯಾಂಟಿಕ್ ಸೀನ್ ರಿಪೀಟ್ ಮಾಡು" ಅಂದಿದ್ದರು. ಅಯ್ಯೋ, ಇವರು ನನ್ನ ಕತೆ ಕೇಳ್ತಿದ್ದಾರಾ ಅಥವಾ ಸಿನಿಮಾ ಶೂಟಿಂಗಿನಲ್ಲಿದ್ದಾರಾ ಎನ್ನುವ ಸಣ್ಣ ಡೌಟ್ ಬಂದಿದ್ದೂ ನಿಜ. ಎಲ್ಲ ಮಾತುಕತೆ ಆದ ಮೇಲೆ, "ಈಗ ಪ್ಯಾಕ್ ಅಪ್. ನಾಳೆ ಲೊಕೇಶನ್ ಲಿಂಗನಗೌಡ ಪಾಟೀಲರ ಮನೆ. ಶಾರ್ಪ್ ಟೆನ್ ಇನ್ ದಿ ಮಾರ್ನಿಂಗ್" ಎಂದು ಹೇಳಿ ಬೀಳ್ಕೊಟ್ಟಿದ್ದರು.

"ಎಂಥಾ ಮಾರಾಯ್ತಿ? ಇವರು ಯಾವುದೋ ಸಿನಿಮಾ ಮೂಡಲ್ಲಿದ್ದಂಗ ಕಾಣತ್ರು. ಲೈಟ್ಸ್ ಕ್ಯಾಮರಾ ಆಕ್ಷನ್ ಥರ ಶೂಟಿಂಗ್ ಭಾಷೆಲಿ ಮಾತಾಡತ್ರು. ನಾಳೆ ಸುಮಿ ಅಪ್ಪ ನನ್ನನ್ನು ಶೂಟ್ ಮಾಡದಿದ್ರೆ ಸಾಕು" ಎಂದು ನಕ್ಕಿದ್ದ ಪ್ರೀತಂ. "ಪ್ರೀತ್ಸೋ ಹುಡುಗಿ ಹಾಸಿಲ್ ಆಗ್ಬೇಕಂದ್ರ, ಗುಂಡಿಗೂ ರೆಡಿ ಇರ್ಬೇಕು ಅಳಿಯಂದಿರೇ" ಎಂದು ಶೈಲತ್ತೆಯೂ ತಮಾಷೆ ಮಾಡಿದ್ದಳು. "ನೋಡು, ಈಗ ಅವರೇ ನಿನ್ನ ಪ್ರೇಮಕತೆಯ ನಿರ್ದೇಶಕರು. ಲಿಂಗನಗೌಡಪಾಟೀಲರ ಅಡ್ಡಾದಲ್ಲಿ ಶೂಟ್ಔಟಿಗೆ ರೆಡಿಯಿರು, ತಮ್ಮ" ಎಂದು ನಕ್ಕಿದ್ದಳು. ತನಗಿದು ಜೀವನ್ಮರಣದ ಪ್ರಶ್ನೆಯಾಗಿದೆ. ಇವರಿಬ್ಬರೂ ಸಾಹಿತ್ಯ ಮತ್ತು ಸಿನಿಮಾಗಳ

ಗುಂಗಿನಲ್ಲಿ ತನ್ನ ಪರಿಸ್ಥಿತಿಯನ್ನು ಹಗುರವಾಗಿ ಪರಿಗಣಿಸಿರುವರೋ ಹೇಗೆ, ಎಂಬ ಅನುಮಾನ ನಿನ್ನೆಯಿಂದಲೂ ಕೊರೆಯುತ್ತಿತ್ತು. ಜೊತೆಗೆ ಅಲ್ಲಿ ಸುಮಿಯನ್ನು ನೋಡುವ ಉಮೇದು, ಕಾಣುವೆನೋ ಇಲ್ಲವೋ ಎಂಬ ಆತಂಕವೂ ಇದ್ದುದರಿಂದ ಪ್ರೀತಂ ಪ್ರಯಾಣದುದ್ದಕ್ಕೂ ಮೌನವಾಗಿಯೇ ಇದ್ದ. ಅದನ್ನು ಅರಿತವರಂತೆ ನಾಗತಿಹಳ್ಳಿ ಸರ್ "ಚಿಯರ್ ಅಪ್ ಯಂಗ್ ಮ್ಯಾನ್" ಎಂದು ಅವನನ್ನು ಗೆಲುವಾಗಿಸಲು ನೋಡಿದರು. "ನಿಮ್ಮ ಕಾರವಾರಕ್ಕೆ ಬಂದಾಗ, ಹೊಟೆಲ್ ಅಮೃತದಲ್ಲಿ ಮೀನೂಟ ಹಾಕಿಸಬೇಕು, ನೆನಪಿರಲಿ" ಎಂದರು. "ನಿಮ್ಮಿಂದ ಈ ಪಾಪದ ಮಕ್ಕಳ ಪ್ರೇಮ ಒಂದು ನೆಲೆ ಕಂಡರೆ, ಇವನೇ ತಾಜಾತಾಜಾ ಮೀನು ಹಿಡಿದು ಫಿಶ್ ಕರಿ, ರವಾಫ್ರೈ ಮಾಡಿ ಊಟ ಹಾಕಿಸ್ತಾನೆ, ಅಲ್ವೇನೋ ಪ್ರೀತಂ" ಎಂದಳು ಶೈಲತ್ತೆ. ಅಷ್ಟರಲ್ಲಿ ಅವಳ ಫೋನ್ ರಿಂಗಾಗಿ "ಹೌದು ಅತ್ತಿಗೆ, ನಾವು ಹೊಸೂರು ಕ್ರಾಸ್ ದಾಟೀವಿ, ಇನ್ನ ಹತ್ತ ನಿಮಿಷದಾಗ ಅಲ್ಲಿರ್ತೀವಿ" ಎಂದಳು.

*

ಹಳೆಯದಾದರೂ ಗತವೈಭವದ ಗತ್ತಿನಿಂದ ನಿಂತಿರುವ ಇಮಾರತು ಬಹುದೂರದಿಂದಲೇ ಕಾಣುತ್ತಿತ್ತು. ಸುತ್ತಲೂ ಕಣ್ಣು ಮುಟ್ಟುವ ವರೆಗೂ ಚಾಚಿರುವ ಬಯಲು. ಹತ್ತಿ ಜೋಳ ಶೇಂಗಾದಂಥ ಫಸಲುಗಳು ತಲೆ ಎತ್ತಿ ತೂಗುತ್ತಿದ್ದವು. ಪ್ರೀತಂನಿಗೆ ಕೆಲವು ಬೆಳೆಗಳ ಹೆಸರೇ ಗೊತ್ತಿರಲಿಲ್ಲ. ಬಿಸಿಲು ನಾಡಿನಲ್ಲಿ ಕಾಡಿನ ಹಸಿರು ಇಲ್ಲದಿದ್ದರೂ, ನೆಲಕ್ಕೆ ಹಾಸಿದ ಇಂಥ ಹಸಿರನ್ನು, ಇಷ್ಟೊಂದು ರೀತಿಯ ಬೆಳೆಗಳನ್ನು ನೋಡಿ ಅಚ್ಚರಿಗೊಂಡಿದ್ದ. ಕಾರು ಬಂದದ್ದೇ ಆಳುಗಳು ಓಡೋಡಿ ಬಂದು ಗೇಟು ತೆರೆದರು. ನಾಗತಿಹಳ್ಳಿಯವರನ್ನು ಸ್ವಾಗತಿಸಲು ಇಡೀ ಕುಟುಂಬವೆ ಅಂಗಳಕ್ಕೆ ಬಂದು ನಿಂತಿತ್ತು. ಲಿಂಗಣ್ಣನವರು ಗೇಟ್ ವರೆಗೂ ಬಂದು ನಾಗತಿಹಳ್ಳಿಯವರನ್ನು ಬರಮಾಡಿಕೊಂಡರು.

ರೈತರು ಎತ್ತುಗಳಿಗೆ ಸ್ನಾನ ಮಾಡಿಸಿ ಕೊಂಬಣಸು, ರಿಬ್ಬನ್ನು ಕಟ್ಟಿ, ಕೊರಳಲ್ಲಿ ಗೆಜ್ಜೆಗಳನ್ನು ತೂಗಿದ್ದರು. ಚಕ್ಕಡಿಗಾಡಿಗಳನ್ನೂ ತೊಳೆದು ಅಲಂಕರಿಸಿದ್ದರು. ನಾಗತಿಹಳ್ಳಿ ಸರ್ "ಎಂಥ ಫಲವತ್ತಾದ ಭೂಮಿ. ಈ ಕಪ್ಪು ಮಣ್ಣು ನೋಡಿ ಲಂಕೇಶರ ಅವ್ವ ಕವನ ನೆನಪಾಯ್ತು!" ಎಂದರು. "ಹೂನ್ರೀ ಸಾಯಬ್ರ, ಕಾಡಗಿ ಬಣ್ಣದ ಎರಿಭೂಮಿರಿ ನಮ್ದು. ಬೀಜ ಊರಿದರ ಸಾಕು, ಈ ಹೊಲ ಫಲ ಎತ್ತಿಎತ್ತಿ ಕೊಡತೈತಿ. ಎಕರೆಗೆ ಚಾಲೀಸ್ ಚೀಲ ಜ್ವಾಳ ಗ್ಯಾರಂಟಿರಿ. ಆಕಡಿ ಯಾಲಕ್ಕಿ ಹಚ್ಚೇನ್ರಿ. ನದಿತಾವ ಕಬ್ಬು ಸೇಂಗಾ ಬೆಳದೀನ್ರೀ" ಎಂದು ಹೆಮ್ಮೆಯಿಂದ ಹೇಳಿಕೊಳ್ಳುತ್ತ ಲಿಂಗಣ್ಣನವರು ಅವರನ್ನು ಮನೆವರೆಗೂ ಕರೆತಂದರು. ಜಮೀನ್ದಾರಿಕೆಯನ್ನೂ, ಪಾಳೆಗಾರಿಕೆಯನ್ನೂ

ಪ್ರದರ್ಶಿಸುವ ಹಳೆಯ ಮಜಬೂತು ಕಂಬಗಳು ತೊಲೆಗಳು ಆಸನಗಳು ಪಲ್ಲಂಗಗಳು ಇರುವ ಆ ಮನೆಯಲ್ಲಿ ನಾಗತಿಹಳ್ಳಿಯವರಿಗೆ ಅತಿಥಿ ಸತ್ಕಾರ ಭರ್ಜರಿಯಾಗಿಯೇ ನಡೆಯಿತು. ಉತ್ಸವಮೂರ್ತಿ ನಾಗತಿಹಳ್ಳಿಯವರಾದ್ದರಿಂದ ಪ್ರೀತಂನತ್ತ ಯಾರೂ ಗಮನ ಕೊಡಲಿಲ್ಲ. ಆ ಮನೆಯ ಕೆಲವು ಕಿಶೋರಿಯರು ಮಾತ್ರ ಪ್ರೀತಂನ ಮಿಂಚಿನಂಥ ಕಣ್ಣುಗಳು ಏನನ್ನೋ ಹುಡುಕಾಡುವುದನ್ನು ಗಮನಿಸಿದ್ದವು. ಪ್ರೀತಂನ ವಿಶಿಷ್ಟ ಮೈಕಟ್ಟು, ಗುಂಗುರು ಕೂದಲಿನ ಆಕರ್ಷಣೆಯಿಂದ "ಇವನ್ಯಾವ ಊರಿನ ಹೈದ ಕಣಮ್ಮೋ" ಅನ್ನೋ ಥರ ಕದ್ದು ಕದ್ದು ನೋಡುತ್ತಿದ್ದವು. ಪ್ರೀತಂನ ಕಣ್ಣುಗಳು ಮಾತ್ರ ಆ ಇಮಾರತಿನ ಅಷ್ಟೊಂದು ಬಾಗಿಲುಗಳಲ್ಲಿ ಯಾವುದೋ ಒಂದರಿಂದ ಸುಮಿ ಪ್ರಕಟವಾಗುವುದನ್ನು ಕಾದಿದ್ದವು. ಎಲ್ಲೆಲ್ಲೂ ಸಂಭ್ರಮವಿತ್ತು. ಸಡಗರವಿತ್ತು. ಆದರೆ ಸುಮಿಯ ಸುಳಿವೇ ಇರಲಿಲ್ಲ. ಹೃದಯದಲ್ಲಿ ಪ್ರೀತಿಯೇ ತುಂಬಿರುವ ಹುಡುಗಿ ಸುಮಿಗೆ ಸ್ಥಾನವಿಲ್ಲದ ಈ ಕುಟುಂಬವು ಎಷ್ಟೇ ದೊಡ್ಡದಿದ್ದರೂ ಕುಬ್ಜವೇ ಅನಿಸತೊಡಗಿತು.

ಈ ನಡುವೆ ಸಾಹಿತ್ಯ ಸಂಗೀತ ಸಿನಿಮಾ ಎಲ್ಲವೂ ಚರ್ಚೆಯಾಯಿತು. ಗದ್ದಲದ ನಡುವೆಯೇ ಮಾತು ನಗು ಅಭಿಮಾನ ಪ್ರೀತಿ ಸಂಭ್ರಮ ತುಳುಕಾಡುತ್ತಿತ್ತು. ಯಾರೋ "ಊಟಕ್ಕೇನೈತ್ರಿ?" ಅಂದರು. ಅದಕ್ಕೆ ಇನ್ಯಾರೋ "ಶೇಂಗಾ ಹೋಳಿಗೆ, ಕರಿಗಡಬ, ಸಜ್ಜಿ ರೊಟ್ಟಿ, ಜೋಳದ ರೊಟ್ಟಿ, ಹುಳಿಬಾಣ, ಮೊಸರು ಬಜ್ಜಿ, ಕೆಂಪಿಂಡಿ, ಶೇಂಗಾ ಚಟ್ನಿ, ಗುರೆಳ್ಳು ಚಟ್ನಿ, ಅಗಸಿ ಚಟ್ನಿ, ತರಕಾರಿ ಪಲ್ಲೆ, ಪುಂಡಿಪಲ್ಲೆ, ಕಡ್ಲಿ ಪಲ್ಲೆ, ಮಡಕೆ ಕಾಳ್ ಪಲ್ಲೆ ಎಲ್ಲಾ ರೆಡಿ ಐತಿ" ಎಂದು ಅನೌನ್ಸ್ ಮಾಡಿದರು. ಪ್ರೀತಂನಿಗೆ ಹೆಚ್ಚಿನವುಗಳ ಹೆಸರೂ ಗೊತ್ತಿರಲಿಲ್ಲ. ಸುಮಿಯಿಲ್ಲದೇ ಅವುಗಳಿಗೆ ಸ್ವಾದವೂ ಇರದು ಅನಿಸಿತು. ಊಟಕ್ಕಿಂತ ಮೊದಲು ಶೈಲತ್ತೆ ಚಿಕ್ಕ ಸನ್ಮಾನ ಕಾರ್ಯಕ್ರಮವನ್ನೂ ನೆರವೇರಿಸಿದಳು. ಈ ವರೆಗೆ ಅನೌಪಚಾರಿಕವಾಗಿದ್ದ ಮಾತುಕತೆ ಭಾಷಣದ ಸ್ವರೂಪ ಪಡೆಯಿತು. ನಾಗತಿಹಳ್ಳಿಯವರು "ತಲೆತಲಾಂತರದಿಂದ ಜಮೀನ್ದಾರಿಕೆಯ ಕುಟುಂಬವಾಗಿಯೂ ಹಿಂದಿನ ಪಾಳೆಗಾರಿಕೆಯನ್ನು ಮರೆತು ಸಮಾನತೆಯನ್ನು ಪಾಲಿಸುತ್ತಿರುವ, ಜೊತೆಗೆ ಕಲೆ ಸಂಸ್ಕೃತಿ ಬಗ್ಗೆ ಆದರ ಹೊಂದಿರುವ ನಿಮ್ಮೆಲ್ಲರಿಗೂ ಮೊತ್ತಮೊದಲು ಶರಣು ಎನ್ನುತ್ತೇನೆ" ಎಂದರು. "ನಿಮ್ಮ ಮನುಷ್ಯ ಪ್ರೀತಿ, ಹೃದಯ ವೈಶಾಲ್ಯಕ್ಕೆ ಹೃದಯಪೂರ್ವಕವಾಗಿ ಅಭಿನಂದಿಸುತ್ತೇನೆ" ಎಂದರು. ಶೈಲತ್ತೆಗೂ ಪ್ರೀತಂನಿಗೂ ಅದು ವ್ಯಂಗ್ಯದ ಮಾತು ಅನಿಸಿ ಮನಸಲ್ಲೇ ನಕ್ಕರು. ಮಕ್ಕಳು ಚಪ್ಪಾಳೆ ತಟ್ಟಿದರು.

"ಈ ಜಗತ್ತಿಗೆ ಪ್ರೇಮವೇ ಬುನಾದಿ. ಪ್ರೇಮದ ಸ್ಪರ್ಶದಿಂದ ಮಾತ್ರ ಮನುಷ್ಯತ್ವದ ಅರಿವಾಗುತ್ತದೆ. ಪ್ರೇಮವು ಲೌಕಿಕವನ್ನು ದಾಟುವ ಹೆಬ್ಬಾಗಿಲು.

ನಮ್ಮನ್ನು ಆಧ್ಯಾತ್ಮಿಕ ನೆಲೆಗೆ ಒಯ್ಯುವುದೂ ಈ ಪ್ರೇಮವೇ! ಹೃದಯ ಶ್ರೀಮಂತಿಕೆಯಿಲ್ಲದಿದ್ದರೆ ಮಟಿರಿಯಲಿಸ್ಟಿಕ್ ಶ್ರೀಮಂತಿಕೆಗೆ ಯಾವುದೇ ಅರ್ಥವಿಲ್ಲ. ಪ್ರೇಮದಂಥ ಪ್ರೇಮವು ಜಾತಿ ಮತ ಲಿಂಗ ಭೇದವಿಲ್ಲದ ಸಮಾಜವನ್ನು ನಿರ್ಮಿಸುತ್ತದೆ. ಪಂಪ ಮನುಷ್ಯ ಜಾತಿ ತಾನೊಂದೇ ವಲಂ ಅಂದ. ಬಸವಣ್ಣ ಜಾತಿಯ ಅರ್ಥಹೀನತೆ ಬಗ್ಗೆ ಹೇಳಿದ. ನಾನು ರಚಿಸಿರುವ ಸಾಹಿತ್ಯವಾಗಲಿ ಸಿನಿಮಾಗಳಾಗಲಿ ಮನುಷ್ಯ ಪ್ರೀತಿಯನ್ನೇ ಜೀವಸೆಲೆಯಾಗಿಟ್ಟುಕೊಂಡಿವೆ. ನನ್ನ ಸಾಹಿತ್ಯವನ್ನು ಇಷ್ಟಪಡುವ, ನನ್ನ ಸಿನಿಮಾ ಮೆಚ್ಚುವ ನೀವೆಲ್ಲ ಪ್ರೇಮದ ಮಹತ್ವ ಅರಿತವರು. ಅಂಥ ಮನೆಯಲ್ಲಿ ಇಂಥ ಅದ್ಭುತ ಅತಿಥಿ ಸತ್ಕಾರ ಪಡೆಯುತ್ತಿರುವುದು ನನ್ನ ಭಾಗ್ಯ. ಅದಕ್ಕಾಗಿ ನಿಮಗೆಲ್ಲ ಮನಸಾರೆ ಧನ್ಯವಾದ ಹೇಳುವೆ...

"ಆದರೆ ಅದಕ್ಕಿಂತ ಮುಖ್ಯ ಸಂಗತಿಯೊಂದನ್ನು ನಿಮ್ಮಲ್ಲಿ ನಿವೇದಿಸಿಕೊಳ್ಳಲು ಬಂದಿರುವೆ. ಈ ಕಾರವಾರದ ಹುಡುಗ ಮತ್ತು ನಿಮ್ಮ ಮನೆ ಮಗಳು ಸುಮಿ ಪರಸ್ಪರ ಪ್ರೀತಿಸುತ್ತಿದ್ದಾರೆ ಎಂದು ತಿಳಿಯಿತು. ಅದು ವಯೋಸಹಜ ಪ್ರೇಮವಾದರೂ ಅದಕ್ಕೊಂದು ದಿವ್ಯಸ್ವರೂಪವಿರುವುದು ನನ್ನ ಅರಿವಿಗೆ ಬಂದಿದೆ. ನೀವು ದೊಡ್ಡ ಮನಸ್ಸು ಮಾಡಿ ಅವರ ಪ್ರೇಮವನ್ನು ಮನ್ನಿಸಬೇಕು. ಇದೊಂದು ನಾಟಕೀಯ ಪ್ರಸ್ತಾಪ ಎನ್ನುವುದು ಬರಹಗಾರನಾದ ನನಗೆ ಗೊತ್ತಿದೆ. ಆದರೆ ನನಗೆ ಬೇರೆ ದಾರಿಯಿಲ್ಲ. ನಾನು ಹಲವಾರು ಪ್ರೇಮಕಥೆಗಳನ್ನು ಬರೆದಿದ್ದೇನೆ. ಆದರೆ ಕಡಲಿನಂತೆ ಆಳವಾದ, ಬಯಲಿನಂತೆ ಮುಕ್ತವಾದ ಇವರ ಪ್ರೇಮವನ್ನು ನಾವು ಪೊರೆಯಬೇಕಾಗಿದೆ. ಮಾನ್ಯ ಲಿಂಗಣ್ಣನವರೇ ಮತ್ತು ಕುಟುಂಬದ ಎಲ್ಲಾ ಸಹೋದರ ಸಹೋದರಿಯರೇ, ಈ ಹುಡುಗನನ್ನು ಸ್ವೀಕರಿಸಿ. ಈತ ಬಡವನಿರಬಹುದು. ಆದರೆ ಈತನ ಮನಸ್ಸು ಕಡಲಿನಷ್ಟೆ ಶ್ರೀಮಂತ. ಈ ಹುಡುಗನಲ್ಲಿ ಸದ್ಗುಣವೂ, ವಿಶಿಷ್ಟ ಪ್ರತಿಭೆಯೂ ಇದೆ ಎಂದು ನನಗೆ ಅರಿವಾಗಿದೆ. ಅದನ್ನು ಕಂಡೇ ನಾನು ಇಲ್ಲಿ ವರೆಗೂ ಬಂದಿದ್ದೇನೆ. ಅಂತಃಕರಣದ ಅಭಿವ್ಯಕ್ತಿಯಾದ ಪ್ರೇಮಕ್ಕೆ ಆಸರೆಯಾಗಬೇಕಾದ ಜವಾಬ್ದಾರಿ ನಮ್ಮೆಲ್ಲರ ಮೇಲಿದೆ...

"ಈ ಹುಡುಗನಲ್ಲಿ ಒಂದು ಅಪ್ಪಟತನವಿದೆ. ಕಾಡು ಕಣಿವೆಯಲ್ಲಿ ಜುಳುಜುಳು ಹರಿಯುವ ನೀರಿನ ಪರಿಶುದ್ಧತೆಯಿದೆ. ಈತನಿಗೆ ನನ್ನ ಹೊಸ ಸಿನಿಮಾದಲ್ಲಿ ಅಂಥ ಒಂದು ಪಾತ್ರಕ್ಕಾಗಿ ಆಯ್ಕೆ ಮಾಡಿದ್ದೇನೆ. ಆಯ್ಕೆಯನ್ನು ಆತನ ಅಭಿಪ್ರಾಯವನ್ನೂ ಕೇಳದೇ ಮೊತ್ತಮೊದಲ ಬಾರಿಗೆ ಈ ನೆಲದಲ್ಲಿ ಘೋಷಿಸುತ್ತಿದ್ದೇನೆ... ನಿಜ, ಪ್ರೀತಂ ಮತ್ತು ಸುಮಿಯರ ವಿದ್ಯಾಭ್ಯಾಸ ಬಾಕಿಯಿದೆ. ಅವರು ಸಾಧಿಸಬೇಕಾದದ್ದು ಇನ್ನೂ ಇದೆ. ಅವರಿಗೆ ಆ ಜವಾಬ್ದಾರಿಯನ್ನು ಮನಗಾಣಿಸೋಣ. ಆದರೆ ಅವರ ವಯೋಸಹಜ ಪ್ರೇಮಭಾವನೆಗಳನ್ನು

ಹಿಚುಕುವುದು ಬೇಡ. ನಿಮ್ಮಲ್ಲಿ ನನ್ನ ಪ್ರಾರ್ಥನೆಯಿಷ್ಟೇ; ಪ್ರೇಮವೆಂದರೆ ಒಂದು ಜೀವಮಾನದ ಅನುಭೂತಿ. ಅದು ಎಲ್ಲರಿಗೂ ಪ್ರಾಪ್ತವಾಗಲಾರದು. ಅದೃಷ್ಟ ಬೇಕು. ಈ ಮಕ್ಕಳಿಬ್ಬರೂ ಅಂಥ ಅದೃಷ್ಟವಂತರು. ಅವರನ್ನು ಕ್ಷಮಿಸಿ ಮತ್ತು ಮನ್ನಿಸಿ" ಎಂದು ಕೈಮುಗಿದು ಕೂತರು.

ಅಲ್ಲಿದ್ದವರೆಲ್ಲರೂ ಮೌನವಾಗಿದ್ದರು, ಸಿಡಿಲು ಬಿದ್ದು ಆಘಾತಗೊಂಡವರ ಹಾಗೆ, ಹಿಮಗಟ್ಟಿದವರ ಹಾಗೆ! ಚೇತರಿಸಿಕೊಂಡವರು ಹೇಗೆ ಪ್ರತಿಕ್ರಿಯಿಸಬೇಕೆಂದು ತಿಳಿಯದೇ ಗೊಂದಲಗೊಂಡಿದ್ದರು. ಇಷ್ಟು ಹೊತ್ತಿನ ವರೆಗೆ ನಿರ್ಲಕ್ಷಿತನಾಗಿದ್ದ ಪ್ರೀತಂನ ಮೇಲೆ ಎಲ್ಲರ ದೃಷ್ಟಿ ಕೇಂದ್ರಿಕೃತವಾಯಿತು. ಅದು ಸುಡುವಷ್ಟು ಪ್ರಖರವಾಗಿತ್ತು! ಲಿಂಗಣ್ಣನ ಚಿಕ್ಕಪ್ಪನ ಮಗ ಇದ್ದಲ್ಲೇ ಗರಂ ಆಗತೊಡಗಿದ್ದ. "ದೊಡ್ಡ ಮನುಷ್ಯರು ಅಂತ ಸತ್ಕಾರಕ್ಕ ಕರೆದ್ರ ನೀವ್ ನಮ್ಮ ಖಾಂದಾನ ಪಂಚಾಯ್ತಿ ಮಾಡಕ ಹತ್ತಿರಿಲ್ರೀ, ಯಜಮಾನ್ರೆ. ನೀವು ದೊಡ್ಡ ಸಾಹಿತಿಗಳಿರಬಹುದು, ಆದ್ರೆ ನಮ್ಮ ಮನಿ ವ್ಯವಹಾರದಲ್ಲಿ ಕೈ ಹಾಕಿದರೆ ನೆಟ್ಟಗಿರೋದಿಲ್ಲ" ಅಂದು ಎದ್ದು ನಿಂತ. ಲಿಂಗಣ್ಣ ಅವನ ಕೈ ಹಿಡಿದು ಕುಳ್ಳಿರಿಸಿದ. ನಾಗತಿಹಳ್ಳಿ ಸರ್ ಮತ್ತೆ ಎದ್ದುನಿಂತು, "ನಿಜ, ಹೀಗೆ ಪ್ರೇಮದ ಬಹಿರಂಗ ಪಂಚಾಯ್ತಿ ಮಾಡುವುದು ತಪ್ಪು. ಆದರೆ, ಪ್ರೇಮದಲ್ಲಿ ಜೀವವಿರೋಧಿ ಸನ್ನಿವೇಶವಿದ್ದರೆ ಮೌನವಾಗಿರುವುದು ಮಹಾತಪ್ಪು. ಪ್ರೇಮಿಸುತ್ತಿದ್ದ ಮಕ್ಕಳನ್ನು ಹೊಡೆಸುವ ಹೇಯ ಕೃತ್ಯ ಎಸಗಿದ್ದೀರಿ. ಪ್ರೀತಿಸಿದ ಕಾರಣಕ್ಕಾಗಿ ಮನೆ ಮಗಳನ್ನೇ ಕೂಡಿಹಾಕಿದ್ದೀರಿ. ಅಪ್ಪಟ ಪ್ರೇಮವನ್ನು ಎದೆಯಲ್ಲಿಟ್ಟುಕೊಂಡು, ಕಾಣದೂರಿಗೆ ಬಂದ ಈ ಹುಡುಗನನ್ನು ಕಿಡ್ನ್ಯಾಪ್ ಮಾಡಲು ನೋಡಿದಿರಿ. ನನಗೆ ಗೊತ್ತು, ನಿಮ್ಮ ಈ ಭವ್ಯ ಬಂಗಲೆಯೊಳಗೆ ಎರಡು ನಳಿಗೆಯ ಪುರಾತನ ಬಂದೂಕು ಇದೆ. ನಿಮ್ಮೊಳಗಿನ ಪಾಳೆಗಾರಿಕೆಯ ಅಮಲು ಈಗಲೂ ನಮ್ಮೆದೆಗೆ ಗುರಿಯಿಟ್ಟು ಸುಟ್ಟು ಹಾಕಬಲ್ಲದು. ಇದು ಸಿನಿಮಾ ಅಲ್ಲ, ಅಸಲಿ ದೃಶ್ಯ. ಇಲ್ಲಿ ರಿಟೇಕ್ ಇರುವುದಿಲ್ಲ ಎನ್ನುವುದೂ ಗೊತ್ತು. ಅದಕ್ಕೂ ರೆಡಿಯಾಗೇ ಬಂದಿದ್ದೇವೆ. ನನ್ನ ನಮ್ರ ವಿನಂತಿ ಇಷ್ಟೇ; ಹುಡುಗ ಹುಡುಗಿ ಮೆಚ್ಚಿದ್ದಾರೆ, ಅನುರಕ್ತರಾಗಿದ್ದಾರೆ. ಲಿಂಗಣ್ಣನವರೇ, ಯೋಚಿಸಿ. ಕಾಲಕ್ಕೆ ತಕ್ಕಂತೆ ಬದಲಾಗದಿದ್ದರೆ ನಾವು ಜಡವಾಗ್ತೇವೆ. ಶೈಲಾ ಅವರಿಗೆ ನಾವು ಅನ್ಯಾಯ ಮಾಡಿದೆವು. ಆ ಪಾಪದಿಂದ ಮುಕ್ತರಾಗುವ ಅವಕಾಶವೊಂದು ನಮ್ಮೆದುರಿದೆ. ಮಕ್ಕಳ ಪ್ರೇಮ ಅರಳಲು ಬಿಡಿ, ಪುಣ್ಯ ಕಟ್ಟಿಕೊಳ್ಳಿ!" ಎಂದು ಎಲ್ಲರಿಗೂ ಇನ್ನೊಮ್ಮೆ ವಂದಿಸಿ ಅಲ್ಲಿಂದ ಹೊರಟೇಬಿಟ್ಟರು.

ಪ್ರೀತಂನೂ ಅವರನ್ನು ಹಿಂಬಾಲಿಸಿದ. ನಾಗತಿಹಳ್ಳಿಯವರ ಮಾತಿನಿಂದ ನಿರ್ಮಿತವಾದ ಆ ಬಿಗು ಸನ್ನಿವೇಶ, ಉಂಟಾದ ಗೊಂದಲದ ವಾತಾವರಣದ ನಡುವೆ ಸುಮಿ ಕಾಣಿಸಿಕೊಳ್ಳುವ ಕ್ಷೀಣ ಆಸೆ ಚಿಗುರುತ್ತಿರುವಾಗಲೇ

ಅವರು ಎದ್ದು ನಡೆದಿದ್ದರು. ಪ್ರೀತಂನಿಗೆ ಅವರ ಜೊತೆಗೆ ಹೋಗುವುದು ಅನಿವಾರ್ಯವಾಗಿತ್ತು. ನಾಗತಿಹಳ್ಳಿಯವರು ತುಂಬಿದ ಸಭೆಯಲ್ಲಿ ತಮ್ಮ ಪ್ರೇಮದ ವಿಷಯ ಪ್ರಸ್ತಾಪಿಸಿದ್ದು ಪ್ರೀತಂನಿಗೆ ಅನಿರೀಕ್ಷಿತವಾಗಿತ್ತು. ಬಹುಶಃ ಕಾರ್ಯಕ್ರಮದ ಮುಗಿದ ಮೇಲೆ ಸುಮಿಯ ತಂದೆಯೊಡನೆ ಏಕಾಂತದಲ್ಲಿ ಈ ವಿಷಯದ ಬಗ್ಗೆ ಆಪ್ತವಾಗಿ ಮಾತಾಡಬಹುದು ಎಂದು ಪ್ರೀತಂ ಎಣಿಸಿದ್ದ. ಪ್ರೀತಂ ಅಚ್ಚರಿಯಿಂದ ಅವರನ್ನು ಗಮನಿಸಿದ. ಅಂಥ ಬಿಗು ಸನ್ನಿವೇಶದಲ್ಲೂ ಅವರ ಮುಖದಲ್ಲಿ ಅಂಥದ್ದೇ ಮುಗುಳುನಗು ಇತ್ತು! ಅವರ ಈ ಬಹಿರಂಗ ಪ್ರೇಮ ಪ್ರಸ್ತಾಪ ಬಹುಶಃ ಪ್ರೇಮವನ್ನು ಒಂದು ಸಾಮೂಹಿಕ ನೆಲೆಯಿಂದಲೇ ಆತ್ಮಾವಲೋಕನದ ಬಾಗಿಲಿಗೆ ತಲುಪಿಸುವ ತಂತ್ರ ಇರಬಹುದು, ಅಂದುಕೊಂಡ. ಸಂಭ್ರಮ ತುಂಬಿದ್ದ ಮನೆಯಲ್ಲಿ ಬಾಂಬೊಂದು ಸ್ಫೋಟವಾಗುವ ಮುನ್ಸೂಚನೆಯಿಂದ ಹೆಂಗಸರೆಲ್ಲ ಒಬ್ಬೊಬ್ಬರೇ ಒಳಾಂಗಣ ಸೇರಿಕೊಂಡರು. ಮಕ್ಕಳು ಗೊಂದಲದಿಂದ ನಿಂತಲ್ಲಿಂದ ಸರಿಯುತ್ತಾ ಹಿಂಬದಿಗೆ ಹೋದರು. ದೊಡ್ಡವರಲ್ಲಿ ಕೆಲವರು ತಮ್ಮತಮ್ಮಲ್ಲೇ ಗೊಣಗುತ್ತಾ ಚಿಕ್ಕ ಚಿಕ್ಕ ಗುಂಪುಗಳಾಗಿ ನಿಂತರು. ಅಷ್ಟು ದೊಡ್ಡ ಮನೆಯಲ್ಲಿ, ಅಷ್ಟೊಂದು ಜನರ ನಡುವಿನಲ್ಲಿ ಈಗ ಮಹಾಮೌನವು ಮಾತ್ರ ಮಾತಾಡುತ್ತಿತ್ತು! ಬರುವಾಗ ನಾಗತಿಹಳ್ಳಿಯವರ ಸಂಭ್ರಮದ ಸ್ವಾಗತಕ್ಕೆ ನಿಂತಿದ್ದ ಆ ಭವ್ಯಮನೆ ಮರಳುವಾಗ ಗರಬಡಿದಂತೆ ಕಾಣುತ್ತಿತ್ತು!

*

ಕಾಳಿ ತೀರದಲ್ಲಿ ಸುಮಿಯ ಮುಲಾಕಾತು ಮತ್ತು ಆ ನಂತರದ ಹೆಚ್ಚಿನ ಘಟನಾವಳಿಗಳು ಸಿನಿಮೀಯವಾಗಿವೆ ಎಂದು ಪ್ರೀತಂನಿಗೆ ಅದೆಷ್ಟೋ ಸಲ ಅನಿಸಿದ್ದು ನಿಜ. ಆದರೆ ಈಗ ಆತ ನಿಜಕ್ಕೂ ಸಿನಿಮಾದ ಭಾಗವೇ ಆಗಿ ಹೋಗಿದ್ದ, ಅದೂ ಕೂಡ ಸಿನಿಮೀಯವಾಗಿಯೇ! ಗುಲ್ಬರ್ಗಾದ ಅದ್ದೂರಿ ಹೊಟೆಲ್ಲಿನಲ್ಲಿ ನಾಗತಿಹಳ್ಳಿ ಸರ್ ಕರೆದ ಪ್ರೆಸ್ ಮೀಟಿನ ಆಕರ್ಷಣೆಯ ಕೇಂದ್ರಬಿಂದು ಪ್ರೀತಂನೇ ಆದ. ರಾತ್ರಿ ಬೆಳಗಾಗುವುದರ ಒಳಗೆ ಅವನ ಗೆಟಪ್ಪೇ ಬದಲಾಗಿತ್ತು. ಡ್ರೆಸ್ ಡಿಸೈನರುಗಳು, ಹೇರ್ ಡ್ರೆಸರುಗಳು ಅವನಿಗೆ ಸ್ಟಾರ್ ಲುಕ್ ಕೊಟ್ಟಿದ್ದರು. "ಸಿನಿಮಾದಲ್ಲಿ ಇದೆಲ್ಲಾ ಕಾಮನ್. ಮಂಡೆ ಬಿಸಿ ಮಾಡಿಕೊಳ್ಳಬೇಡಾ ಮಾರಾಯ... ನಿನ್ನ ವ್ಯಕ್ತಿತ್ವದಲ್ಲೊಂದು ಇನ್ನೊಸೆನ್ಸ್ ಇದೆ. ಸುಗಂಧದ ಹಾಗಿದೆ ಅದು. ಅದನ್ನು ಅನಟಚ್ಡ್ ಆಗಿ ಸ್ಕ್ರೀನ್ ಮೇಲೆ ತೋರಿಸೋದು ಒಂದು ಸವಾಲು. ಆ ಸವಾಲನ್ನು ನಾನು ಸ್ವೀಕರಿದ್ದೇನೆ... ಕೂಲ್ ಆಗಿರು" ಅಂದಿದ್ದರು ನಾಗತಿಹಳ್ಳಿ ಸರ್. "ನಿನ್ನ ಕಾರವಾರಿ ಭಾಷೆಯ ಸೊಗಡು ಸಿನಿಮಾದ ಆರಂಭದ ಭಾಗದಲ್ಲಿ ಮಾತ್ರ ಇರುತ್ತೆ. ಮಧ್ಯಂತರದ

ನಂತರ ನಿನ್ನ ಪಾತ್ರ ಬೆಂಗಳೂರಿಗೆ ಶಿಫ್ಟ್ ಆಗುವುದರಿಂದ ಅಲ್ಲಿಯ ಸಂಭಾಷಣೆಯ ರೀತಿಯನ್ನು ಕಲಿಯಬೇಕಾಗುತ್ತೆ. ಹಾಗೇ ಸ್ವಲ್ಪ ಡಾನ್ಸ್ ಫೈಟ್ಸ್ ಕೂಡ ಗೊತ್ತಿರಬೇಕಾಗುತ್ತೆ. ಅದಕ್ಕೆಲ್ಲ ನಾವು ವ್ಯವಸ್ಥೆ ಮಾಡ್ತೇವೆ, ಡೋಂಟ್ ವರಿ" ಎಂದಿದ್ದರು.

ಪ್ರೆಸ್ ಮೀಟಿನಲ್ಲಿ ಕೂಡ ಅವರು, ತಮ್ಮ ಹೊಸ ಚಲನಚಿತ್ರದಲ್ಲಿ ಕರ್ನಾಟಕದ ವಿಭಿನ್ನ ಭೌಗೋಲಿಕತೆಯ, ಮತ್ತು ಬಹುಸಂಸ್ಕೃತಿಯ ಪರಿಚಯವಿರುತ್ತೆ, ಬಹುರೂಪಿ ಕನ್ನಡದ ಸುಗಂಧ ಇರುತ್ತೆ. ಸಿನಿಮಾದಲ್ಲಿ ಒಂದು ಪ್ರೇಮಕತೆಯ ಹಂದರವಿದೆ, ಯುವ ಮನಸ್ಸುಗಳ ನವಿರುತನವಿದೆ. ಮನೆಮಂದಿಯೆಲ್ಲ ಜೊತೆಯಲ್ಲಿ ಕೂತು ನೋಡಬಹುದಾದ ಸಿನಿಮಾ ನಾನು ಪ್ರತ್ಯೇಕವಾಗಿ ಹೇಳಬೇಕಾಗಿಲ್ಲ! ಕಾರವಾರದ ಕಡಲ ತೀರದಿಂದ ಚಿತ್ರೀಕರಣ ಶುರುವಾಗುತ್ತೆ. ನಂತರ ಗುಲ್ಬರ್ಗಾದಲ್ಲಿ ಚಿತ್ರದ ಮುಖ್ಯ ದೃಶ್ಯಗಳನ್ನು ಚಿತ್ರೀಕರಿಸಲಾಗುತ್ತೆ. ಈಗಾಗಲೆ ನಮ್ಮ ಟೀಮ್ ಲೊಕೇಶನ್ನುಗಳನ್ನು ಐಡೆಂಟಿಫೈ ಮಾಡ್ಕೊಂಡಿದೆ. ಬಹುಶಃ ಮುಂದಿನ ತಿಂಗಳ ಹೊತ್ತಿಗೆ ಚಿತ್ರೀಕರಣ ಶುರುವಾಗಬಹುದು. ಮಾನ್ಸೂನ್ ಮಳೆಯಲ್ಲಿ ಕಾರವಾರ, ದೇವಭಾಗ ಮತ್ತು ಶರಾವತಿ ನದಿಯ ದೃಶ್ಯಗಳನ್ನು ಸೆರೆಹಿಡಿಯಲಿದ್ದೇವೆ. ಅಂದಹಾಗೆ ಈ ಚಿತ್ರದ ಮೂಲಕ ಕಾರವಾರದ ಹುಡುಗ ಪ್ರೀತಂನನ್ನು ಚಿತ್ರರಂಗಕ್ಕೆ ಪರಿಚಯಿಸುತ್ತಿದ್ದೇವೆ. ಜೀವನವಷ್ಟೇ ಅಲ್ಲ, ಸಂಬಂಧಗಳೂ ಸಂಕೀರ್ಣಗೊಳ್ಳುತ್ತಿರುವ ಈ ಸಂದರ್ಭದಲ್ಲಿ, ಮುಗ್ಧತೆಯ ನೆಲೆಯಲ್ಲಿ ಪ್ರೀತಿಪ್ರೇಮವನ್ನು ಪ್ರೆಸೆಂಟ್ ಮಾಡುವ ಹುಡುಗನನ್ನು ಹುಡುಕುತ್ತಿದ್ದೆ. ನಾನು ಬೆಂಗಳೂರಿಂದ ಪ್ರೀತಂ ಕಾರವಾರದಿಂದ ಬಂದಿದ್ವಿ, ಅಕಸ್ಮಾತಾಗಿ ಇಬ್ಬರೂ ಕಲಬುರ್ಗಿಯಲ್ಲಿ ಮೀಟ್ ಆದ್ವಿ. ನಿನ್ನೆ ರಾತ್ರಿ ಆಡಿಶನ್ ಆಯ್ತು. ನಮ್ಮ ಕತೆಗೆ ಹೇಳಿ ಮಾಡಿಸಿದ ಹುಡುಗ ಈತ" ಎಂದರು.

ಪತ್ರಕರ್ತರು ಪ್ರೀತಂನತ್ತ ತಿರುಗಿ, ನಿಮಗೆ ಅಭಿನಯದಲ್ಲಿ ಏನಾದರೂ ಅನುಭವ ಇದೆಯಾ? ಎಂದು ಪ್ರಶ್ನಿಸಿದರು. "ಒಂಚೂರೂ ಅನುಭವ ಇಲ್ಲ. ಇದೆಲ್ಲ ಹೊಸತು ನಂಗೆ. ಆದರೆ ಇತ್ತಿತ್ಲಾಗೆ ಒಂದ ನಮೂನಿ ಅನುಭವ ಆಗ್ತಿತ್ತು. ಈಗ ಸಂಭವಿಸುತ್ತಿರುವುದೆಲ್ಲ ಸಿನಿಮೀಯ ಅನಿಸುತ್ತಿತ್ತು. ಚಲಿಸುವ ದೃಶ್ಯಗಳಲ್ಲಿ ನಾನು ಒಬ್ಬ ಪಾತ್ರಧಾರಿ ಅನಿಸುತ್ತಿತ್ತು. ಸಿನಿಮಾಕ್ಕೆ ಬರೂದಂತೂ ಕನಸಲ್ಲೂ ಇರಲಿಲ್ಲ. ನನ್ನನ್ನು ಇಲ್ಲಿವರೆಗೂ ಬರುವಂತೆ ಮಾಡಿದ ಕನಸೇ ಬೇರೆ. ಈ ಬಿಸಿಲನಾಡು ಹೊಸದೇ ಆದ ಕನಸನ್ನು ಚಿಗುರಿಸಿದೆ. ನಾಗತಿಹಳ್ಳಿ ಸರ್ ಅವರಂಥ ಪ್ರಖ್ಯಾತ ನಿರ್ದೇಶಕರೊಂದಿಗೆ ಕೆಲಸ ಮಾಡುವ ಚಾನ್ಸ್ ಸಿಕ್ಕಿದ್ದು ಒಂದು ಆಕಸ್ಮಿಕ" ಎಂದ. "ಇಲ್ಲಿ ವರೆಗೂ ಬರುವಂತೆ ಮಾಡಿದ ಕನಸೇ ಬೇರೆ ಅಂದ್ರಿ... ಆ ಕನಸಿನ ಬಗ್ಗೆ ಸ್ವಲ್ಪ ಹೇಳ್ತೀರಾ?" ಎಂದು ಪತ್ರಕರ್ತರೊಬ್ಬರು ಪ್ರಶ್ನೆ ಕೇಳಿದಾಗ ಏನೋ ಹೇಳಬೇಕೆಂದಿದ್ದ ಪ್ರೀತಂನನ್ನು ತಡೆದು ನಾಗತಿಹಳ್ಳಿ

ಸರ್ "ಅದನ್ನು ಸಿನಿಮಾದಲ್ಲೆ ತೋರಿಸುತ್ತೀವಿ, ಕಣ್ರೀ" ಎಂದು ಪ್ರೀತಂನತ್ತ ನಕ್ಕರು. ಪ್ರೀತಂ ಸುಮ್ಮನಾದ. ನಾಗತಿಹಳ್ಳಿಯವರ ಮುಗುಳು ನಗುವಿಗೆ ಅದೆಷ್ಟು ಅರ್ಥಗಳಿವೆ ಅನಿಸಿತು ಅವನಿಗೆ!

ಪ್ರೆಸ್ ಮೀಟ್ ನಂತರ ಪ್ರೀತಂ ಎದ್ದು ನಮಸ್ಕರಿಸಿ "ಸರ್, ಫಿಲ್ಮ್ ಲೈನಿಗೆ ಬರುದು ರಾಶಿ ಖುಶಿಯಾಗಿದೆ. ನಿಮಗೆ ಥ್ಯಾಂಕ್ಸ್ ಹೇಗೆ ಹೇಳೂದು ಸರ್?" ಅಂದ. ನಾಗತಿಹಳ್ಳಿಯವರು ಅವನ ಮಾತು ಕೇಳದವರಂತೆ "ನೆಕ್ಸ್ಟ್ ವೀಕ್ ನೀನು ಬೆಂಗಳೂರಲ್ಲಿರಬೇಕು ಕಣಯ್ಯಾ. ನಿನ್ನ ಟಿಕೆಟ್, ಅಲ್ಲಿ ಉಳಕೊಳ್ಳೋಕೆ ಎಲ್ಲಾ ವ್ಯವಸ್ಥೆ ಮಾಡ್ತಾರೆ. ನಿನಗೆ ಸಿನಿಮಾ ಸ್ಕ್ರಿಪ್ಟು ಆಕ್ಟಿಂಗು ಇತ್ಯಾದಿ ಬೇಸಿಕ್ ವಿಷಯಗಳ ಬಗ್ಗೆ ಚೂರು ಟ್ರೇನಿಂಗ್ ಬೇಕಾಗುತ್ತೆ. ಕಾರವಾರದಲ್ಲಿ ನಿನ್ನ ತಾಯಿ ಒಬ್ಬರೇ ಇರ್ತಾರೆ ಗೊತ್ತು. ಬೇಕಾದ್ರೆ ಅವರನ್ನ ಬೆಂಗಳೂರಿಗೇ ಕರೆಸೋಣ" ಅಂದರು. ಬೆಂಗಳೂರು! ತನ್ನ ಲೈಫ್ ಅದೆಷ್ಟು ಫಾಸ್ಟ್ ಮೋಡ್ ನಲ್ಲಿ ಬದಲಾಗ್ತಿದೆ, ಎಂದು ಯೋಚಿಸುತ್ತಾ ನಿಂತ. ನಾಗತಿಹಳ್ಳಿ ಸರ್ ಅವನ ಹೆಗಲ ಮೇಲೆ ಕೈ ಹಾಕಿ "ಡೋಂಟ್ ವರೀ ಯಂಗ್ ಮ್ಯಾನ್, ಸುಮಿ ವಿಲ್ ಬಿ ಯುವರ್ಸ್, ಐ ಆಮ್ ಶ್ಯೂರ್" ಅಂದರು.

6

ಕಾರವಾರದ ಕಿಂಗ್‌ಫಿಶರ್
ಕಲಬುರಗಿಯ ಗುಲ್ಮೊಹರ್

ನಾಗತಿಹಳ್ಳಿ ಸರ್ ತಮ್ಮ ಎಂದಿನ ನಗುವಿನೊಂದಿಗೆ "ಡೋಂಟ್ ವರಿ" ಅಂದೇನೋ ಹೇಳಿದ್ದರು. ಆದರೆ ಪ್ರೀತಂನಿಗೆ ಅಸಲಿ ಚಿಂತೆ ಹಾಗೇ ಉಳಿದಿತ್ತು. ಸುಮಿಯ ಪ್ರೇಮವು ಜಗತ್ತನ್ನು ಹೊಸತೇ ಆದ ರೀತಿಯಲ್ಲಿ ಅನಾವರಣಗೊಳಿಸಿದ್ದು ಒಂದೆಡೆಯಾದರೆ, ಅದೇ ಪ್ರೇಮವು ತನ್ನನ್ನೇ ತಾನು ಅರಿಯುವುದಕ್ಕೂ ಕಾರಣವಾದದ್ದು ನಿಜ. ಗುಲ್ಬರ್ಗಾ ಬಸ್ಸು ಹತ್ತುವಾಗ ತಾನು ಹುಡುಕಹೊರಟಿದ್ದು ಸುಮಿಯನ್ನು ಮಾತ್ರವಲ್ಲ, ತನ್ನ ನೈಜ ಅಸ್ಮಿತೆಯನ್ನೂ(ಸುಮಿಯೇ ಹೇಳಿಕೊಟ್ಟ ಪದ) ಎನ್ನುವುದು ಅವನಿಗೆ ಗೊತ್ತಿತ್ತು. ಆದರೆ ಆ ಪ್ರಯಾಣ ಇಲ್ಲಿ ಬೇರೆಯದೇ ಆದ ತಿರುವಿಗೆ ತನ್ನನ್ನು ತಂದು ನಿಲ್ಲಿಸಿದೆ. ಆಯ್ಕೆಯ, ನಿರಾಕರಣೆಯ ಅವಕಾಶವನ್ನೂ ತೆಳುಗೊಳಿಸುವಂಥ ತಿರುವು ಇದು. ಶೈಲತ್ತೆಗೆ "ಸುಮಿಯೊಂದಿಗೆ ಫೋನಿನಲ್ಲಾದರೂ ಮಾತಾಡುವ ಹಾಗೆ ಮಾಡಿ" ಎಂದು ಕೇಳಿದ್ದ. ಆ ಭವ್ಯ ಮನೆಯ ನೂರಾರು ಬಾಗಿಲುಗಳಲ್ಲಿ ಯಾವುದಾದರೂ ಒಂದು ತೆರೆದುಕೊಂಡು ಸುಮಿ ಪ್ರಕಟವಾಗುವಳು ಎಂಬ ನಿರೀಕ್ಷೆ ಹುಸಿಯಾಗಿತ್ತು. ನಾಗತಿಹಳ್ಳಿ ಸರ್ ಅವರು ಲಿಂಗನಗೌಡಪಾಟೀಲ ಕುಟುಂಬದ ಸಮ್ಮುಖದಲ್ಲೇ ತಮ್ಮ ಪ್ರೀತಿಯನ್ನು ಮನ್ನಿಸುವಂತೆ ಬಹಿರಂಗವಾಗಿ

ಯಾಚಿಸಿದ್ದು, ಅವರ ಸಿನಿಮಾದ ಪಾತ್ರಕ್ಕೆ ತನ್ನ ಆಯ್ಕೆಯನ್ನು ಘೋಷಿಸಿದ್ದು ಅಚ್ಚರಿಯನ್ನೂ ಖುಶಿಯನ್ನೂ ಉಂಟುಮಾಡಿದ್ದು ಸುಳ್ಳಲ್ಲ. ಆದರೆ ಸುಮಿಯನ್ನು ಕಾಣದೇ ಅದೆಲ್ಲ ನಿಜಕ್ಕೂ ಸಂಭ್ರಮ ಆಗಲಿಲ್ಲ. ಆಯಿ ಜೊತೆ ಮಾತಾಡಿ ಸಿನಿಮಾ ಸಿಹಿ ಸುದ್ದಿನಾದ್ರೂ ಹೇಳೋಣ, ಈ ಟೆನ್ಶನ್ ಟೈಮಲ್ಲಿ ಸ್ವಲ್ಪ ಸಮಾಧಾನ ಆಗಲಿ ಎಂದು ಫೋನ್ ಮಾಡಿದರೆ, ರಿಸೀವ್ ಮಾಡುವಾಗಲೇ "ಹುಡುಗಿ ಸಿಕ್ಕಿದ್ಳಾ ಮಗ? ಆರಾಮ ಇವ್ಳಾ?" ಎಂದಳು. ಅವಳಿಗೆ ಏನೋ ಸಮಾಧಾನದ ಮಾತು ಹೇಳಿ ಫೋನು ಕಟ್ ಮಾಡಿದ. ಸಿನಿಮಾ ಸುದ್ದಿ ಗಂಟಲಲ್ಲೇ ಉಳಿಯಿತು. ಇರಲಿ ನಾಳೆ ಬೆಳಿಗ್ಗೆ ತಿಳಿಸಿದರಾಯ್ತು, ಈಗ ಸ್ವಲ್ಪ ರೆಸ್ಟ್ ಬೇಕು ಎಂದು ಹಾಗೇ ಅಡ್ಡಾದ. ನಾಗತಿಹಳ್ಳಿ ಸರ್ ಅವರೇ ಇವನನ್ನು ಈ ಹೊಟೆಲ್ಲಿನಲ್ಲಿ ಉಳಿಯುವ ವ್ಯವಸ್ಥೆ ಮಾಡಿದ್ದರು. ಬಸ್ ಸ್ಟ್ಯಾಂಡಿನಲ್ಲಿ ಮಲಗುವ ಯೋಚನೆ ಮಾಡಿದವನಿಗೆ, ಈಗ ಅದ್ದೂರಿ ಹೊಟೆಲ್ಲಿನಲ್ಲಿ ಉಳಿಯುವ ಭಾಗ್ಯ ಬಂದ ಬಗ್ಗೆ ಅವನಿಗೇ ನಗು ಬಂತು. ಆಗಲೇ ಡೋರ್ ಬೆಲ್ ಸದ್ದಾದದ್ದು. ಅನುಮಾನದಲ್ಲೆ ಬಾಗಿಲು ಸರಿಸಿದ. ಬಾಗಿಲೆದುರು ನಿಂತವನು "ನಾಗತಿಹಳ್ಳಿ ಸರ್ ಅವ್ರು ಕೆಳಗೆ ರಿಸೆಪ್ಶನ್ನಿಗೆ ಕರೀತಿದ್ದಾರೆ" ಎಂದು ಹೇಳಿ ಅಲ್ಲಿಂದ ಹೋಗೇ ಬಿಟ್ಟ. ಪ್ರೀತಂನಿಗೆ ಸ್ವಲ್ಪ ಆತಂಕ ಉಂಟಾಯಿತು. ಲಿಂಗನಗೌಡ ಪಾಟೀಲರ ಜನ ಮತ್ತೆ ಖತರ್ನಾಕ್ ಕೆಲಸಕ್ಕೆ ಬಂದಿರುವರೋ ಹೇಗೆ ಎಂಬ ಅನುಮಾನ ಬಂದು ನಿಧಾನಿಸಿದ. ಅಷ್ಟರಲ್ಲಿ ಫೋನ್ ರಿಂಗಾಯ್ತು. "ಹುಡುಗಾ ಕೆಳಗೆ ಬಾ, ನಿನಗೊಂದು ಸರಪ್ರೈಸ್ ಇದೆ!" ಎಂದು ನಾಗತಿಹಳ್ಳಿ ಸರ್ ಫೋನ್ ಇಟ್ಟೇಬಿಟ್ಟರು. ಪ್ರೀತಂ ಶರ್ಟ್ ಹಾಕಿ ಕೆಳಗೆ ಬಂದಾಗ ಅವನ ಕಣ್ಣುಗಳನ್ನು ನಂಬಲಿಕ್ಕಾಗಲಿಲ್ಲ. ಸುಮಿ!!

"ಹೈ ಪ್ರೀತ್" ಅಂದಳು. "ನಮ್ಮೂರಲ್ಲಿ ಏನ್ ಮಾಡಾಕ್ ಹತ್ಯೋ?" ಅಂದಳು. "ಕಡಲು ಹೇಗಿದ್ಯೋ?" ಅಂದಳು. "ನೀನಿಲ್ಲದೇ ಕಡಲಿನ ಭರತ ಇಳಿತ ನಿಂತೋಗಿದೆ" ಅಂದ. ನಾಗತಿಹಳ್ಳಿಯವರು "ಲೋ ಮಕ್ಕಳ್ರಾ, ನಮ್ಮೆದುರು ನಾಟಕಾ ಸಾಕು, ಓಗಿ ಗಾರ್ಡನ್ನಿನಲ್ ವಸಿ ಅಡ್ಡಾಡಿ ಬನ್ನಿ. ನಾವ್ ದೊಡ್ಡೋರು ಇಂಪಾರ್ಟೆಂಟ್ ಏನೋ ವಿಸ್ಯ ಮಾತಾಡ್ತೀವಿ" ಅಂದರು. ಸುಮಿ ಮತ್ತು ಪ್ರೀತಂ ಹೊಟೆಲ್ ಎದುರಿನ ಗಾರ್ಡನ್ ಕಡೆ ಹೊರಟರು. ಹೊಟೆಲ್ಲಿನ ರಿಸೆಪ್ಷನ್ನಿನಲ್ಲಿ ನಾಗತಿಹಳ್ಳಿ ಸರ್ ಲಿಂಗಣ್ಣ ಮತ್ತು ಶೈಲತ್ತೆ ಮಾತ್ರ ಉಳಿದರು. ತಮಾಶೆಯಲ್ಲೇ ಹುಡುಗ ಹುಡುಗಿಯರಿಗೆ ಏಕಾಂತ ಕ್ಷಣಗಳನ್ನು ಒದಗಿಸಿಕೊಟ್ಟ ನಾಗತಿಹಳ್ಳಿಯವರನ್ನು ಕೃತಜ್ಞತಾಪೂರ್ವಕವಾಗಿ ನೋಡಿದಳು ಶೈಲತ್ತೆ. ಸುಮಿ ಮತ್ತು ಪ್ರೀತಂ ಗೇಟ್ ದಾಟುವಾಗ "ಗಾರ್ಡನ್ನಿನಿಂದಲೇ ಇಬ್ಬರೂ ಓಡಿಹೋಗುವ ಪ್ರಯತ್ನ ಮಾಡಬೇಡಿ, ನಿಮ್ಮ ಪ್ರೇಮಕತೆಯ ಸ್ಕ್ರಿಪ್ಟಿನಲ್ಲಿ ಆ ಥರಾ ಇಲ್ಲ. ಪ್ರೇಮಿಗಳನ್ನು ಇನ್ನೂ ಗೋಳು ಹೊಯ್ದುಕೊಳ್ಳೋದು

ಬಾಕಿಯಿದೆ. ಅಂಥ ಪ್ರೇಮಕಥೆನೇ ಜನ ಇಷ್ಟಪಡೋದು ಮಕ್ಕಳಾ" ಎಂದು ನಕ್ಕರು. ಅವರ ಮಾತಿಗೆ ಶೈಲತ್ತೆ ನಕ್ಕರು ಹೇಗೆ ಪ್ರತಿಕ್ರಿಯಿಸುವುದು ಎಂದು ತಿಳಿಯದೇ ಲಿಂಗಣ್ಣನವರು ಪೆದ್ದನಂತಾಗಿದ್ದರು.

ಲಿಂಗಣ್ಣನವರು ಮಂಕಾಗಿದ್ದರು. ನಾಗತಿಹಳ್ಳಿಯವರಿಗೆ ಅವರ ಮನಸ್ಸಿನ ತುಮುಲಗಳನ್ನು ಅರ್ಥಮಾಡಿಕೊಳ್ಳುವುದು ಕಷ್ಟವಿರಲಿಲ್ಲ. ಲಿಂಗಣ್ಣನವರ ಪಾಳೆಗಾರಿಕೆಯ ಗತ್ತು ಮತ್ತು ಅಹಂಕಾರವು ಮಗಳ ಪ್ರೇಮದೆದುರು ಮಂಡಿಯೂರುತ್ತಿರುವುದು ವೇದ್ಯವಾಗುತ್ತಿತ್ತು. ಸ್ವತಃ ಶೈಲತ್ತೆಯೇ ಅಣ್ಣನನ್ನು ಇಷ್ಟು ಬಲಹೀನ ಸ್ಥಿತಿಯಲ್ಲಿ ಕಂಡಿರಲಿಲ್ಲ. ಲಿಂಗಣ್ಣನವರ ಮನಸ್ಸು ಇನ್ನಷ್ಟು ಹೊತ್ತು ಪಶ್ಚಾತ್ತಾಪದಲ್ಲಿ, ವೇದನೆಯಲ್ಲಿ ಹಾಯಲಿ ಎಂಬಂತೆ ನಾಗತಿಹಳ್ಳಿಯವರು ಬೇರೆಬೇರೆ ಮಾತು ತೆಗೆದು ಕೂತರು. ತುಂಬಾ ದಿನಗಳ ನಂತರ ಜೊತೆಯಾಗಿರುವ ಹುಡುಗ ಹುಡುಗಿ ಅವಸರವಿಲ್ಲದೇ ಪ್ರೀತಿ ಮಾತುಗಳನ್ನಾಡಿಕೊಳ್ಳಲಿ ಎಂಬ ಇರಾದೆಯೂ ಇದ್ದೀತು. ತಮ್ಮ ಈಶಾನ್ಯ ರಾಜ್ಯಗಳು ಮತ್ತು ಅಮೇರಿಕಾ ಪ್ರವಾಸಗಳನ್ನು ಕುರಿತು ಕತೆ ಕತೆಯಾಗಿ ಹೇಳಿದರು. ಅಲ್ಲಿಯ ನಿಸರ್ಗ ಸೌಂದರ್ಯದ ವರ್ಣನೆಯ ನಡುವೆ, ಪ್ರೇಮ ಕತೆಗಳನ್ನೂ ಹೆಣೆದರು. ಮಾತಿನ ನಡುವೆಯೇ ಲಿಂಗಣ್ಣ ನಾಗತಿಹಳ್ಳಿಯವರ ಕೈ ಹಿಡಿದು "ನಾ ತಂಗಿ ಶೈಲುಳ ಬಾಳನ್ನು ಹಾಳು ಮಾಡಿದ್ದು ಖರೇರಿ. ಆ ನೋವು ಶೂಲದಂತೆ ಚುಚ್ಚುತಿರತೈತಿ. ಅದನ್ನು ಒಳಗಿಂದೊಳಗ ಇಟಗೊಂಡು ಮನಸು ನವಿತಿರತೈತಿ, ಸಾಯಬ್ರ. ಮಗಳದೂ ಅದೇ ಕತಿಯಾದ್ರ ಸಹಿಸಿಕೊಳ್ಳಾಕ ಸಾಧ್ಯ ಇಲ್ರೀ" ಅಂದು ಕಣ್ಣಲ್ಲಿ ನೀರು ತಂದುಕೊಂಡರು.

"ಸಾಯಬ್ರ ಖರೇ ಅಂತೀನಿ. ನಮ್ಮ ಮಗಳಿಗೆ ಕೂಡ ಹಾಕಿದ್ದವ ನಾ ಅಲ್ರೀ... ನನ್ನ ಮಗ ವಿರುಪಾಕ್ಷಿದ ಕೆಲಸಾರಿ ಇದು. ಇಂವ ಮತ್ತ ಇಂವ್ನ ಮಾವಾ, ಅಂದ್ರ ನನ್ನ ಹೆಂಡ್ತಿ ತಮ್ಮ, ಚೆನ್ನೇಶ ಕೂಡಿ ಹೆಂಗಾರ ಮಾಡಿ ಈ ಕಾರವಾರದ ಹುಡುಗನ್ನ ಪ್ರೀತಿ ತಪ್ಪಿಸಬೇಕು ಅಂತ ಜಿದ್ದಿಗ ಬಿದ್ದಾರ ರೀ. ನನ್ನ ಮಾತ ಸೈತ ಕೇಳಾಂಗಿಲ್ರೀ" ಅಂದರು. "ಆರಂಭದಲ್ಲಿ ನಾನೂ ಅವ್ರ ಮಾತ ಕೇಳಿದ್ದ ಖರೆ. ಪಾಟೀಲಗೌಡ ಮನೆತನದ ಹುಡುಗಿ ಕಾರವಾರದ ಯಾವ್ದೊ ಜಾತಿಪಾತಿ ಗೊತ್ತಿಲ್ಲದ, ಗರೀಬ ಹುಡುಗನ ಜೊತಿ ಪ್ರೀತಿ ಮಾಡೋದನ್ನ ವಿರೋಧಿಸಿದ್ದು ಹೌದುರಿ. ಆದ್ರ ಹೂವಿನಂಥ ಮಗಳು ಯಥಿ ಪಡೋದ ನೋಡಿ ನನ್ನ ಮನಸ್ಸು ಒಡೆದ ಹೋಗೈತ್ರಿ. ರಾಜಕುಮಾರಿ ಹಂಗ ಇದ್ದು ಸುಖ ಪಡಿಬೇಕಾದವಳು, ಈ ಪ್ರೀತಿ ಹಿಂದ್ ಬಿದ್ದು ಹಿಂಗ್ಯಾಕ ಕಷ್ಟ ಪಡಬೇಕು ಅನ್ನೋದ ಅರ್ಥ ಆಗವಲ್ರೀ. ಮಗಗ ಅವನ ಮಾಂವಗ ಬೇಜಾನ್ ಬುದ್ಧಿ ಹೇಳಿದೆನ್ರೀ... ಕೆಳಾವಲ್ರು. ಈಗ ನಾ ಸಾಕಿದ ಗಿಳಿಗಳ ನನಗೆ ಹದ್ದಾಗಿ ಕಚ್ಚಾಕ ಹತ್ತಾವ್ರೀ" ಎಂದರು. ಶೈಲತ್ತೆಗೆ ಅಣ್ಣನ ಮನಃಪರಿವರ್ತನೆಗೆ ಒಳಗೊಳಗೇ

ಸಂತೋಷ ಆಗುತ್ತಿದ್ದರೂ, ಅವನು ಅಷ್ಟೊಂದು ಅಧೀರನಾಗಿರುವುದು ಚೂರು ಅನುಕಂಪ ಮೂಡಿಸಿ "ಬೇಜಾರ ಮಾಡ್ಕೋಬೇಡಾ ಅಣ್ಣ, ಎಲ್ಲಾ ಛಲೋದ ಆಕೈತಿ" ಎಂದು ಸಮಾಧಾನ ಮಾಡಲು ನೋಡಿದಳು.

ನಾಗತಿಹಳ್ಳಿ ಸರ್ ಶೈಲತ್ತೆಯತ್ತ ನೋಡಿ "ಪ್ರೀತಿ ಪ್ರೇಮದಲ್ಲಿ ಪ್ರತಿಷ್ಠೆ ಅಂತಸ್ತು ಅಡ್ಡಿಯಾಗಬಾರದು. ಒಲವು ಅನ್ನೋದು ತರುಣ ಮತ್ತು ತರುಣಿಯರ ನಡುವಿನ ಸಹಜ ಸಂಗತಿ ಆಗಬೇಕು. ನಮ್ಮಲ್ಲಿ ಅದು ಒಂದು ದೊಡ್ಡ ರಾಮಾಯಣ ಮಹಾಭಾರತ, ಅಲ್ವ?" ಎಂದರು. "ನೀವು ಗಮನಿಸಿದಿರಾ? ಆ ಹುಡುಗ ಹುಡುಗಿ ಜೊತೆಜೊತೆಗೆ ಗಾರ್ಡನ್ ಕಡೆ ಹೆಜ್ಜೆಯಿಡುವಾಗ ಎಷ್ಟು ಚಂದ ಅನಿಸುತ್ತಿತ್ತು. ಇಬ್ಬರದೂ ಒಳ್ಳೆ ಜೋಡಿ, ಕಾರವಾರದ ಕಿಂಗ್ ಫಿಶರ್ ಗುಲ್ಬರ್ಗಾದ ಗುಲ್ ಮೊಹರ್ ಜೊತೆಯಾದ ಹಾಗೆ" ಎಂದರು. ಅವರು ಆ ಸಾಲನ್ನು ಹೇಳಿ ಮುಗಿಸಿದರೋ ಇಲ್ಲವೋ, ಗಾರ್ಡನ್ ಕಡೆಯಿಂದ ಕಿಟಾರನೆ ಕಿರುಚಿದ್ದು ಕೇಳಿತು. ಲಿಂಗಣ್ಣನವರು ಒಂದೇ ಏಟಿಗೆ ಅಲ್ಲಿಂದೆದ್ದು ಅತ್ತ ದೌಡಾಯಿಸಿದರು!

*

"ಹೇ ಪ್ರೀತ್, ನಾಗತಿಹಳ್ಳಿ ಸರ್ ನಿನ್ನನ್ನು ಸಿನಿಮಾಕ್ಕೆ ತಗೋತಾರಂತಲ್ಲೋ... ಸ್ಟಾರ್ ಆಗ್ಬಿಟ್ಟೆಯಲ್ಲೋ ಕಡಲು ತೀರದ ಹುಡುಗಾ. ಈಗ ನಿನ್ನನ್ನ ಸ್ಟಾರ್ ಫಿಶ್ ಅಂತ ಕರೀಬಹುದು, ತಗೋ" ಎಂದು ನಕ್ಕಳು.

"ಏನ್ ಸ್ಟಾರೋ ಏನ್ ಫಿಶ್ಶೋ, ಇಲ್ಲಿ ಮಿನುಗುವ ಬೆಳಕು ಮತ್ತು ಮಿಡಿಯುವ ಜೀವ ಮಾತ್ರ ನೀನೇ!" ಎಂದ, ತನ್ನ ಹೃದಯದತ್ತ ಬೆರಳಿಡುತ್ತಾ.

"ಆಹಾಹಾ, ದೊಡ್ಡ ಕವಿಮಹಾಶಯ ಆಗ್ಬಿಟ್ಟ ಇವನು!... ಅಂದಹಾಗೆ ಪ್ರೀತ್, ನಿಂಗೆ ಆಕ್ಟಿಂಗ್ ಗೊತ್ತಿಲ್ಲವಲ್ಲೋ. ಆಕ್ಟಿಂಗ್ ಹೋಗ್ಲಿ, ನಿಂಗೆ ಹೃದಯದಲ್ಲಿರೋ ನಿಜವಾದ ಭಾವನೆಗಳನ್ನೂ ಸರಿಯಾಗಿ ವ್ಯಕ್ತ ಮಾಡೊಕೆ ಬರೋಲ್ಲವಲ್ಲೋ ಕೋತಿ" ಎಂದು ದೊಡ್ಡದಾಗಿ ನಕ್ಕಳು. ಪ್ರೀತಂ ಅವಳನ್ನೇ ನೋಡುತ್ತಿದ್ದ, ಅವಳ ಜೀವ ಸೊರಗಿದೆ. ಆ ಸೊರಗಿದ ಜೀವದೊಳಗೆ ಪ್ರೀತಿಸೆಲೆ ಜಿನುಗುವುದು ಇನ್ನಷ್ಟು ಸ್ಫುಟವಾಗಿ ಕಾಣಿಸಿತು ಅವನಿಗೆ.

"ಎಂತಾ ಆಕ್ಟಿಂಗೆ ಮಾರಾಯ್ತಿ? ಒಮ್ಮೆ ಕನ್ನಡ ಶಾಲಿಲಿ ಆಯಿ ಟೀಚರ್ ಕೈಕಾಲಿಗ್ ಬಿದ್ದು ಹನುಮಂತನ ಪಾರ್ಟು ಹಾಕಿಸಿದ್ದಳು. ಇನ್ನೊಂದ್ಸಲ ಬೇಸಿಗೆ ರಜೆಲಿ ಬೆಟ್ಕುಳಿ ಮಾವ ಯಕ್ಷಗಾನದಲ್ಲಿ ಬಾಲಗೋಪಾಲ ಪಾತ್ರ ಮಾಡಿಸಿದ್ದ" ಎಂದ. "ಅಷ್ಟೇ ಸ್ವಾಮಿ!" ಎಂದು ಸುದೀಪನ ಧ್ವನಿ ತೆಗೆದು ಡೈಲಾಗ್ ಹೊಡೆದ.

"ಸಾಕ್ ಸಾಕು. ಸ್ಟಾರ್ ಆಗೋ ಮುಂಚೆ ಇಷ್ಟೊಂದು ಆಟಿಟ್ಯೂಡ್ ಬೇಡಾ... ಹೇ ಪ್ರೀತ್! ನನ್ನ ಸಮುದ್ರ ಹೆಂಗಿದೆಯೋ? ಅಲೆಗಳು ನನ್ನ

ನೆನಪಿಸುತ್ತವೇನೋ? ಬೀಚ್ ಮೇಲಿನ ಪುಟ್ಟ ಪುಟ್ಟ ಏಡಿಗಳು ಈಗ ಯಾರ ಕಾಲುಗಳಿಗೆ ಕಚಗುಳಿ ಇಡುತ್ತವೆಯೋ? ಐ ಮಿಸ್ ಕಡಲತೀರ! ಐ ಮಿಸ್ ಕಾರವಾರ!" ಅಂದಳು.

ಪ್ರೀತಂ ಮುನಿಸಿಕೊಂಡು, "ಲೈಕ್ ಇಂವೆ ನೀನ ಮುಗುವೆ! ಕಾರವಾರದ ಕಡ್ಲು, ತೆರೆಗಳು, ಏಡಿಗಳು, ಹುಳಹುಪ್ಪಡಿಗಳ ಬಗ್ಗೆ ಅದೆಂಥ ಮೋಹ ಮಾರಾಯ್ತಿ ನಿಂಗೆ! ಜೀವದ ಹಂಗು ತೊರೆದು ನಿಮ್ಮೂರಿನ ತಂಕ ಬಂದವನನ್ನು ಹೆಂಗಿಂವೆ ಅಂತ ಒಂದ್ ಮಾತು ಕೇಳಲಿಲ್ಲವಲ್ಲ... ನಂಗೆ ಸಣ್ಣ ಡೌಟು, ನೀನು ಪ್ರೀತ್ಸೋದು ಈ ಪ್ರೀತಂನನ್ನೋ ಅಥವಾ ಕಾರವಾರದ ಆ ಕಡಲನ್ನೋ?" ಎಂದ.

"ಕಡಲಿನ ಮೇಲೆ ಪ್ರೀತಿ, ನಿನ್ನ ಮೇಲೆ ಆ ಪ್ರೀತಿಯ ಅಭಿವ್ಯಕ್ತಿ" ಅಂದಳು ನಗುತ್ತಾ. ಪ್ರೀತಂ ಮುನಿಸಿಕೊಂಡೆ ಇದ್ದ.

"ಯವ್ವಿ ಯವ್ವಿ ನನ್ ಸ್ಟಾರ್ ಫಿಶ್ಗೆ ಭಯಂಕರ ಕೋಪಾನೇ ಬಂತಲ್ಲವ್ವಿ!" ಎಂದು ಎರಡೂ ಕೆನ್ನೆ ಹಿಂಡಿದಳು. ಅವನ ತೋಳಿಗೆ ಆನಿಸಿಕೊಂಡು "ಹೇಯ್, ಕೋತಿ. ನಿನ್ನ ಕಾಣದೇ ನಿನ್ನೊಜತೆ ಮಾತಾಡದೇ ಅದೆಷ್ಟು ಕೊರಗಿದೆ ನಿಂಗೊತ್ತಾ? ತುಂಬಾ ಕಷ್ಟ ಆಯ್ತು ಕಣೋ. ಪ್ರೀತಂನನ್ನು ಮರೆತುಬಿಡು ಅಂದರು. ಅದು ಸಾಧ್ಯವಿಲ್ಲ ಅಂದೆ. ಮೊಬೈಲು ಕೊಡಲಿಲ್ಲ. ಹೊರಗೆ ಬಿಡಲಿಲ್ಲ. ಯಾರೊಡನೆಯೂ ಮಾತಾಡಲು ಬಿಡಲಿಲ್ಲ. ಕತ್ತಲ ಕೋಣೆಯಲ್ಲಿ ಕೂಡಹಾಕಿದ್ರು, ಜಗತ್ತಿನ ಸಂಪರ್ಕವೇ ಇಲ್ಲದಂತೆ ಮಾಡಿದ್ರು. ಅತ್ತೆ, ಪ್ರತಿಭಟಿಸಿದೆ, ನನ್ನ ಪ್ರೇಮವನ್ನು ಅವರ ಎದೆಗೆ ಸೋಂಕಿಸುವ ಎಲ್ಲಾ ಪ್ರಯತ್ನಗಳನ್ನೂ ಮಾಡಿದೆ. ಅವರ ಎದೆ ಕರಗಲಿಲ್ಲ. ಆಮೇಲೆ ಮೌನವಾಗಿಬಿಟ್ಟೆ. ನಿನ್ನ ನೆನಪು ನನ್ನ ಕಾಪಾಡಿತು. ಕೋಣೆ ತುಂಬಾ ಪ್ರೀತ್ ಪ್ರೀತ್ ಎಂದು ಗೀಚಿದೆ. ಮನಸಿನ ಭಾವನೆಗಳು ಅರಿವಿಲ್ಲದೇ ಅಕ್ಷರರೂಪದಲ್ಲಿ ಪ್ರಕಟವಾದವು... ನೋಡಿಲ್ಲಿ ಅವು ಕವಿತೆಗಳಾಗಿವೆ... ಜಗತ್ತಿನ ಯಾವ ಶಕ್ತಿಗೂ ನಮ್ಮನ್ನು ಅಗಲಿಸಲು ಸಾಧ್ಯವಿಲ್ಲ ಎಂಬ ವಿಶ್ವಾಸವಿತ್ತು. ಆ ಭರವಸೆಯೇ ನನ್ನನ್ನು ಕೈಹಿಡಿಯಿತು...

"ನನ್ನನ್ನು ಗೃಹಬಂಧನದಲ್ಲಿಟ್ಟದ್ದು ಕುಟುಂಬದವರಿಗೂ ಯಾರಿಗೂ ಗೊತ್ತಿರಲಿಲ್ಲ. ಜೇವರ್ಗಿ ಮನೆಗೆ ನೀವು ಹೋಗಿ ಬಂದ ಮೇಲೆ ವಿಷಯ ಹೊರಬಿತ್ತು. ಅಜ್ಜಿ ಚಂಡಿಯಾದಳಂತೆ. ಅಪ್ಪನನ್ನು ತರಾಟೆಗೆ ತಗೊಂಡಳಂತೆ. ನನ್ನ ಮೊಮ್ಮಗಳನ್ನು ಈಗಿಂದೀಗಲೇ ಕಾಣಿಸದಿದ್ರೆ ಕುತ್ಗಿ ಕಡಿತೀನಿ ಇಲ್ಲಾ ನಂದೇ ಕುಯ್ಯುಕೊಳ್ತೀನಿ ಅಂತ ಕುಡಗೋಲು ತಗೊಂಡಳಂತೆ. ಅಪ್ಪನಿಗೆ ನನ್ನನ್ನು ಕರೆತರದೇ ಬೇರೆ ದಾರಿಯೇ ಇರಲಿಲ್ಲ" ಎಂದಳು.

"ಈ ವಿರಹದ ನೋವೂ ಕೂಡ ಪ್ರೇಮಿಗಳನ್ನು ಒಂಥರಾ ನಶೆಯಲ್ಲಿಡುತ್ತದೆ ಅಲ್ವೇನೋ ಹುಡುಗಾ?" ಎಂದಳು.

"ಅಯ್ಯೋ, ಅಪರೂಪಕ್ಕೆ ಪ್ರೇಮಿಗಳಿಬ್ಬರು ಅಕ್ಕಪಕ್ಕ ಕೂತು, ಪ್ರೇಮದ ಪ್ರವಚನ ಕೇಳ್ತಾರೋ ಅಥವಾ ಅಪ್ಪಿಕೊಳ್ಳುಂಥ ಪಪ್ಪಿ ಕೊಡುವಂಥ ಚಿಕ್ಕಪುಟ್ಟ ಪಾಪಿ ಕೃತ್ಯಗಳನ್ನು ಎಸಗುತ್ತಾರೋ?" ಎಂದು ನಾಟಕೀಯವಾಗಿ ಅವಳೆದುರು ನಿಂತ. ಸುಮಿ ಅವನಿಗೆ ಒತ್ತಿಕೊಳ್ಳುತ್ತಾ "ನಂಗೊತ್ತು ಈ ಕ್ಷಣವನ್ನು ಮುದಗೊಳಿಸುವ ಒಂದು ಮಾತು, ನವಿರಾದ ಒಂದು ನೋಟ, ಹಿತವಾದ ಒಂದು ಅಪ್ಪುಗೆ ಇವೆಲ್ಲ ಪ್ರೇಮವನ್ನು ಪೊರೆಯಲು ಬೇಕಾಗುತ್ತವೆ" ಎಂದಳು. "ಗುಲ್ಬರ್ಗಾದಲ್ಲಿ ಗಮ್ಮತ್ತೇನಾದರೂ ಉಂಟಾ ಅಂತ" ಎಂದು ಅವಳ ತುಟಿ ಮೇಲೆ ಬೆರಳಾಡಿಸಿದ. "ಥೂ, ಹೋಗೋ. ನಿಂಗೆ ಅದೊಂದೇ ಆಸೆ. ಹೇ ಪ್ರೀತ್... ಈ ಆಲಿಂಗನ, ಚುಂಬನ ಅಥವಾ ಮೈಥುನದಂಥ ಬಾಹ್ಯ ಆಕರ್ಷಣೆಗಳಲ್ಲೇ ಸಂತೃಪ್ತರಾಗಬಾರದು. ಅಧ್ಯಾತ್ಮದ ನೆಲೆಗೊಯ್ಯದಿದ್ದರೆ ಪ್ರೇಮಕ್ಕೆ ಫ್ರೆಶನೆಸ್ ಇರುವುದಿಲ್ಲ" ಎಂದಳು. "ಆತ್ಮ ಅಧ್ಯಾತ್ಮ ಇತ್ಯಾದಿ ದೊಡ್ಡದೊಡ್ಡ ಎರೆಗಳನ್ನು ಗಾಳಕ್ಕೆ ಚುಚ್ಚಿದರೂ ನನ್ನ ಬುದ್ಧಿ ಅವನ್ನು ಕಚ್ಚಲಾರದು ಮಾರಾಯ್ತಿ. ನಿನ್ನ ಕಣ್ಣುಗಳಲ್ಲಿ ಪ್ರತಿಫಲಿಸುವ ಗುಲ್ ಮೊಹರ್ ನೋಡ್ತಾ ಇರಬೇಕು, ನಿನ್ನ ಮಧುರ ತುಟಿಗಳನ್ನು ಚಪ್ಪರಿಸುತ್ತಾ ಇರಬೇಕು... ಹೀಗೆ ಹುಲುಮಾನವನಾದ ನನಗೆ ಇಂಥವೇ ಸಿಂಪಲ್ ಆಸೆಗಳು ಅಷ್ಟೇ!" ಎನ್ನುತ್ತಾ ಅವಳನ್ನು ಅಪ್ಪಿಕೊಂಡ. ಗಾರ್ಡನ್ನಿನ ಮಂದ ಬೆಳಕು, ಬಿಸಿಲ ಝಳ ಕಡಿಮೆಯಾಗಿ ತಲೆ ಎತ್ತುತ್ತಿರುವ ಹಸಿರು ಗರಿಕೆಗಳು, ಹೂ ಹೊತ್ತು ನಿಂತಿರುವ ಗುಲ್ ಮೊಹರ್, ಎಲ್ಲವೂ ಮಾದಕವೇ ಆಗಿದ್ದವು. ಅವಳೆದೆಯ ಸ್ಪರ್ಶಕ್ಕೆ ಅವನೆದೆಯ ಭಾರವು ಹೂವಿನಷ್ಟೇ ಹಗುರಗೊಂಡಿತು. ಅವಳ ಹಣೆಯ ಮೇಲಿನ ಮುಂಗುರಳನ್ನು ನೇವರಿಸಿದ. ಕಿವಿಯ ಓಲೆಯನ್ನು ತೂಗಿದ. ಕೊರಳಲ್ಲಿ ಬೆರಳುಗಳನ್ನಾಡಿಸುತ್ತಾ ಮುದ್ದು ಉಕ್ಕಿ ತುಟಿಯನ್ನು ಸವರುವಾಗ ಸುಮಿಯ ಕಣ್ಣುಗಳು ಮುಚ್ಚಿಬಂದವು. ಇನ್ನೇನು ಇಬ್ಬರ ತುಟಿಗಳೂ ಬೆಸೆಯಬೇಕು, ಆಗಲೇ ಆಕೆ ಕಿಟಾರನೆ ಕಿರುಚಿಕೊಂಡದ್ದು!

*

ಲಿಂಗಣ್ಣ ಶೈಲತ್ತೆ ಮತ್ತು ನಾಗತಿಹಳ್ಳಿಯವರು ಅಲ್ಲಿಗೆ ಧಾವಿಸಿದಾಗ ಸುಮಿ ಇನ್ನೂ ಅರೆಪ್ರಜ್ಞಾವಸ್ಥೆಯಲ್ಲೇ ಇದ್ದಳು. ಪ್ರೀತಂ ಅವಳ ತಲೆಯನ್ನು ತೊಡೆಮೇಲಿಟ್ಟು ಸುಮಿ ಸುಮಿ ಎಂದು ಗಲ್ಲ ತಟ್ಟುತ್ತಿದ್ದ. ಸುಮಿಯನ್ನು ಆ ಸ್ಥಿತಿಯಲ್ಲಿ ಕಂಡು ಎಲ್ಲರೂ ಕಂಗಾಲಾದರು. ನಾಗತಿಹಳ್ಳಿಯವರು ಹೊಟೆಲಿಗೆ ಫೋನ್ ಮಾಡಿ ನೀರು ತರಿಸಿದರು. ಲಿಂಗಣ್ಣ ಆತಂಕದಿಂದ ಪ್ರೀತಂನತ್ತ ತಿರುಗಿ "ಏನಾಯ್ತಲೇ?" ಅಂದರು. ಪ್ರೀತಂನೇ ಕಟು ಮಾತು ಅಂದಿರಬೇಕು, ಏನೋ ಮಾಡಿರಬೇಕು ಎಂಬ ಅನುಮಾನ ಅವರಿಗೆ. ಶೈಲತ್ತೆಯತ್ತ ತಿರುಗಿ "ಬ್ಯಾಡಾ ಅಂತ ಬಡ್ಕೊಂಡ್ನಿ ನಾ, ಕೇಳವಲ್ಲಿ ನೀ? ನನ್ ಮನಸ್ಸಿನ ವಿರುದ್ಧ ಇಲ್ಲಿವರೆಗೂ

ಕರೆದ ತಂದಿ ನೀ, ಹಿಂಗ್ ಬಿದ್ದಾಳಲ್ಲ, ನೋಡೀಗ... ಅವಳಿಗೇನಾರ ಆಯ್ತು ಅಂದ್ರೆ, ನಾ ಸುಮ್ನಿರಾಂವ ಅಲ್ಲ, ತಿಳಿರಿ" ಎಂದು ಸಿಟ್ಟು-ಅಳು ಬೆರೆತ ಭಾವದಲ್ಲಿ ಅರಚಾಡುತ್ತಿದ್ದ. ನಾಗತಿಹಳ್ಳಿಯವರು "ಒಂದ್ನಿಮಿಷ ಸರ್ ಒಂದ್ನಿಮಿಷ, ಏನೋ ಸೆಕೆಗೆ ಕಣ್ಣು ಕತ್ತಲ ಬಂದಿರಬೇಕು" ಎಂದು ಸಮಾಧಾನ ಮಾಡ್ತಿದ್ದರು. "ಎಂಥ ಸೆಖೇರಿ? ಸಣ್ಣಾಕಿಂದ ಹೊಲದಾಗ ಅದೆಸ್ಟ್ ಸಲ ನನ್ಜತಿ ಬಿಸಿಲಾಗ ನಡೆದಾಡಿಲ್ಲ ಆಕಿ. ಏನೋ ಘಾತ ಆಗ್ಯೆತಿ" ಎಂದು ಮತ್ತೆ ಪ್ರೀತಂನತ್ತ ಸಂಶಯ ದೃಷ್ಟಿಯಿಂದ ದುರುಗುಟ್ಟಿದರು. ನಾಗತಿಹಳ್ಳಿಯವರು "ಗೌಡ್ರೆ, ನೀವು ಹುಡುಗಿನ ಕೂಡು ಹಾಕಿದ್ದೀರಾ. ಅವಳ ಮನಸ್ಸಿಗೆ ಘಾಸಿಯಾಗದೇ ಮತ್ತೇನಾಗುತ್ತೆ. ಶಾಂತವಾಗಿರಿ. ಮೊದ್ಲು ಅವಳು ಎಚ್ಚೆತ್ತುಕೊಳ್ಳಲಿ" ಎಂದು ಸ್ವಲ್ಪ ಖಾರವಾಗಿಯೇ ಹೇಳಿದರು. ಶೈಲತ್ತೆ ಮುಖಕ್ಕೆ ನೀರು ಚಿಮುಕಿಸಿದ ಮೇಲೆ ಸುಮಿ ಕಣ್ಣು ತೆರೆದಳು. ತಟ್ಟನೆ ಪ್ರೀತಂನ ಕಾಲ ಮೇಲಿಂದೆದ್ದು ಅವನ ಕೈ ಎದೆ ಮುಖ ತಲೆಯನ್ನೆಲ್ಲ ಅವಸರವಸರವಾಗಿ ನೇವರಿಸುತ್ತಾ "ಹೇ ಪ್ರೀತ್, ನಿಂಗೇನೂ ಆಗಿಲ್ಲ ತಾನೆ?" ಎಂದಳು. ಪ್ರೀತಂ "ನಂಗೇನಾಗಿಲ್ಲ... ಜಸ್ಟ್ ರಿಲ್ಯಾಕ್ಸ್" ಅಂದ. ಅಪ್ಪ ಅತ್ತೆ ನಾಗತಿಹಳ್ಳಿ ಸರ್ ಹೊಟೆಲ್ ಸ್ಟಾಫು ಎಲ್ಲರನ್ನೂ ನೋಡಿ ಸುಮಿ ಎದ್ದು ನಿಂತಳು. ಲಿಂಗಣ್ಣನವರು "ಏನಾಯ್ತು ಮಗಳೇ?" ಅಂದರು. "ಏನಿಲ್ಲಪ್ಪಾ ಸ್ವಲ್ಪ ತಲೆಸುತ್ತು ಬಂತು, ಹೋಗೋಣ ಬನ್ನಿ" ಎಂದು ಮುಂದೆ ಹೋದಳು. ಪ್ರೀತಂ ಅವಳ ಕೈ ಹಿಡಿದು ಜೊತೆಗೇ ನಡೆದ. ನಾಗತಿಹಳ್ಳಿಯವರು, ಶೈಲತ್ತೆ ಮತ್ತು ಲಿಂಗಣ್ಣ ಅವರನ್ನು ಹಿಂಬಾಲಿಸಿದರು. ಕೆಳಗೆ ಚೆಲ್ಲಾಡಿದ ಹಾಳೆಗಳ ಮೇಲೆ ನಾಗತಿಹಳ್ಳಿಯವರ ದೃಷ್ಟಿ ಬಿದ್ದು ಅವನ್ನು ಎತ್ತಿಕೊಂಡರು. ಅಲ್ಲಿ "ಕಾಳಿ ತೀರದ ಸೆಲ್ಫಿಗಳು" ಕಂಡವು:

1

ಸೇತುವೆ ದಾಟಿ ಮುಂದೆ ಹೋದವರು
ಧಾವಂತದಲ್ಲಿ ಕಾಳಿಯ ಮರೆಯುವರು
ಬಲೆಬೀಸುವ ಬೆಸ್ತರ ಆರ್ತತೆಗೆ ನೊಂದು
ತಾನೇ ನೆಗೆದಿದೆ ದೋಣಿಗೆ, ಮೀನೊಂದು

2

ಸುಂಯ್ಯೆಂದು ಸಾಗಿದೆ ಚಿಣ್ಣರ ಸ್ಕೂಲ್ ಬಸ್ಸು
ಪಂಜರದ ಕಿಟಕಿಯಲಿ ಕಾಳಿ ಕಂಡಷ್ಟೇ ಕನಸು
ಹೇಗೋ ಹೊರಚಾಚಿದ ಪುಟ್ಟ ಬೊಗಸೆ ತುಂಬಲು
ಅರ್ಥಕೆ ಚಿಮ್ಮಿ ತೆರೆ ಆವಿಯಾಗಿದೆ, ಮಳೆಯಾಗಲು

3

ದಿನವಿಡೀ ಮೈದಣಿದು ಸುಸ್ತಾದ ಸೇತುವೆ
ತನ್ನದೇ ನೆರಳಿಗೆ ಅಡ್ಡಾಗಲು ಬಯಸಿದೆ
ಕಣ್ಮುಗಿದರೂ ಅರೆಗಳಿಗೆ, ಕಾಳಿ ಎಚ್ಚರಿಸುತಿದೆ
'ಜಾಗ್ತೇ ರಹೋ, ಅಚ್ಛೆ ದಿನ್ ಬರಲಿದೆ!'

4

ಮುಸ್ಸಂಜೆಗೆ ಹಾರ ಕಟ್ಟುವ ಅವಸರದಲಿ
ಗಾಯ ಮಾಡಿದವು ಬೆಳ್ಳಕ್ಕಿಗಳು, ನೀರನು ಗೀರಿ
ಹಾ! ಸಂಕಟದಲಿ ಸುಳಿಯಾಯ್ತು ನದಿ ಹೊಕ್ಕುಳು
ದಡದ ಕವಿಗೆ ಹೊಳೆಯಿತು, ಆಹಾ! ಕಾವ್ಯ ಸಾಲು

5

ಸಂಜೆ ಬಾನಿಗೆ ಬೆಳ್ಳಕ್ಕಿ ತೋರಣ
ದೇವಭಾಗದಲ್ಲಿ ನಕ್ಷತ್ರ ದಿಬ್ಬಣ
ಧಾರೆ ಸಮಯಕ್ಕೆ ಸಾಗರ ಮದುಮಗ
ಧರಿಸಿ ಬರುವನೊ ಸೂರ್ಯಬಾಸಿಂಗ

6

ಕಾಡು ಕಣಿವೆ ಬೆಟ್ಟ ಶಬ್ದ ಸಾಲುಗಳಲಿ
ಬಿಂದಾಸ್! ಬಳುಕಿ ತುಳುಕಿ ಧುಮುಕಿ
ಹಸೆಮಣೆಯೇರುವಾಗ ದೇವಭಾಗದಲಿ
ನಾಚಿದಳು, ನಾಚಿ ನೀರಾದಳು ಕಾಳಿ!

ನಾಗತಿಹಳ್ಳಿಯವರು ಅವನ್ನು ಓದುತ್ತಾ ಇನ್ನಷ್ಟು ಹಿಂದೆ ಉಳಿದರು. ತಮ್ಮ ಆಫೀಸಿಗೆ ಫೋನ್ ಮಾಡಿ, "ಬರಲು ನನಗೆ ಇನ್ನೊಂದೆರಡು ದಿನ ಆಗುತ್ತೆ. ಒಂದ್ ಕೆಲ್ಸ ಮಾಡು, ಫಿಲಮ್ ಚೇಂಬರಿಗೆ ಹೋಗಿ "ಪ್ರೀತ್‌ಸು" ಹೆಸರನ್ನ ರಿಜಿಸ್ಟ್ರೇಶನ್ ಮಾಡ್ಸು, ನಾಳೆನೇ" ಅಂದರು. ಅವನು "ಸಾರ್, ಉಪೇಂದ್ರ ಅವರು ಈಗಾಗಲೇ ಆ ಹೆಸರಲ್ಲಿ ಸಿನಿಮಾ ಮಾಡಿ ಆಗಿದೆ, ಮರೆತ್ರಾ?" ಅಂದ. "ಲೋ, ಅದು ಪ್ರೀತ್ಸೆ. ನಾನು ಹೇಳಿದ್ದು ಪ್ರೀತ್ ಸು. ವ್ಹಾಟ್ಸಾಪ್ ಮಾಡ್ತೇನೆ, ಸರಿ ನೋಡ್ಕೋ" ಎಂದರು. ವ್ಹಾಟ್ಸಾಪ್ ನೋಡಿ ಆತ ಮತ್ತೆ ಫೋನ್ ಮಾಡಿದ. "ಸಾರ್, ಅದು ಪ್ರೀತಿಸು ಅಥವಾ ಪ್ರೀತ್ಸು ಆಗಬೇಕಲ್ವ? ನೀವು ತ ಹ್ರಸ್ವ ಮಾಡಿದ್ದೀರಲ್ಲ... ಸಾಯಿತಿಗಳಾಗಿ ನೀವೇ ಇಂಗೆ ಕಾಗುಣಿತ ತಪ್ಪು ಮಾಡಿದರೆ

ಎಂಗೆ ಸಾರ್?" ಅಂದ. "ಲೋ ಬೇಕೂಫಾ, ಪ್ರೀತಿ ಪ್ರೇಮದ ಶಬ್ದ ಸಾಲುಗಳಲ್ಲಿ ಕಾಗುಣಿತ, ವ್ಯಾಕರಣಗಳೂ ಪಟ್ಟು ಸಡಿಲಿಸುವಷ್ಟು ಉದಾರವಾಗುತ್ತವೆ. ಸಮಸ್ಯೆ ಇರೋದೇ ಈ ಮನುಷ್ಯರಲ್ಲಿ ಕಣೋ" ಎಂದರು. ಆ ಕಡೆಯ ವ್ಯಕ್ತಿ ಸಖತ್ ಕನಫ್ಯೂಷನ್ನಿನಲ್ಲಿರುವಾಗಲೇ ಫೋನ್ ಕಟ್ ಮಾಡಿದರು.

*

ಹೊಟೆಲಿನಲ್ಲಿ ನಿಂಬೆ ಶರಬತ್ತು ಕುಡಿದ ನಂತರ ಸುಮಿ ಮತ್ತೆ ಗೆಲುವಾಗಿದ್ದಳು. "ಈ ಕೋತಿ ತುಟಿ ಕಚ್ತು ಅಂತ ಹೇಳಿ ನಮ್ಮಪ್ಪನಿಂದ ಗೂಸಾ ತಿನ್ನಿಸಲೇನೋ" ಎಂದಳು, ಪ್ರೀತಂನಿಗಷ್ಟೇ ಕೇಳುವ ತಗ್ಗಿದ ಧ್ವನಿಯಲ್ಲಿ. "ಓಡಿ ಹೋಗೋಣ್ವಾ ಅಂದ್ಳು. ಬೇಡ. ಗೌರವಾನ್ವಿತ ಲಿಂಗನಗೌಡ ಪಾಟೀಲರ ಮರ್ಯಾದೆ ಹೋಗುತ್ತದೆ ಅಂದೆ. ಅಷ್ಟಕ್ಕೇ ಕಿರುಚಿ ಬಿದ್ಳು ಅಂತೇನೆ, ಆಗ?" ಅಂದ. ಹುಡುಗ ಹುಡುಗಿ ಹೀಗೆ ತಮ್ಮತಮ್ಮಲ್ಲೇ ವಿನೋದದಲ್ಲಿ ಮಾತಾಡಿಕೊಳ್ಳುತ್ತಿದ್ದರೂ ಗಾರ್ಡನ್ನಿನಲ್ಲಿಯ ಘಟನೆ ಅವರನ್ನು ಒಳಗೊಳಗಿಂದ ಕೊರೆಯತೊಡಗಿತ್ತು. ಲಿಂಗಣ್ಣ ಶೈಲತ್ತೆಯರಲ್ಲೂ ದುಗುಡ ಮುಖದಲ್ಲಿ ಗೋಚರಿಸುತ್ತಿತ್ತು. ನಾಗತಿಹಳ್ಳಿಯವರಿಗೆ ಇಂಥ ಅನಿರೀಕ್ಷಿತಗಳು, ಮನಸ್ಸುಗಳನ್ನು ಕೋಮಲಗೊಳಿಸುವ ಬೆಳ್ಳಿಗೆರೆಗಳು ಎಂಬ ಅಭಿಪ್ರಾಯವಿತ್ತು. ಹಾಗಾಗಿ ಅವರ ಮುಖದಲ್ಲಿ ಎಂದಿನ ಮುಗುಳುನಗುವೇ ಇತ್ತು! ಲಿಂಗಣ್ಣನವರನ್ನು ಇನ್ನಷ್ಟು ಮೃದುಗೊಳಿಸುವ ಈ ಅವಕಾಶವನ್ನು ಬಿಡಬಾರದು ಎಂದು ಯೋಚಿಸುತ್ತಿದ್ದರು. ಆದರೆ ಈ ಹುಡುಗ ಹುಡುಗಿಯರ ಪ್ರೇಮವನ್ನು ಚಂದಗಾಣಿಸಲು ನಾನು ಇಷ್ಟು ಉತ್ಸುಕನಾಗಿರಲು ಕಾರಣವೇನು? ನೂರಾರು ಪ್ರೇಮಕತೆಗಳನ್ನು ಕೇಳಿದ್ದೇನೆ, ಓದಿದ್ದೇನೆ, ಬರೆದಿದ್ದೇನೆ. ಸ್ವಯಂ ಪ್ರೇಮ ವಿವಾಹವನ್ನೂ ಮಾಡಿಕೊಂಡಿದ್ದೇನೆ. ಈ ಹುಡುಗ ಹುಡುಗಿಯರ ಪ್ರೇಮ ಸ್ಥಾಯಿಗೊಳಿಸುವ ನನ್ನ ಕಿಂಚಿತ್ ಪ್ರಯತ್ನವು ಪ್ರೇಮದ ಬಗೆಗಿನ ನನ್ನ ನಿಲುವಿನ, ಒಲವಿನ ವಿಸ್ತರಣೆಯೇ ಆಗಿರಬಹುದು. ಪ್ರೀತಂನೋ ಶೈಲಳೋ ಆರೋಪಿಸಿದ್ದರಲ್ಲ, ಮಲೆನಾಡಿನ ಹುಡುಗಿ... ಕತೆಯನ್ನು ದುರಂತದಲ್ಲಿ ಮುಳುಗಿಸಿದಿರಿ, ಎಳೆಯ ಪ್ರೇಮಿಗಳನ್ನು ಅಗಲುವಂತೆ ಮಾಡಿದಿರಿ ಅಂತ. ಪ್ರೀತಂ–ಸುಮಿಯರ ಪ್ರೇಮವನ್ನು ಸಫಲಗೊಳಿಸಲು ಸಹಕರಿಸಿ ಆ 'ಪ್ರಮಾದ'ದಿಂದ ಮುಕ್ತನಾಗಲು ಪ್ರಯತ್ನಿಸುತ್ತಿರುವೆನೇ?

ಹೊಟಲಲ್ಲೇ ಎಲ್ಲರೂ ಜೊತೆಗೆ ಡಿನ್ನರ್ ಮಾಡೋಣ ಎಂದರೂ ಲಿಂಗಣ್ಣನವರು "ಸುಮಿ ರೆಸ್ಟ್ ತಗೋಳ್ಳಲಿ. ಯಾಕೋ ನಿತ್ರಾಣ ಆಗ್ಯಾಳ. ಶೈಲು ತನ್ನ ಮನೆಗೆ ಕರೆದೊಯ್ತೇನೆ ಅಂದ್ಳು. ಹೂಂ ಅಂದೆ. ಇಬ್ರನ್ನೂ ಕಾರ್ ಮ್ಯಾಗ್ ತಲುಪ್ಸಕೆ ಡ್ರೈವರಗೆ ಹೇಳಿನ್ರೀ. ನಾವು ಜೊತೆಯಲ್ಲಿ ಊಟ

ಮಾಡೋಣ್ರೀ. ನಮ್ ಮನಿಗೇ ಬಂದರೂ ನಿಮ್ಗೆ ಶಾಂತಿಯಿಂದ ಊಟ ಸೈತ ಹಾಕ್ಕೋಕಾಗಿಲ್ರೀ..." ಎಂದರು. ಲಿಂಗಣ್ಣನವರಿಗೆ ನಾಗತಿಹಳ್ಳಿ ಸರ್ ಜೊತೆ ಮಾತಾಡುವುದಿದೆ ಎನ್ನುವುದು ಪ್ರೀತಂನಿಗೆ ಅರಿವಾಗಿತ್ತು. ಬಹುಶಃ ಅದಕ್ಕೆ ಪೂರ್ವಭಾವಿಯಾಗಿ ಚಿಕ್ಕ ಗುಂಡು ಪಾರ್ಟಿಯ ಆಸೆಯೂ ಇದ್ದೀತು. ಹೀಗಾಗಿ ಅವನು "ನನಗೆ ಹಸಿವಿಲ್ಲ ಆಮೇಲೆ ರೂಮಿಗೇ ಊಟ ತರಿಸ್ಕೊಳ್ತೇನೆ" ಎಂದು ಮೇಲೆ ರೂಮಿಗೆ ಹೋದ. ನಾಗತಿಹಳ್ಳಿ ಸರ್ ಅವರ ಮುಗುಳ್ನಗು ಅವನನ್ನು ಹಿಂಬಾಲಿಸಿತ್ತು.

*

ಕಣ್ಣಲ್ಲಿ ಕಣ್ಣಿಟ್ಟು ಮಾತಾಡುವ ಪೈಕಿ ಅಲ್ಲದಿದ್ದರೂ ಲಿಂಗಣ್ಣನವರು ಅಷ್ಟು ಕೆಟ್ಟವರಂತೆ ಅನಿಸುತ್ತಿರಲಿಲ್ಲ. ಅಥವಾ ಅವರೀಗ ಪರಿವರ್ತನೆಯಾಗುತ್ತಿರುವ ಮನುಷ್ಯನೆ ಇರಬೇಕು. ಸುಮಿಯ ಅದೃಷ್ಟವೆಂದರೆ ಶೈಲತ್ತೆಯ ಪ್ರೇಮವನ್ನು ತಡೆಯುವಲ್ಲಿ ಲಿಂಗಣ್ಣನವರು ಗೆದ್ದೂ ಸೋತಿದ್ದರು. ಹೀಗಾಗಿ ಮಗಳ ಪ್ರೇಮದ ಖಬರ್ ತಿಳಿದಾಗ ಶಾಕ್ ಆದರೂ, ಶೈಲತ್ತೆಯ ಸಮಯದಲ್ಲಿದ್ದ ಉಗ್ರಪ್ರತಾಪ ತೋರಲಿಲ್ಲ. ಹಿಂದಿನ ಆವೇಶದಲ್ಲಿ ಪ್ರೀತಿಯನ್ನು ವಿರೋಧಿಸುವ ತ್ರಾಣ ಈಗ ಅವರಲ್ಲಿ ಇರಲಿಲ್ಲ. ಹಾಗಂಥ ಅವರ ಮನಸ್ಸು ವಸ್ತುಸ್ಥಿತಿಯನ್ನು ಸ್ವೀಕರಿಸುವ ಪಕ್ವಸ್ಥಿತಿಗೂ ಬಂದಿರಲಿಲ್ಲ. ಯಾರಲ್ಲೂ, ಧರ್ಮಪತ್ನಿಯಲ್ಲೂ, ತುಮುಲಗಳನ್ನು ನಿವೇದಿಸಿಕೊಳ್ಳುವುದು ತಮ್ಮ ಘನತೆಗೆ ಧಕ್ಕೆಯಾದಂತೆ ಎಂಬ ಭಾವನೆ ಇತ್ತು. ಬಹುಶಃ ಅವರು ಒಳಗೊಳಗೇ ನವೆಯುತ್ತಿದ್ದರು. ಚಿತ್ತಕ್ಷೋಭೆಗೆ ಒಳಪಟ್ಟವರಂತೆ ಕಾಣುತ್ತಿದ್ದರು. ಅವರು ಈಗ ತೋರಿಸುತ್ತಿದ್ದ ದರ್ಪ ದೌಲತ್ತು ಅಹಂಕಾರಗಳು ಅವರಿಗೇ ಅಪರಿಚಿತವಾಗಿ ಕಾಣುತ್ತಿದ್ದವು. ತಮ್ಮ ವ್ಯಕ್ತಿತ್ವದಲ್ಲಾದ ಈ ಬಿರುಕನ್ನು ಬೇರೆಯವರಿಂದ ಮುಚ್ಚಿಡುವ ಹುಸಿ ಪ್ರಯತ್ನವನ್ನೂ ಮಾಡುತ್ತಿದ್ದರಿಂದ, ಅವರ ಒಟ್ಟಾರೆ ವ್ಯಕ್ತಿತ್ವದಲ್ಲಿ ಎಡಬಿಡಂಗಿತನ ಎದ್ದು ಕಾಣುವಂತಾಗಿತ್ತು. ಅದೆಲ್ಲವನ್ನೂ ಸ್ವಯಂ ವಿಮರ್ಶೆಯಿಂದ ಮನಗಂಡರೆ ಅವರ ವ್ಯಕ್ತಿತ್ವಕ್ಕೆ ಒಂದು ಘನತೆ ತುಂಬಿಕೊಳ್ಳುತ್ತಿತ್ತೋ ಏನೋ! ಆದರೆ ಅವರಿಗೆ ಅಂಥ ಆತ್ಮಾವಲೋಕನ ಸಾಧ್ಯವಾಗುತ್ತಿರಲಿಲ್ಲ.

ಆದರೆ ಸುಮಿಯ ದುರದೃಷ್ಟವೆಂದರೆ, ಅವಳ ಪ್ರೇಮಕ್ಕೆ ಈಗ ವಿರುಪಾಕ್ಷಿ ಕಟ್ಟಾ ವಿರೋಧಿಯಾಗಿದ್ದ. ಜೀವದಷ್ಟು ಪ್ರೀತಿಯಿದ್ದ ಸಹೋದರಿಯ ಪ್ರೇಮ ಅವನಲ್ಲಿ ದ್ವೇಷದ ಸ್ವರೂಪ ತಾಳಿತ್ತು. ಕಾರವಾರದಿಂದ ಸುಮಿಯನ್ನು ಬಲವಂತವಾಗಿ ಕಲಬುರಗಿಗೆ ಕರೆತಂದದ್ದು, ಹೊರಗಿನ ಪ್ರಪಂಚದ ಸಂಪರ್ಕ ಬರದ ಹಾಗೆ ಅವಳನ್ನು ಕೂಡಿಹಾಕಿದ್ದು ಲಿಂಗಣ್ಣನವರಿಗೂ ಅನಿರೀಕ್ಷಿತವಾಗಿತ್ತು ಮತ್ತು ನುಂಗಲಾರದ ತುತ್ತಾಗಿತ್ತು. ಸೌಮ್ಯ ಸ್ವಭಾದವನೇ ಆಗಿದ್ದ ವಿರುಪಾಕ್ಷಿ

ಅಷ್ಟು ನಿಷ್ಠುರ ಆದದ್ದು ಹೇಗೆ? ಇದು ಶೈಲತ್ತೆ ನೀಲವ್ವ ಲಿಂಗಣ್ಣನವರಿಗೆ ಆಶ್ಚರ್ಯದ ಸಂಗತಿಯಾಗಿತ್ತು. ವಿರುಪಾಕ್ಷಿಗೆ ಅವನ ಮಾವ ಚೆನ್ನೇಶ ಸಾತ್ ಕೊಟ್ಟದ್ದು ಸುಳ್ಳಲ್ಲ. ಚೆನ್ನೇಶನಿಗೆ ಅಕ್ಕನ ಮಗಳು ಸುಮಿಯನ್ನು ತನ್ನ ರಿಯಲ್ ಎಸ್ಟೇಟ್ ಬಿಸಿನೆಸ್ ಪಾರ್ಟನರ್ ಆಗಿರುವ ಅಪ್ಪಾರಾವ್ ಜಂಗಮಶೆಟ್ಟಿಯ ಮಗನಿಗೆ ಮದುವಿ ಮಾಡಿಸುವ ಹುನಾರ ಇತ್ತು. ಆದರೆ ಸ್ವತಃ ನೀಲವ್ವನಿಗೇ ಅದು ಇಷ್ಟವಿರಲಿಲ್ಲ. ಹೂವಿನಂಥ ತನ್ನ ಮಗಳನ್ನು ಸರಿಯಾಗಿ ಡಿಗ್ರೀನೂ ಮುಗಿಸದ ಜಂಗಮಶೆಟ್ಟಿ ಮಗನಿಗೆ ಮದುವೆ ಮಾಡಿಕೊಡುವುದನ್ನು ಅವಳು ಬಿಲಕುಲ್ ಒಪ್ಪಲಾರಳು. ವಿರುಪಾಕ್ಷಿಗೂ ಜಾಣೆಯಾದ ಸಹೋದರಿಯನ್ನು ಸಮಜೋಡಿಯಲ್ಲದ ಹುಡುಗನಿಗೆ ಕೊಡುವುದನ್ನು ಯೋಚಿಸಲೂ ಶಕ್ಯವಿರಲಿಲ್ಲ. ಸಹೋದರಿಯ ಜಾಣತನದ ಮೇಲೆ ಆತನಿಗೆ ಅಪಾರ ವಿಶ್ವಾಸ. ಅವಳನ್ನು ಐಎಎಸ್ ಮಾಡಿಸಬೇಕು ಅಂತಿರುತ್ತಿದ್ದ. ಚಿಕ್ಕ ವಯಸ್ಸಲ್ಲೇ ಪ್ರೀತಿಪ್ರೇಮದಲ್ಲಿ ಬಿದ್ದರೆ ಅಂಥ ಸಾಧನೆ ಸಾಧ್ಯವಿಲ್ಲ ಎಂಬುದೇ ಅವನ ತಕರಾರು. ವಿಷಯವನ್ನು ಮಾವನಲ್ಲಿ ಹೇಳಿಕೊಂಡಾಗಿನಿಂದ ಮುಂದಿನ ಬೆಳವಣಿಗೆಗಳಿಗೆ ಚೆನ್ನೇಶನೇ ಸೂತ್ರಧಾರನಾದ. ಸೌಮ್ಯ ವ್ಯಕ್ತಿಯೇ ಆಗಿದ್ದ ವಿರುಪಾಕ್ಷಿಯ ತಲೆಕೆಡಲು ಚೆನ್ನೇಶ ಕಾರಣನಾದ. ಲಿಂಗನಗೌಡ ಪಾಟೀಲರ ಕುಟುಂಬದಲ್ಲಿ ಇನ್ನೊಮ್ಮೆ ತಲ್ಲಣಗಳನ್ನುಂಟು ಮಾಡಲೂ ಅವನು ಯಶಸ್ವಿಯಾದ.

ವಿರುಪಾಕ್ಷಿಯಲ್ಲಾದ ಈ ಬದಲಾವಣೆ ಶೈಲತ್ತೆಗಂತೂ ನಂಬಲಾಗದ ಸಂಗತಿಯಾಗಿತ್ತು. ಕತೆಗಳ ಮೂಲಕ ಬಾಲಕ ವಿರುಪಾಕ್ಷಿಯ ಅಂತಃಕರಣದಲ್ಲಿ ಪ್ರೀತಿ ಪ್ರೇಮದಂಥ ಸಂಗತಿಗಳನ್ನು ನೆಲೆಗೊಳಿಸುವ ಪ್ರಯತ್ನ ಮಾಡಿದ್ದಳು. ಬಹುಶಃ ತನ್ನ ಪ್ರಯತ್ನ ಸಫಲವಾಗಲಿಲ್ಲ. ಇಲ್ಲದಿದ್ದರೆ ಸಹೋದರಿಯನ್ನು ಅಷ್ಟು ಪ್ರೀತಿಸುವ ಆತನು ಜೀವ ವಿರೋಧಿ ಆದದ್ದು ಹೇಗೆ? ಪ್ರೀತಿ ಮತ್ತು ದ್ವೇಷ ಮೆದುಳಿನ ಒಂದೇ ಭಾಗದಿಂದ ಹೊಮ್ಮುತ್ತವೆ ಎಂಬುದನ್ನು ಇತ್ತೀಚೆಗೆ ಓದಿದ್ದು ಸತ್ಯವೇ ಇರಬೇಕು. ನಾಗತಿಹಳ್ಳಿ ಸರ್ ಜೊತೆ ಡಿನ್ನರ್ ಟೈಮಲ್ಲಿ ಸಿನಿಮಾ ಸಾಹಿತ್ಯ, ಪ್ರೇಮ ಇತ್ಯಾದಿಗಳ ಬಗ್ಗೆ ಚರ್ಚಿಸುವ ಆಸೆಯಿದ್ದ ಶೈಲತ್ತೆ ಅವಕಾಶ ತಪ್ಪಿದ್ದಕಾಗಿ ಪರಿತಪಿಸುತ್ತಾ ವಾಪಾಸಾಗಿದ್ದಳು. ಸುಮಿ ಮತ್ತು ಪ್ರೀತಂ ಜೊತೆ ಇನ್ನಷ್ಟು ಹೊತ್ತು ಇದ್ದರೆ ಅವಳಿಗೆ ಸಮಾಧಾನ ಆಗುತ್ತಿತ್ತು. ಇರಲಿ, ಬಹಳ ದಿನಗಳ ನಂತರ ಸುಮಿ ಜೊತೆಗಿರಲು ಬಂದಿದ್ದಾಳೆ. ಹೇಗಾದರೂ ಮಾಡಿ ಪ್ರೀತಂನನ್ನು ಇನ್ನೆರಡು ದಿನ ಉಳಿಸಿಕೊಳ್ಳಬೇಕು ಎಂದು ತೀರ್ಮಾನಿಸಿದಳು.

ಇತ್ತ ಹೊಟೆಲ್ಲಿನಲ್ಲಿ ಲಿಂಗಣ್ಣನವರು ನಾಗತಿಹಳ್ಳಿಯವರ ಎದುರು ತನ್ನ ಸಂಪತ್ತು, ಅಂತಸ್ತು, ವಯಸ್ಸು, ಮನಸ್ಸು ಮರೆತು ಮಗುವಾಗಿಬಿಟ್ಟಿದ್ದರು. "ಸಾಯಬ್ರ ರಾತ್ರಿ ನಿದ್ದೆ ಹತ್ತವಲ್ದು... ಮಕ್ಕಳ ಚಿಂತಿ ತಲ್ಯಾಗ್ ಹುಳ ಕೊರದಂಗ್ ಆಗೈತ್ರಿ. ಆಕಿ ಶೈಲು ಲೈಫಂತೂ ಹಂಗಾತು. ನೋಡಿದ್ರ ಮೊನ್ನೆ ಮೊನ್ನೆ

ಹುಟ್ಟಿದ ಈಕಿನೂ ಲವ್ ಮಾಡಿ ಕುಂತಾಳ. ಕಟ್ಟುವಾಂಗಿಲ್ಲ ಹಾಯವಾಂಗಿಲ್ಲ. ಶೈಲುಗ್ ಮಾಡಿದ ಹಾಂಗ್ ಸ್ಟ್ರಿಕ್ಟ್ ಮಾಡಿದಿ ಅಂದ್ರೆ ಮತ್ತ ಈಕಿನೂ ಅವಳತ್ತಿ ಗತಿ ಹಂಗೆ ಉಳದ್ರ ಅಂತ ಚಿಂತಿ ಆಕೈತಿ. ವದ್ದಾಡಕ ಹತ್ಯೈತಿ ಜೀವ. ಜಮೀನದಾರಿ ಮನೆತನ ನಮ್ದೂರಿ. ಛಲಕ್ಕ, ಸ್ವಾಭಿಮಾನಕ್ಕ ನಮ್ ಹಿಂದಿನವ್ರ ಕಾಲದಾಗ ಅದೆಟೋ ಹೆಣಾನೆ ಬಿದ್ದಾವ್ರೀ. ದ್ವೇಷ ಸಾಧಿಸೋದು ಸುಲಭಾರಿ. ಅವನೌನ, ಈ ಪ್ರೀತಿ ಸಂಭಾಳ್ಸೋದ ಕಷ್ಟ ಆಗೈತಿ" ಅಂದು ಇನ್ನೊಂದು ಪೆಗ್ ಹಾಕ್ಸಿಕೊಂಡರು ಲಿಂಗಣ್ಣ. "ಈಗ ನಾನು ಪ್ರೇಮದ ವಿರೋಧಿ ಅಲ್ರೀ ಸಾಯಬ್ರ. ಹುಡ್ಗ ಬಡವನಾದ್ರೂ ಚಿಂತಿರಲಿಲ್ಲ. ಜಾತಿಪಾತಿನೂ ಮರೀತಿದ್ದೆ. ಮಗಳ ಪ್ರೇಮದ ವಿರುದ್ಧ ನಿಲ್ಲಲಾರೆ. ಆದರೆ ನಂಗೀಗ ದೊಡ್ಡ ಸಮಸ್ಯೆ ಅಂದ್ರ ನನ್ಮಗ. ಮಗನ ಪರವಾಗಿ ನಿಲ್ಲೋ ಛಾತಿಯಿಲ್ಲ. ವಯಸ್ಸಿಗೆ ಬಂದಿರೋ ಅವನ ವಿರುದ್ಧವೂ ಹೋಗುವಾಂಗಿಲ್ಲ. ಚೂರು ಬುದ್ಧಿ ಹೇಳೋಕೆ ನೋಡಿದೆ. ತಪ್ಪು ಮಾಡಾಕ ಹತ್ತಿಲೇ ತಮ್ಮ ಅಂದೆ "ನೀ ಶೈಲತ್ತೆಗೆ ಮಾಡಿದ್ದು ಮಹಾ ಘನ ಕಾರ್ಯ ಏನು?" ಅಂದ. ಮಗಳ ಪರವಾಗಿದ್ದರೆ ಮಗನ ವಿರುದ್ಧವಾಗುವ ಈ ಸಮಸ್ಯೆ ದಾಟೋದು ಹ್ಯಾಂಗ್ರೀ ಸಾಯಬ್ರ?" ಎಂದು ನಾಗತಿಹಳ್ಳಿಯವರ ಕೈ ಬಿಗಿಯಾಗಿ ಹಿಡಿದರು. ಬಿಸಿಲುನಾಡಿನ ಲಿಂಗಣ್ಣನವರ ಕೈ ಬಿರುಸಾಗಿದ್ದರೂ ಅವರ ಮನಸ್ಸು ಬೆಣ್ಣೆಯಂತೆ ಕರಗಿತ್ತು. ಅದು ನಾಗತಿಹಳ್ಳಿಯವರ ಗಮನಕ್ಕೆ ಬಂದರೂ, ಸಿನಿಮಾದಲ್ಲಾದರೆ ಇಂಥ ತುಮುಲದ ಸನ್ನಿವೇಶದಲ್ಲಿ ಅಭಿನಯಕ್ಕೆ ಅದೆಂಥ ಅದ್ಭುತ ಅವಕಾಶವಿದೆ, ಎಂಬ ಸಮಾನಾಂತರ ಆಲೋಚನೆಯಲ್ಲಿದ್ದರು! "ಮನಃಪರಿವರ್ತನೆಯಿಂದ ಎಲ್ಲವೂ ಸಾಧ್ಯ ಗೌಡರೆ. ಯಾಕೋ ಈ ಮಕ್ಕಳ ಪ್ರೇಮಕ್ಕೆ ಅಂಥ ಒಂದು ದಿವ್ಯಶಕ್ತಿ ಇದೆ ಅನ್ಸುತ್ತೆ. ನೋಡ್ತಾ ಇರಿ, ಅವನ ಮನಸ್ಸೂ ಬದಲಾಗುತ್ತದೆ" ಎಂದು ಸಮಾಧಾನ ಮಾಡಿದರು.

7

ದೇವಾ ಕಡೆನ್ ಬರೆ ಮಂಗ್ತಾ

ಸೋಮವಾರ ಯಾವಾಗಲೂ ಮೀನುವ್ಯಾಪಾರ ಸದರೇ. ಆ ದಿನ ರಜೆ ಮಾಡುವುದರಿಂದ ಫಿಶಿಂಗ್ ಬೋಟುಗಳು ಕಡಲಿಗೆ ಇಳಿಯುವುದಿಲ್ಲ. ಮೀನು ಹಿಡಿಯುವ, ಮೀನು ಮಾರುವ ಚಟುವಟಿಕೆಗಳು ತುಸು ವಿರಾಮದಲ್ಲಿರುತ್ತವೆ. ಮಗನೂ ಮನೆಯಲಿಲ್ಲ, ಒಬ್ಬಳೇ ಕೂತು ಏನು ಮಾಡೂದು, ಎಂದು ಗುಲಾಬಿ "ಪಾರತಕ್ಕ ಧಕ್ಕೆಬದಿಗೆ ಹೋಗ್ಬರು ಬಾರೇ, ಒಬ್ಬಳಿಗೇ ಬೆಜಾರಾ" ಎಂದು ಮೇಲ್ಮನೆ ಪಾರ್ವತಕ್ಕನಿಗೆ ಕರೆದಿದ್ದಳು. "ಅಕ್ಕ ಮೀನು ಒಣಗ್ಸುಕೆ ಹಾಕಂಡಿ, ನೀ ಹೋಗ್ಬಾ ತಂಗಿ" ಎಂದಿದ್ದಳು ಪಾರ್ವತಕ್ಕ. ಬಿಸಿಲು ಏರುವ ಹೊತ್ತದು. ಬೇಲೆ ಮೇಲೆ ಯಾವುದೇ ಧಾವಂತವಿರಲಿಲ್ಲ. ಮೇಲೆಕ್ಕೆಳೆದು ಸಾಲಾಗಿ ನಿಲ್ಲಿಸಿದ ದೋಣಿಗಳ ಪಕ್ಕದಲ್ಲಿ ಕೂತು ಬಲೆ ರಿಪೇರಿ ಮಾಡುತ್ತಿದ್ದ ಉಪ್ಪುಪ್ಪು ಮೈನ ಬೆಸ್ತರಲ್ಲಿ ಯಾವುದೇ ಅವಸರವಿರಲಿಲ್ಲ. ನಾಲ್ಕಾರು ನಾಡದೋಣಿಗಳು ಅಲ್ಲಲ್ಲಿ ತೇಲುವುದು ಬಿಟ್ಟರೆ ಕಡಲು ಖಾಲಿಯಾಗಿತ್ತು. ಇಂಥ ನಿಧಾನಗತಿಯ ಹೊರಜಗತ್ತು ಗುಲಾಬಿಯ ಮನಸ್ಸಿನ ಅವ್ಯಕ್ತ ಚಡಪಡಿಕೆಯನ್ನು ಹೆಚ್ಚು ಮಾಡುತ್ತಿತ್ತು. ಅವಳಿಗೆ ಅಲ್ಲಿ ಹೆಚ್ಚು ಹೊತ್ತು ಇರಲಾಗಲಿಲ್ಲ.

ಅಲಿಗದ್ದಾ ತೀರಕ್ಕೆ ಬಂದಾಗ ಆ ತುದಿಯಲ್ಲಿ ಏಂಡಿ ಬಲೆಯವರು ಬಲೆಗೆ ಸಿಕ್ಕ ಮೀನುಗಳನ್ನು ಕೈಯಿಂದ ಒಂದೊಂದಾಗಿ ಬಿಡಿಸುತ್ತಿರುವುದು

ಕಾಣಿಸಿತು. ತಾಜಾ ಮೀನಿಗಾಗಿ ಸ್ಥಳಕ್ಕೇ ಬಂದ ಕಾರವಾರಿಗರ ನಡುವೆ ತಾನೂ ತಲೆಹಾಕಿದಳು. ಪಚ್ಚು ಗುರ್ಕು ಸಮದಾಳಿ ಬಣಗು ಇತ್ಯಾದಿ ಪಂಚಬೆರಕಿ ಮೀನುಗಳು ಇದ್ದವು. ಹೆಚ್ಚು ಕಸಿಪಿಸಿ ಮಾಡದೆ ಒಂದಿಷ್ಟು ಖರೀದಿಸಿ, ಮೀನುಮುಟ್ಟಿಯನ್ನು ತಲೆಮೇಲೆ ಹೊತ್ತು ಪೇಟೆಕಡೆ ದಡದಡ ಹೆಜ್ಜೆಯಿಟ್ಟಳು. ಹಸಿಹಸಿ ಇದ್ದದ್ದಕ್ಕೋ, ಮಾರುಕಟ್ಟೆಯಲ್ಲಿ ಮೀನು ಇಲ್ಲದಿದ್ದಕ್ಕೋ ದಾರಿಯಲ್ಲೇ ಖರ್ಚಾಯಿತು. "ಭಾಳ್ ದಿವಸದ್ ಮ್ಯಾನೆ ಬಂದಿಯಲ್ಲೆ ಗುಲಾಬಿ?" ಎಂದು ಪರಿಚಿಯದವರೆಲ್ಲ ಒಂದೆರಡು ಕುಶಾಲು ಮಾತಾಡಿಯೇ ಕಳಿಸಿದರು. ಕೆಲವರು "ಬೇಸಿಗೆ ರಜೆಲಿ ಮಕ್ಕಳು ಬರ್ತಾರೆ. ಹೋಗುವಾಗ ಅವರಿಗೆ ಒಣಮೀನು ಬೇಕಾಗೂದು. ಚಂದದ ಸೊರ, ಬಂಗ್ಡೆ ನೀನೇ ತಂದಕೊಡಬೇಕು, ಹಾಂ?" ಎಂದು ಅಡ್ವಾನ್ಸಾಗಿ ಹೇಳಿಟ್ಟರು. "ಆಯ್ತಾ್ರ, ನಮ್ಮ ತದಡಿ ದೊಡ್ಡವ್ವಿಗೆ ಹೇಳಿಕ್ತಿ" ಎಂದಳು ಗುಲಾಬಿ.

ಇಂಥ ಕಷ್ಟ ಸುಖದ ಮಾತುಗಳನ್ನು ಕೇಳಿಕೊಂಡು, ಮೀನು ಮಾರಿ ಮನೆಗೆ ಬರುವಾಗ ಮಧ್ಯಾಹ್ನ ಆಯ್ತು. ಏನೋ ಒಂದು ಅಡುಗೆ ಮಾಡಿಕೊಂಡು ಉಣ್ಣುವ ಶಾಸ್ತ್ರ ಮುಗಿಸಿ, ಗಾಳಿ ಬರಲಿ ಎಂದು ಕದ ತೆರೆದೇ ತೆಣೆ ಮೇಲೆ ಅಡ್ಡಾದಳು. ಮಗನನ್ನು ಎಂದೂ ಬಿಟ್ಟರದ ಅವಳ ತಲೆಯಲ್ಲಿ ಏನೇನೋ ವಿಚಾರಗಳು ಬರುತ್ತಿದ್ದವು. ಗಂಡ ಗಣಪತಿ ಕಡಲಲ್ಲಿ ಮುಳುಗಿ ಸತ್ತ ದುಃಖವು ಗುಲಾಬಿಗೆ ಮರೆಯಲಾಗದ್ದಾದರೂ ಆಕೆ ಎಂದೂ ಬದುಕಿಗೆ ವಿಮುಖಳಾಗಲಿಲ್ಲ. ಆಗಾಗ ಉಮ್ಮಳಿಸಿ ಬರುವ ಗಂಡನ ನೆನಪು ಅವಳ ಭಾವತೀರಕ್ಕೆ ಅಪ್ಪಳಿಸಿದರೂ, ದಂಡೆಯಲ್ಲಿ ಶಾಂತಗೊಳ್ಳುವ ಕಿರು ಅಲೆಗಳಂತೆ ಗುಲಾಬಿ ಮತ್ತೆ ಬದುಕಿಗೆ ಮರಳುತ್ತಿದ್ದಳು. ನಿತ್ಯವೂ ಮೀನು ಮಾರಿ ಕಾಸು ಗಿಟ್ಟಿಸಿ ತಾಯಿ–ಮಗ ಅದು ಹೇಗೋ ಬದುಕು ಕಟ್ಟಿಕೊಂಡಿದ್ದರು. ಗಂಡನ ಮತ್ತು ತವರಿನ ಕಡೆಯ ಸಂಬಂಧಿಕರು ಕಷ್ಟ ಕಾಲಕ್ಕೆ ಒದಗಿ ಬರುತ್ತಿದ್ದದ್ದೂ ಸುಳ್ಳಲ್ಲ. ಮಗನೂ ಯಾವುದೇ ಅಡ್ಡದಾರಿಗಿಳಿಯದೇ ತಾನಾಯ್ತು ತನ್ನ ಕೆಲಸವಾಯ್ತು ಎಂಬ ರೀತಿಯಲ್ಲಿದ್ದ. ಇತ್ತೀಚಿಗಿನ ಬೆಳವಣಿಗೆಗಳಿಂದ ಮಗನ ಜೀವನ ಕ್ರಮ ಮತ್ತು ಗತಿಯಲ್ಲಾದ ಬದಲಾವಣೆಗಳು ಅವಳನ್ನು ತುಸು ಚಿಂತೆಗೆ ಹಚ್ಚಿದ್ದವು. ಮಗನ ಪ್ರೇಮ, ಆ ಪ್ರೇಮವು ತಂದೊಡ್ಡಿದ ತಾಪತ್ರಯಗಳಿಂದ ಅಧೀರಳಾದದ್ದು ನಿಜ. ಬದುಕಿಗೆ ಒಂದು ನೆಲೆ ಕಾಣದೇ ಪ್ರೀತಿ ಪ್ರೇಮದಂಥ ರಗಳೆಯಲ್ಲಿ ಬಿದ್ದು ಅವನ ಸಾಮಾನ್ಯ ಬದುಕು ಏರಪೇರಾಗಿರುವ ಬಗ್ಗೆ ಯೋಚಿಸುವಾಗ ಅವಳಿಗೆ ಸಂಕಟವಾಗುತ್ತದೆ. ಹಾಗಂತ "ಅದೆಲ್ಲ ಬ್ಯಾಡಾ ಮಗ" ಎನ್ನಲಾರಳು. ಬಡವರಿಗೆ ಈ ಪ್ರೀತಿ ಗೀತಿ ಯಂತಕೋ ಎಂದು ಹೇಳಲಾರಳು. ಮಗ ಘಟ್ಟದ ಮೇಲಿನ ಹುಡುಗಿಯನ್ನು ಮೆಚ್ಚಿದ್ದು ಹೃದಯಾರೆ

ಎಂಬುದು ಅವಳ ಹೃದಯ ಅರಿಯದ ವಿಷಯವೇನಲ್ಲ. ಪ್ರೀತಂ ನೇರವಾಗಿ ಎಂದೂ ತಾನವಳನ್ನು ಪ್ರೀತಿಸುತ್ತೇನೆ ಎಂದು ಆಯಿಗೆ ತಿಳಿಸಿರಲಿಲ್ಲ. ಸುತ್ತು ಬಳಸಿ ಸುಮಿ ಎಂಬ ಘಟ್ಟದ ಮೇಲಿನ ಹುಡುಗಿ ಬಗ್ಗೆ ಆಗಾಗ ಮಾತಾಡುತ್ತಿದ್ದ, ಅಷ್ಟೇ. ತನಗಿನ್ನೂ ಬಾಲಕನೇ ಆಗಿದ್ದ ಪ್ರೀತಂ ದೊಡ್ಡಾಗುತ್ತಿದ್ದಾನೆ ಎಂಬುದು ಸೂಕ್ಷ್ಮವಾಗಿ ಅವಳ ಗಮನಕ್ಕೆ ಬಂದಿತ್ತು. ಗುಲಾಬಿಗೆ ಹೆಚ್ಚಿನ ಖುಶಿಯಾದದ್ದು ಹುಡುಗ-ಹುಡುಗಿ ಇಬ್ಬರೂ ಪರಸ್ಪರ ಹಚ್ಚಿಕೊಂಡ ಮೆಚ್ಚಿಕೊಂಡ ರೀತಿಗೆ. ಆಸ್ಪತ್ರೆಯಲ್ಲಿ ಮೊದಲ ಬಾರಿ ಕಂಡಾಗ, ಇಬ್ಬರೂ ರಾಧೆ-ಕೃಷ್ಣರ ಹಾಗೆ ಕಂಡಿದ್ದರು! ಪ್ರೀತಿಯನ್ನು ಬಡತನ ಮತ್ತು ಶ್ರೀಮಂತಿಕೆಯ ದೃಷ್ಟಿಯಲ್ಲಿ ತೂಗಿ ನೋಡಲಿಲ್ಲ. ಜಾತಿಪಾತಿ ಬಗ್ಗೂ ಯೋಚಿಸಲಿಲ್ಲ. ಮಗ ಗುಲಬುರ್ಗಾಕ್ಕೆ ಹೊರಟಾಗ ಸಂಬಂಧಿಕರೂ "ನಿನ್ನ ಮಗ ಅಲ್ಲಿಗೆಂತಕೆ ಹೋತ್ಯಾ, ಸಾಯೂಕೆ" ಎಂದು ಅವಳ ಆತಂಕವನ್ನು ಇನ್ನಷ್ಟು ಹೆಚ್ಚಿಸಿದ್ದು ನಿಜ. ಆದರೆ ಒಡಲಿಗಾಗಿ ಸಮುದ್ರಕ್ಕಿಳಿಯದಂತೆ ತಡೆಯಲು ಯಶಸ್ವಿಯಾದರೂ, ಮಗನ ಪ್ರೀತಿಯ ಕಡಲನ್ನು ತಡೆಯಲಾರೆ ಎಂಬುದು ಅವಳಿಗೆ ಗೊತ್ತಿತ್ತು.

ಮಗ ಹೋದಾಗಿಂದಲೂ ಗುಲಾಬಿಗೆ ಮನಸಿನಲ್ಲಿ ಸಮಾಧಾನ ಇರಲಿಲ್ಲ. ಅದೇನೋ ಚಡಪಡಿಕೆ. ಹುಡುಗ ಎರಡು ದಿನ ಸರಿಯಾಗಿ ಫೋನ್ ಕೂಡ ಮಾಡಿರಲಿಲ್ಲ. ಮೂರನೇ ದಿನ ಕಾಲ್ ಮಾಡಿ ಸುಮಿಯಿಂದಲೂ ಮಾತಾಡಿಸಿದಾಗಲೇ ಅವಳ ಉಸಿರು ಸಮ ಆದದ್ದು. "ನಾಗತಿಹಳ್ಳಿ ಸರ್ ಸಿನಿಮಾಕ್ಕೆ ಕರೆದಾರೆ ಆಯಿ" ಅಂತ ಮಗ ಹೇಳಿದ್ದರೂ, ಅದು ಗಂಭೀರವಾಗಿ ಅವಳ ಮನಸ್ಸಿಗಿಳಿದಿರಲಿಲ್ಲ. ಆದರೆ "ಫಿಲಮ್ ಸ್ಟಾರ್ ಮದರ್ ಆಗ್ಬಿಟ್ರಿ ನೀವು ಆಂಟಿ" ಅಂತ ಆ ಹುಡುಗಿ ಸುಮಿ ಹೇಳಿದ ಸ್ಟೈಲಿಗೇ ಮಗ ಹೀರೋ ಥರ ಕಂಡಿದ್ದ. ಮಗ ಕಲಿಯಲು ಹೇಳುವಷ್ಟು ಹುಶಾರಿ ಅಲ್ಲ ಅಂತ ಗೊತ್ತಿತ್ತು ಗುಲಾಬಿಗೆ. ಆದರೆ ಏನನ್ನಾದರೂ ಮಾಡಿದರೆ ಮನಃಪೂರ್ವಕವಾಗಿ ಮಾಡುತ್ತಿದ್ದ. ಮೀನುಪೇಟೆಯಲ್ಲಿ ಆಗಾಗ ಸಿಗುವ ಜಾವೆಲಿನ್ ಕೋಚ್ ರೊಡ್ರಿಗ್ಸ್ ಮಾಸ್ತರ್ ಅದನ್ನೇ ಹೇಳುತ್ತಿರುತ್ತಾರೆ. ಹೀಗಾಗಿ ಮಗ ಒಂದು ಮಟ್ಟದ ಬದುಕನ್ನು ರೂಪಿಸಿಕೊಳ್ಳುವನು ಎಂಬ ವಿಶ್ವಾಸ ಅವಳಿಗಿತ್ತು. ಆದರೆ ಈ ಸಿನಿಮಾ ಲೈನಿಗೆ ಬರುತ್ತಾನೆ ಅಂತ ಅವಳೆಂದೂ ಊಹಿಸಿರಲಿಲ್ಲ. ನಿಜ, ಗಂಡ ಗಣಪತಿಗೆ ಭಯಂಕರ ಸಿನಿಮಾ ಹುಚ್ಚು ಇತ್ತು. ಅವನು ಶಂಕರನಾಗನ ಅಭಿಮಾನಿಯಾಗಿದ್ದ. ಕಾರವಾರಕ್ಕೆ ಶಂಕರನಾಗನ ಸಿನಿಮಾ ಬಂದರೆ ತಪ್ಪದೇ ನೋಡುತ್ತಿದ್ದ. ಪ್ರಸನ್ನ ಫಸ್ಟ್ ಶೋಗೇ ಹೋಗಿ ನೋಡಿ ಬರುವಂಥ ಹುಚ್ಚು ಇತ್ತು. ಅವನು ಮೂಡು ಚೆನ್ನಾಗಿದ್ದಾಗ ಗುಲಾಬಿಗೆ "ರೋಸೀ" ಎಂದೇ ಕರೆಯುತ್ತಿದ್ದ. "ರೋಸೀ, ಡಾರ್ಲಿಂಗ್, ರೋಸೀ ಡಿಯರ್!"

ಎಂದು ಹೂಬೇಹೂಬ್ ಶಂಕರನಾಗನ ಧ್ವನಿಯಲ್ಲಿ ಡೈಲಾಗ್ ಹೇಳುತ್ತಿದ್ದ. ಗುಲಾಬಿಗೆ ಅನಂತನಾಗ್ ಅಂದ್ರೆ ಬಹಳ ಇಷ್ಟ. ಬೋಟಿಯಿಂದ ಬಂದ ದಿನ ರಾತ್ರಿ ಲಾಸ್ಟ್ ಶೋಗೆ ಟಾಕೀಸಿಗೆ ಇಬ್ಬರೂ ಹೋಗುತ್ತಿದ್ದರು. ಹೋಗುವಾಗ ಸೈಕಲ್ ಹಿಂದಿನ ಸೀಟ್ ಮೇಲೆ ಕುಳ್ಳಿಸಿಕೊಂಡು ಹೋದರೂ ನಡುರಾತ್ರಿ ವಾಪಸು ಬರುವಾಗ ಗುಲಾಬಿಯನ್ನು ಬಲವಂತವಾಗಿ ಮುಂದೆ ದಂಡಿನ ಮೇಲೆ ಕುಳ್ಳಿಸಿಕೊಂಡು ಬರುತ್ತಿದ್ದ. ಸುತ್ತಿ ಬರುವ ಸಮುದ್ರ ತೀರದ ದಾರಿ ಹಿಡಿಯುತ್ತಿದ್ದ. ಗುಲಾಬಿಗೆ ಗಂಡನ ಇಂಥ ಕುಶಾಲು ಇಷ್ಟವಾದರೂ ಕಂಡವರು ಏನನ್ನುರು, ಎಂಬ ಸಣ್ಣ ಮುಕುಮುಕು ಇರುತ್ತಿತ್ತು. ಪ್ರೀತಂ ಹೊಟ್ಟೆಯಲ್ಲಿದ್ದಾಗ ಡಿಶುಂ ಡಿಶೂಂ ಸಿನಿಮಾ ಬೇಡಾ ಅಂತ ರಾಜಕುಮಾರ್ ಮತ್ತು ಅನಂತನಾಗ್ ಅವರ ಚಿತ್ರಗಳಿಗೆ ಮಾತ್ರ ಕಂಪನಿ ಕೊಡುತ್ತಿದ್ದಳು. ಅದೆಲ್ಲ ಖರೆ, ಆದರೆ ಮಗ ಭೂಪತಿ ಹೀಗೆ ಸಿನಿಮಾಕ್ಕೆ ಎಂಟ್ರಿ ಕೊಡುವುದನ್ನು ಎಂದೂ ಕಲ್ಪಿಸಿಕೊಂಡಿರಲಿಲ್ಲ. ಗಂಡ ಬದುಕಿದ್ದರೆ ಬಹುಶಃ "ಹೇಯ್, ಮೈ ಸನ್ ಬಿಕಮ್ ಫಿಲಮ್ ಸ್ಟಾರ್..." ಅಂತ ಶಂಕರನಾಗ್ ಥರ ತುಟಿ ಕೊಂಕಿಸಿ ಹಲ್ಲು ಕಚ್ಚಿಹಿಡಿದ ಸ್ಟೈಲಿನಲ್ಲಿ ಡೈಲಾಗ್ ಹೊಡಿತಿದ್ದ ಎಂದು ನಗು ಬಂತು.

ಆಗಲೇ ರೋಹಿತನ ಬೈಕು ರೊಂಯ್ ರೊಂಯ್ ಅಂತ ಮನೆ ಮುಂದೆ ಬಂದು ನಿಂತಿದ್ದು!

"ಏನ್ ಗುಲಾಬಕ್ಕ, ಮಗ ಸಿನಿಮಾ ಸ್ಟಾರ್ ಆದ್ ಖುಶಿಲೆ ಆ ನಮೂನಿ ನಗ್ಯಾಡ್ತಾ ಇಂವೆ" ಅಂದ. "ಆ ದಿವ್ಸ ಬಂದ್ ಹೋದಂವ ಇಂದ ಬಂದಿ. ಗುಲಾಬಕ್ಕನ ಮರ್ತೇ ಹೋಯ್ತಲ್ಲೋ ನಿಂಗೆ" ಅಂದಳು. ರೋಹಿತ್ ಚಿಟ್ಟಿ ಮೇಲೆ ಕುಳ್ಳುತ್ತಾ "ಟೂರ್ನಾಮೆಂಟಿಗೆ ಹೋಗದ್ನೆ, ನಿನ್ನ ಮಗ ಮೊಬೈಲ್ ಯಾಕೆ ಸ್ವಿಚ್ ಆಫ್ ಮಾಡ್ಯಾ?" ಅಂದ. "ಅಯ್ಯೋ, ಅದ ದೊಡ್ಡ ಕತೆ ಮಾರಾಯಾ, ಅದಬಿಡ ಹೊಸ ನಂಬರ್ ತಗಾ, ಮಾತಾಡ" ಎಂದು ಮೊಬೈಲ್ ತಂದು ಕೊಟ್ಟಳು. "ಕಶಾಯ ಮಾಡ್ಲಾ, ಶರಬತ್ತ ಮಾಡ್ಲಾ ತಮ್ಮಾ?" ಅಂದಳು. "ಏನೂ ಬೆಡಾ ಗುಲಾಬಕ್ಕ, ಪ್ರೀತಂನ ಫೋಟೋ ಪೇಪರನಲ್ಲೆ ಬಂದಿದ, ನೋಡ್ ಬಾ" ಅಂದ. ರೋಹಿತನ ಜೊತೆ ಬಂದಿದ್ದ ವಿಕಾಸ್ "ಮಾಂಶಿ, ಪ್ರೀತಂ ಕೆನ್ ಯತಾ?" ಅಂದ. "ಮಕ್ ಗೊತ್ ನಾರೇ ಪುತಾ, ತು ವಿಚಾರ್" ಎಂದಳು. ಅಷ್ಟೊತ್ತಿಗೆ ಕಾಲ್ ಕನೆಕ್ಟ್ ಆಗಿ ಪ್ರೀತಂ "ಹಲೋ ಆಯಿ" ಅಂದಾಗ ರೋಹಿತ್ "ನನ್ಮಗನೆ, ಜೋಳದ ರೊಟ್ಟಿ ಮುಂದೆ ನಿಂಗೆ ಹಸಿಮೀನ್ ಪಳದಿ ಮರ್ತು ಹೋಯ್ತೇನೋ" ಅಂದ. "ಅರೆ, ರೋಹಿ! ನೀ ಅಲ್ಲಿಂವೆ? ಎಲ್ಲರನ್ನೂ ಮಿಸ್ ಮಾಡ್ಕೊಳ್ತಿದ್ದೇನೆ ಮಾರಾಯ. ನಾಡಿದ್ದು ಸಂಜೆ ಬತ್ತಿ. ಎಲ್ಲರೂ ಸಿಗುವಾ" ಅಂದ.

ಗುಲಾಬಿ ಹುಡುಗರಿಬ್ಬರಿಗೂ ಕೋಕಮ್ ಶರಬತ್ತು ಮಾಡಿಕೊಟ್ಟು "ತಮ್ಮಾ ಮೊನ್ನೆ ಮೀನ್ ಪೇಟೆಲಿ ರೊಡ್ರಿಗ್ಸ್ ಮಾಸ್ತರ್ ಸಿಕ್ಕದ್ರ ಅಂಬೂದಾಯ್ತು... ಬ್ಯಾಡಾ ಪಂಚಾಯ್ತಿ ಮಾರಾಯಾ" ಎಂದು ಕತೆ ಶುರುಮಾಡಿದಳು. ಪ್ರತಿ ರವಿವಾರ ರೊಡ್ರಿಗ್ಸ್ ಸರ್ ಚರ್ಚಿನಿಂದ ನೇರವಾಗಿ ಬರುವುದು ಮೀನು ಪೇಟೆಗೇ! ಇವಳು ಕುಳ್ಳುವಲ್ಲಿಗೂ ಬಂದು ಮಾತಾಡಿಸಿ, ಮುಟ್ಟಿಯಲ್ಲಿ ಏನಿದೆ ಎಂದು ಕಣ್ಣುಹಾಯಿಸಿ, ಅವರಿಗೆ ಬೇಕಾದ ಬಂಗ್ಡೆ ಇಸ್ವಾಣದಂಥ ಮೀನಿದ್ದರೆ ಕೊಂಡುಕೊಳ್ಳುವುದು ಎಂದಿನ ರೂಢಿಯಾಗಿತ್ತು. ರೊಡ್ರಿಗ್ಸ್ ಮಾಸ್ತರ್ ಹತ್ರ ಗುಲಾಬಿ ಯಾವಾಗಲೂ ದರದಲ್ಲಿ ಚೌಕಾಶಿ ಮಾಡುತ್ತಿರಲಿಲ್ಲ. ಕೆಲವೊಮ್ಮೆ ತಾನು ಕೊಂಡ ದರದಲ್ಲೇ ಅವರಿಗೆ ಕೊಡುತ್ತಿದ್ದದ್ದೂ ಉಂಟು. ಮೊನ್ನೆ ರೊಡ್ರಿಗ್ಸ್ ಮಾಸ್ತರನ್ನು ಫಿಶ್ ಮಾರ್ಕೆಟ್ಟಿನ ಬಾಗಿಲಿನಲ್ಲೇ ಕಂಡಿದ್ದಳು. ಪುಣ್ಯಕ್ಕೆ ಅವಳ ಮೀನುಮುಟ್ಟಿಯಲ್ಲಿ ಒಂದೆರಡು ತಾಜಾ ಇಸ್ವಣ ಮತ್ತು ಪಾಂಫ್ರೆಟ್ ಕೂಡ ಇತ್ತು. ಅವರು ಮುಂದಿನ ಸಾಲಿನಲ್ಲಿ ಕೂತ ಮೀನುಗಾರ್ತಿಯರ ಜೊತೆ ಚೌಕಾಶಿ ನಡೆಸಿದ್ದರು. ಈ ಕಡೆ ಬರಲೂ ಇಲ್ಲ, ನೋಡಲೂ ಇಲ್ಲ! ಗುಲಾಬಿಗೆ ಮಗನ ಬಗ್ಗೆ ಒಂದೆರಡು ಮಾತು ಅವರಲ್ಲಿ ಹೇಳಿಕೊಳ್ಳುವುದಿತ್ತು. ಅರೆ, ಹೋಗೇಬಿಟ್ಟರಲ್ಲ ಎನ್ನುತ್ತಾ ಬದಿಗೆ ಕೂತ ಮಾದೇವಿಗೆ "ಬಂದೆ, ಮಾತ್ರ ಲಕ್ಷ ಇರಲೆ ಹಾಂ" ಅನ್ನುತ್ತಾ ಹೊರಗೆ ಬಂದಳು. ಸೈಕಲ್ ಮೋಟರ್ ಇನ್ನೇನು ಸ್ಟಾರ್ಟ್ ಮಾಡಬೇಕು ಮಾಸ್ತರೇ ಮಾಸ್ತರೇ ಅನ್ನುತ್ತಾ "ತಕ್ಕಣ್ಣಿ, ತಾಜಾ ಪಾಂಫ್ರೆಟ್ ಇದೆ. ನಿಮ್ಗೆ ತವಾ ಫ್ರೈ ಅಂದ್ರೆ ಭಾಳಾ ಇಷ್ಟ ಅಂತಿರ್ತಾನೆ ನಮ್ಮ ಹುಡುಗ. ನಾಲ್ಕು ತಾಜಾ ಕಾಯ್ ಶೆಟ್ಲಿನೂ ಇದೆ, ಚೀಲ ತೆಗೀರಿ" ಅಂದಳು. "ಅರೆ, ಫಿಲ್ಮ್ ಸ್ಟಾರನ ಮದರ್ ಈಗ್ಲೂ ಮೀನು ಮಾರ್ತಿದ್ದಿಯೇನೆ?" ಎಂದರು. ಗುಲಾಬಿಗೆ ಹೇಗೆ ಪ್ರತಿಕ್ರಿಯಿಸಬೇಕೋ ತಿಳಿಯದೇ ಸುಮ್ಮನೇ ನಕ್ಕಳು. ರೊಡ್ರಿಗ್ಸ್ ಮಾಸ್ತರ್ ಕೂಡ ಮಾತಿಲ್ಲದೇ ನಿಂತರು. ಗದ್ದಲದ ಮಾರ್ಕೆಟ್ ಜಾಗದಲ್ಲಿ ಇಬ್ಬರ ಮೌನವು ಅಸಂಗತವಾಗಿ ಕಾಣುತ್ತಿತ್ತು. "ಸ್ಪೋರ್ಟ್ಸಿನಲ್ಲಿ ನಿನ್ನ ಮಗನನ್ನು ಇಡೀ ದೇಶಕ್ಕೆ ಟಾಪ್ ತರಬೇಕು ಅಂತ ಡ್ರೀಮ್ ಇಟ್ಕೊಂಡಿದ್ದೆ. ಅಂಥ ಟ್ಯಾಲೆಂಟೂ ಇತ್ತು ಆ ಪೋರನಲ್ಲಿ. ಅಂವಗೆ ಸಿನಿಮಾ ಹುಚ್ಚು ಅಂತ ನಂಗೊತ್ತಿರಲಿಲ್ಲ. ಈ ಲವ್ವು ಗಿವ್ವು ಹಚ್ಕೊಂಡಿದಾನೆ ಅಂತ ಗೊತ್ತಾದಾಗ್ಲೆ ಕೈ ತಪ್ಪಿದಾ ಅನಿಸಿತ್ತು. ಈಗಂತೂ ನನ್ನ ಕನಸು ಮಣ್ಣಲ್ಲಿ ಬಿತ್ತು. ಒಂದ್ ನೆನಪಿಟ್ಕೋ, ಈ ಸಿನಿಮಾ ಜಗತ್ತು ಹೊರಗಿರುವವರಿಗೆ ಗ್ಲಾಮರಸ್ ಆಗಿ ಕಾಣಬಹುದು. ನಿನ್ನ ಮಗ ಬೈ ಗ್ರೇಸ್ ಆಫ್ ಗಾಡ್, ಸಕ್ಸೆಸ್ ಕೂಡ ಆಗಬಹುದು. ಆದರೆ ಒಂದ್ವೇಳೆ ಫೇಲ್ ಆದರೆ ಬರಗೆಟ್ಟು ಹೋಗ್ತಾನೆ, ಬರೆದಿಟ್ಕೊ" ಎಂದು ಸೈಕಲ್ ಮೋಟರ್ ಸ್ಟಾರ್ಟ್ ಮಾಡಿ "ನಿನ್ನ ಮೀನೂ ಬೆಡಾ, ನಿಮ್ಮ ಪಂಚಾಯ್ತಿನೂ ಬೆಡಾ" ಎನ್ನುತ್ತಾ ಹೊರಟೇ ಬಿಟ್ಟರು. ಗುಲಾಬಿ ದಕ್ಕಾಗಿ ನಿಂತಿದ್ದಳು.

ಮೃದು ಸ್ವಭಾವದ ರೊಡ್ರಿಗ್ಸ್ ಮಾಸ್ತರನ್ನು ಇಷ್ಟು ಕಠೋರ ಅವತಾರದಲ್ಲಿ ಕಲ್ಪಿಸಿಕೊಳ್ಳುವುದೂ ಸಾಧ್ಯವಿರಲಿಲ್ಲ. ಅವಳಿಗೆ ಆಘಾತವೇ ಆದಂತಾಯಿತು. ಮತ್ತೆ ಮೀನು ಮಾರುವ ಮನಸಾಗಲಿ ಶಕ್ತಿಯಾಗಲಿ ಉಳಿದಿರಲಿಲ್ಲ. ಪಕ್ಕದಲ್ಲಿ ಮೀನು ಮಾರುತ್ತಿದ್ದ ಮಾದೇವಿಗೇ "ಯಾಕೋ ತಲೆಶೆರ್ತ ಶುರುವಾಯ್ತೆ ತಂಗಿ, ಈ ಮೀನು ಮಾತ್ರ ಮಾರ್ಕಾಬಾ, ಆಗಾ?" ಎಂದು ಹೇಳಿ ಪೇಟೆಗೂ ಹೋಗದೇ ನೆಟ್ಟಗೆ ಮನೆಗೆ ಹೋಗಿ ಜೋರಾಗಿ ಅತ್ತಿದ್ದಳು. ನಗುಮುಖದ ಸದಾ "ಗಾಡ್ ಬ್ಲೆಸ್" ಎಂದು ಹೇಳಿಯೇ ಹೋಗುವ ರೊಡ್ರಿಗ್ಸ್ ಮಾಸ್ತರರ ಈ ಮುಖವನ್ನು ಅವಳೆಂದೂ ಕಂಡಿರಲಿಲ್ಲ. ಆ ಕತೆಯನ್ನೆಲ್ಲಾ ರೋಹಿತನಿಗೆ ಹೇಳುವಾಗ ಮತ್ತೆ ಗುಲಾಬಕ್ಕನ ಕಣ್ಣುಗಳು ಆರ್ದ್ರಗೊಂಡರೂ, ಮಕ್ಕಳ ಮುಂದೆ ಅಳಬಾರದು ಎಂದು ಒಳಹೋಗಿ ಮುಖ ತೊಳೆದು ಬಂದಳು.

"ಅಯ್ಯೋ ಗುಲಾಬಕ್ಕ, ರೊಡ್ರಿಗ್ಸ್ ಸರ್ ಈಗ ಒಂಥರಾ ಆಗಬಿಟ್ಟಾರೆ. ತಲಿಗೆ ಹಚ್ಚಕಾಬೆಡಾ, ಬಿಟ್ಟಾಕ... ಸ್ಪೋರ್ಟ್ಸಿನಲ್ಲಿ ಪ್ರೀತಂನಿಗೆ ಸಿಕ್ಕಾಪಟ್ಟೆ ಟ್ಯಾಲೆಂಟ್ ಇದೆ ಖರೆ. ನಾನೂ ಒಬ್ಬ ಸ್ಪೋರ್ಟ್ಸ್‌ಮನ್ನನೇ. ಆದರೂ ನನ್ನ ಪ್ರಕಾರ ಪ್ರೀತಂ ಸಿನಿಮಾ ಅವಕಾಶ ಬಿಡೂಕಿಲ್ಲ. ಅದರಲ್ಲೂ ನಾಗತಿಹಳ್ಳಿಯವರಂಥ ಫೇಮಸ್ ಡೈರೆಕ್ಟರ್ ಸಿನಿಮಾದಲ್ಲಿ ಚಾನ್ಸ್ ಸಿಕ್ಕೂದಂದ್ರೆ ಆಟ ಅಲ್ಲ. ಫಸ್ಟು ಅವನು ಸಿನಿಮಾ ಟ್ರೈ ಮಾಡ್ಲೆ. ಕ್ಲಿಕ್ ಆಗಲಿಲ್ಲ ಅಂದ್ರೆ ಮುಂದಿನ ಲೈಫ್ ಬಗ್ಗೆ ಮತ್ತೆ ಯೋಚಿಸುವಾ" ಅಂದ ರೋಹಿತ. ಗುಲಾಬಿಗೂ ಸರಿಸುಮಾರು ಅದೇ ಭಾವನೆ ಮನಸಿಗೆ ಬಂದಿತ್ತು. ಉಡಾಳ ಹುಡುಗ ಅಂತ ಕಂಡರೂ ರೋಹಿತ್ ಇಷ್ಟು ಪ್ರಬುದ್ಧನಂತೆ ಸಲಹೆ ಕೊಟ್ಟದ್ದು ಅವಳ ಮನಸ್ಸು ನಿರುಮ್ಮಳ ಆಯ್ತು. ನಂತರ ಮಾತು ಮತ್ತೆ ರೊಡ್ರಿಗ್ಸ್ ಸರ್ ಬಗ್ಗನೇ ಶುರುವಾಯ್ತು. ಅವರ ಮಗಳು ಯಾರನ್ನೋ ಲವ್ ಮಾಡಿ ಗೋವೆಗೆ ಹೋಗಿ ಮದುವೆಯಾದದ್ದು, ನಾಲ್ಕೇ ತಿಂಗಳಲ್ಲಿ ಆ ಪ್ರೀತಿ ಮದುವೆ ಮನಸು ಎಲ್ಲಾ ಮುರಿದು ಮೊನ್ನೆ ವಾಪಸ್ ಮನೆಗೆ ಬಂದದ್ದು, ಈ ಪ್ರಕರಣದಿಂದ ರೊಡ್ರಿಗ್ಸ್ ಸರ್ ಮನಸ್ಸಿಗೆ ಹಚ್ಚಿಕೊಂಡಿದ್ದು... ಅದೆಲ್ಲವೂ ವಿಷಾದದ ಚರ್ಚೆಯಾಯಿತು. ಮಾಲಾಗ್ರೌಂಡಿನಲ್ಲಿ ಪ್ರಾಕ್ಟೀಸು ಮಾಡುತ್ತಿದ್ದ ಮಕ್ಕಳಿಗೆಲ್ಲ "ಗಾಡ್ ಬ್ಲೆಸ್" ಎನ್ನುತ್ತಾ ಎಲ್ಲರ ಒಳಿತು ಬಯಸುತ್ತಿದ್ದ ಅವರಿಗೆ ಹೀಗಾದದ್ದು ಎಲ್ಲರಿಗೂ ಬೇಸರದ ಸುದ್ದಿಯಾಗಿತ್ತು. ಇಡೀ ಕಾರವಾರಕ್ಕೇ ಇದು ಗೊತ್ತಾಗಿದ್ದರೂ ಗುಲಾಬಿಗೆ ವಿಷಯ ತಿಳಿದಿರಲಿಲ್ಲ. ತಂದೆಯಿಲ್ಲದ ಪ್ರೀತಂನಿಗೆ ತಂದೆ ಪ್ರೀತಿಯೆಂದರೇನು ಎನ್ನುವುದನ್ನು ಸ್ವಲ್ಪವಾದರೂ ಅವನ ಅನುಭವಕ್ಕೆ ತಂದವರಿದ್ದರೆ ಅದು ರೊಡ್ರಿಗ್ಸ್ ಮಾಸ್ತರು ಎನ್ನುವುದು ಅವಳ ಭಾವನೆಯಾಗಿತ್ತು. ಕೆಲವೊಮ್ಮೆ ತಾನೂ ಚಿಕ್ಕಪುಟ್ಟ ತಾಪತ್ರಯಗಳನ್ನು ಸಹಜವಾಗಿ ಅವರಲ್ಲಿ ಹೇಳಿಕೊಳ್ಳುವುದಿತ್ತು. ಅವರು ಮೌನದಲ್ಲಿ ತನ್ನ ಮಾತುಗಳನ್ನು ಬರೀ

ಆಲಿಸಿದರೂ ಸಾಕು, ಮನಸು ಹಗುರಾಗುತ್ತಿತ್ತು. “ತುಗೆಲ್ ಖಾತೆರ್ ದೇವಾ ಕಡೆನ್ ಬರೆ ಮಾಂಗತಾ” ಅಂತಿದ್ದರು. “ನಿನಗಾಗಿ ದೇವರಲ್ಲಿ ಪ್ರಾರ್ಥನೆ ಮಾಡ್ತೇನೆ” ಎಂಬ ಅವರ ಮಾತುಗಳಲ್ಲಿ ಅದೇನೋ ಭರವಸೆ ಬರುತ್ತಿತ್ತು; ಅದೇನೋ ಹಿತ ಅನಿಸುತ್ತಿತ್ತು. ಕಳೆದ ಮೂರ್ನಾಲ್ಕು ವರ್ಷಗಳಿಂದಲೂ ಸಂಬಂಧಿಕರಲ್ಲದ, ಜಾತಿಯವರಲ್ಲದ, ಧರ್ಮದವರಲ್ಲದ ಅವರೊಡನೆ ಅಂಥ ಅಮೂರ್ತ ಮನುಷ್ಯ ಸಂಬಂಧವೊಂದು ಭಾವನಾತ್ಮಕವಾಗಿ ಅವಳನ್ನು ಪೊರೆದದ್ದು ನಿಜ. ಹೀಗಾಗಿಯೇ ಅಂದು ಮೀನು ಪೇಟೆಯಲ್ಲಿ ರೊಡ್ರಿಗ್ಸ್ ಮಾಸ್ತರ್ ಅವರ ಎಂದಿನ ಪ್ರೀತಿಯಿಲ್ಲದ, ವ್ಯಂಗ್ಯದ ಮಾತುಗಳು ಮನಸಿಗೆ ಘಾಸಿಗೊಳಿಸುವುದಕ್ಕೆ ಕಾರಣವಾಗಿದ್ದವು. ಪ್ರೀತಂನ ಗೆಳೆಯರು ಹೇಳುವ ವರೆಗೂ ರೊಡ್ರಿಗ್ಸ್ ಮಾಸ್ತರ್ ಅವರ ಈ ಎಲ್ಲಾ ಕೌಟುಂಬಿಕ ಸಂಗತಿಗಳು ಗುಲಾಬಿಗೆ ತಿಳಿದಿರಲಿಲ್ಲ. ಬಹಳ ನೊಂದುಕೊಂಡಳು. ಎಂದಿನಂತಲ್ಲದ ಅವರ ಅಂದಿನ ಮಾತು ಮತ್ತು ವರ್ತನೆಗೆ ಅವರ ಈಗಿನ ಮನಸ್ಥಿತಿ ಮತ್ತು ಪ್ರೀತಂನಿಂದಾದ ನಿರಾಸೆ ಎರಡೂ ಕಾರಣ ಎನ್ನುವುದು ಸ್ಪಷ್ಟವಾದವು. ತಂದೆ ಸ್ಥಾನದಲ್ಲಿದ್ದ ರೊಡ್ರಿಗ್ಸ್ ಮಾಸ್ತರಿಗೆ ಒಂದು ಫೋನಾದರೂ ಮಾಡ್ಬೇಕಿತ್ತು ಈ ಪೋರಾ, ಎಂದು ಮಗನ ಮೇಲೆ ಮುನಿಸಿಕೊಂಡಳು. ಅಷ್ಟರಲ್ಲಿ ರೋಹಿತ್ ಫೋನ್ ಮಾಡಿ ಚಿತ್ರಾ ನವೀನ್ ದೀಪಾಲಿ ಚಿಂತನ್ ಎಲ್ಲರನ್ನೂ ಕರೆಸಿದ್ದ. ಪ್ರೀತಂನನ್ನು ಗ್ರ್ಯಾಂಡಾಗಿ ಸ್ವಾಗತಿಸುವುದರ ಬಗ್ಗೆ ಅವರೆಲ್ಲ ಚರ್ಚಿಸುತ್ತಿದ್ದದ್ದು ಗುಲಾಬಿಯ ಲಕ್ಷ್ಯಕ್ಕೆ ಬರಲಿಲ್ಲ. ಮಕ್ಕಳೆಲ್ಲ ಗೌಜಿಹಾಕಿ ಹೋದಮೇಲೆ ಮತ್ತೆ ಒಂಟಿಯಾದಳು. ಒಳಗೆ ದೇವರ ಮುಂದೆ ಹಣತೆಯಲ್ಲಿ ದೀಪ ಹಚ್ಚಿದಳು. ರೊಡ್ರಿಗ್ಸ್ ಮಾಸ್ತರ್ ಅವರ ಮನಸ್ಸಿನ ನೆಮ್ಮದಿಗಾಗಿ ಪ್ರಾರ್ಥಿಸಿದಳು. ಅವರ ಕಷ್ಟಗಳನ್ನು ದೂರಮಾಡು ಕುಲದೈವಾ ಎಂದು ಕೂರ್ಮಗಡದ ನರಸಿಂಹ ಸ್ವಾಮಿಯನ್ನು ಬೇಡಿಕೊಂಡಳು. ಜಾತ್ರೆದಿನ ಹೂವಿನ ಪೂಜೆ ನಡೆಸಿಕೊಡುವೆ ಸ್ವಾಮಿ, ಎಂದು ಹರಕೆಯನ್ನೂ ಹೊತ್ತಳು.

*

ನಾಗತಿಹಳ್ಳಿ ಸರ್ ಬೆಂಗಳೂರಿಗೆ ಮರಳಿದ ಬೆನ್ನಲ್ಲೇ ಪ್ರೀತಂನೂ ಊರಿಗೆ ವಾಪಾಸಾಗಲು ತಯಾರಾಗಿದ್ದ. ಶೈಲತ್ತೆ ಇನ್ನೆರಡು ದಿನ ಇದ್ದು ಹೋಗು ಎಂದು ವರಾತೆ ಹಚ್ಚಿದಳು. ಪ್ರೀತಂನಿಗೆ ಎರಡು ಮನಸ್ಸಾಯಿತು. ಗುಲ್ಬರ್ಗಾಕ್ಕೆ ಬರುವಾಗಿನ ಯೋಜನೆಗಳು ಮತ್ತು ಯೋಚನೆಗಳು ಇಲ್ಲಿಗೆ ಬಂದ ಮೇಲೆ ಬೇರೆಯದೇ ಸ್ವರೂಪ ತಾಳಿದ್ದವು ನಿಜ. ಆದರೆ ಕೊನೆಗೂ ಸುಮಿಯನ್ನು ಕಾಣುವಂತೆ ಆದದ್ದೇ ಅವನಿಗೆ ದೊಡ್ಡ ಸಮಾಧಾನ. ನಾಗತಿಹಳ್ಳಿ ಸರ್

ಲಿಂಗನಗೌಡ ಪಾಟೀಲರು ಮನಃಪರಿವರ್ತನೆಯ ಹಾದಿಗೆ ಬರುವಂತೆ ಮಾಡಿದ್ದು ದೊಡ್ಡ ಮಾತೇ! ಲಿಂಗನಗೌಡ ಪಾಟೀಲರ ಕುಟುಂಬವೇ ಬಹುಶಃ ಆತ್ಮಾವಲೋಕನ ಮಾಡಿಕೊಳ್ಳುವ ಹಾಗೆ ಮಾಡಿದ್ದು ಪವಾಡವೇ! ಆದರೆ ಮುಂದೇನು? ಎಂಬ ಪ್ರಶ್ನೆ ಹಾಗೇ ಇತ್ತು. ನಾಗತಿಹಳ್ಳಿ ಸರ್ ಅವರೇ ಎಲ್ಲಾ ಅಡೆತಡೆಗಳನ್ನು ನಿವಾರಿಸಿ ನಮ್ಮ ಪ್ರೀತಿಗೆ ಸುಖಾಂತ್ಯ ನೀಡಲಿ ಎಂದು ನಿರೀಕ್ಷಿಸುವುದು ಸರಿಯಲ್ಲ ಎನ್ನುವುದು ಪ್ರೀತಂನಿಗೆ ಅರಿವಾಗಿತ್ತು. ಪ್ರೀತಿ ಪ್ರೇಮಕ್ಕೆ ಬಾಹ್ಯ ಪೋಷಣೆ ಒಂದು ಹಂತದವರೆಗೆ ಮಾತ್ರ. ನಿಜಪ್ರೇಮ ಸ್ವಯಂ ಅಗ್ನಿದಿವ್ಯವನ್ನು (ಸುಮಿಯ ಶಬ್ದ) ಹಾಯಲೇಬೇಕು. ನಾಗತಿಹಳ್ಳಿ ಸರ್ ಬಾಯ್ಬಿಟ್ಟು ಹೇಳದಿದ್ದರೂ ಅವರೊಡನೆಯ ಮಾತುಕತೆಯಲ್ಲಿ ಇದು ಪ್ರೀತಂನಿಗೆ ಅರಿವಾಗಿತ್ತು. ಪ್ರೀತಂ ಅದಕ್ಕೆ ಮಾನಸಿಕವಾಗಿ ಸಿದ್ಧನಾಗಿಯೂ ಇದ್ದ. ಹೇಗಾದರೂ ವಿರುಪಾಕ್ಷಿಯ ಮನಸ್ಸು ಗೆಲ್ಲಬೇಕು. ಆದರೆ ವಿರುಪಾಕ್ಷಿಯ ನಡೆ ನಿಗೂಢವಾಗಿಯೇ ಇತ್ತು. ಲಿಂಗಣ್ಣನವರ ಮಾತಿನಿಂದ ಅಂದಾಜು ಮಾಡುವುದಾದರೆ ಆತ ಇದನ್ನೊಂದು ಪ್ರತಿಷ್ಠೆಯ ವಿಷಯವನ್ನಾಗಿ ತೆಗೆದುಕೊಳ್ಳುವ ಎಲ್ಲಾ ಸಾಧ್ಯತೆಗಳಿದ್ದವು. ಅವನು ತನ್ನ ಮತ್ತು ಸುಮಿಯ ಚಲನವಲನಗಳ ಮೇಲೆ ನಿಗಾ ಇಡಲು ಖಂಡಿತವಾಗಿಯೂ ಅವನದೇ ಜನರನ್ನು ನೇಮಿಸಿಕೊಂಡಿರುತ್ತಾನೆ. ಆ ಬಗ್ಗೆ ಅನುಮಾನವೇ ಬೇಡಾ. ಮತ್ತೆ ದೈಹಿಕ ಹಲ್ಲೆಗೂ ಪ್ರಯತ್ನಿಸಬಹುದು. ಆಶ್ಚರ್ಯವೆಂದರೆ ತನ್ನ ಮೇಲೆ ಸಂಭವಿಸಬಹುದಾದ ಹಲ್ಲೆ ಬಗ್ಗೆ ತನ್ನಲ್ಲಿ ಭಯವೇನೂ ಆಗುತ್ತಿಲ್ಲ. ಅದು ನನ್ನ ಹುಂಬತನವಿರಬಹುದೇ? ಇರಲಿಕ್ಕಿಲ್ಲ. ಹುಂಬತನವೂ ಭಯವನ್ನು ಮೀರುವ ಪ್ರತಿಕ್ರಿಯಾತ್ಮಕ ಅಭಿವ್ಯಕ್ತಿಯೇ. ಈಗ ನನ್ನಲ್ಲಿರುವುದು ನಿರ್ಭಯದ ಭಾವ. ಬಹುಶಃ ಅದು ಪ್ರೇಮದ ಕೊಡುಗೆಯೇ ಇರಬಹುದು. ವಿರುಪಾಕ್ಷಿ ಕಾರವಾರದಿಂದ ಜಮಖಂಡಿಗೆ ವರ್ಗಾ ಮಾಡಿಸಿಕೊಂಡಿರುವುದು ಶೈಲತ್ತೆಗೂ ಗೊತ್ತಿರಲಿಲ್ಲ. ಲಿಂಗಣ್ಣ ಬಾಯ್ತಪ್ಪಿ ಆ ಮಾತು ಹೇಳಿದ್ದರು. ಅವನು ಈ ತುರ್ತು ವರ್ಗಾವಣೆಯನ್ನು ಮಾಡಿಸಿಕೊಂಡದ್ದು ಕಾರವಾರದಿಂದ ಸುಮಿಯನ್ನು ಶಾಶ್ವತವಾಗಿ ದೂರವಾಗಿಸುವ ತಂತ್ರವೇ ಎಂಬುದು ಸ್ಪಷ್ಟವೇ. ಇಲ್ಲಿಂದ ಊರಿಗೆ ಮರಳುವ ದಾರಿಯಲ್ಲಿ ಆತನನ್ನು ಮೀಟ್ ಮಾಡಿ ಹೋದರೆ ಹೇಗೆ, ಎಂದು ಪ್ರೀತಂ ಯೋಚಿಸಿದ್ದ. ಶೈಲತ್ತೆ ಬಿಲಕುಲ್ ಬೇಡ ಅಂದುಬಿಟ್ಟಳು.

"ಅವ್ನು ತಂಗಿನ ಜೀವಕ್ಕಿಂತ ಹೆಚ್ಚು ಪ್ರೀತ್ಸೋ ಮನಸ್ಯಾ. ಇಬ್ಬರಿಗೂ ವಯಸ್ಸಿನ ಅಂತರ ಐತಿ. ಆದ್ರೂ ಅವ್ರ ನಡುವೆ ಸ್ನೇಹವೂ ಐತಿ. ಆಕಿ ಚುರುಕುತನಕ್ಕೆ ಭೇಷ್ ಅಂತಿರ್ತಾನ. ನಮ್ಮ ಸುಮಿನ ಐಎಎಸ್ ಮಾಡ್ಸಬೇಕು ಎಂದು ಅಭಿಮಾನದಿಂದ ಹೇಳ್ತಿದ್ದ. ಅವಳ ಮೇಲೆ ಅವನಿಗೆ

ಅಪಾರ ಭರವಸೆ. ಅದಕ್ಕಾಗೇ ಅಪ್ಪು ಸುಮಿಗೆ ತುಂಬಾನೇ ಸ್ವಾತಂತ್ರ್ಯ ಕೊಟ್ಟಿದ್ದ. ತಾನು ನೀಡಿದ ಸ್ವಾತಂತ್ರ್ಯವೇ ಅವಳು ಪ್ರೇಮದ ವರೆಗೂ ಮುಂದುವರಿಯುವ ಹಾಗೆ ಆದದ್ದು ಅವನಿಗೆ ದೊಡ್ಡ ಆಘಾತ ಆಗ್ಯೆತಿ. ಅವನ ಇಗೋಗೆ ಹರ್ಟ್ ಆಗ್ಯೆತಿ. ಹಲ್ಲೆ ಮಾಡೋಕ್ಕೂ ಹೇಸದ ಮಟ್ಟಕ್ಕೆ ಹೋದ ಅಂದ್ರೆ, ನೀನ ಅರ್ಥ ಮಾಡಿಕೋ. ತಂದೆಯಂಥ ತಂದೆಗೂ ಧಮಕಿಲೆ ಮಾತಾಡಾಕ್ ಹತ್ಯಾನ. ಅವನಿಗೆ ಮಾವ ಚೆನ್ನೇಶ ಜೊತೆಯಾಗ್ಯಾನಂತ. ಚೆನ್ನೇಶ ಖತರ್ನಾಕ್ ಆದ್ಮಿ. ಒಂದೆರಡ್ ಕೊಲೆಯಲ್ಲಿ ಶಾಮೀಲ್ ಆಗಿಯೂ ದಕ್ಕಿಸಿಕೊಂಡ ಮನುಷ್ಯ. ರಿಯಲ್ ಎಸ್ಟೇಟ್ ಬಿಸಿನೆಸ್ಸಿನಾಗ ಹಣ ಸಂಪಾದಿಸಿದ ಸೊಕ್ಕೈತಿ ಅಂವಗ. ವಿರುಪಾಕ್ಷಿಯ ಈಗಿನ ಅಪಕ್ವ ಮನಸ್ಥಿತಿಗೆ ಇವನು ಜಾತಿ ಮತ ಧರ್ಮ ಅಂತಸ್ತು ಅಂತೆಲ್ಲ ಎಣ್ಣೆ ಸುರಿಯಕ್ಕತ್ತಾನೆ. ಇಂಥ ಸ್ಫೋಟಕ ಮನಸ್ಥಿತಿಯಲ್ಲಿ ವಿರುಪಾಕ್ಷಿ ಜೊತೆ ಪಂಗಾ ತಗೊಳ್ಳೋದು ಡೇಂಜರೈತಿ. ಮತ್ತ ಅವನ ಮನ ಒಲಿಸುವ ಪ್ರಯತ್ನ ವ್ಯರ್ಥ ಆಕ್ಕೈತಿ” ಎಂದಿದ್ದಳು. ಶೈಲತ್ತೆ ಮಾತುಗಳಿಂದ ಅವನ ಮನಸ್ಸು ಬಾಡಿಕೊಂಡಿತ್ತು. ಶೈಲತ್ತೆಯೂ ಅದನ್ನು ಗಮನಿಸಿದ್ದಳು. ಹಾಗೆ ಬೇಸರದಲ್ಲಿ ಅವನನ್ನು ಕಳಿಸುವುದು ಅವಳಿಗೆ ಇಷ್ಟವಿರಲಿಲ್ಲ. ಅದಕ್ಕೆ ಇನ್ನೆರಡು ದಿನ ಉಳಿಸಿಕೊಂಡರೆ, ಹುಡುಗ ಹುಡುಗಿ ಜೊತೆಯಲ್ಲಿದ್ದು ಒಂದಿಷ್ಟು ಹಗುರಾಗಬಹುದು ಎಂದು ಯೋಚಿಸಿ, ಲಿಂಗಣ್ಣ ಮತ್ತು ನೀಲವ್ವನ ಮನವೊಲಿಸಿ ಗುಪ್ತವಾಗಿ ಏನೋ ಪ್ಲಾನು ಮಾಡಿದ್ದಳು. ಅಂತರ್ಮುಖಿಯಾಗುತ್ತಿರುವ ಮಗಳನ್ನು ನೋಡುವುದು ಲಿಂಗಣ್ಣನವರಿಗೆ ಹಿಂಸೆಯೆನಿಸಿ, ಅವಳಿಗೊಂದಿಷ್ಟು ಬದಲಾವಣೆ ಸಿಗಲಿ ಎಂದು ಸಹೋದರಿ ಶೈಲು ತಾಬೆ ಮಾಡಿದ್ದರು. ಲಿಂಗಣ್ಣ “ಯಾರಿಗೂ ಗೊತ್ತಾಗದ ಹಂಗ ನೋಡ್ಕೋ” ಅಂದಿದ್ದ.

“ಬಾರೋ, ನಿಂಗೆ ನಮ್ಮ ಕಲಬುರಗಿ ತೋರಿಸ್ತೀವಿ” ಎಂದು ಕಾರ್ ಮಾಡಿ ಸುತ್ತಾಡಿಸಲು ಕರೆದೊಯ್ದಳು. ಹೋದಲ್ಲೆಲ್ಲ ಸುಮಿ ಮತ್ತು ಪ್ರೀತಂಗೆ ಮುಂದೆ ಮಾಡಿ “ನಿಮ್ಮೂರು ತೋರಿಸವ್ವ, ಕಡಲು ತೀರದ ಹುಡುಗನಿಗೆ” ಎಂದು ತಾನು ಹಿಂದೇ ಉಳಿಯುತ್ತಿದ್ದಳು. ಇಬ್ಬರೂ ಹೆಚ್ಚುಕಮ್ಮಿ ಮೌನವಾಗಿದ್ದರು. ಸುಮಿ ಇದ್ದಲ್ಲಿ ಎಂದೂ ಅಂಥ ಮೌನಕ್ಕೆ ಎಡೆಯೇ ಇರಲಿಲ್ಲ. ಅವಳಲ್ಲಿ ವಯಸ್ಸಿಗೆ ಮೀರಿದ ಪ್ರಬುದ್ಧತೆಯಿದ್ದರೂ ಸಕಾರಣವಾಗಿ ಚೆಲ್ಲುಚೆಲ್ಲು ವ್ಯಕ್ತಿತ್ವ ಧಾರಣೆ ಮಾಡಿಕೊಳ್ಳಬಲ್ಲಳು. ಪ್ರೀತಂನದು ಯಾವಾಗಲೂ ವಯಸ್ಸಿಗೆ ಮೀರಿದ ಗಾಂಭೀರ್ಯ. ಕಾಲೇಜಿನಲ್ಲಿ ಅವನ ಓರಗೆಯ ವಿದ್ಯಾರ್ಥಿಗಳು ಮಷ್ಕಿರಿ ಮಾಡುವುದು, ಮಳ್ಳು ಹರಿಯುವುದು ಅವನಿಗೆ ಲೈಕು ಆಗ್ತಿರಲಿಲ್ಲ. ಆದರೆ ಸುಮಿಯ ತುಂಟತನ ಅವನಿಗೆ ಇಷ್ಟವಾಗುತ್ತಿತ್ತು. ಸುಮಿ ಪ್ರೀತಂನ ಕಾಲೆಳೆಯುವುದು, ಸ್ವಲ್ಪ ಮೌನಿ ಬಾಬಾ ಆಗಿರುವ ಇವನ

ಮೌನಕ್ಕೆ ಭಂಗ ತರುವಂತೆ ಆಡುವುದು, ನಗುವುದು, ರಮಿಸುವುದು, ಲೌಕಿಕ ಚಹರೆಯ ಜಗತ್ತನ್ನು ಅಲೌಕಿಕ ನೆಲೆಗೂ ಒಯ್ದು ಕನಫ್ಯುಸ್ ಮಾಡುವುದು ಇತ್ಯಾದಿ ಹರ್ಕತ್ತುಗಳಲ್ಲಿ ಎತ್ತಿದ ಕೈ ಅವಳದು. ಆದರೆ ಇಂದೇಕೋ ಅವಳೂ ಅವಳದೇ ಟಿಪಿಕಲ್ ಲವಲವಿಕೆಯ ಗೈರು ಹಾಜರಿಯಲ್ಲಿದ್ದಳು. ಬಹುಶಃ ಆ ಹುಡುಗಿಗೆ ಪ್ರಸ್ತುತ ಸನ್ನಿವೇಶದ ಭಾರವನ್ನು ಹೊರುವುದು ಸುಲಭವಾಗಿರಲಿಲ್ಲ. ಕಡಲಿನ ದಾಹವನ್ನು, ಮೋಹವನ್ನು ತಣಿಸುವಂಥ ಹುಡುಗ ಎದುರೇ ಇದ್ದರೂ, ಅವಳು ಬೇರೆಲ್ಲೋ ಇದ್ದಂತಿದ್ದಳು. ಅವಳ ಬಾಡಿದ ಮುಖದಲ್ಲೂ ಕಣ್ಣುಗಳು ಹೊಳಪನ್ನು ಸೂಸುತ್ತಿದ್ದವು. ಆದರೂ ಅಲ್ಲಿ ಚಿಕ್ಕ ಗದ್ಗದ ಭಾವವೋ ಅಥವಾ ಅಂಥದ್ದೇ ಏನೋ ವಿರಾಗವೋ ಕಾಣುತ್ತಿತ್ತು. ಅವಳು ಬೇರೇನನ್ನೋ ಯೋಚಿಸುತ್ತಿರುವಂತಿತ್ತು. ಪ್ರೀತಂನ ಪರಿಸ್ಥಿತಿ ಕೂಡ ಭಿನ್ನವಾಗಿರಲಿಲ್ಲ. ಸುಮಿ ಕಾಲೇಜಿನಲ್ಲಿ ಓದಲು ಮತ್ತೆಂದೂ ಕಾರವಾರಕ್ಕೆ ಬರುವುದು ಸಾಧ್ಯವಿಲ್ಲ ಎಂಬುದು ಅವನಿಗೆ ಖಾತ್ರಿಯಾಗತೊಡಗಿತ್ತು. ಅವಳನ್ನು ಅಗಲಿರುವುದು ತನ್ನಿಂದ ಅಸಾಧ್ಯ ಎಂಬ ಕಹಿಸತ್ಯವನ್ನೂ ಅವನ ಮನಸ್ಸು ನುಡಿಯುತ್ತಿತ್ತು. ಸದ್ಯದ ಸ್ಥಿತಿಯಲ್ಲಿ ಭೌತಿಕದೂರ ಅನಿವಾರ್ಯವಾದರೆ, ಅದನ್ನು ಸಹ್ಯಗೊಳಿಸಿಕೊಳ್ಳಲು ತಮ್ಮ ಪ್ರೇಮಕ್ಕೆ ಮಾನಸಿಕ ನೆಮ್ಮದಿಯಾದನ್ನಾದರೂ ಅಪೇಕ್ಷಿಸುವುದರಲ್ಲಿ ತಪ್ಪೇನಿದೆ? ತನ್ನ ಬದುಕಲ್ಲಿ ಸುಮಿ ಬಂದ ತರುವಾಯ ತನ್ನ ಲೈಫೇ ಬದಲಾಗಿಬಿಟ್ಟಿದೆ. ಸುಮಿಯಿಲ್ಲದಿದ್ದರೆ ತಾನು ಮೊದಲಿನ ಬದುಕಿಗೆ ಮರಳಲಾರೆ. ಪ್ರೇಮವೆಂಬುದು ತಿಳಿಗಾಳಿ ಎಂದು ಭಾಸವಾಗುತ್ತಿರುವಂತೆಯೇ, ಅದು ತೂಫಾನ್ ಆಗಿ ಅಪ್ಪಳಿಸಿತೆ? ಇದು ತಮ್ಮನ್ನು ಯಾವ ತೀರಕ್ಕೊಯ್ಯಲಿದೆ? ಇದನ್ನೆಲ್ಲ ಸುಮಿಯೆದುರು ಹೇಳಿಕೊಳ್ಳಬೇಕು... ಸುಮಿಯ ಮನಸ್ಸಿನಲ್ಲಿ ಏನಿರಬಹುದು? ಈ ಸಂದಿಗ್ಧದ ಸನ್ನಿವೇಶವನ್ನು ಹೇಗೆ ಎದುರಿಸುವಳು? ಪ್ರೇಮವನ್ನು ಅಲೌಕಿಕ ತೀರಕ್ಕೊಯ್ದು ರೋಮಾಂಚಿತಳಾಗುವ ಈ ಹುಡುಗಿ, ಲೌಕಿಕದಲ್ಲಿ ವಿರಹವನ್ನು ಹೇಗೆ ನಿಭಾಯಿಸುವಳು? ಶೈಲತ್ತೆಯಂತೆ ಪ್ರೇಮವನ್ನು ಅಮೂರ್ತಕ್ಕೊಯ್ದು ಅದನ್ನೇ ಸುಖಿಸುವ ಮನಸ್ಥಿತಿಗೆ ಜಾರಿಬಿಟ್ಟರೆ? ಅಂಥ ಯೋಚನೆಯಿಂದಲೆ ಪ್ರೀತಂನಿಗೆ ಒಂಟಿತನದ ಭಾವ ಬಂದುಬಿಟ್ಟಿತು, ಅದೂ ಸುಮಿಯ ಸಾನ್ನಿಧ್ಯದಲ್ಲೇ! ಈ ಕ್ಷಣದಲ್ಲಿ ಸಂಭವಿಸದ ಪ್ರೀತಿ ಪ್ರೇಮ ಬದುಕು ಪ್ರೀತಂನ ಗ್ರಹಿಕೆಗೆ ಅಷ್ಟಾಗಿ ನಿಲುಕುವುದಿಲ್ಲ. ವರ್ತಮಾನದ ಬದುಕಿಗೆ ಸ್ಪಂದಿಸುವ ಅವನು ಅದರಾಚೆಗೆ ನೀರಿನಿಂದ ಹೊರ ಬಂದ ಮೀನಿನಂತೆ ತಡಪಿಸುವ ಗಿರಾಕಿ.

"ಏನ್ ಗುರೂ ಗಂಭೀರವಾಗಿ ಯೋಚಿಸ್ತಿರೋದು, ನಿನ್ನದೇ ಗಾಳಕ್ಕೆ ನೀನೇ ಸಿಕ್ಕಾಕೊಂಡು ಒದ್ದಾಡ್ತಿರೋ ಹಾಗಿದೆ?" ಎಂದಳು. ಅವನು ಸುಮ್ಮನೇ

ಇದ್ದ. "ಈ ಸಿಕ್ವೆನ್ಸಿಗೆ, 'ನೀನೇ ಹಾಕಿದ ಗಾಳ ನಿನ್ನ ಮುಳ್ಳಾಗಿ ಕಚ್ಚಿತಲ್ಲೋ, ನೀನೇ ಬೀಸಿದ ಬಲೆ ನಿನ್ನ ಬಂದಿ ಮಾಡಿತಲ್ಲೋ' ಅಂಥ ಸ್ಯಾಡ್ ಸಾಂಗ್ ಹಾಕ್ತಿದ್ರೆ ಚೆನ್ನಾಗಿರುತ್ತೈತಿ, ಅಲ್ವೇನೋ" ಎಂದಳು. ಅವನ ಮುಖದ ಬಿರುಸು ಸಡಿಲಾದವು! "ಅಸಿಸ್ಟಂಟ್ ಡೈರೆಕ್ಟರಾಗಿ ಸೇರ್ಕೋ, ಬೆಂಗಳೂರಲ್ಲಿ ಜೊತೆಗೇ ಇರಬಹುದು" ಎಂದ. "ನನ್ನ ಸರದಾರ ಕುದುರೆ ಮೇಲೆ ಬಂದು ನನ್ನನ್ನು ಮತ್ತೆ ಕಾರವಾರಕ್ಕೆ ಕರೆದೊಯ್ತಾನೆ ಅಂತ ತಿಳ್ಕಂಡಿದ್ದನಲ್ಲೋ. ಸದಾಶಿವ ಕೋಟೆ ಬಳಿ ಇಬ್ಬರೂ ಬಿಂದಾಸಾಗಿ ರೋಮ್ಯಾನ್ಸ್ ಮಾಡುವ ಕನಸು ಚೂರುಚೂರಾಯ್ತಲ್ಲೋ, ಶಿವನೇ" ಎಂದು ನಾಟಕೀಯವಾಗಿ ತಲೆಗೆ ಕೈಯಿಟ್ಟಳು. "ಕಾರವಾರ ನೂರಾರು ಮೈಲಿ ದೂರವಿದೆ. ಕಲಬುರ್ಗಿ ಕೋಟೆಯಲ್ಲೇ ನಿನ್ನ ರೋಮ್ಯಾನ್ಸ್ ಆಸೆ ತೀರಿಸಿಕೋಬಾರದೇ ಚಿನ್ನ" ಎಂದು ಪ್ರೀತಂನೂ ನಾಟಕೀಯವಾಗಿ ಹೇಳಿದ. "ಮಕ್ಕಳಾ, ನೀವು ಸುತ್ತಾಡಿ ಬನ್ನಿ, ನಾನಿಲ್ಲೇ ಗೇಟಲ್ಲಿ ಕುಂದಿರ್ತೀನಿ" ಎಂದು ಶೈಲತ್ತೆ ಹಿಂದಿಂದ ಕೂಗಿದಾಗಲೇ ತಾವು ದರ್ಗಾದೊಳಗೆ ಪ್ರವೇಶ ಮಾಡಿದ್ದೀವಿ ಎಂಬ ಅರಿವಾದದ್ದು ಅವರಿಗೆ. ಪ್ರೇಮಿಗಳಿಗೆ ಆಪ್ತ ಕ್ಷಣಗಳಿಗೆ ಅವಕಾಶವಾಗಲಿ ಎಂಬ ಆಶಯದ ಜೊತೆಗೆ ಹುಸೇನಿ ಜೊತೆ ಅಲ್ಲೆಲ್ಲ ಅಲೆದಾಡಿದ ನೆನಪುಗಳು ಮರುಕಳಿಸುವ ಸಾಧ್ಯತೆ ಶೈಲತ್ತೆ ಹೆಬ್ಬಾಗಿಲಿನಲ್ಲೇ ಉಳಿಯಲು ಕಾರಣವಾಗಿತ್ತು.

ಖ್ವಾಜಾ ಬಂದೇನವಾಜ್ ದರ್ಗಾಕ್ಕೆ ಪ್ರೀತಂ ಬಂದಿದ್ದು ಮೊದಲ ಬಾರಿಗೆ ಆಗಿದ್ದರೂ, ಆ ಸ್ಮಾರಕದ ಬಗ್ಗೆ ಸುಮಿ ಅದೆಷ್ಟು ವರ್ಣಿಸಿದ್ದಳೆಂದರೆ, ಪರಿಚಿತ ಜಾಗಕ್ಕೆ ಬಂದಂತೆ ಅನಿಸತೊಡಗಿತ್ತು. ಅವಳ ವಿವರಣೆಯಲ್ಲಿ ಸೂಫಿ ಸಂತನ ಹೃದಯ ಇನ್ನೂ ಅಲ್ಲಿ ಕಂಪಿಸುತ್ತಿದೆ ಅನಿಸುತ್ತಿತ್ತು. ಪಕ್ಕದಲ್ಲಿ ಬಂದೇನವಾಜ್ ಸಂತನ ಮಗಳ ಗೋರಿಯಲ್ಲಿ ನಿಂತಿದ್ದ ಬೇವಿನ ಮರವು ಮನಸಿನ ದುಃಖಗಳನ್ನು ಹೀರಿಕೊಂಡು ಮನಸ್ಸನ್ನು ತಾಜಾಗೊಳಿಸುತ್ತದೆ ಎಂದಳು. ಸುಮಿ ಅಲ್ಲಿಂದ ಕೋಟೆ, ಅದರೊಳಗಿರುವ ಜಮಾ ಮಸೀದಿ ಎಲ್ಲವನ್ನೂ ಸುತ್ತು ಹಾಕಿಸಿದಳು. ಇಬ್ಬರೂ ಕಾರವಾರದ ಸದಾಶಿವಗಡದಲ್ಲಿರುವ ಚಿಕ್ಕ ಕೋಟೆ ಸ್ಥಳವನ್ನು ಸುತ್ತಿದ್ದ ನೆನಪು ಮಾಡಿಕೊಂಡರು. ಪ್ರೀತಂ ಸಂಬಂಧಿಕರ ಮನೆ ಬೆಟ್ಕುಳಿಗೆ ಹೋದ ಸಮಯದಲ್ಲಿ ಮಿರ್ಜಾನ್ ಕೋಟೆಯನ್ನೇನೋ ನೋಡಿದ್ದ. "ಇಷ್ಟು ದೊಡ್ಡ ಕೋಟೆ ಹತ್ತಿದ್ದು ಫಸ್ಟ್ ಟೈಮು" ಅಂದ. ಸುಮಿ ಭಾರತೀಯ ಮತ್ತು ಪರ್ಶಿಯಾ ಶೈಲಿಗಳಲ್ಲಿದ್ದ ರಚನೆಗಳ ಅದ್ಭುತ ವಿವರಣೆ ನೀಡಿದಳು. ಐತಿಹಾಸಿಕ ಮತ್ತು ಚಾರಿತ್ರಿಕ ಸಂಗತಿಗಳನ್ನು ಪ್ರಸ್ತುತ ಕಾಲದಲ್ಲಿಟ್ಟು ನೋಡುವ ಅವಳ ಒಳನೋಟಗಳು ಅವನನ್ನು ದಂಗುಬಡಿಸಿದವು. ಅವಳ ವಿಷಯ ಗ್ರಹಿಕೆ, ಶಿಸ್ತಿನ ನಿರೂಪಣಾ ಕ್ರಮ ಅವನಲ್ಲಿ ಅಭಿಮಾನ ಮೂಡಿಸಿದವು. ಒಂದು ಕ್ಷಣ ಅವನಿಗೆ ತಮ್ಮ ಪ್ರೇಮವು ಸುಮಿಯ ಪ್ರತಿಭೆ ಸಮರ್ಪಕವಾಗಿ ಅರಳುವಲ್ಲಿ

ತೊಡಕಾಗಬಹುದೇ ಎಂಬ ವಿಚಾರ ಹಾದುಹೋಯಿತು. ಕೋಟೆಯಿಂದ ಸಾತ್ ಗುಂಬಜ್ ಬರುವ ವರೆಗೂ ಅದನ್ನೇ ಯೋಚಿಸುತ್ತಿದ್ದ. "ಹೇ ಸುಮಿ, ಈ ಪ್ರೀತಿ ಪ್ರೇಮಕ್ಕಿಂಥ ಘನವಾದದ್ದನ್ನು ನೀನು ಸಾಧಿಸುವುದಿದೆ ಎಂದು ನನಗೆ ಅನಿಸ್ತಿದೆ" ಅಂದ. ಅವಳು ಅವನ ಕೈಗಳನ್ನು ಹಿಡಿದು "ಕೋತಿ, ನನ್ನ ಕನಸುಗಳೇ ಬೇರೆ ಇವೆ ನಿಜ. ಆದರೆ ಅದನ್ನು ಪ್ರೇಮದ ಸಾತ್ ಸಾತ್ ಸಾಧಿಸಬಲ್ಲೆ" ಎಂದಳು. ಅವಳ ಕಣ್ಣುಗಳಲ್ಲಿ ಚಿಕ್ಕ ಆರ್ದ್ರಭಾವ ಬಂದು ಬಿಡ್ತು. ಅದನ್ನು ಅರಿತವನಂತೆ ಪ್ರೀತಂ ಸಾತ್ ಗುಂಬಜ್ ಪ್ರಾಂಗಣವನ್ನು ಸುತ್ತುವಾಗ ಅವಳ ಕೈಗಳನ್ನು ಇನ್ನಷ್ಟು ಬಿಗಿಗೊಳಿಸಿಕೊಂಡ. ಅವಳೂ ಸಂದರ್ಭವನ್ನು ಹಗುರಗೊಳಿಸಲು "ಸಾಧನೆಗೆ ಪ್ರೇಮವೂ ಟಾನಿಕ್ ಆಗಬಹುದು ಗುರು" ಎಂದು ಕಣ್ಣು ಮಿಟುಕಿಸಿದಳು.

ಸಾತ್ ಗುಂಬಜ್ ಕಟ್ಟಡಗಳ ವಿನ್ಯಾಸ ವಿಶಿಷ್ಟವಾಗಿತ್ತು. ಅಲ್ಲಿಯ ಪ್ರಶಾಂತ ಮೌನ, ಸುತ್ತ ತಂಪೆರೆಯುವ ಗಾರ್ಡನ್ನುಗಳು ಏಕಾಂತವನ್ನು ನಿರ್ಮಿಸಿದ್ದವು. ಜೊತೆಯಾಗಿ ನಡೆಯುತ್ತಿದ್ದವಳು ಒಂದು ಮರದ ನೆರಳಿಗೆ ಬಂದಾಗ ನಿಧಾನಿಸಿ ಅವನನ್ನು ಅಪ್ಪಿಕೊಂಡಳು. ಅವನ ಶರ್ಟಿನ ಮೇಲಿನೆರಡು ಗುಂಡಿಗಳು ಬಿಚ್ಚಿದ್ದರಿಂದ ಅಲ್ಲಿ ನವಿರಾಗಿ ಬೆರಳಾಡಿಸಿದಳು. ಕೊರಳಿಗೆ ಕೈ ಬಳಸಿ ಮುಖವನ್ನು ಎದೆಗೊತ್ತಿದಳು. ಪ್ರೀತಂನಿಂದ ಯಾವ ಪ್ರತಿಕ್ರಿಯೆ ಇಲ್ಲದಿದ್ದರೂ ಸ್ವಯಂ ಪ್ರಚೋದಿತಳಾಗಿ ಅವನ ಕೆನ್ನೆ ಗಲ್ಲವನ್ನು ತುಸು ಉನ್ಮತ್ತಳಾಗಿಯೇ ಚುಂಬಿಸಿದಳು. ಪ್ರೀತಂನ ಮೈ ಬಿಸಿಯಾಗುತ್ತಿದ್ದರೂ ಸಾರ್ವಜನಿಕ ಸ್ಥಳ ಎಂಬುದರ ಜಾಗ್ರತ ಮನಸ್ಥಿತಿಯಲ್ಲಿ ತುಸು ಹಿಂಜರಿಕೆಯಿಂದಲೇ ಅದನ್ನೆಲ್ಲಾ ಸ್ವೀಕರಿಸುತ್ತಿದ್ದ. ಸುಮಿ ಮೈ ಭಾರವನ್ನು ಅವನ ಎದೆಗಾನಿಸಿ ಅವನ ತುಟಿಗಳನ್ನು ತನ್ನ ತುಟಿಗಳಲ್ಲಿ ಬೆಸೆದ ನಶೆಯಲ್ಲಿ ಕಣ್ಣುಮುಚ್ಚಿದ್ದಳಷ್ಟೇ. ಪ್ರೀತತತತತತಂ ಎಂದು ಚೀರಿ ತನ್ನ ದೇಹದ ಭಾರವನ್ನು ಪೂರ್ತಿ ಸಡಿಲುಬಿಟ್ಟಳು. ತಕ್ಷಣವೇ ಪ್ರೀತಂನ ಬಲಿಷ್ಠ ತೋಳುಗಳು ಅವಳ ಬೆನ್ನಿಗಾನಿಸಿ ಹಿಡಿದು, ಅವಳು ನಿಂತಲ್ಲೇ ಧೊಪ್ಪೆಂದು ನೆಲಕ್ಕೊರಗುವುದನ್ನು ತಡೆದವು. ಪ್ರೀತಂ ಕಂಗಾಲಾದ. ಹಗುರ ಅಡ್ಡಾಗಿಸಿ ತನ್ನ ತೊಡೆಯ ಮೇಲೆ ಅವಳ ತಲೆ ಇಟ್ಟು ಸುಮಿ ಸುಮಿ ಎಂದು ಗಲ್ಲವನ್ನು ತಟ್ಟಿದ. ಸುಮಿಯ ಬ್ಯಾಗಲ್ಲಿ ತಡಕಾಡಿ ನೀರಿನ ಬಾಟಲು ತೆಗೆದು ಮುಖಕ್ಕೆ ಚಿಮುಕಿಸಿದ. ನ್ಯೂಸ್ ಪೇಪರ್ ತೆಗೆದು ಗಾಳಿ ಹಾಕಿದ. ಕುತ್ತಿಗೆ ಸುತ್ತ ಒಂದೆರಡು ಬಟನ್ನುಗಳನ್ನು ತೆಗೆದು ಡ್ರೆಸ್ ಸಡಲಿಸಿದ. ಶೈಲತ್ತೆಗೆ ಫೋನ್ ಹಚ್ಚಬೇಕೆಂದು ಮೊಬೈಲ್ ತಡಕಾಡುವಾಗ ಸುಮಿ ತಟ್ಟನೆ ಕಣ್ಬಿಟ್ಟು ಅವನ ಕೈಗಳನ್ನು ಗಟ್ಟಿಯಾಗಿ ಹಿಡಿದಳು. ಅವನ ಮೈ ಮುಖ ತಲೆ ಸವರುತ್ತಾ ನಿಂಗೇನು ಪೆಟ್ಟಾಗಿಲ್ಲ ತಾನೆ? ಎಂದಳು. ನಂಗೇನಾಗಿಲ್ಲ ಸು... ಎಂದು ಅವಳ ಹಣೆಗಂಟಿದ ಮುಂಗುರುಳನ್ನು ಹಿಂದೆಸರಿಸಿದ. ಸ್ವಲ್ಪ

ಸಮಾಧಾನ ಆದ ಮೇಲೆ ಸುಮಿ ಎದ್ದು ಕುಳಿತಳು. ಸ್ವಲ್ಪ ಹೊತ್ತು ಇಬ್ಬರು ಮೌನವಾದರು. ನಿಧಾನ ಮೇಲೆದ್ದು ಮೇನ್ ಗೇಟಿನತ್ತ ಹೆಜ್ಜೆ ಹಾಕಿದರು. ಪರಸ್ಪರ ಆಸರೆಯಲ್ಲಿ ಸಾತ್ ಗುಂಬಜುಗಳನ್ನು ದಾಟುವಾಗ ಅವರಿಗೆ ಮಾತು ಬೇಕಿರಲಿಲ್ಲ.

ಅಪ್ಪುಗೆ, ಚುಂಬನದಂಥ ಪ್ರೇಮಾಭಿವ್ಯಕ್ತಿಯ ಗಳಿಗೆಯಲ್ಲಿ ಸುಮಿ ಸ್ಮೃತಿ ತಪ್ಪುವುದಕ್ಕೆ ಕಾರಣ ಸ್ಪಷ್ಟವಾಗತೊಡಗಿತ್ತು. ಕಾರವಾರದ ಕಡಲ ತೀರದಲ್ಲಿ ಇಬ್ಬರೂ ಪ್ರೇಮದಾಲಿಂಗನದಲ್ಲಿ ಮೈಮರೆತಿರುವಾಗ ಪ್ರೀತಂನ ತಲೆಗೆ ಬಿದ್ದ ಪೆಟ್ಟು ಸುಮಿಗೆ ಮರೆಯಲಾಗದಂಥ ಮಾನಸಿಕ ಆಘಾತಕ್ಕೆ ಕಾರಣವಾಗಿದೆ. ಆ ಅನಿರೀಕ್ಷಿತ ಘಟನೆ ಅವಳ ಸುಪ್ತಪ್ರಜ್ಞೆಯಲ್ಲಿ ಆಳವಾದ ಗಾಯವನ್ನು ಗೀರಿದೆ. ಅಂಥದ್ದೇ ಪ್ರೇಮೋನ್ಮಾದದ ಸನ್ನಿವೇಶದಲ್ಲಿ ಅವಳ ನೆನಪಿನ ಕೋಶಗಳಲ್ಲಿ ಮತ್ತೆ ಆಘಾತದ ಜ್ವಾಲೆ ಹೊತ್ತಿಕೊಳ್ಳುವುದೇ ಹೀಗೆ ಪ್ರಜ್ಞೆ ತಪ್ಪಲು ಕಾರಣ ಎಂಬುದು ಅವರಿಗೆ ಹೊಳೆಯಿತು. ಅವರ ಈ ಅರಿವಿಗೆ ಪರಸ್ಪರ ಚರ್ಚೆಯ ಅಗತ್ಯವೂ ಬರಲಿಲ್ಲ. ಸಕಾರಣವನ್ನು ಮೌನದಲ್ಲೇ ಮನಗಂಡಿದ್ದರು. ಅದನ್ನು ಪಾರುಮಾಡಬೇಕಾದ ಪರಿಯನ್ನೂ ಎಳೆಯ ಮನಸ್ಸುಗಳು ಪ್ರಬುದ್ಧವಾಗಿಯೇ ಚಿಂತಿಸತೊಡಗಿದ್ದವು. ಬೆಸೆದ ಬೆರಳುಗಳಿಂದಲೇ ಪರಸ್ಪರ ಸಂತೈಸಿಕೊಳ್ಳುತ್ತಾ ಬರುತ್ತಿರುವ ಜೋಡಿಗಳನ್ನು ದೂರದಲ್ಲಿ ಕಂಡಾಗ ಶೈಲತ್ತೆಯ ಕಣ್ಣುಗಳು ಆ ಬಿರುಬಿಸಿಲಲ್ಲೂ ತಂಪಾದವು. ಜಗತ್ತಿನಲ್ಲಿ ಅತ್ಯಂತ ಸುಂದರ ದೃಶ್ಯವೊಂದಿದ್ದರೆ ಅದು ಪ್ರೇಮಿಗಳನ್ನು ಸುಮ್ಮನೇ ನೋಡುವುದು, ವಿಶೇಷವಾಗಿ ಹೊಸ ಪ್ರೇಮಿಗಳನ್ನು, ಅದರಲ್ಲೂ ಕಿಶೋರ ಪ್ರೇಮಿಗಳನ್ನು, ಎನಿಸಿತು ಅವಳಿಗೆ! ಈ ಜೋಡಿ ಹಸನಾಗಿರಲಿ, ಜೀವನವಿಡೀ ಜೊತೆಗಿರಲಿ ಎಂದು ಮನಸ್ಸಲ್ಲೇ ಹಾರೈಸಿದಳು. ಅವರು ಹತ್ತಿರವಾಗುತ್ತಿದ್ದಂತೆಯೇ ತಲೆಯಲ್ಲಿ ಸುಳಿದ ಒಂದು ವಿಚಾರ ಅವಳಲ್ಲಿ ಮಿಂಚು ಮೂಡಿಸಿತು–ಪ್ರೀತಂ ಮತ್ತು ಸುಮಿಗೆ ಮದುವೆ ಮಾಡಿಸಬೇಕು!

ಶೈಲತ್ತೆ ಪ್ರೀತಂ ಮತ್ತು ಸುಮಿ ಎದುರು ಬಂದು ನಿಂತಾಗಲೂ ತನ್ನೊಳಗೇ ಇದ್ದಳು. "ಇದೇನ್ ಶೈಲತ್ತೆ, ಕನಸು ಕಾಣಾಕ್ ಹತ್ತಿ. ಹುಸೇನ್ ಜತಿ ಇಲ್ಲೆಲ್ಲ ಅಡ್ಡಾಡಿದ್ದು ನೆನಪಾಯ್ತೇನು?" ಎಂದು ಸುಮಿ ಅವಳ ಭುಜ ಅಲುಗಾಡಿಸಿ ಕೇಳಬೇಕಾಯ್ತು. ಆಗಲೂ ಗಂಭೀರವಾಗಿಯೇ ಇದ್ದಳು. ಸದಾ ಹಸನ್ಮುಖಿ ಶೈಲತ್ತೆಯನ್ನು ಇಷ್ಟೊಂದು ಗಂಭೀರ ಮುಖಭಾವದಲ್ಲಿ ಕಾಣುವುದು ಇಬ್ಬರಿಗೂ ಅಸಹಜವಾಗಿ ಕಾಣುತ್ತಿತ್ತು. "ತೀಸರಾ ಗುಂಬಜ್ ಗೋಡೆ ಮೇಲೆ ಶೈಲು–ಹುಸೇನ್ ಅಂತ ಹೆಸರು ಕೊರೆದದ್ದು ಕಂಡೆ" ಎಂದು ಪ್ರೀತಂ ಸನ್ನಿವೇಶವನ್ನು ಹಗುರಗೊಳಿಸಲು ಪ್ರಯತ್ನಿಸಿದ. "ಆ ಹುಸೇನಿ ಶಾದಿ ದಫ್ತರಿನಲ್ಲಿ ಹೆಸರು ಬರೆಸಿದ್ದರೆ ನಾವು ದಂಪತಿಗಳಾಗಿ ಇರುತ್ತಿದ್ದವೇನೋ" ಎಂದು ಜೋರಾಗಿ

ನಕ್ಕಳು. "ಈಗ ನನ್ನ ಮತ್ತು ಪ್ರೀತಂ ಹೆಸರಾದರೂ ದಂಪತಿಗಳಾಗಿ ಬರೆಸಿಬಿಡು, ಶೈಲತ್ತೆ" ಎಂದು ಸುಮಿಯೂ ಅಷ್ಟೇ ಜೋರಾಗಿ ನಕ್ಕಳು. "ನಿನ್ನ ಬಾಯಾಗ್ ಬೆಲ್ಲ ಇರಲಿ. ನನ್ನ ಮನಸಲ್ಲಿದ್ದದನ್ನೇ ಅಂದಿಯಲ್ಲವ್ವ" ಎಂದು ಅವಳನ್ನು ಅಪ್ಪಿಕೊಂಡಳು.

8

ಘಟ್ಟದ ಮೇಲಿನ ನೆಲ್ಲಿಕಾಯಿ,
ಸಮುದ್ರದೊಳಗಿನ ಉಪ್ಪು

ಮನಸ್ಸುಗಳು ಒಂದಾದ ಮೇಲೆ ಮದುವೆ ಎನ್ನುವುದು ಬರೀ ಒಂದು ಲೌಕಿಕ ವ್ಯವಹಾರ ಎನ್ನುವುದು ಶೈಲತ್ತೆಗೂ ಗೊತ್ತಿತ್ತು. ಪ್ರೀತಂ ಮತ್ತು ಸುಮಿಯರ ಪ್ರೇಮದ ರುಜುವಾತಿಗೆ ವಿವಾಹದ ಹಂಗಿಲ್ಲ ನಿಜ. ಆದರೆ ಅದೆಷ್ಟೋ ಬಾರಿ ವಿವಾಹದ ನಂತರ ಪ್ರೇಮವಿರೋಧಿ ಶಕ್ತಿಗಳು ದುರ್ಬಲಗೊಳ್ಳುವುದನ್ನು ಅವಳು ಕತೆಗಳಲ್ಲೂ ಸಿನಿಮಾಗಳಲ್ಲೂ ಮತ್ತು ಸಮಾಜದಲ್ಲೂ ಕಂಡಿದ್ದಳು. ಒಮ್ಮೆ ಮದುವೆ ಅಧಿಕೃತವಾಗಿ ದಾಖಲಾಗಿ ಸಂಬಂಧ ಕಾನೂನುಬದ್ಧವಾದರೆ ಲಿಂಗನಗೌಡಪಾಟೀಲರ ಘನಕುಟುಂಬ ಹಲ್ಲೆ ಅಥವಾ ಕೊಲೆಯಂಥ ಅಪರಾಧಕ್ಕೆ ಕೈಹಚ್ಚಲಾರದು. ಹಗೆ, ದ್ವೇಷ ಸಾಧನೆ ಆ ಕುಟುಂಬದ ವಂಶವಾಹಿನಗಳಲ್ಲೇ ಇರುವುದು ನಿಜವಾದರೂ ಪ್ರಸ್ತುತ ಕಾಲಮಾನದಲ್ಲಿ ಹಾಗೆ ಮಾಡಿ ತಪ್ಪಿಸಿಕೊಳ್ಳುವುದು ಅಷ್ಟು ಸುಲಭವಲ್ಲ. ಅಂಥ ದುಸ್ಸಾಹಸಕ್ಕಿಳಿದರೆ ಸರಕಾರಿ ಸೇವೆಯಲ್ಲಿರುವ ವಿರುಪಾಕ್ಷಿ ಜೈಲುಕಂಬಿ ಎಣಿಸಬೇಕಾಗುತ್ತದೆ. ಪ್ರೀತಂ ಮತ್ತು ಸುಮಿ ಇಬ್ಬರ ವಯಸ್ಸು ಕಾನೂನುಬದ್ಧವಾಗಿ ಮದುವೆಗೆ ತೊಡಕಿಲ್ಲವಾದರೂ, ಸಂಸಾರಕ್ಕೆ ಪಕ್ವಗೊಂಡ ವಯಸ್ಸಲ್ಲ ಎಂಬುದು ಶೈಲತ್ತೆಗೆ ತಿಳಿಯದ್ದೇನಲ್ಲ. ಇಬ್ಬರೂ ಟೀನ್ ಏಜ್ ಗಳು. ಸುಮಿಗೆ ಮೊನ್ನೆ

ಮೊನ್ನೆ ಯುಗಾದಿಗೆ ಹದಿನೆಂಟು ತುಂಬಿದೆ. ಪ್ರೀತಂನ ನಿಜವಾದ ವಯಸ್ಸು ಹತ್ತೊಂಭತ್ತು ಎನ್ನುವುದು ಅವಳಿಗೆ ಗೊತ್ತಿತ್ತು. ಆದರೆ ಅದು ಹೇಗೋ ಅವನ ಜನ್ಮ ದಾಖಲೆಗಳ ಪ್ರಕಾರ ವಯಸ್ಸು ಇಪ್ಪತ್ತೊಂದು ಆಗುತ್ತದಂತೆ. ಅದನ್ನು ಸುಮಿಯೇ ಒಮ್ಮೆ ಹೇಳಿದ್ದಳು. ಅದು ಒಳ್ಳೆಯದೇ ಆಯಿತು. ಸಬ್ ರಿಜಿಸ್ಟ್ರಾರ ಕಾರ್ಯಾಲಯದಲ್ಲಿ ಅವರ ಮದುವೆ ರಿಜಿಸ್ಟ್ರೇಶನ್ ಮಾಡಿಸಲು ಅನುಕೂಲವಾಯ್ತು. ಹಾಗಂತ ಅವರು ಈಗಲೇ ಗಂಡ ಹೆಂಡತಿಯರಂತೆ ಜೊತೆಯಲ್ಲಿರಬೇಕಾಗಿಲ್ಲ. ಅದು ಸಾಧುವೂ ಅಲ್ಲ. ಅವರು ಸಾಧಿಸುವುದು ಸಾಕಷ್ಟಿದೆ. ವಿದ್ಯಾಭ್ಯಾಸ ಪೂರ್ತಿಗೊಳಿಸಲಿ. ತಮ್ಮ ಕಾಲ ಮೇಲೆ ನಿಂತುಕೊಳ್ಳಲಿ. ಮದುವೆ ಸುದ್ದಿ ಕೇಳಿ ಸುಮಿಯನ್ನು ಲಿಂಗನಗೌಡಪಾಟೀಲ ಕುಟುಂಬ ಮನೆಯಿಂದ ಬಹಿಷ್ಕರಿಸಬಹುದು. ಅವಳ ವಿದ್ಯಾಭ್ಯಾಸ ಪೂರ್ತಿಗೊಳಿಸುವ ಜವಾಬ್ದಾರಿ ತನ್ನ ಪಾಲಿಗೆ ಬರಬಹುದು. ಬರಲಿ, ಅದೇನು ತನಗೆ ಭಾರವಲ್ಲ. ಒಟ್ಟಾರೆ ಈ ಮಕ್ಕಳ ಪ್ರೇಮ ಮತ್ತು ಬದುಕು ಎರಡನ್ನೂ ಸಂಭಾಳಿಸುವ ಗುರುತರ ಹೊಣೆ ತನ್ನ ಮೇಲಿದೆ. ವಯಸ್ಸಿಗೆ ಮೀರಿದ ಜಾಣತನ ಸನ್ನಡತೆ ಅವರಲ್ಲಿರುವುದು ನಿಜವಾದರೂ, ತನ್ನ ಚಿಕ್ಕ ಮಾರ್ಗದರ್ಶನವು ಪರಿಸ್ಥಿತಿಯನ್ನು ನಿಭಾಯಿಸಲು ನೆರವಾಗಬಹುದು. ಆ ಜವಾಬ್ದಾರಿಯನ್ನು ತಾನು ಯಾವ ಬೆಲೆ ತೆತ್ತಾದರೂ ನಿರ್ವಹಿಸಲು ಸಿದ್ಧಳಿದ್ದೇನೆ. ಬಹುಶಃ ಅದುವೇ ತನ್ನ ಬದುಕಿನ ಸಾರ್ಥಕತೆಯೂ ಹೌದು! ಪ್ರೇಮವೆಂದರೆ ಗಾಳಿ ನೀರು ಬೆಳಕು ಹೀರಿ ಸಹಜವಾಗಿ ಅರಳುವ ಹೂವಿನಂತೆ. ಅದನ್ನು ನೋಡುವುದೇ ಚಂದ. ಆದರೆ ಅರಳುತ್ತಿರುವ ಹೂ ಹೊಸಕಿ ಹಾಕುವುದರ ಅರಿವಾಗಿಯೂ ಕಣ್ಮುಚ್ಚಿರುವುದು ಪಾಪದ ಕೆಲಸ. ತನ್ನ ಪ್ರೇಮವು ಭೌತಿಕ ನೆಲೆಯಿಂದ ಅನುಭಾವದತ್ತ ತೆರೆದುಕೊಂಡಿದೆಯಾದರೂ ಚಿಗುರು ಪ್ರೇಮವು ಚಡಪಡಿಸುವುದನ್ನು ಕಂಡು ಸುಮ್ಮನಿರಲಾರೆ. ಅದರ ಅರಳುವಿಕೆಗೆ ಪ್ರಾಪಂಚಿಕ ನೆಲೆಯಲ್ಲಿಯೇ ಕ್ರಮ ಕೈಗೊಳ್ಳಬೇಕಾಗುತ್ತದೆ. ಹಾಗಾದರೆ ತಾನೀಗ ಏನು ಮಾಡಬಹುದು? ಲಿಂಗನಗೌಡಪಾಟೀಲ ಮನೆಯವರ ಮನಃಪರಿವರ್ತನೆಯ ಪ್ರಯತ್ನಗಳು ಪೂರ್ತಿ ಯಶಸ್ವಿಯಾಗಿಲ್ಲ. ನಾಗತಿಹಳ್ಳಿ ಸರ್ ಅವರ ಕೃಪೆಯಿಂದ ಲಿಂಗಣ್ಣ ಸಾಕಷ್ಟು ಬದಲಾಗಿರುವುದು ನಿಜ. ಆದರೆ ಆ ಪ್ರಾಣಿಯನ್ನು ಪೂರ್ತಿಯಾಗಿ ನಂಬುವಂತೂ ಇಲ್ಲ. ಮೇಲಾಗಿ ಪಾಪದವನೆಂದು ಎಣಿಸಿದ್ದ ವಿರುಪಾಕ್ಷಿ ಹೊಸ ಅವತಾರದಲ್ಲಿ ತಲೆ ಎತ್ತಿರುವುದು! ಆ ದುಷ್ಟ ತಲೆಗೆ ತಾನು ಥಿಕ್ಕಿ ಹೊಡೆಯಲೇ ಬೇಕಿದೆ. ಆ ಪ್ರಕಾರ ತಾನು ಮಾಡಬೇಕಾದ ಮೊತ್ತಮೊದಲ ಕೆಲಸ ಇಬ್ಬರನ್ನೂ ವಿವಾಹ ನೋಂದಣಿ ಆಫೀಸಿಗೆ ಒಯ್ದು ರಿಜಿಸ್ಟರ್ ಮಾಡಿಸುವುದು. ಮುಂದಿನದು ಮುಂದೆ. ಆದರೆ ಈ ವಿರುಪಾಕ್ಷಿ ಅಷ್ಟು ದಡ್ಡ ಅಲ್ಲ. ಅವನ ಕೈಗಳು ನೋಂದಣಿ ಆಫೀಸಿನಲ್ಲೂ ಇರುವ ಸಾಧ್ಯತೆಯಿದೆ. ಅವನ ಚೇಲಾಗಳು

ಗುಲ್ಬರ್ಗಾದಲ್ಲಿ ರಿಜಿಸ್ಟರ್ ಆಗದಂತೆ ನೋಡಿಕೊಳ್ಳಲೂಬಹುದು. ಬೇರೆಡೆಗೆ? ಹೌದು, ಕಾರವಾರದಲ್ಲಿ ರಿಜಿಸ್ಟರ್ ಮಾಡಿಸಿದರೆ ಹೇಗೆ? ಪ್ರೀತಂನ ತಾಯಿಯ ಆಶೀರ್ವಾದವೂ ಸಿಕ್ಕಂತಾಗುತ್ತದೆ. ಹೇಗೋ ಲಿಂಗಣ್ಣನಿಗೆ ಮತ್ತು ನೀಲವ್ವ ಅತ್ತಿಗೆಗೆ ನಾಲ್ಕು ದಿನ ಸುಮಿ ತನ್ನ ಜೊತೆಗೇ ಎಂದಿದ್ದೇನೆ. ಎಷ್ಟೋ ದಿನಗಳಿಂದ ಕೂಡಿಟ್ಟ ಹುಡುಗಿ ಸ್ವಲ್ಪ ಚೇತರಿಸಿಕೊಳ್ಳಲಿ ಎಂದು ಅವರೂ ಹೂಂಕಣವ್ವ ಜ್ವಾಪಾನ ಅಂದಿದ್ದಾರೆ. ಮೊನ್ನೆ ಹೊಟೆಲ್ ಗಾರ್ಡನ್ನಿನಲ್ಲಿ ಪ್ರಜ್ಞೆ ತಪ್ಪಿ ಬಿದ್ದಾಗಿನಿಂದ ಲಿಂಗಣ್ಣನ ಮನಸ್ಸು ಕುಗ್ಗಿ ಹೋಗಿದೆ. ತನ್ನ ಜಾಣೆ ಮಗಳನ್ನು ಅದೆಷ್ಟು ಪ್ರೀತಿಸುತ್ತಾನೆಂದರೆ ಅವಳಿಗೇನಾದರೂ ಮಾನಸಿಕವಾದರೆ... ಎಂಬ ಚಿಂತೆಯಲ್ಲಿ ಅವನ ದರ್ಪ ಅಹಂಕಾರ ಪ್ರತಿಷ್ಠೆ ಎಲ್ಲವೂ ಮೆತ್ತಗಾಗಿವೆ. ಈಗ ಅವನ ಮನಸ್ಸಿಗೆ ಸಹೋದರಿ ಶೈಲಾಳೇ ತನ್ನ ಮಗಳನ್ನೂ ಮಾನವನ್ನೂ ಕಾಪಾಡಬಲ್ಲವಳು ಎಂಬ ವಿಶ್ವಾಸ ಕೂತುಹೋಗಿದೆ. ಹೀಗಾಗಿಯೇ ಮಗನ ಕಟ್ಟುನಿಟ್ಟು ಆದೇಶವಿದ್ದರೂ ಸುಮಿಯನ್ನು ತನ್ನಲ್ಲಿ ಉಳಿಯಲು ಬಿಟ್ಟದ್ದು. ಕಾರ್ ಮಾಡಿ ಮಕ್ಕಳಿಬ್ಬರನ್ನೂ ಕಾರವಾರಕ್ಕೆ ಕರೆದೊಯ್ತೇನೆ. ಅಲ್ಲಿ ಸುತ್ತಾಡಿದರೆ ಮಕ್ಕಳ ಮನಸ್ಸುಗಳು ಹಗುರಾದಂತೆಯೂ ಆಯ್ತು, ಸಬ್ ರಿಜಿಸ್ಟ್ರಾರ ಆಫಿಸಿನಲ್ಲಿ ಫಾರ್ಮಾಲಿಟಿಗಳನ್ನ ಭರ್ತಿ ಮಾಡಿದಂತೆಯೂ ಆಯ್ತು... ಒಮ್ಮೆ ಅದೆಲ್ಲ ಕೈಗೂಡಿದರೆ ಲಿಂಗನಗೌಡ ಮನೆತನದ ಹಾರಾಟ ಇಳಿಯುತ್ತದೆ. ತಾನು ಮಾಡುತ್ತಿರುವುದು ವಿಶ್ವಾಸದ್ರೋಹವೇ ಇರಬಹುದು, ಆದರೆ ಆಲ್ ಈಸ್ ಫೇರ್ ಇನ್ ಲವ್!

*

ಕಾರು ವೇಗವಾಗಿ ಓಡುತ್ತಿತ್ತು. ಜೇವರ್ಗಿ ದಾಟಿ ಬರುವಷ್ಟರಲ್ಲಿ ನಸುಕು ಹರಿದಿತ್ತು. ವಿಶಾಲ ಬಯಲ ಅಂಚಿಗೆ ಕೆಂಪೇರುತ್ತಿದ್ದ ಆಕಾಶವನ್ನು ಪ್ರೀತಂ ವಿಸ್ಮಯದಲ್ಲಿ ನೋಡುತ್ತಿದ್ದ. ಶೈಲತ್ತೆ ಅಚಾನಕ್ ಆಗಿ ಮಾಡಿದ ಪ್ಲಾನ್ ಅವನನ್ನು ಸಮ ರಾತ್ರಿ ವರೆಗೂ ಎಚ್ಚರದಲ್ಲಿಟ್ಟಿತ್ತು. ಊರಿಗೆ ಹೋಗುವುದು ಪಕ್ಕಾ ಆಗಿತ್ತಾದರೂ ಹೀಗೆ ಸುಮಿ ಮತ್ತು ಶೈಲತ್ತೆ ಜೊತೆಗೆ ಹೋಗುವಂತ ಅವಕಾಶ ಅನಿರೀಕ್ಷಿತವಾಗಿತ್ತು. ರಾತ್ರಿ ಬಹಳ ಹೊತ್ತಿನ ವರೆಗೂ ಶೈಲತ್ತೆ ಪ್ರಸ್ತಾಪಿಸಿದ್ದ ಮದುವೆ ವಿಷಯ ತಮಾಶೆಯೆನಿಸಿ ನಗು ಬರುತ್ತಿತ್ತು. ನಿಜ, ಸುಮಿಯಿಲ್ಲದೇ, ಸುಮಿಯ ಪ್ರೇಮವಿಲ್ಲದೇ ತನ್ನ ಭವಿಷ್ಯದ ಬದುಕನ್ನು ಕಲ್ಪಿಸಿಕೊಳ್ಳುವುದೂ ಈಗ ಅಸಾಧ್ಯ. ಹಾಗಂತ ನಿಂತ ಮೆಟ್ಟಿನಲ್ಲಿ ಮದುವೆ!! “ನಿಮ್ಮ ಪ್ರೇಮವನ್ನು ಹೊಸಕಿಹಾಕುವ ಶಕ್ತಿಗಳು ಬಲಿಷ್ಠವಾಗ್ಯವ; ಖತರ್ನಾಕ್ ಕೂಡ ಆಗ್ಯವ. ಈ ಮದುವೆ ಅನ್ನೋದು ನಿಮ್ಮ ಪ್ರೇಮವನ್ನು ಹಾಸೀಲ್ ಮಾಡಿಕೊಳ್ಳುವ ಒಂದು ಸ್ಟ್ರೆಟಜಿ” ಎಂದಿದ್ದಳು ಶೈಲತ್ತೆ. ತನಗೀಗ ಬರೀ ಹತ್ತೊಂಭತ್ತು. ಆದರೆ ಸ್ಕೂಲ್

ಸರ್ಟಿಫಿಕೇಟಿನ ಪ್ರಕಾರ ತನ್ನ ವಯಸ್ಸು ಇಪ್ಪತ್ತೊಂದು ಆಗಿರುವುದು ನಿಜ. ಮೀನು ಮಾರಲು ಹೋಗುವಾಗ ಮಗ ಬೆನ್ನು ಹತ್ತುತ್ತಾನೆ ಎಂದು ಆಯಿ ನಾಲ್ಕನೇ ವರ್ಷಕ್ಕೇ ಹತ್ತಿರದ ಕನ್ನಡ ಶಾಲೆಗೆ ಕಳಿಸಿದ್ದಳು. ಶಾಲಿ ಮಾಸ್ತರು ಆರು ವರ್ಷ ಆದವರಿಗೆ ಮಾತ್ರ ಶಾಲೆಗೆ ಸೇರಿಸುವುದು ಸರಕಾರಿ ನಿಯಮ, ಎಂದು ಹೊರಗೆ ಹಾಕಿದ್ದರು. ಹತ್ತಿರ ಬಾಲವಾಡಿಯೂ ಇರಲಿಲ್ಲ. ಆಯಿ ಏನಾದ್ರೂ ಮಾಡಿ ಎಂದು ಮಾಸ್ತರ್ ಕಾಲಿಗೆ ಬಿದ್ದಾಗ ಪ್ರೀತಂನ ಜನ್ಮದಿನಾಂಕವನ್ನು ತಿದ್ದಿ ಆರು ವರ್ಷ ಮಾಡಿ ಎಡ್ಮಿಶನ್ ಕೊಟ್ಟಿದ್ದರು. ಈ ವಿಷಯವನ್ನು ಆಯಿ ಆಗಾಗ ನೆನಪಿಸಿಕೊಳ್ಳುತ್ತಾಳಾದರೂ ಆ ಬಗ್ಗೆ ತಾನಾಗಲಿ ಆಯಿಯಾಗಲಿ ಖುಷಿಯಾಗುವುದೋ ಅಥವಾ ಬೇಸರ ಪಟ್ಟುಕೊಳ್ಳುವುದೋ ಮಾಡುತ್ತಿರಲಿಲ್ಲ. ರೊಡ್ರಿಗ್ಸ್ ಸರ್ ಮಾತ್ರ "ಸ್ಪೋರ್ಟ್ಸಿನಲ್ಲಿ ಎರಡು ವರ್ಷ ಅಂದ್ರೆ ಭಯಂಕರ್ ಫರಕು ಬೀಳ್ತದೆ, ಶ್ಯೆ" ಎಂದು ಯಾವಾಗಲೂ ಆಯಿಗೆ ಬೈತಿರ್ತಾರೆ.

ಅಂತೂ, ಶಾಲೆ ಮಾಸ್ತರಿಂದಾಗಿ ಹತ್ತೊಂಭತ್ತರ ವಯಸ್ಸಲ್ಲಿ ಮದುವೆ ಭಾಗ್ಯ! ಪ್ರೀತಂನಿಗೆ ನಗು ಬಂತು. "ಯಾಕೋ ಒಬ್ನೇ ನಗಾಡ್ತಿ?" ಅಂದಳು ಶೈಲತ್ತೆ. "ಮದುವೆಯೆನಲು ಹಾಸ್ಯವೇ? ಎಂಬ ಸುಮಿಯ ಸಾಲು ನೆನಪಾಯಿತು" ಅಂದ. "ಏ ಕೋತಿ, ಅದು ಪ್ರೇಮವೆನಲು ಹಾಸ್ಯವೇ? ಕೆ ಎಸ್ ನರಸಿಂಹಸ್ವಾಮಿಯವರ ಕವಿತೆಯ ಸಾಲು" ಅಂದಳು ಸುಮಿ. ಶೈಲತ್ತೆ ಅವರ ಜಗಳ ಬಿಡಿಸಿ, "ಮದುವೆ ಬಗ್ಗೆ ಹಗುರದಲ್ಲಿ ಮಾತಾಡಬ್ಯಾಡ ತಮ್ಮ. ಈ ಸಮಾಜ ಮದುವೆಗೇ ಮಾನ್ಯತೆ ಕೊಡತೈತಿ ವಿನಃ ಪ್ರೀತಿಪ್ರೇಮಕ್ಕಲ್ಲ. ಅದ್ಕ ನಿಮ್ಮ ಪ್ರೀತಿ ಉಳ್ಸಕೊಬೇಕು ಅಂದ್ರ ಮದುವಿ ಅನಿವಾರ್ಯ ಐತಿ. ಈ ವ್ಯವಸ್ಥೆ ಸರಿ ಅಲ್ಲ ಅಂತ ಗೊತ್ತೈತಿ. ಪ್ರೇಮಕ್ಕೆ ಹೆಚ್ಚಿನ ಮಾನ್ಯತೆ, ಗೌರವ ಕೊಡಬೇಕು ಅನ್ನೋಳು ನಾ. ಸಮಾಜದಲ್ಲಿ ಪ್ರೇಮವನ್ನು ಸಹಜವಾಗಿ ಸ್ವೀಕರಿಸುವಂತ ಪರಿವರ್ತನೆ ಆಗಬೇಕು. ಈ ಜಗತ್ತಿನಲ್ಲಿ ಅತ್ಯಂತ ಪರಿಶುದ್ಧವಾದದ್ದು ಇದ್ದರೆ ಅದು ಪ್ರೇಮವೇ!" ಎಂದಳು. ಒಮ್ಮೆ ಮಮತೆಯ ತಾಯಿಯಂತೆ, ಇನ್ನೊಮ್ಮೆ ತತ್ವಜ್ಞಾನಿಯಂತೆ, ಮಗದೊಮ್ಮೆ ನ್ಯಾಯವಾದಿಯಂತೆ ಕಾಣುವ ಶೈಲತ್ತೆ ಬಗ್ಗೆ ಗೌರವ ಮೂಡಿತು. "ಉದಾಹರಣೆಗೆ ಇಟ್ಕೋ, ನೀನು ಸುಮಿನ ನಿಮ್ಮೂರಿಗೆ ಒಯ್ಯುವಾಗ ವಿರುಪಾಕ್ಷಿ ನಿನ್ ಮ್ಯಾಲೆ ಸಹೋದರಿಯನ್ನು ಕಿಡ್ನ್ಯಾಪ್ ಮಾಡ್ಯಾನ ಅಂತ ಕಂಪ್ಲೇಂಟ್ ಕೊಟ್ಟು ಅರೆಸ್ಟ್ ಮಾಡ್ಸಬಹುದು. ಆಗ ನೀನು ಪೋಲೀಸರಿಗೆ ನಾವಿಬ್ರೂ ಲವ್ ಮಾಡ್ತಿವಿ, ಅಂತ ಹೇಳಿದ್ರ ಕೇಳೋದಿಲ್ಲ. ಕಾನೂನು ಹೋರಾಟದ ವಿಷ್ಯ ಆಮ್ಯಾಲೆ. ಅವ್ನು ತನ್ನ ಹಣಬಲ ಕೂಡ ಬಳ್ಸಕೋತಾನೆ. ಅದೇ, ಒಂದ್ವೇಳೆ ಕಾನೂನು ಪ್ರಕಾರ ಮದ್ವೆ ರಿಜಿಸ್ಟರ್ ಆಗಿದ್ರೆ ಅದು ನಿಮ್ಮ ಪ್ರೇಮನ ರಕ್ಷಣೆ ಮಾಡತೈತಿ, ತಿಳಿತೇನು?" ಅಂದಳು. "ಯಸ್ ಯುವರ್ ಆನರ್!" ಎಂದು ನಾಟಕೀಯವಾಗಿ ನಮಸ್ಕರಿಸಿದ.

ಶೈಲತ್ತೆಯ ಮದುವೆ ಮಾತನ್ನು ಪ್ರೀತಂ ಸೀರಿಯಸ್ಸಾಗಿ ತಗೊಂಡಿರಲಿಲ್ಲ. ಬಹುಶಃ ಶೈಲತ್ತೆಯೂ ಅದನ್ನು ಗಂಭೀರ ನೆಲೆಯಿಂದ ಪ್ರಸ್ತಾಪಿಸಿದ್ದು ಅಲ್ಲ ಎಂಬುದು ಅವನ ಭಾವನೆ. ತನ್ನ ಜೊತೆ ಊರಿಗೆ ಸುಮಿಯೂ ಬರುವಂಥ ಸನ್ನಿವೇಶ ಏರ್ಪಟ್ಟ ಖುಶಿಯಿಂದಲೇ ಪ್ರೀತಂ ಉತ್ತೇಜಿತನಾಗಿದ್ದ. ಇದೂ ಕೂಡ ಇತ್ತೀಚೆಗೆ ಸಿನಿಮೀಯ ಆಗುತ್ತಿರುವ ತನ್ನ ಜೀವನದ ಮುಂದುವರಿದ ಭಾಗವೇ ಇರಬಹುದು ಎಂದುಕೊಂಡ. ರಾತ್ರಿಯೆಲ್ಲ ಏನೇನೋ ಯೋಚಿಸುತ್ತಾ ನಿದ್ರಿಸುವುದು ವಿಳಂಬವಾಗಿತ್ತು. ಬೆಳಕು ಹರಿಯುವ ಮೊದಲೇ ಹೊಟೆಲ್ ಚೆಕ್ ಔಟ್ ಮಾಡಿ, ಕಾರಿಗಾಗಿ ಕಾದಿದ್ದ. ಹೀಗಾಗಿ ಸಮ ನಿದ್ದೆ ಆಗದೇ ಈಗ ಅವನ ಕಣ್ತೂಗಿ ಬರುತ್ತಿದ್ದವು. ಆದರೆ ಬಯಲು ಸೀಮೆಯ ಆ ವಿಶಾಲ ಭೂಮಿಯ ಅಂಚಿನಲ್ಲಿ ಸೂರ್ಯ ರಂಗಪ್ರವೇಶಿಸುವ ದೃಶ್ಯ ಅವನನ್ನು ಜಾಗರಗೊಳಿಸಿತ್ತು. ಕಾರವಾರದಲ್ಲಿ ಕಾಣುವ ಸೂರ್ಯೋದಯದಲ್ಲೂ ಬಯಲು ಸೀಮೆಯ ಸೂರ್ಯೋದಯದಲ್ಲೂ ಕಾಣುವುದು ಒಂದೇ ಸೂರ್ಯನಾದರೂ ಅವನು ಪ್ರಕಟವಾಗುವ ರೀತಿಯಲ್ಲಿ ವ್ಯತ್ಯಾಸವಿತ್ತು. ಕಾರವಾರದಲ್ಲಿ ಪರ್ವತ ಶ್ರೇಣಿಗಳ ತೊಟ್ಟಿಲಿನಲ್ಲಿ ಕೂಸೊಂದು ನಿಧಾನ ಎದ್ದು ಬರುವಂತೆ ಕಾಣುತ್ತಾನೆ. ಮನೆ ಅಂಗಳದಿಂದಲೇ ನೋಡಿದರೆ ತೆಂಗಿನ ಮಡಲಿನ ಅಲುಗಾಟದಲ್ಲಿ, ಬಾಳೆ ತಿಳ್ಳಿನ ಭೇದಗಳಲ್ಲಿ, ನುಗ್ಗಿ ಎಲೆಗಳ ಕಂಪನದಲ್ಲಿ ಇಷ್ಟಿಷ್ಟೇ ಕಣ್ತೆರೆಯುತ್ತಾನೆ. ಆದರೆ ಈ ಬಟಾಬಯಲಲ್ಲಿ ಸೂರ್ಯ ಬೆತ್ತಲೆ ಹುಟ್ಟಿದಂತೆ ಕಾಣುತ್ತಾನೆ. ತನ್ನ ಈ ಹೋಲಿಕೆಯನ್ನು ಸುಮಿಗೆ ಹೇಳಲು ತಿರುಗಿದರೆ ಆಕೆ ಕಣ್ಮುಚ್ಚಿ ನಿದ್ದೆ ಹೋಗಿದ್ದಳು. ಹೊಂಬಣ್ಣದ ಸೂರ್ಯನ ಎಳೆಯ ಕಿರಣಗಳಿಗೆ ಅವಳ ಮುಖವು ಬೆಳಗುತ್ತಿತ್ತು, ಅಂಗಳದಲ್ಲಿ ಆಯಿ ಹಬ್ಬಿಸುತ್ತಿದ್ದ ಹೀರೆಬಳ್ಳಿಗೆ ಅರಳಿದ ಹಳದಿ ಹೂಗಳ ಹಾಗೆ!

ಸೂರ್ಯೋದಯವನ್ನು ವೀಕ್ಷಿಸುತ್ತಾ ಬಂದವನಿಗೆ ಹಿಂದೆ ಸ್ಕೊರ್ಪಿಯೋ ವಾಹನ ತಮ್ಮನ್ನು ಫಾಲೋ ಮಾಡ್ತಿದೆ ಎಂಬುದು ಗಮನಕ್ಕೆ ಬಂತು. ಕಪ್ಪು ಗ್ಲಾಸುಗಳ ಆ ವಾಹನವು ಅವನಲ್ಲಿ ಯಾವುದೋ ಅಪಾಯದ ಮುನ್ಸೂಚನೆಯನ್ನು ಟ್ರಿಗರ್ ಮಾಡಿತ್ತು. ನಿದ್ರಾವಸ್ಥೆಯಲ್ಲಿರುವ ಶೈಲತ್ತೆಯನ್ನು ಎಬ್ಬಿಸಿ ಅದನ್ನು ಅವಳ ಗಮನಕ್ಕೆ ತರುವುದೇ ಬೇಡವೇ, ಎಂದು ಅವನ ಮನಸ್ಸು ಹೊಯ್ದಾಡಿತು. ಇವರ ಕಾರಿನ ವೇಗದಲ್ಲೇ ಚಲಿಸುತ್ತಿದ್ದರಿಂದ ಹಿಂಬಾಲಿಸುತ್ತಿದ್ದ ವಾಹನವು ಒಂದು ನಿರ್ದಿಷ್ಟ ಅಂತರವನ್ನು ಕಾದುಕೊಂಡಿತ್ತು. ಕಣ್ಮುಟ್ಟುವ ವರೆಗೂ ಚಾಚಿಕೊಂಡಿದ್ದ ವಿಸ್ತಾರ ಬಯಲಿನಲ್ಲಿ ಜನರೇ ಕಾಣುತ್ತಿರಲಿಲ್ಲ. ಬೇಗನೇ ಯಾವುದಾದರೂ ಊರು ತಲುಪಿದರೆ ಅಲ್ಲಿ ಚಹ ಕುಡಿಯಲು ನಿಲ್ಲಿಸು ಎನ್ನಬೇಕು. ಯಾರೋ ಆಗಿದ್ದರೆ ಕಾರು ಮುಂದೆ ಹೋಗುತ್ತದೆ. ತಮ್ಮನ್ನು ಫಾಲೋ ಮಾಡುವವರೇ ಆಗಿದ್ದರೆ ಅವರೂ ನಿಲ್ಲುತ್ತಾರೆ. ಲಿಂಗಣ್ಣ

ಬದಲಾದಂತೆ ಕಂಡರೂ, ವಿರುಪಾಕ್ಷಿಯ ಅಂತು ಇನ್ನೂ ತಿಳಿದಿಲ್ಲ. ಸಂಭಾವ್ಯ ಆಪತ್ತುಗಳನ್ನು ಊಹಿಸಿದ ಪ್ರೀತಂನ ಬುದ್ಧಿ ಸೆಳಕ ಮೀನಿನಂತೆ ಚುರುಕಾಗಿತ್ತು. ಅವನ ದೃಷ್ಟಿ ಈಗ ಸ್ಕೋರ್ಪಿಯೋ ಮೇಲೇ ಇತ್ತು. ರಸ್ತೆ ಪಕ್ಕದಲ್ಲಿ ಕೆಲವು ಮನೆಗಳು ಗೋಚರಿಸಿದವು. ಯಾವುದೋ ಊರು ಹತ್ತಿರವಾಗಲಿದೆ ಅನಿಸಿತು.

ಡ್ರೈವರ್ ರಸ್ತೆ ಪಕ್ಕದ ಹೊಟೆಲ್ಲಿನೆದುರು ನಿಲ್ಲಿಸಿದ. ಹಿಂದೆ ಬರುತ್ತಿದ್ದ ವಾಹನ ವೇಗವನ್ನು ನಿಧಾನಗೊಳಿಸಿದ್ದು ಗಮನಿಸಿ ಪ್ರೀತಂ ಇನ್ನಷ್ಟು ಅಲರ್ಟ್ ಆದ. ಆದರೆ ಅದು ನಿಲ್ಲದೇ ಮುಂದೆ ಹೋಯಿತು. ಸ್ವಲ್ಪ ನಿರಾಳತೆಯಿಂದ "ಏಳಿ, ಚಹ ಕುಡಿಯೋಣ" ಎಂದು ಸುಮಿಯನ್ನೂ ಶೈಲತ್ತೆಯನ್ನೂ ಎಬ್ಬಿಸಿದ. ಅದೊಂದು ಸಾಧಾರಣ ಹೊಟೆಲ್. ಸುಮಿ ಶೈಲತ್ತೆ ಬರೀ ಚಹ ಅಷ್ಟೆ ಕುಡಿದರು. ಪ್ರೀತಂ ದೋಸೆ ಕೊಡಿ ಅಂದ. ಆದರೆ ಅಲ್ಲಿ ಮಂಡಕ್ಕಿ ಮಾತ್ರ ರೆಡಿಯಾಗಿತ್ತು. ತರಿಸಿ ತಿಂದ. ಯಾರೋ ತಮ್ಮನ್ನು ಫಾಲೋ ಮಾಡುತ್ತಿರುವ ಬಗ್ಗೆ ಶೈಲತ್ತೆಗೆ ಹೇಳಿದ. ಅದರ ನಂಬರ್ ಹಿಂಗಿಂಗೆ ಅಂದ. ಶೈಲತ್ತೆಗೆ ತುಸು ಆತಂಕವಾದರೂ ತೋರಿಸಿಕೊಳ್ಳಲಿಲ್ಲ. "ವಿರುಪಾಕ್ಷಿ ನನ್ನೆದುರು ಅಂಥ ಧೈರ್ಯ ತೋರಿಸಲಿಕ್ಕಿಲ್ಲ. ಆದ್ರೆ ಚೆನ್ನೇಶನದು ಭರವಸೆಯಿಲ್ಲ. ಅಂವ ಹರಾಂಖೋರ್ ಅದಾನ. ಅಕಲ್ ಕಮ್ಮಿ ಐತಿ ಅವಂಗೆ. ನಿಮಗೆ ಕಾಟ ಕೊಟ್ಟು ನನಮ್ಯಾಲ್ ಸೇಡ್ ತೀರಿಸ್ಕೋ ಬೇಕಾಗದ ಅಂವಂಗ. ನೀವೇನು ಗಾಬರಿ ಆಗ್ಬೇಡಿ. ನನ್ ಸ್ಟುಡೆಂಟ್ಸು ಅದಾರ. ಒಬ್ಬಂವ ಡಿವಾಯ್‌ಎಸ್ಪಿ ಅದಾನ. ಇನ್ನೊಬ್ಬ ಗದಗನಾಗ ಪಿಎಸ್ಸೈ ಆಗ್ಯಾನ. ನಿನ್ನೆ ಅವ್ರ ಜೊತಿ ಫೋನಲ್ಲಿ ಕ್ಯಾಸುಅಲ್ ಆಗಿ ಮಾತಾಡಿದ್ದೆ. ನನ್ನ ಬಗ್ಗೆ ಬಾಳಾ ಅಭಿಮಾನ ಇಟ್ಕೊಂಡ ಹುಡುಗರು ಅವ್ರು. ಯಾವಾಗ ಏನಾರ ಮದತ್ ಬೇಕೂಂದ್ರ ಫೋನ್ ಮಾಡ್ರೀ ಟೀಚರ್, ಅಂದಾರ. ಮತ್ತ ಆ ಗಾಡಿ ನಮ್ಮ ಫಾಲೋ ಮಾಡ್ತು ಅಂದ್ರ ಏನಾರ ಮಾಡೂನು, ತಗೋ" ಅಂದಳು. ಪ್ರೀತಂನಿಗೂ ಸರಿ ಅನಿಸಿತು. ಚಹ ಕುಡಿದು ಕಾರ್ ಏರುವಾಗ ಶೈಲತ್ತೆ ಹಿಂದಿನ ಸೀಟಿಗೇ ಬಂದು "ನೀ ನಡೂಕ ಕುಳ್ಳಪ್ಪ" ಎಂದು ಪ್ರೀತಂನನ್ನು ಮಧ್ಯ ಕುಳ್ಳಿಸಿಕೊಂಡಳು. "ಈಗ ನೀ ಇಲ್ಲಿ ಸೇಫ್" ಅಂದಳು. ಪ್ರೀತಂ ತುಸು ನಾಚಿಕೊಂಡ. "ಹೇ ಕಡಲ ತೀರದವ್ರು ಸಿನಿಮಾದಲ್ಲಿ ಹೀರೋ ಆಗಬಹುದು. ಆದರೆ ಬಾಡಿಗಾರ್ಡ್ಸ್, ನಾವೇ ಬಯಲು ಸೀಮೆಯವರು" ಅಂದಳು ಸುಮಿ.

"ಹೇ ಪ್ರೀತ್, ನೀನು ಫಿಲಮ್ ಸ್ಟಾರ್ ಆದ್ಮೇಲೆ ಟಿವಿಯವರಿಗೆಲ್ಲಾ ಇಂಟರ್ವ್ಯೂ, ಸಂದರ್ಶನ ಎಲ್ಲಾ ಕೊಡ್ಬೇಕಾಗುತ್ತಲ್ಲ. ಅದ್ಕೆ ನಿಂಗೆ ರಿಹರ್ಸಲ್ ಮಾಡಿಸ್ತೀನಿ, ಆಯ್ತಾ?" ಎಂದಳು.

"ಐ ಆಮ್ ರೆಡಿ" ಎಂದ.

"ಓಕೆ... ಯು ಆರ್ ಟ್ರಾವೆಲ್ಲಿಂಗ್ ವಿತ್ ಟು ಬ್ಯೂಟಿಫುಲ್ ಲೇಡೀಸ್, ಇಬ್ಬರು ಸುಂದರಿಯರ ಜೊತೆ ಪ್ರಯಾಣಿಸುತ್ತಿರುವುದು ತಮಗೆ ಹೇಗನಿಸುತ್ತೆ, ಸರ್?" ಎಂದು ಖಾಲಿ ವಾಟರ್ ಬಾಟಲ್ಲನ್ನೆ ಮೈಕ್ ಥರ ಹಿಡಿದಳು.

"ಫೀಲಿಂಗ್ ಗ್ರೇಟ್, ರಾಶಿ ಖುಶಿ ಆಗ್ತಿದೆ... ಆದ್ರೆ ಇಬ್ಬರಲ್ಲಿ ಒಬ್ಬಳ ಜೊತೆ ಆಯಸ್ಸು ಪೂರ್ತಿ ಲೈಫು ನಡೆಸಬೇಕಲ್ಲಪ್ಪ" ಎಂದ ಪ್ರೀತಂ.

"ಕಟ್ ಕಟ್ ಕಟ್. ಇಂಥ ಉತ್ತರ ಎಲ್ಲಾ ಎಡಿಟ್ ಮಾಡ್ಬಿಡ್ತೀನಿ... ನೆಟ್ಟಗೆ ರಿಪ್ಲೈ ಮಾಡು" ಎಂದು ಬಾಟಲಿಂದ ಅವನ ತಲೆಗೆ ಕುಕ್ಕಿದಳು.

"ಅರೆ, ಸ್ಟಾರ್ ಅಂತೀ, ಮತ್ತೆ ತಲೆಗೇ ಕುಟ್ತೀ... ಓಕೆ, ನೆಕ್ಸ್ಟ್ ಕ್ವಶ್ಚನ್."

"ಸರ್, ನಿಮ್ಮ ಲವ್ ಲೈಫ್ ಬಗ್ಗೆ ಹೇಳಿ... ನೀವು ನಿಮ್ಮ ಪ್ರೇಮಿಯನ್ನು ಹುಡುಕುತ್ತಾ ಕಡಲು ತೀರದಿಂದ ಘಟ್ಟ ಹತ್ತಿ, ಬಯಲು ಸೀಮೆ ವರೆಗೆ ಹೋಗಿದ್ರಿ ಅಂತೆಲ್ಲ ಕೇಳಿದ್ದೆ, ಅದು ನಿಜಾನಾ?"

"ಎಕ್ಚುವಲೀ ಮೀನು ತಿಂದುತಿಂದೂ ನಾಲಿಗೆ ಎಲ್ಲಾ ಜಡ್ಡುಗಟ್ಟಿ ಹೋಗಿತ್ತು. ಒಂದೆರಡು ದಿನಾ ಜೋಳದರೊಟ್ಟಿ ಖಾರಾಪುಡಿ ತಿಂದು ಬರೋಣ ಅಂತ ಹೋಗಿದ್ದು ಅಷ್ಟೆ."

"ಈಡಿಯಟ್" ಎಂದು ಮತ್ತೆ ತಲೆಗೆ ಇಕ್ಕಿದಳು.

"ಓಕೆ, ನೆಕ್ಸ್ಟ್ ಕ್ವಶ್ಚನ್... ನೀವು ಬಯಲುಸೀಮೆಯ ಹುಡುಗೀನ ಕಿಡ್ನ್ಯಾಪ್ ಮಾಡಿ ಮದುವೆ ಆಗಿದ್ದು ಅಂತೆ, ಹೌದಾ?"

"ಎಕ್ಚುವಲೀ, ಆ ಬಯಲು ಸೀಮೆಯ ಹುಡುಗೀನೇ ತನ್ನ ಅತ್ತೆ ಜೊತೆ ಸೇರಿ, ಬಲವಂತವಾಗಿ ಮದುವೆ ಎಂಬ ಖೆಡ್ಡಾದಲ್ಲಿ ಬೀಳಿಸಿದಳು. ನೀರಲ್ಲಿ ಬಿಟ್ಟ ಮೀನಿನಂತೆ ಹಾಯಾಗಿ ಲೈಫ್ ಮಾಡಬೇಕು ಅಂತಾ ಇದ್ದೆ ನಾನು."

ಸುಮಿ ಈಗ ಕೈ ಮುಷ್ಟಿ ಮಾಡಿಯೇ ಪ್ರೀತಂನ ಮುಖಕ್ಕೆ ಗುದ್ದಿದಳು.

"ಶೈಲತ್ತೆ, ಇವ್ನು ಚಂದಾಗಿ ಒಮ್ಮೆ ಲವ್ಯೂ ಅಂದಿಲ್ಲ, ರೋಮ್ಯಾಂಟಿಕ್ ಆಗಿ ಮದುವೆಗೆ ಪ್ರೊಪೋಸ್ ಮಾಡ್ಲಿಲ್ಲ. ಇಂಥವನನ್ನು ಅವಸರದಲ್ಲಿ ನನ್ನ ತಲಿಗೆ ಕಟ್ಟಿಯಲ್ಲ" ಎಂದು ಅಳುಮೋರೆ ಮಾಡಿಕೊಂಡಳು.

ಹಿಂಬಾಲಿಸುತ್ತಿರುವ ಅಪರಿಚಿತ ವಾಹನದ ಬಗ್ಗೆ, ಇಬ್ಬರ ಭವಿಷ್ಯದ ಬಗ್ಗೆ ಆತಂಕದಲ್ಲೇ ಯೋಚಿಸುತ್ತಿದ್ದ ಶೈಲತ್ತೆಗೆ ಮಕ್ಕಳ ಇಂಥ ತುಂಟಾಟ ಮನಸ್ಸನ್ನು ಹಗುರಗೊಳಿಸಿತು. "ಘಟ್ಟದಮೇಲಿನ ನೆಲ್ಲಿಕಾಯಿ, ಸಮುದ್ರದೊಳಗಿನ ಉಪ್ಪು, ಇದೊಳ್ಳೇ ಜೋಡಿ" ಎಂದು ಮನಸ್ಸಲ್ಲೇ ಅಂದುಕೊಂಡಳು. "ಹೌದೇನೋ ಹುಡುಗಾ, ಇದು ಅಕ್ಷಮ್ಯ ಅಪರಾಧ. ನಮ್ ಚೆಲುವಿ ಸುಮಿ ನಿಂಗೆ ಬೇಕಂದ್ರೆ ಅವಳಿಗೆ ಒಮ್ಮೆ ಮುದ್ದಾಗಿ ಮನಸಿಂದ ಲವ್ಯೂ ಅಂದ್ಬಿಡು... ಹಾಗೇ ರೋಮ್ಯಾಂಟಿಕ್ ಆಗಿ ಪ್ರೊಪೋಸ್ ಕೂಡ ಮಾಡ್ಬಿಡು. ಬೇಕಾದ್ರೆ ಕೃಷ್ಣಾ ನದಿ ತಟದಲ್ಲಿ ಗಾಡಿ ನಿಲ್ಲಿಸಿ, ಈ ಎಲ್ಲ ಔಪಚಾರಿಕತೆಗಳನ್ನು ಮುಗಿಸಿಯೇ ಮುಂದೆ

ಹೋಗೋಣ. ಮದುವೆ ಸಂಪ್ರದಾಯದಂತೆ ಮಾಡೋಕಾಗದೇ ಇರಬಹುದು, ಅದರ ಅಗತ್ಯವೂ ಇಲ್ಲ. ಆದರೆ ಪ್ರೇಮ ಮಾತ್ರ ಸಂಪ್ರದಾಯಬದ್ಧ ಆಗಲೆ ಬೇಕು" ಎಂದು ಶೈಲತ್ತೆಯೂ ನಾಟಕೀಯವಾಗಿಯೇ ಮಾತಾಡಿ ಮಕ್ಕಳನ್ನು ನಗಿಸಿದಳು.

ಅವರೆಲ್ಲರ ನಗು ಜೋರಾಗಿರುವಾಗಲೇ ನೇರ ರಸ್ತೆಯ ತುದಿಯಲ್ಲಿ ಬಿಳಿ ಬಣ್ಣದ ಸ್ಕೋರ್ಪಿಯೋ ನಿಂತಿರುವುದು ಕಣ್ಣಿಗೆ ಬಿತ್ತು. ಏನೇ ಆಗಲಿ ನಮ್ಮ ಕಾರ್ ನಿಲ್ಲಿಸಬಾರದು ಎಂದು ಶೈಲತ್ತೆ ಡ್ರೈವರನಿಗೆ ಸೂಚನೆ ನೀಡಿದಳು. ಅವಳ ಕೈಗಳು ಬ್ಯಾಗಲ್ಲಿ ತಡಕಾಡಿ ರಿವಾಲ್ವರ್ ಹೊರತೆಗೆದವು. ಪ್ರೀತಂನ ದೃಷ್ಟಿ ಈಗ ಆ ನಿಗೂಢ ವಾಹನದಿಂದ ಶೈಲತ್ತೆ ಹಿಡಿದ ರಿವಾಲ್ವರ್ ಮೇಲೆ ಕೇಂದ್ರಿಕೃತವಾಯಿತು. ಅವನು ಪ್ರಪ್ರಥಮ ಬಾರಿಗೆ ಅಂಥದ್ದನ್ನು ನೋಡುತ್ತಿದ್ದ. ಇದು ಗಂಭೀರ ಪರಿಸ್ಥಿತಿ ಎನಿಸಿ ಅವನ ಮೆದುಳು ಚುರುಕಾಯಿತು. ಜನರಹಿತ ರಸ್ತೆಯಲ್ಲಿ ಏಕಾಂಗಿಯಾಗಿ ನಿಂತಿರುವ ಆ ವಾಹನವು ಭಯಸ್ವರೂಪಿಯಾಗಿತ್ತು ಎನ್ನುವುದು ಸುಳ್ಳಲ್ಲ. ಆದರೆ ವಾಹನದಿಂದ ಯಾರೂ ಕೆಳಗಿಳಿದಿರಲಿಲ್ಲ. ದಾಟಿ ಹೋಗುವಾಗಲೂ ಆ ವಾಹನದಿಂದ ಇಳಿದು ಯಾರೂ ತಡೆಯಲಿಲ್ಲ. ಸುತ್ತಲೂ ಕಪ್ಪು ಗ್ಲಾಸುಗಳನ್ನು ಪೂರ್ತಿ ಏರಿಸಿದ್ದರಿಂದ ಅದರೊಳಗಿರುವವರು ಯಾರೆಂದೂ ಕಾಣಲಿಲ್ಲ. ಗಾಡಿ ನಂಬರ್ ಮಾತ್ರ ಅದೇ ಆಗಿತ್ತು!

ಪಾಸಾಗುವಾಗ ಶೈಲತ್ತೆ ನಿಂತ ಗಾಡಿಯತ್ತ ತಿರುಗಿ ನೋಡಿದಳು. ಮುಂದೆ ಡ್ರೈವರ್ ಮಾತ್ರ ಕೂತಿದ್ದ. ಹಿಂದಿನ ಸೀಟಿನಲ್ಲಿ ಇಬ್ಬರು ಕಲ್ಲಿನಂತೆ ಕೂತಿದ್ದು ಅಸ್ಪಷ್ಟವಾಗಿ ಕಂಡಿತ್ತು. ಬ್ಯಾಗಿಂದ ಡೈರಿ ತೆಗೆದು ಯಾವ್ದೊ ನಂಬರ್ ಹುಡುಕಿ ಅದನ್ನು ಮೊಬೈಲಿನಲ್ಲಿ ಒತ್ತಿ ಕಾಲ್ ಮಾಡಿ ಕಿವಿಗೆ ಹಿಡಿದಳು. ರಿಂಗಾಗಿ, ನಂತರ ರಿಸೀವ್ ಮಾಡಿದ್ರೂ ಸೈಲಂಟಾಗಿತ್ತಾದ್ದರಿಂದ ಮತ್ತೊಮ್ಮೆ ಕಾಲ್ ಮಾಡಿದಳು. ಆಗಲೂ ಅದೇ ಆದಾಗ "ಲೇ ಚೆನ್ನೇಶಾ, ಕೆ ಎ ಫಾರ್ಟಿ ನಾನೂರಾ ಇಪ್ಪತ್ತಾರು ಗಾಡಿ ಮೇಲಿದ್ದಂವ ನೀನೇನು?" ಎಂದಳು. ಮತ್ತೆ ಮೌನವೇ ಇದ್ದದ್ದರಿಂದ "ಲೇ ಖಬರಗೇಡಿ, ಯಾಕೋ ಗಂಟಬಿದ್ದಿ? ನಿಂಗೆ ಒಳ್ಳೇ ಮಾತಿಂದ ಹೇಳಾಕ್ ಹತ್ತೀನಿ. ನೀನಾಗ್ಲಿ ನಿನ್ನ ಜೊತೆಗಿರುವರಾಗ್ಲಿ ಅಥವಾ ನೀನ್ ಕಳಿಸಿದ ಮಂದಿಯಾಗಲಿ ಏನಾರ್ ನಂಗೆ ಅಡ್ಡ ಬಂದ್ರೆ ನೆಟ್ಟಗಿರೋದಿಲ್ಲ, ತಿಳಿದಿರ್ಲಿ. ನನ್ನ ಕೈಲಿ ರಿವಾಲ್ವರ್ ಐತಿ. ಸುಟ್ಟು ಹಾಕೋಕೂ ಹಿಂಜರಿಯೋಳಲ್ಲ. ಗದಗ ಡಿವಾಯ್‌ಎಸ್ಪಿ ನನ್ನ ವಿದ್ಯಾರ್ಥಿ ಅದಾನ. ಈಗ್ಲೇ ಫೋನ್ ಮಾಡಿ ಅರೆಸ್ಟ್ ಮಾಡಿಸ್ತೀನಿ. ನನ್ಮಗನ, ಸುಮ್ನೇ ನನ್ನ ಹಿಂದಬಿದ್ದು ನನಗ ಇಲ್ಲದ ಕಿರುಕುಳ ಕೊಟ್ಟಿ ನೀ. ಆದ್ರು ಸುಮ್ನೇ ಆದೆ, ಕುಟುಂಬದಲ್ಲಿ ಕಲಹ ಬ್ಯಾಡಂತ. ಈಗ ನಾ ಸುಮ್ನಿರುವಾಕಿ ಅಲ್ಲ, ತಿಳ್ಕ. ಈ ಮಕ್ಕಳಿಗೆ ಏನಾರ್ ಆಯ್ತು ಅಂದ್ರೆ ನಿನ್ನ ಹುಟ್ಟಲಿಲ್ಲ ಅನ್ಸಬುಡ್ತಿನಿ, ಹುಶಾರ್. ಮತ್ತೆ ನಿನ್ ಗಾಡಿ

ಕಣ್ಣಿಗ್ ಬಿದ್ರೆ ನನ್ನ ರಿವಾಲ್ವರ್ ಮಾತಾಡತೈತಿ, ಅಷ್ಟೇ!" ಎಂದು ಫೋನ್ ಎಸೆದಳು. ಗದಗ ದಾಟುವ ವರೆಗೂ ಶೈಲತ್ತೆ ಕಂಪಿಸುತ್ತಿದ್ದಳು. ಸುಮಿ ಪ್ರೀತಂಗೆ ಕಣ್ಸನ್ನೆ ಮಾಡಿದಳು. ಅವನು ಒಂಚೂರು ಗಾಡಿ ನಿಲ್ಲಿಸಲು ಹೇಳಿ ಮುಂದಿನ ಸೀಟಿಗೆ ಹೋದ. ಸುಮಿ ಶೈಲತ್ತೆಯ ಬೆನ್ನಿನಡಿ ಕೈಇಟ್ಟು ಆಕೆಯನ್ನು ತನ್ನ ತೊಡೆಯ ಮೇಲೆ ಮಲಗಿಸಿಕೊಂಡು ಕೂದಲು ಗಲ್ಲ ಕೆನ್ನೆಯನ್ನು ಸವರಿದಳು. ಸುಮಿಯ ಪ್ರೀತಿಯ ಸ್ಪರ್ಶಕ್ಕೆ ಶೈಲತ್ತೆ ಹಾಗೇ ನಿದ್ದೆ ಹೋದಳು, ಹುಬ್ಬಳ್ಳಿ ತಲುಪವ ವರೆಗೂ!

*

"ಲೇ, ಪ್ರೀತ್, ಶೈಲತ್ತೆಗೆ ನಿಮ್ಮೂರಲ್ಲಿ ಏನೇನ್ ತೋರ್ಸ್ತಿಯೋ?" ಅಂದಳು. ಚಿಕ್ಕ ನಿದ್ದೆ ಮತ್ತೀಗ ಹುಬ್ಬಳ್ಳಿಯಲ್ಲೊಂದು ಒಳ್ಳೆ ಊಟ ಮಾಡಿದ ನಂತರ ಮೂವರಲ್ಲೂ ಮತ್ತೆ ಲವಲವಿಕೆ ಬಂದಿತ್ತು. ಶೈಲತ್ತೆ ಬಿಳಿಜ್ವಾಳದ ರೊಟ್ಟಿ, ಗೋಧಿ ಚಪಾತಿ, ಮಾಲೇದಿ, ಹುಳಿಬಾನ, ಸೇಂಗಾದ ಹಿಂಡಿ, ಮಾಯಿನ ಕಾಯಿ ಕಾರಯಿಟ್ಟು ಎಲ್ಲ ಬುತ್ತಿ ಕಟ್ಟಿ ತಂದಿದ್ದಳು. "ನಿಂಗೆ ಪಸಂದ ಆಗ್ತೈತೋ ಇಲ್ಲೋ. ಆದ್ರೆ ನೀ ನಮ್ಮ ಬಯಲಸೀಮಿ ಊಟದ ರುಚಿ ನೋಡಬೇಕು" ಎಂದು ಅದನ್ನು ಪ್ರೀತಂನಿಗೆ ಕೊಟ್ಟಿದ್ದಳು. ಅವನು ಇಂಥ ವಿಶಿಷ್ಟ ರುಚಿಯ ಊಟ ಎಂದೂ ಉಂಡಿರಲಿಲ್ಲ. ಖುಶಿಯಾಗಿದ್ದ. "ಬೀಚು, ಕಾಳಿ ನದಿ, ಸದಾಶಿವಗಡ, ಫೈಯರಿಂಗ್ ಪಾಯಿಂಟು ಎಲ್ಲಾ ತೋರಿಸೋಣ" ಅಂದ. "ಅದು ಶೈಲತ್ತೆ ಮೇಲಿನ ಪ್ರೀತಿಯಿಂದೋ, ಇಲ್ಲಾ ಅವಳ ಗನ್ ಪಾಯಿಂಟಿಗೆ ಹೆದ್ರಿದ್ಯೋ" ಎಂದು ಛೇಡಿಸಿದಳು. ಸುಮಿಯ ಮಾತಿಗೆ ಶೈಲತ್ತೆಯೂ ನಕ್ಕಳು. "ಪ್ರೇಮನಾ ಗೆಲ್ಸೋಕೆ ಕೆಲವೊಮ್ಮೆ ಕೋವಿನೂ ಕೆಲ್ಸಕ್ಕೆ ಬರತೈತಿ, ಮಕ್ಕಳೇ" ಎಂದಳು. "ಅದ್ಸರಿ ಅತ್ತೆ, ನಮ್ಮ ಪ್ರೀತಿ ಬಗ್ಗೆ ಅಷ್ಟು ಕಳಕಳಿ ತೋರಿಸ್ತಿಯಲ್ಲ, ನಿನ್ನ ಮತ್ತು ಹುಸೇನನ ಪ್ರೇಮ ಉಳ್ಸಕೊಳ್ಳೊಕೆ ನೀ ಯಾಕೆ ಇಂಥ ಪ್ರಯತ್ನ ಮಾಡಲಿಲ್ಲ?" ಎಂದಳು ಸುಮಿ. ಶೈಲತ್ತೆಯನ್ನು ಮುಕಾಬಿಲೆ ಮಾಡಲಿಕ್ಕೆ ಇದೇ ಅವಕಾಶ ಎನಿಸಿತ್ತು ಅವಳಿಗೆ. "ಆಗಿನ ಪರಿಸ್ಥಿತಿ, ನನ್ನ ಮನಸ್ಥಿತಿ ಬೇರಿತ್ತು ಮಗಳೇ. ಆಗ ನಿನ್ನಪ್ಪ ಅದೆಂಥ ಉಗ್ರಕೋಪಿ ಅಂದ್ರೆ, ನಾನು ಸ್ವಲ್ಪನಾದ್ರು ದುಡುಕಿದ್ರೆ ಹುಸೇನ್ ಪೀಸ್ ಪೀಸ್ ಆಗ್ತಿದ್ದ. ನನಗೆ ಸಾವಿನ ಭಯ ಇರಲಿಲ್ಲ. ಆದರೆ ಅವನ ಪ್ರತಿಷ್ಠೆಗೆ ನಿಷ್ಕಾರಣವಾಗಿ ಹುಸೇನಿಯ ಹೆಣ ಬೀಳ್ತಿತ್ತು. ಅದನ್ನು ನನ್ನಿಂದ ಸಹಿಸಲು ಸಾಧ್ಯವಿರಲಿಲ್ಲ. ನಾನು ಅನ್ನ ನೀರು ಬಿಟ್ಟು ಉಪವಾಸ ಮಾಡಿದೆ. ಅವರ ಮನಸ್ಸು ಕರಗಲಿಲ್ಲ. "ನೀ ಸತ್ರೆ ಸ್ಯಾಂಟ್ ಹೋಯ್ತು" ಅಂದ. ನಾನು ಯೋಚಿಸಿದೆ. ಬದಲಾದೆ. ಒಂಟಿಯಾಗಿ ಬದುಕುವ ಅಚಲ ನಿರ್ಧಾರ ಮಾಡಿದೆ. ಹುಸೇನಿಗೂ ಹೇಳಿದೆ. ಪಾಪ, ಎಲ್ಲಾ ಸರಿಯಾಗಬಹುದು

ತಡಿ ಎಂದು ಕಾದ. ಆಮೇಲೆ ಮದ್ವಿ ಮಾಡಿಕೊಂಡಾಗಲೂ ನನಗೇನೂ ಅಂಥ ಆಘಾತ ಆಗಲಿಲ್ಲ. ನೊಂದುಕೊಂಡಿದ್ದೆ ಸಹಜವಾಗೇ. ಆದರೆ ಆ ನೋಯುವಿಕೆಯೂ ನನ್ನನ್ನು ಇನ್ನೊಂದು ಮಜಲಿಗೆ ಒಯ್ದಿತ್ತು. ಅಷ್ಟರಲ್ಲಿ ಪ್ರೇಮವೆಂಬ ಪ್ರೇಮವೇ ಮೆಹಸೂಸ್ ಆಗಲು ಶುರುವಾಗಿತ್ತು. ಅದೊಂಥರಾ ಆತ್ಮಾನುಭೂತಿ" ಅಂದಳು.

ಶೈಲತ್ತೆಯಲ್ಲಿ ಇನ್ನೂ ಏನೋ ಹೇಳಲಿಕ್ಕಿದೆ ಎನ್ನುವುದನ್ನು ಗ್ರಹಿಸಿದ ಇಬ್ಬರೂ ಮೌನವಾಗಿದ್ದರು. ಮಕ್ಕಳ ಅಂಥ ಮೌನವು ಶೈಲತ್ತೆ ಮನಸ್ಸು ಬಿಚ್ಚಿ ಮಾತಾಡಲು ಅನುವು ಮಾಡಿಕೊಟ್ಟಿತು.

"ನಿಮ್ಗೆ ಇನ್ನೊಂದ್ ವಿಷ್ಯ ಹೇಳ್ತೀನಿ ಕೇಳಿ. ಈ ಚೆನ್ನೇಶ್ ಇದ್ದಾನಲ್ಲ, ನನ್ನ ಭಾಳಾ ಖಾಯಸ್ ಮಾಡ್ತಿದ್ದ. ನಿನ್ನ ನಾ ಮದುವಿ ಆಕಿನಿ, ನೀನಂದ್ರೆ ಬೇಜಾನ್ ಇಷ್ಟ" ಅಂತಿದ್ದ. ಅದು ಹುಸೇನಿ ಸಂಬಂಧ ಮುಗದ ಮ್ಯಾಲೆ; ಅಂದ್ರೆ ಹುಸೇನಿ ಶಾದಿ ಮಾಡ್ಕಂಡ ಮ್ಯಾಲೆ. ಆದ್ರೆ ನಂಗೆ ಅದರಲೆಲ್ಲ ಆಸಕ್ತಿನೇ ಬರಲಿಲ್ಲ. ಒಂದಿನ ತಿಳ್ಸಿ ಹೇಳಿದೆ. ನೀ ನನ್ನ ಚಂದ ನೋಡಿ ಆಸೆ ಇಟ್ಕೊಂಡಿದ್ದಿ. ಆದ್ರೆ ನಾನು ಎಲ್ಲಾ ದೈಹಿಕ ಆಸೆಗಳಿಂದ ಮುಕ್ತಳಾಗಿನಿ. ಸುಮ್ನೆ ಹಿಂದ್ ಬೀಳಬ್ಯಾಡಪ್ಪ. ಯಾವ್ದೋ ಚಂದದ ಹುಡುಗಿ ನೋಡಿ ಮದುವಿ ಆಗಿ ಸುಖವಾಗಿರು, ಅಂದೆ. ಹೂಂ ಹೂಂ ಅಂತಿದ್ದ. ಆದ್ರೂ ಕೋಶಿಶ್ ಬಿಡ್ತಿರಲಿಲ್ಲ. ಬೆನ್ನಿಗೆ ಶನಿಯಂತೆ ವಕ್ಕರಿಸಿದ. ಅವನ ಕಾಟ ತುಂಬಾನೆ ಜಾಸ್ತಿಯಾಯ್ತು. ಒಂದ್ಸಲ ಜೇವರ್ಗಿ ಹಳ್ಳಿ ಮನೆಲಿ ದೊಡ್ಡ ಕಾರ್ಯಕ್ರಮ. ಎಲ್ರೂ ಸೇರಿದ್ವಿ, ನಾನು ಹುಸೇನಿಯನ್ನು ಮರೆತು ಲವಲವಿಕೆಯಿಂದ ಓಡಾಡೋದು ನೋಡಿ ನಿನ್ನಪ್ಪ ಅಜ್ಜಿ ಎಲ್ಲಾ ಖುಶಿಯಾಗಿದ್ರು. ಅವ್ರಿಗೆ ಡಬಲ್ ಸಂಭ್ರಮ. ಒಂದು ಹುಸೇನ್ ಜೊತೆ ಸಂಬಂಧ ತಡೆದದ್ದು, ಇನ್ನೊಂದು ಈಕಿ ಖುಶ್ ಖುಶ್ ಆಗಿದ್ದಾಳೆ, ಇನ್ನೇನು ಮದುವೆಗೂ ಹೂಂ ಅಂತಾಳೆ ಅಂತ. ಈ ಚೆನ್ನೇಶನೂ ಖುಶಿಯಾಗಿದ್ದ. ಇವ್ಳು ಇಂದಲ್ಲ ನಾಳೆ ಮನಸ್ಸು ಬದಲಿಸಿ ತನಗೇ ಒಲಿತಾಳೆ, ಲಿಂಗನಗೌಡ ಪಾಟೀಲರ ಅಳಿಯ ಆದ್ರೆ ಚೆಂದೊಳ್ಳಿ ಹೆಣ್ಣೂ ಸಿಕ್ತು, ಅವ್ರ ಅಪಾರ ಆಸ್ತಿನೂ ಸಿಕ್ತು, ಅಂತ ಉಮೇದಿಯಲ್ಲಿದ್ದ. ಸಂಜೆ ನಾನು ಏಕಾಂತ ಧ್ಯಾನ ರೂಢಿ ಮಾಡಿಕೊಂಡಿದ್ದೆನಲ್ಲ! ತೋಟಕ್ಕೆ ಒಬ್ಬಳೇ ಹೋಗಿದ್ದೆ. ಈ ಪುಣ್ಯಾತ್ಮ ಎಷ್ಟೊತ್ತಿಗೆ ಬಂದ್ನೋ. ನನ್ನ ಅಪ್ಪಿಕೊಳ್ಳಲು ಬಂದ. ತಡೆದೆ. ದೂಡಿದೆ. ಸತ್ತಂವ ಮತ್ತೆ ಬಂದ. ಕೆನ್ನೆಗೆ ಬಿಗಿದೆ. ಅವನ ಪುರುಷಾಹಂಕಾರಕ್ಕೆ ಧಕ್ಕೆ ಆಗಿರಬೇಕು, ನನ್ನನ್ನು ಬಲವಂತವಾಗಿ ಕೆಡಹಿ ಮಾನಭಂಗಕ್ಕೆ ಪ್ರಯತ್ನಿಸಿದ. ನಾನು ಚಂಡಿಯಾದೆ. ಅಲ್ಲೆಲ್ಲೋ ಕುಡುಗೋಲು ಇತ್ತು. ಬೀಸಿದೆ. ಅವನ ಎದೆಗೆ ಗುರಿ ಇಟ್ಟದ್ದು ಮರ್ಮಾಂಗವನ್ನು ಗೀರಿತು. ಶಾನೇ ಬೊಬ್ಬೆ ಹಾಕಿದ. ಮತ್ತೆ ಆ ಕಡೆ ನೋಡದೇ ಮನೆಗೆ ಬಂದೆ. ಮನೆಯಲ್ಲಿ ಅದನ್ನ ಹೇಳಿದರೆ ದೊಡ್ಡ ಹಗರಣ

ಆಗ್ತಿತ್ತು. ನಿಮ್ಮವ್ವ ನೀಲವ್ವ ಅಂದ್ರೆ ದೇವತೆ. ನಾ ಏನಾರ ಇಶ್ಯೂ ಮಾಡಿದ್ರೆ ಅವಳಿಗೆ ಮರ್ಯಾದೆ ಆಗ್ತಿತ್ತು. ನಿನ್ನ ಅಪ್ಪನಿಗೆ ಹೇಳಿದ್ರೆ ರೌಡಿ ಆಗ್ತಿದ್ದ. ಇಡೀ ಸನ್ನಿವೇಶನ ನಾನೇ ಸಂಭಾಳಿಸಿದೆ. ಅದಾದ ನಾಲ್ಕು ವರ್ಷದ ಮ್ಯಾಲೆ ಚೆನ್ನೇಶ ಮದ್ವೆ ಮಾಡ್ಕಂಡ. ಆದ್ರೂ ಅವನ ಕೆಟ್ ಕಣ್ಣು ಮಾತ್ರ ನನ್ ಹಿಂಬಾಲಿಸೋದು ನಿಂತಿರಲಿಲ್ಲ."

"ಇನ್ನೂ ಒಂದ್ ವಿಷ್ಯ ಐತಿ. ವಿಷ್ಯ ಬಂದಾಗ್ಲೇ ಹೇಳ್ ಬಿಡ್ತೀನಿ. ಜೇವರ್ಗಿ ಟೌನಲ್ಲಿ ಒಂದು ಅನಾಥಾಶ್ರಮ ಐತಿ. ಮಂದಿಕಡೆ ಹಣಗಿಣ ಸಂಗ್ರಹಿಸಿ ಅದನ್ನ ನಡೆಸ್ತಾರ. ಭಾಳಾ ಚೆನ್ನಾಗಿಯೇ ನಡೆಸ್ತಾರ. ಬಾಡಿಗಿ ಮನೆಯಾಗ ಇದ್ದಾರ. ಜೇವರ್ಗಿಯಲ್ಲಿ ನಮ್ಮ ಒಂದ್ ಚಿಕ್ ಮನೆ ಐತಲ್ಲ. ಅದನ್ನ ಅವ್ರಿಗೆ ಕೊಡೋಣು ಅಂತ ನಿಮ್ಮಪ್ಪಗೆ ಹೇಳ್ದೆ. ಒಲ್ಲೆ ಅಂದ. ನಾಲ್ಕು ಗುಂಟೆ ಜಾಗ, ಮನಿ ಐತಲ್ಲ ಅಲ್ಲಿ... ಅದು ನಮ್ಮ ಅಜ್ಜನ ಕಾಲದಿಂದ್ಲೂ ವ್ಯಾಪಾರಕ್ಕ ಬಳ್ಸಕೋತಿದ್ರಂತ. ಈಗ ನಿಮ್ಮಪ್ಪ ಗುಲ್ಬರ್ಗಾದಲ್ಲಿ ಕಾಂಪ್ಲೆಕ್ಸ್ ಕಟ್ಟಿದ ಮ್ಯಾಲ ಹೆಚ್ಚಿನ ಬಿಸಿನೆಸ್ ಅಲ್ಲಿಗೆ ಶಿಫ್ಟ್ ಆಗಿ, ಜೇವರ್ಗಿ ಬಿಲ್ಡಿಂಗು ಅಷ್ಟು ಬಳಕೆ ಆಗತಿಲ್ಲ. ಅದ್ಕೆ ಅನಾಥಾಶ್ರಮಕ್ಕೆ ಕೊಡೋಣು ಅಂದೆ. ನಿಮ್ಮವ್ವನೂ ಕೊಡ್ರೀ ಹೆಣ್ ಮಗಳು ಕೇಳಾಕ್ ಹತ್ಯಾಳ, ಅವ್ಳಿಗೂ ಹಕ್ಕೈತೋ ಇಲ್ವೋ, ಅಂದ್ಳು. ಆ ಆಸ್ತಿಗೆ ಮಾತ್ರ ಅಲ್ಲ ನಿಮ್ಮ ಇಡೀ ಲಿಂಗನಗೌಡ ಪಾಟೀಲರ ಪಿತ್ರಾರ್ಜಿತ ಆಸ್ತಿಗೂ ಹಕ್ಕದಾರಳ ಆಕಿ, ಎಂದಾಗ ನಿಮ್ಮಪ್ಪಗ ಆಘಾತವೇ ಆಯ್ತಂತ. ಹೌದಲ್ಲ, ಕಾನೂನ್ ಪ್ರಕಾರ ಹೋದ್ರೆ ಅವಳೂ ಪಾಲು ಕೇಳಬಹುದು. ಮೊದ್ಲೇ ತಲೆ ಕೆಟ್ಟ ಹೆಣ್ಣು. ಇಡೀ ಆಸ್ತಿಲಿ ಪಾಲು ಕೇಳಾಕ್ ಬಂದು ಆಮ್ಯಾಲ ಯಾರಿಗೋ ದಾನ ಧರ್ಮ ಮಾಡೋಕು ತಯಾರು ಈಕಿ, ಎಂದು ಯೋಚಿಸಿ ಜೇವರ್ಗಿ ಪ್ಯಾಟಿಮನಿ ನನಗ ಮಾಡಿಕೊಡ್ಲಿಕ್ಕ ಒಪ್ಪಿದ. ಅದನ್ನ ನನ ಹೆಸ್ರಿಗೆ ಕೊಟ್ಟು ಬಾಕಿ ಆಸ್ತಿಲಿ ಪಾಲು ಬೇಡ ಅಂತ ಬರೆಸಿಕೊಳ್ಳೋ ಪ್ಲಾನ್ ನಿಮ್ಮಪ್ಪಂದು. ಆದ್ರ ಈ ಚೆನ್ನೇಶ ತಲೆ ಕೆಡ್ಸಿ ಅದಕ್ಕೂ ಅಡ್ಡಗಾಲ್ ಹಾಕ್ಸಿದ. ನಿಮ್ಮ ಪ್ರೇಮದ ವಿಷ್ಯದಲ್ಲಿ ನಿಮ್ಮ ಅಪ್ಪ ಸ್ವಲ್ಪ ಮೆತ್ತಗಾಗ್ಯಾನು, ನನ್ ಮಾತು ಸ್ವಲ್ಪ ಕೇಳಾಕತ್ತಾನು, ಖರೆ. ಆದ್ರೆ ಅವನ ಮನಸ್ಸು ಪೂರ್ತಿ ಬದಲಾಗ್ಯೆತಿ ಅಂತ ತಿಳಿಬ್ಯಾಡ. ನನಗ ಡೌಟು, ಅಪ್ಪಂದು ಮಗಂದು ಡಬಲ್ ಗೇಮ್ ಕೂಡ ಇರಬಹುದು ಅಂತ. ನಿಜ ಹೇಳ್ತೀನಿ ಮಕ್ಕಳೇ, ನನಗೆ ಯಾರನ್ನೂ ಸಂಶಯದಿಂದ ನೋಡುವ ಆಸಕ್ತಿ ಇಲ್ಲ. ಹಳೆಯ ಮನಸ್ತಾಪ, ಸಿಟ್ಟು, ಕೆಲವೊಮ್ಮೆ ಮಮಕಾರವನ್ನೂ ಕಳಚಿಕೊಂಡಿನಿ ಅನಿಸತ್ಯೆತಿ. ಆದರೆ ಮನುಷ್ಯನ ಧೂರ್ತತೆ, ಮನಸ್ಸಿನೊಳಗಿನ ಇವಿಲ್ ನನ್ನ ಕಣ್ಣಿಗೆ ಪಾರದರ್ಶಕವಾಗಿ ಕಂಡುಬಿಡುತ್ಯೆತಿ. ಅಥವಾ ನನ್ನ ಮನಸ್ಸಿಗೆ ಗೊತ್ತಾಗತ್ಯೆತಿ. ನಿಮ್ಮ ಪ್ರೇಮಕ್ಕೆ ಅಸ್ತು ಎಂದು ನಾಟಕವಾಡಿ, ನನ್ನನ್ನು ಖುಶ್ ಮಾಡಿ, ಹುನಾರದಲ್ಲಿ ಆಸ್ತಿಯನ್ನು ಬರೆಸಿಕೊಳ್ಳೋಕೆ ಪ್ಲಾನ್ ಮಾಡ್ಯಾನ. ವಿರುಪಾಕ್ಷಿ

ಅವನ ಮಾವ ಕಂಸ ಕೂಡಿ ಧಮಕಿಲಿ ನನ್ನನ್ನು ಬೆದರಿಸೋಕೆ ಟ್ರೈ ಮಾಡಾಕ ಹತ್ಯಾರ. ಇದೆಲ್ಲ ನನಗೇನು ಫರಕು ಬೀಳಾಂಗಿಲ್ಲ. ಅವರ ನೋಡಿದ್ರ ಪಾಪ ಅನಿಸ್ತದ. ಒಂದು ಶುದ್ಧ ಪ್ರೇಮವನ್ನು ಕಾಣದ, ಅನುಭವಿಸದ, ಮನ್ನಿಸದ ಅವರ ಬಗ್ಗೆ ಸಂತಾಪ ಆಗತೈತಿ."

ಮಾತಾಡ್ತಾ ಮಾತಾಡ್ತಾ ಕಲಘಟಕಿ ಬಂದದ್ದು ಗೊತ್ತಾಗಲಿಲ್ಲ. ಬಯಲು ಸೀಮೆಯ ಕೊನೆಯ ಗುರುತುಗಳು ಮುಗಿದು ಸಹ್ಯಾದ್ರಿ ಶ್ರೇಣಿಯ ಮಗ್ಗಲು ಪ್ರವೇಶಿಸುವ ಕಿರವತ್ತಿ ಕೂಡ ಬಂತು. ಹಸಿರನ್ನು ಕಂಡೊಡನೆ ಶೈಲತ್ತೆಗೂ ಸುಮಿಗೂ ಕಣ್ಣು ತುಂಬಿ ಬಂದವು. ಪ್ರೀತಂನಿಗೂ ಇಂಥ ಹಸಿರು ಕಾಣದೇ ಸುಮಾರು ದಿನಗಳಾಗಿದ್ದವು. ದಟ್ಟ ಕಾಡು, ಮುಗಿಲೆತ್ತರಕ್ಕೆ ಚಾಚಿದ ಮರ ಸಾಲುಗಳ ನಡುವೆ ಹಾಯುವ ರಸ್ತೆಯಲ್ಲಿ ಅವರ ಕಾರು ವೇಗವಾಗಿ ಚಲಿಸುತ್ತಿತ್ತು. ಯಲ್ಲಾಪುರಕ್ಕೆ ಬಂದಾಗ ಚಹಾ ಕುಡಿಯಲು ನಿಂತರು. "ಇಲ್ಲಿ ಬನ್ಸ್ ಭಾಜಿ ಚಲೋ ಸಿಕ್ತದೆ, ತಿನ್ನಾ?" ಎಂದ ಪ್ರೀತಂ. "ನೋಡಪ್ಪಾ, ಈಗ ನಿಮ್ಮೂರಿಗ್ ಬಂದೀವಿ. ಇನ್ನೇನಿದ್ರೂ ನಿಂದೇ ಆತಿಥ್ಯ" ಅಂದಳು ಶೈಲತ್ತೆ. ಬನ್ಸ್ ಭಾಜಿ ಮತ್ತು ಕಷಾಯ ಕಾಂಬಿನೇಶನ್ ಮಸ್ತ್ ಆಗ್ತದೆ ಎಂದು ಅದನ್ನೇ ಆರ್ಡರ್ ಮಾಡಿದ. ಸುಮಿ ಮೈಸೂರ್ ಪಾಕ್ ಪ್ಯಾಕ್ ಮಾಡಿಸಿಕೊಂಡಳು. ಗಾಡಿ ಮೇಲೆ ಅದರ ಸೌಮ್ಯ ಫ್ಲೇವರ್ ಬಗ್ಗೆ ಸಣ್ಣ ಲೆಕ್ಚರ್ ಕೊಟ್ಟು ಶೈಲತ್ತೆ ಬಾಯಿಗೆ ಸಣ್ಣದು ಮುರಿದು ಹಾಕಿದಳು. ಶೈಲತ್ತೆ "ನಾ ಒಲ್ಲೆವ್ವ, ಸಿಹಿ ಹೆಚ್ಚು ತಿನ್ನಾಂಗಿಲ್ಲ" ಎನ್ನುತ್ತಲೇ ಮತ್ತೆ ಮತ್ತೆ ಬಾಯಿಗೆ ಹಾಕಿಸಿಕೊಂಡಳು. "ಪಾರ್ಶಿಲಿಟಿ ಮಾಡಬೇಡಾ, ನಂಗೂ ಹಾಕು" ಎಂದು ಪ್ರೀತಂ ಬಾಯ್ತೆಗೆದ. ಸುಮಿ ಒಂದು ಅತಿಚಿಕ್ಕ ತುಂಡು ಮುರಿದು ಹಾಕಿ "ಹೇ ಶಾರ್ಕ್, ನನ್ನನ್ನೇ ನುಂಗುವಷ್ಟು ಬಾಯ್ ತೆಗಿತಿಯಲ್ಲೋ" ಎಂದಳು. "ಚಾನ್ಸ್ ಸಿಕ್ಕಿದ್ರೆ ಅದೂ ಮಾಡ್ತಿದ್ದೆ, ಸ್ವೀಟ್ ಹಾರ್ಟ್" ಎಂದ. "ನೋಡ್ ಅತ್ತೆ, ಇವ್ನು ನನ್ನ ನುಂಗ್ ಹಾಕ್ತಾನಂತೆ, ಇಂಥ ರಾಕ್ಷಸನ ಕೈಯಾಗ್ ನಾ ಹ್ಯಾಂಗ್ ಜೀವನ ಮಾಡ್ಲೇ ಅವ್ವ. ಈಗ್ಲೂ ಕಾಲ ಮಿಂಚಿಲ್ಲ. ಇವ್ನ ಇಲ್ಲೇ ದೂಡಾಕಿ, ಹೊರಳಿ ಗಾಡಿ ತಿರುಗಿಸೋಣ ನಡಿ" ಎಂದಳು.

"ನಿಮಗೆ ಇನ್ನೊಂದ್ ವಿಷ್ಯ ಹೇಳ್ತೀನಿ ಮಕ್ಕಳೇ. ನಾನು ಹೃದಯಗಳ ಪಿಸು ಮಾತು ಆಲಿಸಬಲ್ಲೆ. ಅಷ್ಟೇಕೆ, ಪ್ರೇಮದೊಂದಿಗೆ ನೇರವಾಗಿ ಸಂಭಾಷಿಸಬಲ್ಲೆ. ಹುಚ್ಚಿ ಅಂತೀರಿ ನೀವು. ಪ್ರೇಮ ಸಂಭವಿಸಿದೊಡನೆ ಹೃದಯ ಬಡಿತ ಬರೀ ಯಾಂತ್ರಿಕ ಕ್ರಿಯೆ ಆಗಿರೋದಿಲ್ಲ. ಅದರ ರಿದಂ ದೇಹ ಮನಸ್ಸುಗಳೆರಡನ್ನೂ ಒಂದೇ ಲಯದಲ್ಲಿ ನರ್ತಿಸುವಂತೆ ಮಾಡುತ್ತದೆ. ಪ್ರೇಮಿಗಳ ಹುಸಿ ಮುನಿಸು ತುಂಟಾಟ ವಿರಹ ಎಲ್ಲವೂ ಪ್ರೇಮದ ಆಭರಣಗಳೇ ಆಗುತ್ತವೆ. ಕ್ಷಮಿಸಿ ಮಕ್ಕಳೇ, ಪ್ರೇಮಕ್ಕೆ ಆಡಂಬರದ ಶಬ್ದ, ಮಾತುಗಳ ಹಂಗಿಲ್ಲ ಎನ್ನುವುದು

ಗೊತ್ತೈತಿ. ಎಲ್ಲವೂ ನಿಮ್ಮ ಅನುಭವದ ನೆಲೆಯಲ್ಲೆ ನಿಜವಾಗಿಸಿಕೊಳ್ಳಬೇಕು ಅಂತ ನನ್ನಾಸೆ... ಅರರೆ, ನಾವೆಲ್ಲಿದಿವಿ? ಎಂಥ ಚಂದದ ಜಾಗಕ್ಕೆ ಕರೆದು ತಂದಿಯೋ ಹುಡುಗಾ" ಎಂದಳು ಶೈಲತ್ತೆ.

"ಇದು ರಾಮನಗುಳಿ ಶೈಲತ್ತೆ. ನೋಡಿ, ಅದು ಗಂಗಾವಳಿ ನದಿ. ಯಲ್ಲಾಪುರದಲ್ಲಿ ಬೇಡ್ತಿ ನದಿ ಅಂತಾರೆ. ಧಾರವಾಡದಲ್ಲಿ ಶಾಲ್ಮಲಾ ಅಂತಾರಂತೆ" ಅಂದ ಪ್ರೀತಂ.

ಶೈಲತ್ತೆ ಮಾತಿನಲ್ಲಿ ಮೈಮರೆತಿರುವಾಗ ಪ್ರೀತಂ ಡ್ರೈವರಗೆ ಹೇಳಿ ರಾಮನಗುಳಿಯಲ್ಲಿ ಹೈವೇಯಿಂದ ಸ್ವಲ್ಪ ಒಳ ರಸ್ತೆಗಿಳಿಸಿ, ತೂಗು ಸೇತುವೆ ಸನಿಹಕ್ಕೆ ಕರೆದು ತಂದಿದ್ದ. ಸುತ್ತಲೂ ನೀಲಿ ಸಹ್ಯಾದ್ರಿ ಸಾಲು. ಅರಬೈಲು ಘಟ್ಟದಿಂದ ಸುತ್ತು ಬಳಸಿ ಇಳಿದು ದಣಿದು ಸುಧಾರಿಸಿಕೊಳ್ಳುವವಳಂತೆ ನಿಧಾನದಲ್ಲಿ ಹರಿಯುವ ಗಂಗಾವಳಿ. ದಂಡೆಗುಂಟ ಅಲ್ಲಲ್ಲಿ ಅಂಬಿಗರ ಮನೆಗಳು. ದಡದಲ್ಲಿ ಶಿಸ್ತಿನ ಸಾಲುಗಳಲ್ಲಿ ತಲೆ ಎತ್ತಿ ನಿಂತಿರುವ ತೆಂಗಿನ ಮತ್ತು ಅಡಿಕೆ ಮರಗಳು; ಮಂದಗಮನೆಯಾಗಿ ಹರಿಯುವ ಗಂಗಾವಳಿಗೆ ಸ್ವಾಗತ ಕೋರುವ ವಿದ್ಯಾರ್ಥಿಗಳಂತೆ! ಅಲ್ಲಲ್ಲಿ ಅಡ್ಡಬಿದ್ದು ನದಿ ನೀರಿನ ಪಾತಳಿಗೆ ಸಮಾನಾಂತರವಾಗಿ ತೂಗುವ ತೆಂಗಿನ ಮರಗಳು; ಶಿಕ್ಷಕರ ಕಣ್ತಪ್ಪಿಸಿ ಸಾಲು ಮುರಿದು ಮಜಾ ನೋಡುವ ಮಕ್ಕಳಂತೆ! ತೂಗುಸೇತುವೆ ಮೇಲೆ ನಡೆದು ನಡುವೆ ಬಂದಾಗ ಶೈಲತ್ತೆ ಒಮ್ಮೆ ಕಾಲಡಿ ಜುಳುಜುಳು ಹರಿದು ಹೋಗುತ್ತಿದ್ದ ಗಂಗಾವಳಿಯನ್ನೂ, ಇನ್ನೊಮ್ಮೆ ತಲೆ ಎತ್ತಿ ಸುತ್ತಲಿನ ಪರ್ವತ ಸಾಲುಗಳನ್ನೂ ನೋಡುತ್ತಿದ್ದಳು. ಸುಮಿ ನದಿಯಲ್ಲಿ ಚಿಕ್ಕ ಹೂವನ್ನು ಬೀಳಿಸಿದಳು. ಅದು ಘಮಘಮಿಸುತ್ತಾ ನೀರಿನಲ್ಲಿ ತೇಲಿಹೋಗುತ್ತಿತ್ತು. ಪ್ರೀತಂ "ಸುಮಿಯ ಆಗಮನದ ಸಂದೇಶವನ್ನು ಶರಧಿಗೆ ತಲುಪಿಸು, ಶಾಲ್ಮಲೆಯೇ!" ಎಂದ. "ಆಹಾ, ದೊಡ್ಡ ಕಾಳಿದಾಸ ಇವನು!" ಎಂದು ಸುಮಿ ಅವನ ಕಿವಿ ತಿರುಪಿದಳು. ಶೈಲತ್ತೆ ಭಾವುಕಳಾಗಿ "ನಿಸರ್ಗದಿಂದ ಇಂಥ ಬಾಹ್ಯ ಸೌಂದರ್ಯ, ಪ್ರೇಮದಿಂದ ಅಂತರಂಗದ ಸೌಂದರ್ಯ–ಇನ್ನೇನು ಬೇಕು ಮಗಳೇ" ಎಂದಳು. ಸುಮಿ ಮತ್ತು ಶೈಲತ್ತೆ ಅದೆಷ್ಟು ಮೈಮರೆತಿದ್ದರೆಂದರೆ ಪ್ರೀತಂನೇ "ಆಯಿ ಕಾಯ್ತಿದ್ದಾಳೆ, ಹೋಗ್ವಾ?" ಎಂದು ಎಚ್ಚರಿಸಬೇಕಾಯಿತು.

9

ಐಲ್ಯಾಂಡಲ್ಲಿ ಎಸ್ ಯಾಕೆ ಸೈಲೆಂಟು?

ಪ್ರೀತಂನಾಗಲಿ, ಸುಮಿಯಾಗಲಿ ಇಂಥ ಭರ್ಜರಿ ಸ್ವಾಗತವನ್ನು ನಿರೀಕ್ಷಿಸಿರಲಿಲ್ಲ. ಮುಖ್ಯ ರಸ್ತೆಯಿಂದ ಕಡಲ ಕಿನಾರೆಗೆ ತಿರುಗುವ ದಾರಿಯಲ್ಲಿಯೇ ತೋರಣ ಕಟ್ಟಿದ್ದರು. "ವೆಲಕಮ್ ಟು ದಿ ಸ್ಟಾರ್ ಆಫ್ ಕಾರವಾರ್" ಎಂದು ಬರೆದಿರುವ ಬ್ಯಾನರ್ ಕಟ್ಟಿದ್ದರು. ಅಲ್ಲಿಯೇ ಇವರನ್ನು ಕಾರಿನಿಂದಿಳಿಸಿ, ಸ್ವಾಗತಿಸಲಾಯಿತು. ರೋಹಿತ, ಚೈತ್ರಾ, ಚೇತನ, ರೂಪಾಲಿ, ಮನೋಜ್, ಸ್ಪೋರ್ಟ್ಸ್ ಗೆಳೆಯರು, ಕ್ಲಾಸಮೇಟುಗಳು, ಪರಿಚಯದವರು, ಬೈತಕೋಲದ ಚಿಕ್ಕಪ್ಪನ ಮಕ್ಕಳು ಎಲ್ಲರೂ ಇದ್ದರು. ಸ್ಥಳೀಯ ನ್ಯೂಸ್ ಚಾನಲ್ಲಿನವರೂ ಬಂದಿದ್ದರು. "ನಾಗತಿಹಳ್ಳಿಯಂಥವರ ಸಿನಿಮಾದಲ್ಲಿ ಆಯ್ಕೆ ಆಗಿ ನಮ್ಮ ಕಾರವಾರದವರಿಗೆ ಹೆಮ್ಮೆ ತಂದಿದ್ದೀರಿ. ಮೊದಲಿಗೆ ನಿಮಗೆ ಅಭಿನಂದನೆ. ಇದೆಲ್ಲಾ ಹೇಗಾಯ್ತು ಅಂತ ವಿವರಿಸುತ್ತೀರಾ?" ಎಂದು ಒಬ್ಬರು ಕೇಳಿದರು. ಪ್ರೀತಂ ಅವರಿಗೆ "ಅದೆಲ್ಲ ದೊಡ್ಡ ಕತೆ. ಒಂದ್ ಕೆಲ್ಸ್ ಮಾಡೋಣ. ನಾಳೆ ಒಂದು ಪ್ರೆಸ್ ಮೀಟ್ ಮಾಡೋಣ. ಆಗ ಪುರಸೊತ್ತಿನಲ್ಲಿ ಮಾತಾಡಬಹುದು" ಅಂದ. ರೋಹಿತ್ "ನೋಡ್ರೋ, ಈಗ್ಲೆ ಸ್ಟಾರ್‌ಗಿರಿ ಹೆಂಗೆ ತೋರಿಸ್ತಿದ್ದಾನೆ, ನನ್ಮಗ" ಎಂದಾಗ ಎಲ್ಲರು ಹೋ ಅಂದರು. ಮನೆಗೆ ಬಂದಾಗ ಗುಲಾಬಿ ಆರತಿ ಬೆಳಗಿದಳು. ಅವಳ ಸಂಭ್ರಮ ಕಡಲಷ್ಟಾಗಿತ್ತು. "ಗುಲಾಬಕ್ಕ, ನಿನ್ಮಗ ಹೋಗುವಾಗ ಒಬ್ನೇ ಹೋದ. ಬರುವಾಗ ದಿಬ್ಬಣ ತಕ್ಕ ಬಂದ್ಯಾ. ಅವ್ರಿಗೂ

ಸ್ವಾಗತ ಮಾಡ್ ಮಾರಾಯ್ತಿ" ಅಂದ ರೋಹಿತ. ಗುಲಾಬಿ ಸುಮಿ ಕೆನ್ನೆ ಸವರಿ "ಬಾ ಮಗ" ಅಂದಳು. "ನೀವ್ ಬರೂದ್ ಪ್ರೀತಂ ಫೋನಲ್ಲಿ ಹೇಳಿದ್ದ. ಬನ್ನಿ, ಬಡವರ ಮನೆ, ಸುಧಾರಿಸ್ಕಣಿ" ಅಂದಳು ಶೈಲತ್ತೆಗೆ. "ದೊಡ್ಡೋರ ಮನೆ ಹುಡುಗಿ ಸೊಸಿಯಾಗಿ ಬರುವಾಗ್, ನೀ ಹೆಂಗೆ ಬಡವಳಾಗ್ತಿ ಗುಲಾಬಕ್ಕ?" ಅಂದ ರೋಹಿತ್. "ಸಾಕಾ, ಗುಲಾಮ. ಬಾ ಎಲ್ಲರಿಗೂ ಸ್ವೀಟ್ ಕೊಡಬಾ" ಎಂದಳು. "ಗುಲಾಬಕ್ಕ, ಈಗ ನೀ ಫಿಲ್ಮ್ ಸ್ಟಾರನ ಮದರ್, ಜಸ್ಟ್ ಆರ್ಡರ್, ನಾವ್ ಹಾಜರ್" ಎಂದ. ಎಲ್ರೂ ಹೋ ಅಂದರು. ಚಿಕ್ಕ ಮನೆಯಲ್ಲಿ ಚಿಕ್ಕ ಅಂಗಳದಲ್ಲಿ ಚಿಟ್ಟಿ ಮೇಲೆ, ದಾಸಾಳ ಗಿಡದ ಕಟ್ಟೆ ಮೇಲೆ, ಅಲ್ಲಲ್ಲೆ ಕೂತರು.

ರೋಹಿತ್ ಎದ್ದು ನಿಂತು "ಲೇಡೀಸ್ ಆಂಡ್ ಜಂಟಲಮನ್... ಮೇ ಐ ಹ್ಯಾವ್ ಯುವರ್ ಅಟೆನ್ಶನ್ ಪ್ಲೀಸ್?" ಎಂದ. ಕಚಪಿಚ ಮಾತುಗಳೆಲ್ಲ ಥಂಡಾದವು. "ಫಸ್ಟ್ ಆಫ್ ಆಲ್... ಪ್ಯಾರ್ ಆಗಿ ಮನೆ ಬಿಟ್ಟು ಸ್ಟಾರ್ ಆಗಿ ಕಾರವಾರಕ್ಕೆ ಆಗಮಿಸುತ್ತಿರುವ ನಮ್ಮ ಪ್ರೀತಂನಿಗೆ ಪ್ರೀತಿಯ ಸ್ವಾಗತ. ಹಾಗೇನೆ ನಮ್ಮೆಲ್ಲರ ಪ್ರೀತಿಯ, ಪ್ರೀತಂನ ವಿಶೇಷ ಪ್ರೀತಿಯ, ಸುಮಿಗೆ ಕಾರವಾರಕ್ಕೆ ಮರುಸ್ವಾಗತ. ಫಸ್ಟ್ ಟೈಮ್ ನಮ್ಮೂರಿಗೆ ಬರುತ್ತಿರುವ ಶೈಲಾ ಮ್ಯಾಡಮ್, ಉರುಫ್ ಶೈಲತ್ತೆ ಅವರಿಗೂ ಹ್ರತ್ಪೂರಕ ಸ್ವಾಗತ" ಎಂದ. ಯಾರೋ "ಅದು ಹ್ರತ್ಪೂರಕ ಅಲ್ವೋ ಹೃತ್ಪೂರ್ವಕ" ಅಂದರು. ರೋಹಿತ್ ಅದು ಕೇಳದವನಂತೆ "ಕ್ಷಮಿಸಬೇಕು, ಎಲ್ಲರ ಕೈಗಳಲ್ಲೂ ಗುಲಾಬಕ್ಕನ ಗುಲಾಬ್ ಜಾಮೂನು ಇರುವುದರಿಂದ ಕೈಗಳು ಫ್ರೀ ಆದಮೇಲೆ ಚಪ್ಪಾಳೆ ಬೀಳುತ್ತದೆ ಎಂದು ಆಶಿಸುತ್ತಾ ನಿಮ್ಮೆಲ್ಲರನ್ನೂ ಮಗದೊಮ್ಮೆ ಈ ಸ್ವಾಗತ ಕಾರ್ಯಕ್ರಮಕ್ಕೆ ಸ್ವಾಗತಿಸುತ್ತಾ, ನನ್ನ ಸ್ವಾಗತ ಭಾಷಣ ಮುಗಿಸುತ್ತೇನೆ. ಜೈ ಹಿಂದ್. ಜೈ ಕರ್ನಾಟಕ. ಜೈ ಕಾರವಾರ" ಎಂದ. ಎಲ್ಲರೂ ಹೋ ಅಂದರು. ಬದಿಯಲ್ಲಿದ್ದ ಚೇತನ "ಮಿಡ್ ಟರ್ಮ್ ಟೆಸ್ಟಿನಲ್ಲಿ ಇಷ್ಟು ಬರೆದರೂ ಸಾಕಾಗಿತ್ತು, ಕನ್ನಡದಲ್ಲಿ ಪಾಸ್ ಆಗ್ತಿದ್ದೆಯಲ್ಲೋ" ಅಂದ. ಮತ್ತೆ ನಗು. ಚಪ್ಪಾಳೆ.

ಗುಲಾಬಕ್ಕನಿಗೆ ಮನೆಯಲ್ಲಿಯ ಕಲರವ ಕೇಳಿ ಭೋರ್ಗರೆವ ಕಡಲೇ ಗ್ರಹಪ್ರವೇಶ ಮಾಡಿದೆ ಅನಿಸಿತು. ರಾತ್ರಿಯಾಗುತ್ತಿದ್ದಂತೆ ಒಬ್ಬೊಬ್ಬರೇ ನಿರ್ಗಮಿಸಲು ಶುರುಮಾಡಿದರು. ರೋಹಿತ್ ಹೋಗುವಾಗ "ಗುಲಾಬಕ್ಕ, ನಿನ್ನ ಮಗ ಮತ್ತು ಸುಮಿ ಬೀಚ್ ಮೇಲೆ, ಗಾಳಿ ಮರದ ಮರೆಯಲ್ಲಿ ಕದ್ದುಮುಚ್ಚಿ ಭಾನಗಡಿ ಮಾಡೂ ಅಗತ್ಯವಿಲ್ಲ. ನಾವು ಸಾಗರಮಾಲಾ ಯೋಜನೆ ಹಾಕ್ಕೊಂಡಿದ್ದೇವೆ. ಅವರ ರಕ್ಷಣೆಯ ಹೊಣೆ ನಮ್ದು. ಅವರಿಗೆ ಬಾಡಿಗಾರ್ಡ್ಸ್ ಆಗಿ ದೂರದಿಂದಲೇ ಸುತ್ತುಗಟ್ಟಿ ಕಾಯ್ತೇವೆ" ಎಂದು ಎಲ್ಲರನ್ನೂ ಇನ್ನೊಮ್ಮೆ ನಗಿಸಿ, ಗುಡ್ ನೈಟ್ ಹೇಳಿ ಹೊರಟ. ಉಳಿದವರೂ ಹೋದರು. ಶೈಲತ್ತೆ ಮತ್ತು ಸುಮಿಗೆ ಹೊಟೆಲ್ಲಿನಲ್ಲಿ ರೂಂ ಬುಕ್ ಮಾಡಿದ್ದರೂ

ಶೈಲತ್ತೆ ಇನ್ನೂ ಸ್ವಲ್ಪಹೊತ್ತು ಇದ್ದು ಹೋಗುವ ಆಸೆ ವ್ಯಕ್ತಪಡಿಸಿದಳು. ಮನೆಯಲ್ಲಿ ಈಗ ಗುಲಾಬಿ, ಶೈಲತ್ತೆ, ಸುಮಿ ಮತ್ತು ಪ್ರೀತಂ ಮಾತ್ರ ಉಳಿದರು. ಅಲ್ಲಿಯ ಮೌನದಿಂದ ಈಗ ಸಮುದ್ರ ಮನೆಯೊಳಗೇ ಭೋರ್ಗರೆಯುತ್ತಿತ್ತು. ಗುಲಾಬಿಗೆ ಇಂದು ಮನೆ ಮತ್ತು ಮನಸ್ಸು ಎರಡೂ ತುಂಬೇ ಇರುವಂತೆ ಭಾಸವಾಗುತ್ತಿತ್ತು. ಆರಂಭದಲ್ಲಿ ತನ್ನದು ಬಡವರ ಮನೆ ಎಂಬ ಅಳುಕಿತ್ತು. ಅದನ್ನು ಶೈಲತ್ತೆಗೆ ಹೇಳಿಯೂ ಬಿಟ್ಟಳು. “ಅಯ್ಯೋ, ಹಾಗೆ ಭಾವಿಸಬೇಡಿ. ನೀವು ಅದೃಷ್ಟವಂತರು ಅಕ್ಕೋರೆ. ಮುತ್ತಿನಂಥ ಮಗನನ್ನು ಹೆತ್ತಿದ್ದೀರಿ. ಇಷ್ಟು ಜನರ ಪ್ರೀತಿ ಗಳಿಸಿಕೊಂಡಿದ್ದೀರಿ. ಬೇರೆ ಯಾವುದೂ ಮುಖ್ಯವಲ್ಲ” ಎಂದಳು. ಅದು ಹೇಗೋ ಶೈಲತ್ತೆ ಮತ್ತು ಗುಲಾಬಿ ಬೇಗನೇ ಆಪ್ತರಾಗಿಬಿಟ್ಟರು. ಸಂಜೆ ಏನೇನೋ ತಿಂದು ಹಸಿವಿಲ್ಲ, ಹೆಚ್ಚೇನು ಮಾಡಬೇಡಿ ಅಂದಿದ್ದರಿಂದ ರಾತ್ರಿ ಊಟಕ್ಕೆ ಇದ್ದದರಲ್ಲಿಯೇ ಬಡಿಸಿದ್ದಳು. ಊಟ ಮುಗಿಸಿ ಶೈಲತ್ತೆ ಮತ್ತು ಗುಲಾಬಿ ಮತ್ತೆ ಅಡುಗೆ ಕೋಣೆಯಲ್ಲಿ ಮಾತು ಮುಂದುವರಿಸಿದ್ದರು. ಕಾಯಕದಲ್ಲೇ ತನ್ನ ಸಾರ್ಥಕತೆಯನ್ನು ಕಂಡುಕೊಂಡ ಗುಲಾಬಿ ಮತ್ತು ಅನುಭವ ಮತ್ತು ಅನುಭಾವದಿಂದ ಕೃತಾರ್ಥತೆ ಕಂಡುಕೊಂಡ ಶೈಲತ್ತೆ–ಇಬ್ಬರೂ ಮಾತು ಮೌನದಲ್ಲಿ ಒಳಗೆ ಇರುವಾಗ ಹೊರಗೆ ತೆಣೆ ಮೇಲೆ ಕೂತು ಪ್ರೀತಂ ಮತ್ತು ಸುಮಿ ಪ್ರೇಮದ ಹಣತೆ ಹಚ್ಚಿದ್ದರು.

“ಈಗ ಈ ಪುಟ್ಟ ಮನೆಯಲ್ಲಿ ಇರೋರು ಬರೀ ಯೋಗಿಗಳೇ ಅಲ್ವೇನೋ?” ಅಂದಳು ಸುಮಿ. ಏನೆಂದು ಗೊತ್ತಾಗದೇ ಪ್ರೀತಂ ಅವಳನ್ನೆ ದಿಟ್ಟಿಸಿದ.

“ಅಯ್ಯೋ, ಮೀನ್ ತಲಿ ತಿಂದ್ರೂ, ನೀ ಟ್ಯೂಬಲೈಟೇ ಬಿಡು” ಎಂದು ಅವನ ತಲೆಗೆ ಇಕ್ಕಿದಳು. “ಅದೇ ಮಾರಾಯ, ಒಳಗೆ ಒಬ್ಬಳು ಕರ್ಮಯೋಗಿ ಇನ್ನೊಬ್ಬಳು ಜ್ಞಾನಯೋಗಿ. ಮತ್ತೆ ಹೊರಗೆ ನಾವಿಬ್ಬರೂ ಪ್ರೇಮಯೋಗಿಗಳು” ಅಂದಳು. ಇಬ್ಬರೂ ಮನಸಾರೆ ನಕ್ಕರು .

“ಹೇ ಪ್ರೀತ್... ಒಳಗಿರುವ ಇಬ್ಬರಿಗೂ ಕಾಮನ್ ಆಗಿರೋದು ಏನ್ ಹೇಳು?” ಅಂದಳು.

ಪ್ರೀತಂ ಸ್ವಲ್ಪ ಹೊತ್ತು ಯೋಚಿಸಿದ. ಮತ್ತೆ ಟ್ಯೂಬಲೈಟ್ ಆಗಲು ಅವನಿಗೆ ಇಷ್ಟವಿರಲಿಲ್ಲ. ಅವನ ಮೆದುಳಿನ ನ್ಯೂರಾನುಗಳು ಸೆಳಕ ಮೀನಿನಂತೆ ಚುರುಕಾಗಿ ಸಂಚಲನಗೊಂಡವು.

“ಈ ಮಹಿಳಾಮಣಿಗಳಿಬ್ಬರೂ ಪುರುಷ ಸಾನ್ನಿಧ್ಯದಿಂದ ವಂಚಿತರಾದವರು” ಎಂದ.

“ಜಾಣ ಹುಡುಗ. ನಾನು ಯೋಚಿಸಿದ್ದನ್ನೇ ನೀನೂ ಹೇಳಿದೆ” ಅಂದಳು. “ನಿಜ, ಒಬ್ಬಳು ಪ್ರೇಮ ವಂಚಿತೆ. ಇನ್ನೊಬ್ಬಳು ಅಪೂರ್ಣ ವಿವಾಹಿತೆ.

ಪರೋಕ್ಷವೋ ಅಪರೋಕ್ಷವೋ ಎರಡಕ್ಕೂ ಪುರುಷರೇ ಕಾರಣ. ಇಬ್ಬರಲ್ಲಿ ಇನ್ನೂ ಒಂದು ಕಾಮನ್ ಏನ್ ಗೊತ್ತಾ?" ಅಂದಳು.

"ಇಬ್ಬರೂ ಬದುಕಿನ ಬಗ್ಗೆ ಮನಸ್ಸು ಕಂಯ್ ಮಾಡಿಕೊಳ್ಳಲಿಲ್ಲ" ಅಂದ.

"ವ್ಹಾವ್ ಬ್ರಿಲ್ಲಿಯಂಟ್, ಲವ್ಯೂ ಕಣೋ! ಥಟ್ ಅಂತ ಹೇಳಿದೆಯಲ್ಲೋ. ಆದರೆ ಒಂದೇ ಕರೆಕ್ಷನ್. ನಿನ್ನ ಕಾರವಾರದ "ಕಂಯ್‌ಗೆ ನಮ್ಮ ಸಿಹಿ ಕನ್ನಡದಲ್ಲಿ "ಕಹಿ" ಅಂತಾರೆ. ಗೊತ್ತಾಯ್ತಾ?" ಎಂದಳು. "ಎನಿವೇ, ನಮ್ಮಿಬ್ಬರ ವಿಚಾರಗಳೂ ಅದೆಷ್ಟು ಮಿಲ್ತಾ ಜುಲ್ತಾ ಹೈ, ಅಲ್ವಾ?" ಅಂದಳು.

"ಮಿಲ್ತಾನೂ ಇಲ್ಲ ಜುಲ್ತಾನೂ ಇಲ್ಲ. ಬೆಳಗ್ಗೆಯಿಂದ ಆ ಅಕ್ಕಮಹಾದೇವಿ ಮತ್ತು ಈ ಚಿಕ್ಕಮಹಾದೇವಿ ಇಬ್ಬರದೂ ಮಾತು ಕೇಳಿಕೇಳಿ ನನ್ನ ತಲೆಯೂ ಫಿಲಾಸಾಫಿಕಲ್, ಮೆಟಾಫಿಸಿಕಲ್ ಸೆಂಟರೇ ಆಗ್ಬಿಟ್ಟಿದೆ! ಇದೆಲ್ಲ ಬಿಟ್ಟು ಈ ಕ್ಷಣದ ಮಿಲನಾ ಜುಲನಾ ಬಗ್ಗೆ ಮಾತಾಡೇ ಮಾರಾಯ್ತಿ. ನಂಗಂತೂ ಶತಮಾನದ ನಿದ್ರೆ ಬಾಕಿ ಇದೆ. ಒಂದು ಕಿಸ್ ಕೊಡು, ಅಲ್ಲಲ್ಲಾ ಮುತ್ತು ಕೊಡು. ಹಾಯಾಗಿ ನಿದ್ರಿಸುವೆ" ಅಂದ.

ಸುಮಿ ಸಿಟ್ಟಲ್ಲಿ ಅವನ ತಲೆಕೂದಲು ಮುಷ್ಟಿಯಲ್ಲಿ ಹಿಡಿದು ಅಲುಗಾಡಿಸಿದಳು. ಕೊರಳಿಗೆ ಕೈ ಹಾಕಿ ಕಿವಿ ಕಚ್ಚಿದಳು. ತುಟಿಗಳ ಮೇಲೆ ತನ್ನ ತುಟಿಗಳನ್ನು ತಂದು "ಕಚ್ಚಿ ತಿಂತೇನೆ ನಿನ್ನ" ಅಂತ ವಯಲಂಟ್ ಆದಳು. ಪ್ರೀತಂ ಅವಳನ್ನು ತನ್ನ ಬಾಹುಗಳಲ್ಲಿ ಬಾಚಿಕೊಂಡು ಅವಳ ಕಂಪಿಸುವ ಅಧರಗಳನ್ನು ಹೀರುವ ಆವೇಶದಲ್ಲಿದ್ದ. ತಕ್ಷಣವೇ ಜಾಗೃತಗೊಂಡು ತನ್ನನ್ನು ನಿಯಂತ್ರಿಸಿಕೊಂಡ. ಚುಂಬನದ ಹೊತ್ತಿನಲ್ಲಿ ಸುಮಿ ಪ್ರಜ್ಞೆ ತಪ್ಪುವುದು ತಲೆ ಮೇಲೆ ಹೊಡೆದಂತೆ ನೆನಪಾಗಿತ್ತು. ಮತ್ತೆ ಅಂಥ ಸನ್ನಿವೇಶ ಮರುಕಳಿಸುವುದು ಅವನಿಗೆ ಬೇಡವಾಗಿತ್ತು. ಅವಳ ತುಟಿಗಳ ಅಂಚಿಗೇ ಇದ್ದ ತುಟಿಗಳನ್ನು ಸರಿಸುವಾಗ ಅವು ತುಂಬಾ ಭಾರವಾದಂತೆ ಅನಿಸಿತು. ಕಣ್ಣುರೆಪ್ಪೆಯನ್ನು ಸ್ಪರ್ಶಿಸಿ ಹಣೆಗೆ ಮುತ್ತಿಟ್ಟ. ಬೆರಳುಗಳಿಂದ ಅವಳ ಕೆನ್ನೆಗಳನ್ನು ನೇವರಿಸಿದ. ಸುಮಿಯ ಕಣ್ಣುಗಳಲ್ಲಿ ಒಂದು ಪದರು ಆರ್ದ್ರತೆ ಹರಡಿಕೊಂಡಿತು.

*

ಮುಂಜಾನೆ ಆರು ಗಂಟೆಗೇ ಕಾಲಿಂಗ್ ಬೆಲ್ ಒತ್ತಿ ಬಾಗಿಲಲ್ಲಿ ನಿಂತಿರುವ ಪ್ರೀತಂನನ್ನು ಕಂಡು ರೊಡ್ರಿಗ್ಸ್ ಸರ್ "ಓಹ್, ಇಟ್ಸ್ ಯು?" ಅಂದರು. "ಗುಡ್ ಮಾರ್ನಿಂಗ್ ಸರ್. ಗ್ರೌಂಡಿಗೆ ಹೋಗಿದ್ದೆ... ಹಾಗೇ ನಿಮ್ಗೆ ಸಿಕ್ಕಹೋಗ್ವಾ ಅಂತ ಬಂದೆ ಸರ್" ಅಂದ. "ಸೋ, ಯು ವಿಲ್ ಕ್ವಿಟ್ ಸ್ಪೋರ್ಟ್ಸ್ ಹಾಂ?" ಅಂದರು. ಪ್ರೀತಂ ಏನೋ ಹೇಳಲು ಪ್ರಯತ್ನಿಸಿದ. "ಇಟ್ಸ್ ಓಕೆ ಮೈ ಬಾಯ್... ಚಾಯ್ಸ್ ಈಸ್ ಯುವರ್ಸ್" ಅಂದರು. ಪ್ರೀತಂ

ಮೌನವಾಗಿದ್ದ. "ಆ ದಿನ ಫಿಶ್ ಮಾರ್ಕೆಟ್ಟಿನಲ್ಲಿ ನಿನ್ನ ತಾಯಿ ಮನಸಿಗೆ ಹರ್ಟ್ ಮಾಡಿಬಿಟ್ಟೆ... ಐ ಫೀಲ್ ವೆರೀ ಸಾರಿ" ಅಂದರು. ಆ ವಿಷಯ ಪ್ರೀತಂನಿಗೇನೂ ಗೊತ್ತಿರಲಿಲ್ಲ. ಅದಕ್ಕೇ ಸುಮ್ಮನೇ ಇದ್ದ. ರೊಡ್ರಿಗ್ಸ್ ಸರ್ ಕೂಡ ಮೌನವಾಗೇ ಇದ್ದರು. "ಓಕೆ ಸರ್ ಬರ್ತೇನೆ, ನಿಮಗೆ ಕೋಚಿಂಗ್ ಟೈಮ್ ಆಯ್ತು" ಅಂತ ಹೇಳಿ ಹೊರಗೆ ಬಂದ. "ಜಸ್ಟ್ ಫೋಕಸ್ ವ್ವಾಟೆವರ್ ಯು ಡು ಮೈ ಬಾಯ್... ಗಾಡ್ ಬ್ಲೆಸ್ ಯು" ಎಂದು ಅವರು ಇನ್ನೊಂದು ದಿಕ್ಕಿಗೆ ಹೊರಟರು.

ಮನೆಗೆ ಬಂದಾಗ ಆಯಿ ಒಳಗೆ ಕೆಲಸದಲ್ಲಿದ್ದಳು. ಸುಮ್ಮನೇ ಬಂದು ತೆಣೆ ಮೇಲೆ ಕೂತ. ಗೋಡೆಯ ಗಿಳಿಗುಟ್ಟಗಳಿಗೆ ಅಡ್ಡವಾಗಿಟ್ಟ ಜಾವೆಲಿನ್ನುಗಳತ್ತ ಕಣ್ಣು ಹಾಯಿಸಿದ. ರೊಡ್ರಿಗ್ಸ್ ಸರ್ ಹಾಗೆ ಇವೂ ಮುನಿಸಿಕೊಂಡಂತೆ ಕಂಡವು. ಇವರ ಪುಟ್ಟ ಮನೆಗೆ ಯಾರಾದರೂ ಹೊಸಬರು ಬಂದರೆ ಅವರೆಲ್ಲ ಮೊದಲು ನೋಡುತ್ತಿದ್ದದ್ದೇ ಈ ಜಾವೆಲಿನ್ನುಗಳನ್ನು ಮತ್ತು ಗುಲಾಬಿ ಚಿಕ್ಕ ಕಾಪಾಟಿನಲ್ಲಿ ಜೋಡಿಸಿಟ್ಟ ನೂರಾರು ಸರ್ಟಿಫಿಕೇಟುಗಳು, ಪದಕಗಳು, ಶೀಲ್ಡುಗಳನ್ನು. ಪ್ರೀತಂ ಪ್ರಾಕ್ಟೀಸನ್ನು ನಿಯತ್ತಿನಿಂದ ಮಾಡುತ್ತಿದ್ದರೂ, ಗೆಲುವನ್ನು ಸಂಭ್ರಮಿಸುತ್ತಿದ್ದರೂ, ಈ ಪದಕಗಳು ಸರ್ಟಿಫಿಕೇಟುಗಳನ್ನು ಗತ್ತಿನಲ್ಲಿ ಪ್ರದರ್ಶಿಸಿದವನಲ್ಲ. ರೊಡ್ರಿಗ್ಸ್ ಸರ್ ಅವರ ಇಂದಿನ ಅನಾಸಕ್ತಿಯ ನೋಟ, ನಿರುತ್ಸಾಹದ ಮಾತಿನಿಂದ ಮನಸು ನೊಂದಿತ್ತು. ಪದಕಗಳನ್ನು ಒಂದೊಂದಾಗಿ ಸ್ಪರ್ಶಿಸಿದ. ಜಾವೆಲ್ಲಿನ್ ಕೈಯಲ್ಲಿ ಹಿಡಿದು ಭಾವುಕನಾದ. ರೊಡ್ರಿಗ್ಸ್ ಸರ್ ಗ್ರೌಂಡಲ್ಲಿ ಆಟವಾಡುವ ಮಕ್ಕಳನ್ನು ಸೂಕ್ಷ್ಮವಾಗಿ ಗಮನಿಸಿ, ಅವರ ಚುರುಕುತನ, ದೈಹಿಕ ರೂಪ, ಚಟುವಟಿಕೆಗಳ ಆಧಾರದ ಮೇಲೆ ಒಂದು ನಿರ್ದಿಷ್ಟ ಆಟದಲ್ಲಿ ಅವರಿಗೆ ಸ್ಫೂರ್ತಿ ತುಂಬುತ್ತಿದ್ದರು. ತರಬೇತಿಯನ್ನೂ ನೀಡುತ್ತಿದ್ದರು. ಕಬಡ್ಡಿ ಕ್ರಿಕೆಟ್ಟು ವಾಲಿಬಾಲ್ ಅಥವಾ ಬೇರೆ ಯಾವುದೇ ಆಟಕ್ಕೆ ತನ್ನನ್ನು ರೊಡ್ರಿಗ್ಸ್ ಸರ್ ಆಯ್ಕೆ ಮಾಡಬಹುದಿತ್ತು. ಆದರೆ ಅವರು ತನ್ನನ್ನು ಆಯ್ಕೆ ಮಾಡಿದ್ದು ಜಾವೆಲಿನ್ ಥ್ರೋ ಆಟಕ್ಕೆ! ಅಚಾನಕ್ಕಾಗಿ ಒಂದಿನ ಇವನತ್ತ ಜಾವೆಲಿನ್ ಎಸೆದು "ಇನ್ಮುಂದೆ ದಿಸ್ ಶುಡ್ ಬಿ ಯುವರ್ ಥರ್ಡ್ ಹ್ಯಾಂಡ್"" ಎಂದಿದ್ದರು. "ಜಸ್ಟ್ ಫೋಕಸ್ ಆನ್ ದಿಸ್, ನಿಂಗೆ ಬ್ರೈಟ್ ಫ್ಯೂಚರ್ ಇದೆ..." ಎಂದು ಬೆನ್ನು ತಟ್ಟಿದ್ದರು. ಅವರ ಮಾತಿಗೆ ಅವನ ಮೈ ಜುಮ್ ಎಂದಿತ್ತು. ಮುಂದೆ ನಿಯತ್ತಿನಿಂದ ಪ್ರಾಕ್ಟೀಸ್ ಮಾಡಿ, ಅವರು ಕಲಿಸಿದ ಟೆಕ್ನಿಕ್ಕುಗಳನ್ನು ಅಳವಡಿಸಿಕೊಂಡು, ಜಾವೆಲ್ಲಿನ್ ಎಸೆತವನ್ನು ಕಲೆಯ ಮಟ್ಟಕ್ಕೆ ಎತ್ತರಿಸಿದ್ದ. "ಹೀಗೇ ಫೋಕಸ್ಡ್ ಆಗಿದ್ರೆ ಈ ಹುಡುಗನಿಗೆ ನ್ಯಾಶನಲ್ ಲೆವಲ್ಲಿನಲ್ಲಿ ಬಿಗ್ ಬ್ರೇಕ್ ಸಿಗಲಿದೆ" ಎಂದು ರೊಡ್ರಿಗ್ಸ್ ಸರ್ ಪ್ರಿನ್ಸಿಪಾಲರಿಗೆ ಹೇಳಿದ ಸುದ್ದಿ ಪ್ರೀತಂನ ಕಿವಿ ವರೆಗೂ ತಲುಪಿತ್ತು. ಈಗ ತನ್ನ ಬದುಕಿನ ಫೋಕಸ್ ಶಿಫ್ಟ್ ಆಗುತ್ತಿದೆ. ರಾಷ್ಟ್ರಮಟ್ಟದ ಕ್ರೀಡಾಪಟುವಾಗುವ ಗುರಿಯಿಂದ

ವಿಚಲಿತನಾಗಿ, ಕಣ್ಣು ಕೋರೈಸುವ ಸಿನಿಮಾದತ್ತ ಒಲವು ತೋರಿಸುವ ಮೂಲಕ ತಪ್ಪು ಮಾಡುತ್ತಿರುವೆನೆ?

ಹೊತ್ತರಾಮುಂಚೆ ಮಗ ಒಂಥರ ಮೂಡಲ್ಲಿರುವುದನ್ನು ಗಮನಿಸಿದ ಗುಲಾಬಿ, "ತಮ್ಮ, ಇಂದೆ ಕೂರ್ಮಗಡ ಜಾತ್ರೆ" ಅಂದಳು. ಕೂರ್ಮಗಡ ಜಾತ್ರೆ ಅಂದೊಡನೆ ಪ್ರೀತಂ ಗೆಲುವಾದ. "ನರಸಿಂ ದ್ಯಾವ್ರಿಗೆ ಹಣ್ಣುಕಾಯಿ ಮಾಡಸ್ಕಂಡೆ, ಗನಾ ಮಾಡ್ ಹೇಳ್ಕಿ ಮಾಡ್ಕಂಡೆ ಬಾ, ಆಗಾ?" ಅಂದಳು. "ಆಯ್ತು ಆಯಿ, ನೀ ಬರೂದಿಲ್ಲ?" ಅಂದ. "ನಾ ಸುಂಕೇರಿಗೆ ಹೋಗಿ ಹರಕೆ ಕೊಟ್ ಬತ್ತಿ. ನೀವ್ ಕೋಡಿಬಾಗದಲ್ಲಿ ದೋಣಿಮನೆ ಜಾತ್ರೆ ನೋಡಕಾ ಬರಿ. ನೆಂಟರಿಗೂ ಸುತ್ತಾಡಿಸಿದಂಗಾಯ್ತು, ದ್ಯಾವ್ರ ದರ್ಶನವೂ ಆದಂಗಾಯ್ತು" ಅಂದಳು. ಶೈಲತ್ತೆಯನ್ನು ಆಯಿ ನೆಂಟರು ಅಂದದ್ದು ಪ್ರೀತಂನಿಗೆ ನಗು ಬಂತು.

ಶೈಲತ್ತೆಗೂ ಸುಮಿಗೂ ಫೋನ್ ಮಾಡಿ "ಜಲ್ದಿ ರೆಡಿಯಾಗಿ ಬರಿ, ಇಲ್ಲೇ ಬ್ರೇಕಫಾಸ್ಟ್ ಮಾಡುವಾ, ಆಯಿ ಕೊಟ್ಟೆರೊಟ್ಟಿ ಮಾಡಿದಾಳೆ" ಎಂದು ಅವಸರದಲ್ಲಿ ಕರೆದ. ಅವರು ಬಂದ ಮೇಲೆ, "ನೀವು ನಮ್ಮೂರಿಗೆ ಎಂಥ ಮಸ್ತ್ ಟೈಮಿಗೆ ಬಂದಿದ್ದಿರಿ, ನಿಮಗೆ ನಮ್ಮೂರಿನ ತೇಲುವ ಜಾತ್ರೆ ಕಾಣಸ್ತೆ" ಅಂದ. ಸಾಮಾನ್ಯವಾಗಿ ಕೂಲ್ ಆಗಿರುವ ಪ್ರೀತಂ ಸ್ವಲ್ಪ ಹೆಚ್ಚೇ ಸಂಭ್ರಮದಲ್ಲಿದ್ದದನ್ನು ಕಂಡು ಸುಮಿಗೂ ಕುತೂಹಲ ಉಂಟಾಯ್ತು. ವರ್ಷಕ್ಕೊಮ್ಮೆ ಬರುವ ಜಾತ್ರೆ ಬಗ್ಗೆ ಪ್ರೀತಂ ಉಮೇದಿಯಿಂದ ವಿವರಿಸಿದ. ಈ ಜಾತ್ರೆ ಬೇರೆ ಜಾತ್ರೆಯಂತಲ್ಲ ಗೊತ್ತಾ? ಎಂದ. ಸುಂಕೇರಿಯಲ್ಲಿ ನೆಲೆ ನಿಂತಿರುವ ಮೀನುಗಾರರ ಕುಲದೇವರಾದ ನರಸಿಂಹ ಸ್ವಾಮಿ, ಪುಷ್ಯ ಮಾಸದ ಹುಣ್ಣಿಮೆ ದಿನ ಸಮುದ್ರದ ನಡುವಿರುವ ಕೂರ್ಮಗಡ ದ್ವೀಪಕ್ಕೆ ದೋಣಿ ವಿಹಾರ ಹೋಗುತ್ತಾನೆ ಎಂದ. ಓಹ್ ಸರಿಯಾಗಿ ಸಂಡೇ ಮಂಡೇ ಗೊತ್ತಿರಲಿಲ್ಲ, ತಿಥಿ ಮಾಸಗಳನ್ನ ಯಾವಾಗ ಕಲ್ತೆ? ಎಂದು ಛೇಡಿಸಿದಳು ಸುಮಿ. ಆ ಜಲಜಾತ್ರೆಯ ದೃಶ್ಯ ವೈಭವವನ್ನು ಮಾತಿನಲ್ಲಿ ಅಭಿವ್ಯಕ್ತಗೊಳಿಸಲು ಪ್ರೀತಂ ಕಷ್ಟಪಡುತ್ತಿದ್ದರೂ, ಅದರ ರೋಮಾಂಚನವನ್ನು ಸುಮಿ ಅವನ ಕಣ್ಣುಗಳಲ್ಲೇ ಗ್ರಹಿಸಿದಳು. ಆತನನ್ನು ಉತ್ತೇಜಿಸಲು ತಾನೂ ಇನ್ನಷ್ಟು ಕಣ್ಣರಳಿಸಿದಳು. ಕೂರ್ಮಗಡ ದ್ವೀಪ ಈಚೆ ದಡದಿಂದ ಹತ್ತು ಕಿಲೋಮೀಟರ್ ದೂರದಲ್ಲಿದೆಯಂತೆ. ಜಾತ್ರೆಯಲ್ಲಿ ಕಾರವಾರ ಮಾತ್ರವಲ್ಲ, ಗೋವಾ ಮಹಾರಾಷ್ಟ್ರದಿಂದಲೂ ಸಾವಿರಾರು ಜನರು ಭಕ್ತಿಯಿಂದ ಪಾಲ್ಗೊಳ್ಳುತ್ತಾರಂತೆ. ಉದ್ಯೋಗನಿಮಿತ್ತ ದೂರದಲ್ಲಿರುವವರು, ಅಥವಾ ಯಾವುದೋ ಕಾಲದಲ್ಲಿ ಬೇರೆಕಡೆ ನೆಲೆಸಿದ ಕಾರವಾರಿಗರು, ಈ ಟೈಮಲ್ಲಿ ಊರಿಗೆ ತಪ್ಪದೇ ಬರುತ್ತಾರಂತೆ. ನರಸಿಂಹ ದೇವರೆದುರು ಸಂಕಲ್ಪ ಮಾಡಿಕೊಂಡದ್ದು ಆಗೇ ಆಗುತ್ತದಂತೆ. ಬಾಳೆಕೊನೆ ಹರಕೆ ಒಪ್ಪಿಸುವುದು ಸಂಪ್ರದಾಯವಂತೆ. ನದಿ ವಿಹಾರ ಸುಂಕೇರಿಯಿಂದ

ಶುರುವಾದರೂ, ಕಾಳಿತೀರದ ಅಕ್ಕಪಕ್ಕದ ಊರುಗಳಿಂದ ಜನರು ಪ್ರತ್ಯೇಕ ದೋಣಿಗಳ ಮೇಲೆ ಬಂದು ಕೂಡಿಕೊಳ್ಳುತ್ತಾರಂತೆ. ಹೂವು ಹಣ್ಣು ತೋರಣ ಕಬ್ಬುಗಳಿಂದ ಅಲಂಕೃತವಾದ ಸ್ವಾಮಿದೋಣಿಯ ಹಿಂದೆಮುಂದೆ ನೂರಾರು ದೋಣಿ ಸಾಲುಗಳು ಕಾಳಿನದಿಯಿಂದ ಸಮುದ್ರವನ್ನು ಪ್ರವೇಶಿಸಿ ಅಲೆಗಳ ಮೇಲೆ ತೇಲುತ್ತಾ ಚಲಿಸುವ ಇಂಥ ಮೋಹಕ ದೃಶ್ಯ ಬೇರೆಲ್ಲೂ ಇಲ್ಲವಂತೆ...

"ವ್ಹಾವ್, ಕಾಮೆಂಟರಿ ಮಸ್ತ್ ಮಾಡ್ತಿ ಗುರು... ಆದ್ರೆ ಈ ದ್ವೀಪಜಾತ್ರೆ ಬಗ್ಗೆ ನಂಗೆ ಫಸ್ಟ್ ಟೈಮ್ ಹೇಳ್ತಿದ್ದೀಯಲ್ಲೋ ಕೋತಿ" ಎಂದು ಕ್ಯಾತೆ ತೆಗೆದಳು ಸುಮಿ.

"ನಮ್ಮೂರಕಡೆ ಬಾಳಾ ಜಾತ್ರಿಪಾತ್ರಿ ಆಗ್ತಾವು. ಕೆಲವುಕಡೆ ತೆಪ್ಪೋತ್ಸವ ಸೈತ ಆಗತೈತಿ. ಆದರೆ ಈ ಜಲಜಾತ್ರೆ ಮಾತ್ರ ನಾನೂ ಫಸ್ಟ್ ಟೈಮ್ ಕೇಳ್ತಿರೋದು ತಮ್ಮಾ" ಎಂದಳು ಶೈಲತ್ತೆ.

"ನಂಗೆ ಸಿಕ್ಕಾಪಟ್ಟೆ ಖುಶಿಯಾಗ್ತಿದೆ... ಏಯ್ ಪ್ರೀತಂ, ಜಾತ್ರೆಲಿ ನಂಗೆ ಬತ್ತಾಸು ಬಲೂನು ಕೊಡ್ಸಬೇಕು ನೀನು" ಎಂದಳು ಸುಮಿ.

"ಸಮುದ್ರದಂಥ ಪ್ರೀತಿಯನ್ನೇ ಕೊಟ್ಟ ಹುಡುಗನಿಂದ ಬತ್ತಾಸು ಬಲೂನು ಕೇಳ್ತಿಯಲ್ಲ ಮಗಳೇ" ಅಂದಳು ಶೈಲತ್ತೆ.

"ಇಲ್ಲ ಶೈಲತ್ತೆ, ಈ ಹುಡುಗರು ಪ್ರೀತಿಸಿದ್ದೇವಲ್ಲ, ಅಂತ ಭಾವಿಸಿ ಲೈಫ್ ಇಡೀ ರಿಲ್ಯಾಕ್ಸ್ ಆಗ್ಬಿಡ್ತಾವೆ. ಹೇ ಪ್ರೀತ್, ನೀನು ನಂಗೆ ಅಂಥವೆಲ್ಲ ಕೊಡಿಸಬೇಕು. ನಾ ಹೇಳಿದಂಗ ಕೇಳ್ತಿರಬೇಕು... ನಿನ್ನ ಪ್ರೀತಿನಾ ಪ್ರೂವ್ ಮಾಡ್ತಾ ಇರಬೇಕು... ಜೀವನವಿಡೀ, ಗೊತ್ತಾಯ್ತಾ?" ಎಂದಳು.

"ಈಗ ಹೊಟ್ಟೆತುಂಬಾ ತಿನ್ನು, ಕೂರ್ಮಗಡದಲ್ಲಿ ಮಾನೇರಿ ಕಲ್ಲುಬಂಡೆಗಳನ್ನ ಹತ್ತಿಳಿಯುದುಂಟು. ಸುಸ್ತಾದರೆ ನನ್ನ ಎತ್ಕೊಂಡೋಗಿ ನಿನ್ನ ಲವ್ ಪ್ರೂವ್ ಮಾಡು ಅನ್ನೋಕು ತಯ್ಯಾರು ನೀನು" ಅಂದ ಪ್ರೀತಂ.

"ಅಂತೀನಿ ಮತ್ತೆ! ಅಸಲಿ ಹೀರೋ ಅನ್ನೋದನ್ನ ತೋರ್ಸು ಮಾರಾಯ, ಸಿನಿಮಾದ ಡಮ್ಮಿ ಹೀರೋ ಆಗೋದು ನಂಗಿಷ್ಟ ಇಲ್ಲ" ಎಂದಳು ಸುಮಿ.

ಈ ಮಕ್ಕಳ ನಖರಿ ಕುಶಾಲು ತಂಟೆ ತಕರಾರುಗಳು ಮುಗಿಯೋ ಹಾಗೆ ಕಾಣಲಿಲ್ಲ. ಶೈಲತ್ತೆ ಮತ್ತು ಗುಲಾಬಿ ಖುಶಿಯಾಗಿ ತಮ್ಮೊಳಗೇ ನಗುತ್ತಿದ್ದರು. ಇಬ್ಬರ ಹೃದಯವೂ ಅದೆಷ್ಟು ತುಂಬಿ ಬಂದಿತ್ತು ಅಂದರೆ, ಜಗತ್ತು ಇದಕ್ಕಿಂತ ಸುಂದರವಾಗಿರಲು ಸಾಧ್ಯ ಇಲ್ಲ ಅನ್ನುವಷ್ಟು!

*

"ನೆಲದ ಮೇಲೆ ಸಾಕಷ್ಟು ಓಡಾಡಿನಿ, ಒಂದೆರಡುಬಾರಿ ಆಕಾಶದಲ್ಲೂ ಹಾರಾಡಿನಿ. ಆದರೆ ಇದು ನನ್ನ ಪ್ರಥಮ ಸಮುದ್ರೋಲ್ಲಂಘನ" ಅಂದಳು ಶೈಲತ್ತೆ.

ಕಾಳಿನದಿ ಕಡಲೊಳಗೆ ಸಮಾಗಮಗೊಳ್ಳುವ ಮನೋಹರ ದೃಶ್ಯವನ್ನು ಕಂಡು ಸುಮಿ ಮತ್ತು ಶೈಲತ್ತೆ ವಿಸ್ಮಯಗೊಂಡಿದ್ದರು. ಸುಮಿ ಕಾಳಿ ಸೇತುವೆ ಮೇಲಿಂದ ಸೂರ್ಯೋದಯ ಸೂರ್ಯಾಸ್ತ ಎರಡೂ ಸಮಯದಲ್ಲಿ ನದಿ ಮತ್ತು ಕಡಲ ಸಂಗಮವನ್ನು ಕಂಡಿದ್ದಳು. ಒಂದೆರಡು ಬಾರಿ ತಿಂಗಳ ಬೆಳಕಲ್ಲೂ ಆ ಅದ್ಭುತ ಸೌಂದರ್ಯವನ್ನು ಕಂಡದ್ದುಂಟು. ಆದರೆ ಕೋಡಿಭಾಗದಿಂದ ಹೊರಟ ಮಚವೆ, ಟ್ರಾಲರ್ ಪರ್ಸಿನ್ ದೋಣಿಯಲ್ಲಿ ಅವಳೀಗ ಪ್ರಥಮ ಬಾರಿಗೆ ಕಡಲಿನ ಭವ್ಯ ಬಾಗಿಲನ್ನು ಪ್ರವೇಶಿಸಿದ್ದಳು. ನೀಲಿನೀಲಿ ಜಲರಾಶಿ, ನೀಲಿಯನ್ನು ಮಥಿಸಿ ಬರುವ ಅಲೆಗಳು, ಅವು ಸುರುಳಿ ಸುತ್ತುವ ಪರಿ, ಕಡಲ ಹಕ್ಕಿಗಳು, ಕಡಲಿನಿಂದ ಕಾಣುವ ಮೋಹಕ ದಡ, ಅಲ್ಲಿಯ ತೆಂಗಿನಮರ ಸಾಲುಗಳು, ಪಕ್ಕದ ದೇವಭಾಗ–ಎಲ್ಲವೂ ಅದ್ಭುತವಾಗಿದ್ದವು. ಇವರು ಸಾಗುವ ದಾರಿಯಲ್ಲಿ ಒಂದೆರಡು ಡಾಲ್ಫಿನ್ನುಗಳು ನೀರಿನಿಂದ ಚಿಮ್ಮಿ ಬೋಟ್ ಮೇಲಿದ್ದವರನೆಲ್ಲ ರೋಮಾಂಚನಗೊಳಿಸಿದವು. ಇವನೆಲ್ಲ ನೋಡುತ್ತಿರುವಾಗಲೇ ಕೂರ್ಮಗಡ ದ್ವೀಪವು ಬಂದೇಬಿಟ್ಟಿತು. ಇಳಿತದ ಸಮಯವಾದ್ದರಿಂದ ದೋಣಿ ಸ್ವಲ್ಪ ಹಿಂದೇ ನಿಂತಿತು. ಜಾತ್ರಾರ್ಥಿಗಳೆಲ್ಲ ಮೊಣಕಾಲ ನೀರಲ್ಲಿ ಇಳಿದು ದಡವನ್ನು ಸೇರಿಕೊಂಡರು. ದ್ವೀಪದಲ್ಲಿ ಕಾಲೂರುತ್ತಲೇ ಸುಮಿ ಥ್ರಿಲ್ಲಾಗಿ "ಫಸ್ಟ್ ಟೈಮ್ ಐಲ್ಯಾಂಡಿಗೆ ಬಂದಿರೋದು" ಎನ್ನುತ್ತಾ ಕುಣಿದಾಡಿದಳು.

ಬಂಡೆಗಳ ಪಕ್ಕದ ಕಿರುದಾರಿಯಲ್ಲಿ ನಡೆದು, ದಿಬ್ಬವೇರಿದಾಗ ಮಂದಿರ ಎದುರಾಯಿತು. ನರಸಿಂಹ ಸ್ವಾಮಿಯನ್ನು ಪಲ್ಲಕ್ಕಿಯಿಂದಿಳಿಸಿ ಪೀಠದಲ್ಲಿ ಪ್ರತಿಷ್ಠಾಪಿಸಿ ಪೂಜೆ ಪುನಸ್ಕಾರ ನಡೆಯುತ್ತಿದ್ದವು. ಅರ್ಚಕರಲ್ಲಿ ಪ್ರೀತಂನ ಪರಿಚಯದವರು ಇದ್ದುದರಿಂದ, ಅವರಿಗೆ ದರ್ಶನ ಬೇಗ ಆಯಿತು. ಪ್ರಸಾದವೂ ಸಿಕ್ಕಿತು. ಹೊರಗೆ ಕಾಜಿಮಿಜಿ ಬತ್ತಾಸು ಜಿಲೇಬಿ ಅಂಗಡಿಗಳ ಸಾಲುಸಾಲು. ಮಕ್ಕಳಿಗಾಗಿ ನಾನಾತರದ ಬಲೂನುಗಳು ಪೀಪಿಗಳು ಏನೇನೋ ಆಟಿಗೆ ಸಾಮಾನುಗಳು ಬಂದಿದ್ದವು. ಪಾನಕದ ಅಂಗಡಿಗಳಲ್ಲಿ ಬಣ್ಣಬಣ್ಣದ ಶರಬತ್ತುಗಳು ಬಿಸಿಲ ದಾಹವನ್ನು ತಣಿಸುತ್ತಿದ್ದವು. ಹತ್ತಿರದ ಮಾರುತಿ ಗುಡಿಗೂ ಹೋಗಿ ದರ್ಶನ ಪಡೆದ ಮೇಲೆ "ಹೀಗೇ ಒಂದು ಸುತ್ತು ಹಾಕಿ ಬರುವಾ" ಎಂದು ಪ್ರೀತಂ ಅವರನ್ನು ದ್ವೀಪದ ಇನ್ನೊಂದು ಮಗ್ಗುಲಿಗೆ ಕರೆದೊಯ್ದ. ಸಮುದ್ರಗುಂಟ ಸಾಗುವ ಆ ಕಾಲುದಾರಿ ಕೆಲವುಕಡೆ ಎತ್ತರಕ್ಕೇರಿ, ಇನ್ನು ಕೆಲವುಕಡೆ ಸಮುದ್ರದ ಪಕ್ಕದಲ್ಲಿ ಸಾಗುತ್ತಿತ್ತು. ಬಂಡೆಗಳಿಗೆ ಅಪ್ಪಳಿಸುವ ಬಲಶಾಲಿ ಅಲೆಗಳು ಉಕ್ಕಿಸುವ ನೊರೆ ಮತ್ತು ಅದರ ನಾದ ಅನನ್ಯವಾಗಿದ್ದವು. ಮರಳು ದಂಡೆಯಿದ್ದಲ್ಲಿ ಹುಂಬ ಅಲೆಗಳು ಕಿರುತೆರೆಗಳಾಗಿ ವಿನೀತಭಾವದಿಂದ ಸಮುದ್ರಕ್ಕೆ ಮರಳುತ್ತಿದ್ದವು. ಈ ಪರಿಯ ಸಮುದ್ರ ಸೊಬಗನ್ನು ಶೈಲತ್ತೆ ತನ್ನ ಮೊಬೈಲಿನಲ್ಲಿ ಸೆರೆ ಹಿಡಿದುಕೊಂಡಳು. ಸುಮಿಗಾಗಲಿ ಪ್ರೀತಂನಿಗಾಗಲಿ ಸೆಲ್ಫಿ

ಕ್ರೇಜ್ ಅಷ್ಟಾಗಿ ಇರಲಿಲ್ಲ. ಶೈಲತ್ತೆಯೇ ಬನ್ರೋ ಮಕ್ಕಳಾ ಮೂವರದು ಒಂದು ಸೆಲ್ಫಿ ಇರಲಿ ಎಂದು ಕರೆದಳು. ಲೈಟಿಂಗು, ಲೊಕೇಶನ್ನು, ಬ್ಯಾಕಗ್ರೌಂಡು ಅಂತ ಸುಮಿ ಮತ್ತು ಪ್ರೀತಂ ಒಂದಿಷ್ಟು ಕಿತ್ತಾಡಿಕೊಂಡ ನಂತರ, ಕೊಡಿ ನಾನೇ ತೆಗಿತೀನಿ ಅಂತ ನಡುವೆ ನಿಂತು, ಅವರಿಬ್ಬರನ್ನು ಅಕ್ಕಪಕ್ಕ ನಿಲ್ಲಿಸಿಕೊಂಡು ಕ್ಲಿಕ್ ಮಾಡಿದಳು. ಸುಮಿ ಮತ್ತು ಪ್ರೀತಂ ಕಣ್ಣಲ್ಲೇ ಮಾತಾಡಿಕೊಂಡು ಕ್ಲಿಕ್ ಮಾಡುವ ಸಮಯಕ್ಕೆ ಸರಿಯಾಗಿ ಶೈಲತ್ತೆಯ ಕೆನ್ನೆಗೆ ಮುತ್ತು ಕೊಟ್ಟರು. ಸುಮಿ ಮೊಬೈಲ್ ಇಸಕೊಂಡು, “ನಿನ್ನ ಅಳಿಯ ನಿನ್ನ ಕೆನ್ನೆಗೆ ಅದೆಷ್ಟು ಚೆನ್ನಾಗಿ ಹೂಮುತ್ತು ಇಟ್ಟಾನ, ನೋಡವ್ವ” ಎಂದಳು. ಪ್ರೀತಂ “ನಿಂಗೆ ಹೊಟ್ಟೆಕಿಚ್ಚು!” ಎಂದ. ಅವನನ್ನು ಓಡಿಸಿಕೊಂಡು ಹೋದಳು. ಮೂವರೂ ಅಲ್ಲೆಲ್ಲೋ ಬಂಡೆಗಳ ಮೇಲೆ ಸ್ವಲ್ಪ ಹೊತ್ತು ದಣಿವಾರಿಸಿಕೊಂಡರು. ಸುಮಿ ಮತ್ತು ಪ್ರೀತಂ ಒಂದು ಬಂಡೆಯ ಮೇಲೆ ಶೈಲತ್ತೆ ಎದುರು ಬಂಡೆಯ ಮೇಲೆ, ದ್ವೀಪದ ಆ ದಿವ್ಯ ಮೌನವನ್ನು ಆಲಿಸುವವರಂತೆ ಮಾತಿಲ್ಲದೇ ಕೂತರು. “ಸ್ಕೂಲಲ್ಲಿ ನಮ್ಮ ಮಕ್ಕಳು ಪಾಪ, ಐಲ್ಯಾಂಡಿಗೆ ಹಮೇಶಾ ಐಸ್ ಲ್ಯಾಂಡ್ ಅಂತ ಓದ್ತಾರ. ಎಸ್ ಸೈಲಂಟು ಅಂದ್ರೆ “ಯಾಕ್ರೀ” ಅಂತ ಕೇಳ್ತಾರ. ದ್ವೀಪದಲ್ಲಿ ಸಿಕ್ಕಾಪಟ್ಟೆ ಸೈಲನ್ಸು ಇರತೈತಿ, ಅದ್ಕೆ ಅಂತ ಸುಮ್ನೆ ರೈಲು ಬಿಟ್ಟಿದ್ದೆ. ಈಗ ಅದು ಖರೇನ ಅನಿಸ್ತೈತಿ” ಎಂದಳು ಶೈಲತ್ತೆ. ಆ ನಿರ್ಜನ ದ್ವೀಪದ ಅನನ್ಯ ಸೌಂದರ್ಯಕ್ಕೆ ಸುಮಿಯೂ ಮೈಮರೆತಿದ್ದಳು. ಮುಖ್ಯ ಭೂಮಿಯಿಂದ ಅಗಲಿರುವ ಈ ಪುಟ್ಟ ದ್ವೀಪದ ಏಕಾಂತ ಅವಳಿಗೆ ಇಷ್ಟವಾಗಿತ್ತು. ಅಲ್ಲಿರುವ ಗಿಡ ಮರ ಬಳ್ಳಿ ಹೂವು ಹಣ್ಣುಗಳು ಮನುಷ್ಯ ಸಹವಾಸದ ಹಂಗು ತೊರೆದು ನಳನಳಿಸುತ್ತಿದ್ದವು. ವಲಸೆ ಬಂದಂತಿರುವ ಹಕ್ಕಿಗಳೂ ಚಿಲಿಪಿಲಿಗುಟ್ಟುತ್ತಾ ಸುಖವಾಗಿವೆ ಅನಿಸುತ್ತಿತ್ತು. “ಇಲ್ಲಿಂದ ಹೊರಳಿ ಹೋಗೋಕೆ ಮನಸು ಬರಾಂಗಿಲ್ಲ” ಅಂದಳು ಶೈಲತ್ತೆ.

ದೇವಸ್ಥಾನದಿಂದ ಬರುವಾಗ ಶೈಲತ್ತೆ ಸುಮಿಗೆ ಬೇಕಾದದ್ದನ್ನೆಲ್ಲಾ ಕೊಡಿಸಿದಳು. ದಂಡೆಯಲ್ಲಿ ಅಲೆಗಳ ಹೊಡೆತಕ್ಕೆ ನುಣುಪಾಗಿ ಬಿದ್ದಿದ್ದ ಕಲ್ಲುಗಳ ರಾಶಿಯಿಂದ ಹರಳೊಂದನ್ನು ನೆನಪಿಗೆ ಇರಲಿ ಎಂದು ಸುಮಿ ಎತ್ತಿಕೊಂಡಳು. ಜಾತ್ರೆ ನೋಡಿ ಮರಳಿದ ಜನ ಆಗಲೇ ಬೋಟ್ ಹತ್ತಿ ಕೂತಿದ್ದರು. ಇನ್ನಿಬ್ಬರು ಬಂದ್ರೆ ಬೋಟ್ ಬಿಡ್ತೇನೆ ಅಂದ ಬೋಟ್ ಚಾಲಕ. ಆಗ ದೊಡ್ಡ ಗುಂಪೊಂದು ಬೋಟ್ ಹತ್ತಲು ಬಂತು. ಮೂರೋ ನಾಲ್ಕೋ ಜನ ಮಾತ್ರ ಹತ್ತಿ ಅಂದರೂ “ನಾವೆಲ್ಲ ಒಂದೇ ಮನೆಯವ್ರೀ” ಎಂದು ಹಾವೇರಿ ಕಡೆಯ ಎಂಟತ್ತು ಜನರ ಕುಟುಂಬ ಹತ್ತಿಕೊಂಡಿತು. ಬೇಡ ಎಂದು ಕೆಲವರನ್ನು ಇಳಿಸುವುದು, ಬೋಟ್ ಮೇಲಿದ್ದ ಸಂಬಂಧಿಕರು ಅವರೂ ಬರಲಿ ಎನ್ನುವುದು ನಡೆಯಿತು. ಅಂತೂ ಎಲ್ಲರೂ ಹತ್ತಿದರು. ಬೋಟ್ ದಡ ಬಿಟ್ಟು ನೀರೊಳಗೆ

ಹೋಗಲು ಪ್ರೀತಂ ನೆರವಾದ. ಬೋಟ್ ಮೇಲಿದ್ದ ಮಕ್ಕಳೆಲ್ಲ ಪೀಪಿಗಳು ಶೀಟಿಗಳನ್ನು ಊದುತ್ತಿದ್ದರು. ಕೆಲವರು ಕಜಿಮಿಜಿ, ಬತ್ತಾಸು, ಖರೆಲಾಡು, ಬುಂದಿಲಾಡು ಇತ್ಯಾದಿ ಸಿಹಿ ಪದಾರ್ಥಗಳನ್ನು ಬಿಚ್ಚಿ ಹಂಚಿ ತಿನ್ನುತ್ತಿದ್ದರು. ಒಂದು ಚಿಕ್ಕ ಜಾತ್ರೆಯೇ ಮರುಮೆರವಣಿಗೆ ಹೊರಟಂತೆ ಕಾಣುತ್ತಿತ್ತು. ಬೋಟು ಕೋಡಿಭಾಗದತ್ತ ಚಲಿಸುತ್ತಿದ್ದಂತೆ ಕೂರ್ಮಗಡ ದ್ವೀಪವು ವಿದಾಯಕ್ಕೆ ನಿಂತಿರುವಂತೆ ಕಾಣಿಸುತ್ತಿತ್ತು.

ಗಾಳಿಯ ವೇಗ ಬರುವಾಗ ಇದ್ದದ್ದಕ್ಕಿಂತ ಹೆಚ್ಚು ಜೋರಾಗಿತ್ತು. ಅಲೆಗಳೂ ಹೆಚ್ಚು ದಪ್ಪ ಆಗಿದ್ದವು. ಅಲೆಗಳ ಮೇಲೆ ಬೋಟ್ ಓಲಾಡುವಾಗ ಮಕ್ಕಳೆಲ್ಲ ಥ್ರಿಲ್ ಆಗುತ್ತಿದ್ದರು. ತೆರೆಗಳ ನೀರು ಚಿಮ್ಮಿ ಬೋಟಿನೊಳಗೆ ಸಿಡಿದಾಗ ಖುಶಿಯಿಂದ ಹೋ ಎನ್ನುತ್ತಿದ್ದರು. ಮಗುವೊಂದು ಹಿಡಿದ ಫುಗ್ಗ ಗಾಳಿಗೆ ಹಾರಿಹೋಗಿ ಅದು ಅಳಲು ಶುರು ಮಾಡಿತು. ಪ್ರೀತಂ ಸುಮಿಯ ಕೈಯಿಂದ ಬಲೂನು ಕಿತ್ತು ಅದನ್ನು ಮಗುವಿಗೆ ದಾಟಿಸಿದ. ಸುಮಿ ಮುಖ ಬಲೂನಿನಂತೆ ಊದಿಕೊಂಡಿತು!

"ನಿಮ್ಗೆ ಸ್ವಿಮಿಂಗ್ ಬರ್ತದಾ?" ಎಂದ ಪ್ರೀತಂ. ಅವನ ಧ್ವನಿಯಲ್ಲಿ ಯಾವುದೇ ಕೀಟಲೆ ಇರಲಿಲ್ಲ. "ಬರಲ್ಲ, ಯಾಕೆ ನಾ ಏನಾರ ನೀರಿಗೆ ಬಿದ್ರೆ ನೀ ಇದ್ದೀಯಲ್ಲ, ಹೀರೋ" ಅಂದಳು, ತನ್ನ ಎಂದಿನ ತುಂಟತನದಲ್ಲೇ. ಪ್ರೀತಂ ಶೈಲತ್ತೆ ಕಡೆ ಪ್ರಶ್ನಾರ್ಥಕವಾಗಿ ನೋಡಿದ. ಶೈಲತ್ತೆ "ನಮ್ಮ ಭೀಮಾ ನದಿಯಲ್ಲಿ ಈಸು ಕಲಿತಿದ್ದೆ, ಖರೆ. ಆದರೆ ಸಮುದ್ರದಲ್ಲಿ? ಯೇ ಅಪ್ಪ... ಸಾಧ್ಯಾನೇ ಇಲ್ಲ" ಅಂದಳು. ಪ್ರೀತಂ ಯಾಕೋ ಗಂಭೀರವಾಗಿರುವುದು ಅವರಿಬ್ಬರಲ್ಲಿ ಆತಂಕ ಮೂಡಿಸಿತು. ಸುಮಿ ಪ್ರೀತಂನ ತೋಳುಗಳಿಗೆ ಒತ್ತಿ ಕುಳಿತಳು. ಜೋರಾಗಿರುವ ಗಾಳಿ, ಬೋಟಿನಲ್ಲಿ ಹೆಚ್ಚಾಗಿರುವ ಭಾರದಿಂದ ಪ್ರೀತಂನಿಗೆ ಏನೋ ಅಪಾಯದ ಸುಳಿವು ಹತ್ತಿತ್ತು. ಬರುವಾಗ ಇದ್ದ ಆಕಾಶದ ನೀಲ ನಿಚ್ಚಳ ವರ್ಣ ಅನೂಹ್ಯ ಕಪ್ಪು ಬಣ್ಣಕ್ಕೆ ತಿರುಗಿತ್ತು. ಕಡಲು ಈಗ ರುದ್ರಗೊಂಡ ಕಾಳನಂತೆ ಕಾಣುತ್ತಿತ್ತು ಕ್ಯಾಬಿನ್ನಿಗೆ ಹೋಗಿ ಡ್ರೈವರ್ ಅವರೊಡನೆ ಮಾತಾಡಬೇಕು ಅನಿಸಿದರೂ, ಸುಮಿಯಿಂದ ಬಿಡಿಸಿಕೊಳ್ಳಲು ಸಾಧ್ಯವಾಗಲಿಲ್ಲ. ಬರುವ-ಹೋಗುವ ಇತರ ಬೋಟುಗಳ ಅಂತರವೂ ದೂರವಿತ್ತು. ಹೊರಗಿದ್ದ ನಾವಿಕನಿಗೆ ಅಲ್ಲಿಂದಲೇ ಕೂಗಿ ಕೊಂಕಣಿಯಲ್ಲಿ ಏನೋ ಹೇಳಿದ. ನಾವಿಕ ಮತ್ತು ಅವನ ಇಬ್ಬರು ಸಹಾಯಕರ ಮುಖದಲ್ಲೂ ದುಗುಡವಿತ್ತು. ಅದು ಪ್ರಯಾಣಿಕರಿಗೆ ತಿಳಿಯದಿದ್ದರೂ ಪ್ರೀತಂನಿಗೆ ಗೊತ್ತಾಗಿತ್ತು. ಪ್ರೀತಂ ಅಲ್ಲೇ ಸುತ್ತಿಟ್ಟ ಹಗ್ಗವನ್ನು ಬಿಡಿಸಿ ಜನರ ನಡುವೆ ಎಸೆದು ಎಲ್ಲರೂ ಇದನ್ನು ಗಟ್ಟಿಯಾಗಿ ಹಿಡಿದು ಕೂತಿರಿ ಎಂದ. ಆಗಲೂ ಯಾರಿಗೂ ಸನ್ನಿವೇಶದ ಗಂಭೀರತೆ ಅರಿವಾಗಲಿಲ್ಲ. ಶೈಲತ್ತೆ ಮತ್ತು ಸುಮಿಯರಿಗೆ "ಯಾವುದೇ ಸಂದರ್ಭದಲ್ಲೂ ನನ್ನ ಕೈ ಬಿಡಬಾರದು"

ಎಂದ. "ಎಲ್ಲಾದರೂ ಉಂಟೆ! ನಾಳೆ ನೀನೇ ನನ್ನ ಕೈ ಹಿಡೀಬೇಕಲ್ಲ" ಅಂದಳು ಸುಮಿ. ಪ್ರೀತಮ್ ನಗಲಿಲ್ಲ. ಬೋಟಿನ ಹೊರಮೈಗೆ ಬಡಿದು ನೀರು ಚಿಮ್ಮಿಸುತ್ತಿದ್ದ ಅಲೆಗಳು ಈಗ ನೇರವಾಗಿ ಬೋಟಿನೊಳಗೇ ಅಪ್ಪಳಿಸುತ್ತಿದ್ದವು. ಜನರೆಲ್ಲ ನೀರಲ್ಲಿ ತೊಯ್ದು ತೊಪ್ಪೆಯಾದರು. ರೋಮಾಂಚನಗೊಳಿಸುತ್ತಿದ್ದ ಬೋಟಿನ ಹೊಯ್ದಾಟ ಈಗ ಭೀತಿಯ ಸ್ವರೂಪಕ್ಕೆ ತಿರುಗಿತ್ತು. ಆದರೂ ಸಮುದ್ರದಲ್ಲಿ ಎದ್ದ ತೂಫಾನ್ ಅಲೆಯೊಂದು ಇಡೀ ಬೋಟನ್ನೇ ಮಗುಚುತ್ತದೆ ಎಂದು ಪ್ರೀತಂನೂ ಎಣಿಸಿರಲಿಲ್ಲ!

ಅದೆಲ್ಲವೂ ಕೆಲವೇ ಕ್ಷಣಗಳಲ್ಲಿ ಆಗಿಹೋಗಿತ್ತು. ಪಶ್ಚಿಮದಲ್ಲಿ ಇಳಿಸೂರ್ಯ ಕಣ್ಣು ಕುಕ್ಕುತ್ತಿದ್ದ. ಆದರೂ ತೆರೆಗಳು ಏಳುವ ತುದಿ ವರೆಗೂ ಪ್ರೀತಂ ಕಣ್ಣೋಡಿಸುತ್ತಿದ್ದ. ಒಂದನೇ ಎರಡನೇ ಮೂರನೇ... ಹೀಗೆ. ದೂರದಲ್ಲಿ ತೆರೆಗಳು ಗೆರೆಯಂತೆ ಕಾಣಿಸಿಕೊಂಡು, ಹತ್ತಿರವಾಗುತ್ತಿದ್ದಂತೆಯೇ ರಾಕ್ಷಸ ಸ್ವರೂಪದ ತಾಳುವುದನ್ನು ಅವನು ಗಮನಿಸಿದ್ದ. ಸಮುದ್ರದಿಂದ ಏಳುವ ತೆರೆಗಳು ಸಮುದ್ರವನ್ನೇ ಬಗೆದು ಬಲಿತುಕೊಳ್ಳುವ ರೀತಿಗೆ ಎಂಥವರ ಎದೆಯೂ ನಡುಗಬೇಕು! ಪ್ರೀತಂ ಕಡಲಿಗೆ ಭಯ ಪಟ್ಟವನಲ್ಲ. ಆದರೆ ಆ ಬೋಟಿನಲ್ಲಿ ಅದೆಷ್ಟೋ ಜನರಿಗೆ ಈಸು ಗೊತ್ತಿಲ್ಲ ಎನ್ನುವುದು ಅವನಿಗೆ ಗೊತ್ತಿತ್ತು. ಗೊತ್ತಿದ್ದವರಿಗೂ ಸಮುದ್ರದ ಈಜು ಸುಲಭವಲ್ಲ ಎನ್ನುವುದೂ ತಿಳಿದಿತ್ತು. ಅನಾಹುತ ಸಂಭವಿಸಿದರೆ ಏನೇನು ಮಾಡಬಹುದು ಎಂಬುದರ ಬಗ್ಗೆ ಅವನ ಮೆದುಳು ಮಿಂಚಿನಂತೆ ಯೋಚಿಸುತ್ತಿತ್ತು. ಅಂಥ ಯೋಚನೆಯ ನಡುವೆಯೇ ಭಾರಿ ಗಾತ್ರದ ತೆರೆಯೊಂದು ತಲೆಯೆತ್ತಿ ನಿಂತಾಗ ಬೋಟ್ ಒಮ್ಮೆ ಮೇಲಕ್ಕೆ ನೆಗೆದು, ಕೆಳಗಿಳಿವಾಗ ಪಲ್ಟಿಯಾಗಿತ್ತು!

ಕೂತವರನ್ನು ಮೇಲೆತ್ತಿ ಎಸೆದ ರೀತಿಗೆ ಇವನನ್ನು ಗಟ್ಟಿಯಾಗಿ ಹಿಡಿದ ಸುಮಿಯ ಶೈಲತ್ತೆಯ ಕೈಗಳು ತಪ್ಪಿ ಹೋಗಿದ್ದವು. ಪ್ರೀತಂ ನೀರಿನಿಂದ ತಲೆ ಎತ್ತಿ ಸುಮಿಯನ್ನು ಶೈಲತ್ತೆಯನ್ನು ಹುಡುಕಾಡಿದ. ಸುಮೀ ಎಂದು ಕೂಗಿದ. ಸಹಾಯಕ್ಕಾಗಿ ಕೈ ಮೇಲೆತ್ತಿದ ಯಾರೋ ಇಬ್ಬರನ್ನು ಹಿಡಿದು ಮಗುಚಿದ ಬೋಟಿಗೆ ಮುಟ್ಟಿಸಿ ಅವರನ್ನು ಮೇಲೆ ಹತ್ತಿಸಿದ. ಸುಮಿ ಶೈಲತ್ತೆ ಇಬ್ಬರೂ ಕಾಣದಿದ್ದಾಗ ಬೋಟಿನ ಕೆಳಗೆ ಸಿಕ್ಕಿರಬಹುದೇ ಎಂದು ಇನ್ನೊಮ್ಮೆ ಮುಳುಗಿ ಅಲ್ಲೆಲ್ಲ ಹುಡುಕಾಡಿದ. ಯಾರೂ ಕಾಣಲಿಲ್ಲ. ಇನ್ನೇನು ಮೇಲೆ ಬರಬೇಕು ಅನ್ನುವಷ್ಟರಲ್ಲಿ ಅಡ್ಡಕೋಲಿಗೆ ಅಂಗಿ ಸಿಲುಕಿ ಒದ್ದಾಡುತ್ತಿರುವ ಮಗುವೊಂದು ಕಂಡಿತು. ತಕ್ಷಣವೇ ಅತ್ತ ಈಸಿ ಆ ಮಗುವನ್ನು ಬಿಡಿಸಿ ಮೇಲೆತ್ತಿ ತಂದ. ಮೇಲೆ ನಾಲ್ಕಾರು ಜನ ಬೋಟ್ ಹಿಡಿದು ಬಚಾವಾಗಿದ್ದರು. ಅವರ ಕೈಗೆ ಮಗುವನ್ನು ದಾಟಿಸಿದ. ಅಷ್ಟರಲ್ಲಿ ಜನ ತೆರೆಯೊಡನೆ ತೇಲುತ್ತ ಮುಳುಗುತ್ತ ಬೋಟಿನಿಂದ ದೂರ ದೂರ ಸರಿದು ಹೋಗುತ್ತಿದ್ದರು. ಕೆಲವರು ಮುಳುಗುವುದು ಏಳುವುದು

ಮಾಡುತ್ತ ಸಹಾಯಕ್ಕಾಗಿ ಕೈಗಳನ್ನು ಮೇಲೆತ್ತಿದ್ದರು. ದೂರದಲ್ಲೊಂದು ಕೈ ತನ್ನನ್ನು ಕರೆಯುತ್ತಿರುವಂತೆ ಕಂಡಿತು. ಬಾಣದಂತೆ ಈಸಿ ಅಲ್ಲಿಗೆ ತಲುಪಿದ. ಶೈಲತ್ತೆ! ಕಂಗಾಲಾಗಿದ್ದರೂ ಕೈಕಾಲು ಬಡಿಯುತ್ತಾ ತೇಲುತ್ತಿದ್ದಳು. ಹಾಗೇ ಕೈ ಕಾಲು ಬಡಿಯುತ್ತಿರಿ ಎಂದ. "ಸುಮಿಯನ್ನು ಕಂಡ್ರಾ?" ಎಂದ. "ಸುಮೀ" ಎಂದು ಕೂಗಿದ. ಅವನ ಗಂಟಲು ಗದ್ಗದಿತವಾಗಿತ್ತು. "ಅದೋ ನೋಡು, ಅವಳೇ! ಪ್ರೀತಂ... ಹೋಗು ಬೇಗ ಹೋಗು, ನನ್ನ ಕೂಸನ್ನು ರಕ್ಷಿಸು... ಅವಳಿಗೇನಾದ್ರೂ ಆದ್ರೆ ನಾ ಬದುಕಿರಲಾರೆ. ಹೋಗು ಮಗನೇ" ಎಂದಳು. "ನಾನು ತೇಲುತ್ತಾ ಇರಬಲ್ಲೆ. ಪ್ಲೀಸ್ ಸುಮಿಯನ್ನು ಕಾಪಾಡು" ಎಂದು ಇವನ ಕೈ ಬಿಡಿಸಿಕೊಂಡು ಆಚೆ ದೂಡಿದಳು. ಪ್ರೀತಂ ತನ್ನೆಲ್ಲ ಬಲವನ್ನು ಬಾಹುಗಳಲ್ಲಿಟ್ಟು ಅತ್ತ ಈಸಿದ. ನೋಡನೋಡುತ್ತ ಅವಳನ್ನು ತೆರೆಗಳು ಐವತ್ತು ಮೀಟರಿಗಿಂತ ಹೆಚ್ಚು ದೂರ ಒಯ್ದಿದ್ದವು. ಸುಮಿಯ ದುಪ್ಪಟ್ಟಾ ಮಾತ್ರ ನೀರಲ್ಲಿ ತೇಲುತಿತ್ತು. ಅದನ್ನೇ ಗುರುತಾಗಿಸಿಕೊಂಡು ಪ್ರೀತಂ ಮೀನಿನಂತೆ ಅತ್ತ ಈಸಿದ. ಮುಳುಗುತ್ತಿದ್ದವಳ ತಲೆಕೂದಲು ಹಿಡಿದು ಎತ್ತಿದ. ಸುಮಿ ಪ್ರಜ್ಞೆ ತಪ್ಪಿದ್ದಳು. ಆಕೆಯನ್ನು ಬೆನ್ನಿಗೆ ಹೇರಿಕೊಂಡು ಬೋಟ್ ಕಡೆಗೆ ಈಸಿದ. ಅಲೆಗಳ ಅಬ್ಬರದಲ್ಲೂ ಎಲ್ಲೆಲ್ಲೂ ಚೀರಾಟ ಕೇಳುತ್ತಿತ್ತು. ಮಗುಚಿದ ಬೋಟಿನ ತಳಭಾಗದಲ್ಲಿ ಸುಮಿಯನ್ನು ಅಡ್ಡ ಮಲಗಿಸಿದ. ಸುಮಿ ನೀರು ಕುಡಿದಿದ್ದಳು. ಹೊಟ್ಟೆ ಒತ್ತಿ ನೀರು ಹೊರಹಾಕಿದ. ನೀರು ಕಾರಿದ ಮೇಲೆ ಆಕೆಯ ಉಸಿರು ಸರಾಗವಾಯಿತು. ಎಚ್ಚರಗೊಂಡು ಅವನನ್ನು ಗಟ್ಟಿಯಾಗಿ ಅಪ್ಪಿಕೊಂಡಳು. ಪ್ರೀತಂ ಅವಸರದಲ್ಲಿದ್ದ. ಆಕೆಯನ್ನು ಸಂತೈಸಿ ಅವಳಿಂದ ಬಿಡಿಸಿಕೊಳ್ಳಲು ಪ್ರಯತ್ನಿಸಿದ. ಸುಮಿ "ಭಯ ಆಗ್ತಿದೆ, ಬಿಟ್ಟು ಹೋಗ್ಬೇಡ ಪ್ರೀತ್... ಪ್ಲೀಸ್" ಎನ್ನುತ್ತಾ ಅವನ ಕೊರಳು, ಕೆನ್ನೆ, ಹಣೆಯನ್ನು ಚುಂಬಿಸಿದಳು. ಭಯದಿಂದ ಕಂಪಿಸುವ ಅವಳ ತುಟಿಗಳು ಪ್ರೀತಂನ ತುಟಿಗಳನ್ನು ಬಿಗಿದುಹಿಡಿದವು. ಪ್ರೀತಂ ಅವಳನ್ನು ಹೇಗೋ ಸಂಭಾಳಿಸಿ, "ಇಲ್ಲೇ ಇರು, ಇವರೆಲ್ಲಾ ಇದ್ದಾರೆ... ಯಾರೂ ಅಲುಗಾಡಬೇಡಿ... ಹೀಗೇ ಕೂತಿರಿ... ಎಲ್ರೂ ಬೋಟ್ ಹತ್ತಬೇಡಿ, ಬೋಟ್ ಸೈಡು ಹಿಡಿರಿ, ಮೇಲೆ ಕೂತವ್ರ ಕೈ ಹಿಡಿದು ನೀರಲ್ಲೇ ಮೀಸಾಡ್ತಾ ಇರಿ..." ಎಂದು ಕೂಗುತ್ತ ಶೈಲತ್ತೆ ತೇಲುತ್ತಿದ್ದ ದಿಕ್ಕಿನತ್ತ ತೆರೆಗಳನ್ನು ದಾಟುತ್ತಾ ಕಣ್ಮರೆಯಾದ. ಅವನು ಅಂದಾಜಿಸಿದ ದೂರದ ಆ ತುದಿವರೆಗೆ ಈಸಿದರೂ ಶೈಲತ್ತೆ ಕಾಣಲಿಲ್ಲ. ಮುಂದೆ ಮುಂದೆ ಹೋದ. ಭಾರೀ ತೆರೆಗಳು ಬಂದಾಗ, ಅವುಗಳ ಎತ್ತರಕ್ಕೆ ನೆಗೆದು ಕಣ್ಣು ಹಾಯಿಸಿದ. ಶೈಲತ್ತೆ ಎಲ್ಲೂ ಕಾಣಲಿಲ್ಲ. ರಭಸದ ತೆರೆಗಳು ಅವಳನ್ನು ದೂರಕ್ಕೆ ಒಯ್ದವೇ? ಅಥವಾ ಕಾಲುಗಳು ಸೋತು ಮುಳುಗಿದಳೇ? ರಕ್ಷಣೆಗೆ ಧಾವಿಸಿ ಬಂದಿರುವ ದೋಣಿಗಳು, ಬೋಟುಗಳು ಸಮುದ್ರದಲ್ಲಿ ರೌಂಡು ಹಾಕಲು ಶುರು ಮಾಡಿದ್ದವು. ಶೈಲತ್ತೆ

ಯಾರ ಕಣ್ಣಿಗಾದರೂ ಬಿದ್ದು ಅವಳನ್ನು ರಕ್ಷಿಸುವಂತಾಗಲಿ. ದೇವರೇ... ಅವಳು ಅಲ್ಲಿ ವರೆಗೂ ಈಸುತ್ತಿರಲಿ!

ಹತ್ತಿರದಲ್ಲಿ ಹಾದು ಹೋಗುತ್ತಿದ್ದ ಬೋಟಿನವರು ಪ್ರೀತಂನನ್ನು ಮೇಲೆತ್ತಿಕೊಂಡರು. "ವಚ್ ವಚ್ ಥ್ಯಾ ಸೈಡ್ ವಚ್ರೆ" ಎಂದು ಕೊಂಕಣಿಯಲ್ಲಿ ಅವರಿಗೆ ಅವಸರ ಅವಸರದಲ್ಲಿ ಹೇಳಿದ. ಅವನು ಹೇಳಿದ ದಿಕ್ಕಿಗೆ ಬೋಟು ಸುತ್ತಾಡಿತು. ಶೈಲತ್ತೆ ತೇಲುವ ಅಥವಾ ಮುಳುಗಿದ ಕುರುಹೇ ಕಾಣಲಿಲ್ಲ. ಬೋಟಿನೊಳಗೆ ನೀರು ಕುಡಿದು ಪ್ರಜ್ಞೆ ತಪ್ಪಿದ್ದ ಮೂವರನ್ನು ಸ್ಥಳೀಯ ಮೀನುಗಾರರು ಬದುಕಿಸುವ ಪ್ರಯತ್ನ ಮಾಡುತ್ತಿದ್ದರು. ಅವರ ಪ್ರಥಮ ಚಿಕಿತ್ಸೆಗೆ ನೀರು ಕುಡಿದವರು ಸ್ಪಂದಿಸುವಂತೆ ಕಾಣುತ್ತಿರಲಿಲ್ಲ. ಅಡ್ಡ ಮಲಗಿಸಿದ ಮೂವರಲ್ಲಿ ಒಬ್ಬಳನ್ನು ಪ್ರೀತಂ ಗುರುತು ಹಿಡಿದ. ಹೌದು, ಆಕೆ ಬಲೂನು ಕೈ ತಪ್ಪಿಸಿಕೊಂಡದ್ದಕ್ಕೆ ಮಗುವಿಗೆ ಬೆನ್ನಿಗೆ ಗುದ್ದಿದ್ದಳು... ಪ್ರೀತಂ ಬೋಟಿನವರೊಂದಿಗೆ ಮಾತಾಡಿ ಕೂಡಲೇ ಅವರನ್ನು ದಡಕ್ಕೆ ಒಯ್ಯುವುದು ಒಳ್ಳೆಯದು ಎಂದ. ತುರ್ತು ಚಿಕಿತ್ಸೆ ಸಿಕ್ಕರೆ ಜೀವ ಉಳಿದೀತು ಎಂಬುದು ಅವನ ಅವಸರಕ್ಕೆ ಕಾರಣವಾಗಿತ್ತು. ಪ್ರೀತಂ ಬೇರೊಂದು ಟ್ರಾಲರ್ ಹತ್ತಿದ್ದ. ಟ್ರಾಲರಿನ ಉಪ್ಪರಿಗೆ ಹತ್ತಿ ಸಮುದ್ರದಲ್ಲಿ ಕಣ್ಣಾಡಿಸಿದ. ಜಾತ್ರೆಯಲ್ಲಿ ಕೊಂಡ ಆಟಿಗೆ ಸಾಮಾನುಗಳು, ಕ್ಯಾಪುಗಳು, ವೆನಿಟಿ ಬ್ಯಾಗುಗಳು, ಮುಡಿದ ಹೂಗಳು, ದುಪಟ್ಟಾಗಳು ನೀರಮೇಲೆ ತೇಲುತ್ತಾ ದಾಟಿ ಹೋಗುತ್ತಿದ್ದವು. ಈಸಲು ಬಾರದವರನ್ನು ಕಡಲು ದಡದತ್ತ ತಳ್ಳಿತೋ ಅಥವಾ ತನ್ನೊಡಲಿಗೆ ಎಳೆದುಕೊಂಡಿತೋ ಅಂದಾಜಿಸುವುದು ಕಷ್ಟವಾಗಿತ್ತು. ಮೂರ್ನಾಲ್ಕು ದೋಣಿಗಳು ಮಗುಚಿದ ಬೋಟಿನ ಸಮೀಪ ತಲುಪಿ, ಅಲ್ಲಿದ್ದವರನ್ನು ರಕ್ಷಿಸುತ್ತಿರುವುದು ಪ್ರೀತಂನಿಗೆ ಕಾಣಿಸಿತು. ಸುಮಿ ಈಗ ಅಲ್ಲಿ ಸುರಕ್ಷಿತಳು ಎಂಬ ಭಾವದಿಂದ ಸ್ವಲ್ಪ ನಿರಾಳ ಆದರೂ ಶೈಲತ್ತೆಯಿಲ್ಲದೇ ಹೇಗೆ ಮರಳಲಿ? ಎಂಬ ಚಿಂತೆ ಅಪ್ಪಳಿಸುತ್ತಿತ್ತು. ಇನ್ನೊಂದು ದಿಕ್ಕಿನಿಂದ ನೇವಿಯವರ ಹೈ ಸ್ಪೀಡ್ ಬೋಟುಗಳು ಬರುತ್ತಿರುವುದನ್ನು ಕಂಡು ಪ್ರೀತಂ ಸ್ವಲ್ಪ ಗೆಲುವಾದ. ಅವು ಪ್ರದಕ್ಷಿಣೆ ಹಾಕುವ ವೇಗ ಮತ್ತು ವಿಸ್ತಾರ ನೋಡಿದರೆ ಶೈಲತ್ತೆ ಸಿಕ್ಕೇ ಸಿಗುವಳು ಎಂಬ ಭರವಸೆ ಬಂತು. ಆದರೆ ಅಷ್ಟರ ವರೆಗೂ ಶೈಲತ್ತೆ ಸಮುದ್ರದಲ್ಲಿ ಜೀವ ಹಿಡಿದಿರಬಲ್ಲಳೇ?

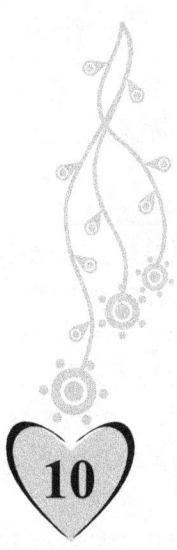

10

ಮಗದೊಂದು ಕಾದಂಬರಿ

ಕಂಡು ಕೇಳರಿಯದ ಕೂರ್ಮಗಡ ದೋಣಿ ದುರಂತವು ಕಾರವಾರ ಮಾತ್ರವಲ್ಲ, ಇಡೀ ಕರ್ನಾಟಕ, ಗೋವಾ ಜನತೆ ಬೆಚ್ಚಿಬೀಳುವಂತೆ ಮಾಡಿತ್ತು. ಭಕ್ತಿ ಉತ್ಸಾಹಗಳಲ್ಲಿ ಸಂಪನ್ನಗೊಳ್ಳಬೇಕಾಗಿದ್ದ ತೇಲುವಜಾತ್ರೆ, ಆಘಾತ ಮತ್ತು ದುಃಖದಲ್ಲಿ ಕೊನೆಗೊಂಡಿತ್ತು. ಮೂವತ್ತೆಂಟು ಜನ ಪ್ರಯಾಣಿಸುತ್ತಿದ್ದ ಬೋಟ್ ಮಗುಚಿದ ಆ ಅವಗಢದಲ್ಲಿ ಇಪ್ಪತ್ತಾಲ್ಕು ಜನರನ್ನು ಸ್ಥಳಿಯ ಮೀನುಗಾರರು, ನೇವಿಯವರು ಸುರಕ್ಷಿತ ದಡ ಸೇರಿಸಲು ಯಶಸ್ವಿಯಾಗಿದ್ದರು. ಅದೇ ದಿನ ಹತ್ತು ಶವಗಳು ದೊರೆತಿದ್ದವು. ಮಾರನೆ ದಿನ ಇನ್ನೆರಡು ಹೆಣಗಳು ಪತ್ತೆಯಾಗಿದ್ದವು. ದುರಂತದಲ್ಲಿ ಮಡಿದವರ ಮತ್ತು ನಾಪತ್ತೆಯಾದವರ ಹೆಸರುಗಳನ್ನು ಪತ್ರಿಕೆಗಳು ಟಿವಿಯವರು ಪ್ರಕಟಿಸಿದರು. ಆ ಪಟ್ಟಿಯಲ್ಲಿ ಶೈಲಾ ಪಾಟೀಲ, ಶಿಕ್ಷಕಿ, ಕಲಬುರಗಿ ಎಂಬ ಹೆಸರೂ ಇತ್ತು. ಕೋಸ್ಟಲ್ ಗಾರ್ಡಿನವರು, ನೇವಿಯವರು, ಸ್ಥಳೀಯ ಮೀನುಗಾರರು ಮೂರು ದಿನಗಳಿಂದ ಅವಿರತವಾಗಿ ಹುಡುಕಾಡಿದ್ದರು. ನೌಕಾ ನೆಲೆಯ ಹೆಲಿಕಾಪ್ಟರ್ ಕೂಡ ಸಮುದ್ರದಲ್ಲಿ ಹಾರಾಟ ನಡೆಸಿತ್ತು. ಸುಮಿ ಮತ್ತು ಪ್ರೀತಂ ಆ ಮೂರು ದಿನಗಳಿಂದಲೂ ಹೆಚ್ಚಿನ ಸಮಯ ಬೇಲೆ ಮೇಲೇ ಇದ್ದರು. ರೋಹಿತ್, ಚೈತ್ರಾ, ರೂಪಾಲಿ, ವಿನೀತ್, ಚೇತನ್ ಎಲ್ಲರೂ ಆ ದುಃಖದ, ಆಘಾತದ ಸಮಯದಲ್ಲಿ ಸುಮಿ ಮತ್ತು ಪ್ರೀತಂ ಇಬ್ಬರಿಗೂ ಆಸರೆಯಾದರು. ಲಿಂಗನಗೌಡಪಾಟೀಲರ ಅರ್ಧ ಕುಟುಂಬವೇ ಕಾರವಾರಕ್ಕೆ ಧಾವಿಸಿ ಬಂದಿತ್ತು.

ಮೂರನೇ ದಿನ ಭಟ್ಕಳದ ಅಳ್ವೆಕೋಡಿಯ ಸಮುದ್ರ ದಂಡೆಗೆ ಹೆಣವೊಂದು ತಾಟಿರುವುದು ಸುದ್ದಿಯಾಯಿತು. ಸುಮಿ ಮತ್ತು ಪ್ರೀತಂ ರೋಹಿತನ ಬೈಕ್ ಮೇಲೆ ಅಲ್ಲಿಗೆ ಧಾವಿಸಿದರು. ಕೊಳೆತ ಸ್ಥಿತಿಯಲ್ಲಿರುವ ಹೆಣವನ್ನು ಗುರುತಿಸುವುದೂ ಸಾಧ್ಯವಿರಲಿಲ್ಲ. ತಲೆಕೂದಲಿನಿಂದಾಗಿ ಮಾತ್ರ ಹೆಣ್ಣು ಎಂದು ಅಂದಾಜು ಮಾಡಬಹುದಾಗಿತ್ತು. ಆದರೆ ಶೈಲತ್ತೆಯದು ತುಂಬಾ ಉದ್ದ ಕೂದಲು. ಅದು ಶೈಲತ್ತೆಯಲ್ಲ ಎನ್ನಲು ಆ ಕಾರಣವೇ ಸಾಕಾಗಿತ್ತು. ಶೈಲತ್ತೆ ಬದುಕಿರುವ ಯಾವ ನಿರೀಕ್ಷೆಯೂ ಉಳಿದಿರಲಿಲ್ಲ. ಸುಮಿಗೆ ಶೈಲತ್ತೆಯನ್ನು ಅಂಥ ವಿಕಾರ ಸ್ವರೂಪದಲ್ಲಿ ನೋಡುವ ಧೈರ್ಯ ಇರಲಿಲ್ಲ. ಶೈಲತ್ತೆ ಜೀವಂತವಾಗಿರುವ ನಿರೀಕ್ಷೆಯೊಂದು ತನ್ನಲ್ಲಿ ನಿರಂತರವಾಗಿರಲಿ ಕಡಲೇ, ಎಂದು ಮನಸಲ್ಲೆ ಬೇಡಿಕೊಳ್ಳುತ್ತಿದ್ದಳು.

ಶೋಕದಿಂದ ಭಾರವಾದ ಅಲೆಗಳು ತಡೆಗೋಡೆಗೆ ಹಾಕಿದ್ದ ಕಲ್ಲುಗಳಿಗೆ ರಪ್ಪನೇ ಅಪ್ಪಳಿಸುತ್ತಿದ್ದವು. ಮುಸ್ಸಂಜೆ ಹೊತ್ತಲ್ಲಿ ಭಾನು ತುಸು ಹೆಚ್ಚೇ ಕೆಂಪುಬಣ್ಣ ಹಚ್ಚಿಕೊಂಡು ಬಾಗಿತ್ತು. ದಿಗಂತವನ್ನು ಭುಜಗಳ ಮೇಲೆ ಹೊತ್ತ ರೀತಿಯಲ್ಲಿ ದೂರದ ನೇತ್ರಾಣಿ ಗುಡ್ಡವು ಕುಗ್ಗಿದಂತೆ ಕಾಣುತ್ತಿತ್ತು. ಮೂರು ದಿನಗಳಿಂದ ಕಾದು ನಿತ್ರಾಣಗೊಂಡ ಎಲ್ಲರ ಪಾದಗಳು ಕಂಪಿಸುತ್ತಿದ್ದರಿಂದ ಅಡಿಯಲ್ಲಿಯ ಉಸುಕು ಸರಿದಾಡುತ್ತಿತ್ತು. ಬೇಲೆ ಮೇಲೆ ಒಂದು ತುದಿಯಲ್ಲಿ ಸುಮಿ ಮತ್ತು ಪ್ರೀತಂ. ಇನ್ನೊಂದು ತುದಿಯಲ್ಲಿ ಲಿಂಗಣ್ಣ, ಅವನ ತಮ್ಮಂದಿರಾದ ಹನುಮಯ್ಯ, ಮಲ್ಲಿಕಾರ್ಜುನ, ಅವರ ಹೆಂಡರು, ನೀಲವ್ವ, ಆಳು ನಿಂಗ ಎಲ್ಲರೂ ಕಾದುಕಾದು ಸುಸ್ತಾಗಿದ್ದರು. ಭಟ್ಕಳ ಜಾಲಿಕೋಡಿಯ ವಿಶಾಲ ಸಾಗರದ ದಡದಲ್ಲಿ ಉಸುಕಿನ ಮೇಲೆ ವಿಕಾರವಾದ ಶವವನ್ನು ನೋಡಿದ ಮೇಲೆ ಲಿಂಗಣ್ಣ ಪಾಪಪ್ರಜ್ಞೆಯಿಂದ ಬಸವಳಿದು ಹೋಗಿದ್ದರು. ಬದುಕಿನ ನಶ್ವರತೆ ಅವರನ್ನು ಕಾಡತೊಡಗಿತ್ತು. ಇದ್ದಕ್ಕಿದ್ದಂತೆ ಬಿಕ್ಕಳಿಸಿದರು. ನೀಲವ್ವ ಸಮಾಧಾನ ಮಾಡ್ಕಳಿ ಎಂದು ಬೆನ್ನಿನ ಮೇಲೆ ಕೈಯಾಡಿಸಿದಳು. "ಒಬ್ಬಳೇ ತಂಗಿ ಅಂತ ಭಾಳಾ ಮುದ್ದು ಮಾಡಿದ್ವಿ... ಸಣ್ಣಾಕಿ ಇದ್ದಾಗಿಂದ್ಲೂ ಭಾಳಾ ಚೂಟಿ. ಮನಿಗೊಂದು ಹುಣ್ಣಿಮಿ ಚಂದ್ರ ಇದ್ದಾಂಗಿದ್ದಳು. ಕಣ್ಣಲ್ಲಿ ಕಣ್ಣಿಟ್ಟು ಬೆಳೆಸಿದ್ವಿ. ನಮ್ಮ ಪ್ರೀತಿಲಿ ಅದೇನ್ ಅರಕೆ ಆಯ್ತೋ, ಆ ಸಾಬಿ ಪ್ರೀತಿಗೆ ಮಳ್ಳಾದ್ಳು. ನಮಗೆ ತಂಗಿ ಅನ್ನೊ ಪ್ರೀತಿಗಿಂತ ಸಾಬಿ ಅನ್ನೋ ದ್ವೇಷಾನೇ ದೊಡ್ಡಾಗೋಯ್ತು. ಅವಳ ಬಾಳು ಗೋಳು ಹೊಯ್ಕೊಂಡ್ವಿ, ಕೈಗೆ ಹೆಣ ಕೂಡ ಸಿಗದಂಗ ಮಾಡಿ ಹ್ವಾದ್ಳು" ಎಂದರು. ವಿರುಪಾಕ್ಷಿ ತಂದೆಗೆ ಸಾಂತ್ವನ ಹೇಳಲು ಸಾಧ್ಯವಾಗದೇ ಒದ್ದಾಡುತ್ತಿದ್ದ. ಅವನ ಹೃದಯದಲ್ಲಿ ವಿಷಾದವೇ ಮಡುಗಟ್ಟಿತ್ತು. ಅವನೂ ಕಣ್ಣೀರಿಟ್ಟ. ಅಷ್ಟರವರೆಗೂ ತಡೆಹಿಡಿದಿದ್ದ ಎಲ್ಲರ ದುಃಖ ಸಮುದ್ರದೆದುರು ಕಣ್ಣೀರಾಗಿ ಹರಿಯಿತು. ಇನ್ನೊಂದು ತುದಿಯಲ್ಲಿ ಪ್ರೀತಂನ

ಜೊತೆಯಲ್ಲಿ ನಿಂತಿದ್ದ ಸುಮಿ ಅವರ ಹತ್ತಿರ ಹೋದಳು. ಎಲ್ಲ ಜೀವಗಳೂ ಸುಮಿಯನ್ನು ಕೇಂದ್ರವಾಗಿಸಿಕೊಂಡು ಪರಸ್ಪರ ಸಾಂತ್ವನಕ್ಕಾಗಿ ಪರದಾಡಿದವು. ಶೈಲತ್ತೆ ಬಿಟ್ಟುಹೋದ ಶೂನ್ಯದ ಭಾರವನ್ನು ಹೊರಲಾಗದ ಲಿಂಗನಗೌಡ ಪಾಟೀಲರ ಕುಟುಂಬಕ್ಕೆ ಸುಮಿಯ ಪುಟ್ಟ ಹೆಗಲುಗಳೇ ಆಸರೆಯಾದವು.

ವಿರುಪಾಕ್ಷಿ ಗುಂಪಿನಿಂದ ಕಳಚಿಕೊಂಡು ಇನ್ನೊಂದು ತುದಿಯಲ್ಲಿ ಒಬ್ಬಂಟಿಯಾಗಿ ಸಮುದ್ರವನ್ನೆ ದಿಟ್ಟಿಸುತ್ತಿದ್ದ ಪ್ರೀತಂನತ್ತ ಹೆಜ್ಜೆಯಿಟ್ಟ. ಅವನ ಪಕ್ಕದಲ್ಲಿ ಒಂದೆರಡು ಗಳಿಗೆ ಮಾತಿಲ್ಲದೇ ನಿಂತ. ಸಂಜೆ ಸೂರ್ಯನ ಬೆಳಕು ಇಬ್ಬರ ಮುಖಭಾವಗಳಲ್ಲಿ ಮಂಕಾಗುತ್ತಿತ್ತು. ಪ್ರೀತಂ “ಶೈಲತ್ತೆಯನ್ನು ಉಳಿಸೋಕಾಗ್ಲಿಲ್ಲ, ಸಾರಿ” ಅಂದ. ವಿರುಪಾಕ್ಷಿ ಸಮುದ್ರವನ್ನೇ ನೋಡುತ್ತಾ “ನೀನು ಸುಮಿಯನ್ನು ಉಳಿಸಿದಿ. ಶೈಲತ್ತೆಯನ್ನು ನಾವು ಮುಳುಗಿಸಿದೆವು” ಎಂದ. “ಲಿಂಗನಗೌಡ ಪಾಟೀಲ ಕುಟುಂಬದ ಮುಗುಳ್ನಗು ಮುಳುಗೋಯ್ತು. ಇದು ಅಂತಿಂಥ ಘಾತವಲ್ಲ. ನಮ್ಮತ್ತಿ ಸಾವಿನ ಕೊರಗಿನಿಂದ ನಾ ಹೇಗೆ ಬದುಕುಳಿಯಲಿ?” ಎಂದ ವಿರುಪಾಕ್ಷಿ. ವಿರುಪಾಕ್ಷಿ ಪಶ್ಚಾತ್ತಾಪದ ಬೆಂಕಿಯಲ್ಲಿ ಬೇಯುತ್ತಿರುವುದನ್ನು ಪ್ರೀತಂ ಗಮನಿಸಿದ. “ಆಕೆ ನಿಮಗೆ ಅತ್ತೆ ಆಗಿದ್ದಳು ನಿಜ. ಆದರೆ ಅಪರಿಚಿತನಾದ ನನಗೂ ಕರುಳಸಂಬಂಧ ಅಂಟಿಸಿ ಹೋದಳು. ಅವಳ ನಿರ್ಮಲ ಪ್ರೀತಿಯನ್ನು ನಾನೆಂದೂ ಮರೆಯಲಾರೆ” ಎಂದ ಪ್ರೀತಂ. “ಪ್ರೇಮ ಸಂಭವಿಸುತ್ತದೆ, ಆದರೆ ಪ್ರೇಮಕ್ಕೆ ಶೈಲತ್ತೆಯಂಥವರ ಆಶೀರ್ವಾದ ಬೇಕಾಗ್ತದೆ” ಎಂದ. “ಪ್ರೇಮದ ಅಗ್ನಿಪರೀಕ್ಷೆಗೆ ನಮ್ಮಂಥ ವಿಲ್ಲನ್ನುಗಳೂ ಬೇಕಾಗ್ತಾರೆ, ತಗೊ” ಎಂದು ವಿರುಪಾಕ್ಷಿ ಒಂದು ರೀತಿಯ ವೈರಾಗ್ಯಭಾವದಲ್ಲಿ ಹೌದೋ ಅಲ್ಲವೋ ಎಂಬಂತೆ ನಕ್ಕ. ಪ್ರೀತಂ ಕೂಡ ಸಣ್ಣಕ್ಕೆ ನಕ್ಕ. ಆ ಚಿಕ್ಕ ನಗು ಇಬ್ಬರ ಮುಖದಲ್ಲಿಯ ಮಣ ಭಾರವನ್ನು ಸ್ವಲ್ಪವಾದರೂ ಕೆಳಗಿಳಿಸಿತು. ಇಬ್ಬರೂ ಅಪ್ಪಿಕೊಂಡರು. ಆ ತುದಿಯಲ್ಲಿದ್ದರೂ ಈ ತುದಿಯತ್ತಲೆ ಗಮನವಿದ್ದ ಸುಮಿ ಇಬ್ಬರ ಮುಖದಲ್ಲೂ ಕಿರುನಗೆಯನ್ನು ಕಂಡಳು. “ಅಳುವ ಕಡಲೊಳು ತೇಲಿ ಬರುತಲಿದೆ ನಗೆಯ ಹಾಯಿ ದೋಣಿ...” ಎಂಬ ಕವಿಸಾಲು ನೆನಸಿಕೊಳ್ಳುತ್ತ ಅವರ ಸನಿಹಕ್ಕೆ ಬಂದಳು. ಅವಳ ಹಿಂದೆಯೇ ಲಿಂಗನಗೌಡ ಪಾಟೀಲರ ಗುಂಪಿನಿಂದ ಒಬ್ಬೊಬ್ಬರೇ ಪ್ರೀತಂನತ್ತ ಬಂದು ಸೇರಿಕೊಂಡರು! ಈಗ ಪ್ರೀತಂನನ್ನು ಕೇಂದ್ರವಾಗಿಟ್ಟುಕೊಂಡು ಸಂತಾಪ ಪಟ್ಟುಕೊಂಡರು. ದೂರದ ಸಮುದ್ರವೂ ಸಂತ್ರಸ್ತ ಮನಸ್ಸುಗಳನ್ನು ಸಂತೈಸುವ ಆತುರದಿಂದ ಅಲೆಗಳಿಗೆ ಹಗುರ ರೆಕ್ಕೆಹಚ್ಚಿಕೊಂಡು ಸನಿಹವಾಗುತ್ತಿದೆ ಅನಿಸುತ್ತಿತ್ತು. ಹಗಲಲ್ಲಿ ಹೊತ್ತಿ ಉರಿದು ಖಾಲಿಯಾದ ಸೂರ್ಯನು ದಾರಿ ಬೆಳಕಿಗೆ ಉಳಿಸಿಕೊಂಡ ಮುಸ್ಸಂಜೆ ಬೆಳಕನ್ನು ಈ ಸಂತ್ರಸ್ತರ ಮೇಲೇ ಇಳಿಸಿದಂತೆ ಕಾಣುತ್ತಿತ್ತು!

*

"ನಮ್ಮೂರಿಗೆ ಬಂದು ಎಂಥ ಘಾತ ಆಗಿಹೋಯ್ತು... ಏನ್ ಹೇಳೂಕೂ ಬಾಯೇ ಬರೂದಿಲ್ಲ" ಎಂದು ಗುಲಾಬಿ ವ್ಯಥೆ ಪಟ್ಟಳು. ನೀಲವ್ವ "ಆಕಿ ಹಣ್ಯಾಗ್ ಸಮುದ್ರಕ್ ಬಂದು ಜೀವ ಬಿಡೋದ ಐತಿ, ನೀವ್ ಸಮಾಧಾನ ಮಾಡ್ಕಳ್ಳಿ ಅಕ್ಕೋರೆ" ಎಂದಳು. ಲಿಂಗನಗೌಡ ಪಾಟೀಲರ ಅರ್ಧ ಕುಟುಂಬ, ಗುಲಾಬಿಯ ಬಳಗದವರು, ಗಂಡನ ಕಡೆಯ ದಾಯಾದಿಗಳು, ಪ್ರೀತಂನ ಗೆಳೆಯರು ಎಲ್ಲರೂ ಗುಲಾಬಿಯ ಗುಡಿಸಲಲ್ಲಿ ಸೇರಿದ್ದರು. ಪ್ರೀತಂನ ಮಾವ ದೂರದಿಂದ ಬಂದವರಿಗೆ ಕೆಂದಾಳಿ ಸಿಯಾಳ ಕೊಯ್ಸಿದ್ದ. ಮನೆ ಹಿಂದಿನ ಕರಿಬಾಳೆ ಕೊನೆ ಕಡಿದಿಟ್ಟದ್ದು ಪೂರ್ತಿ ಹಣ್ಣಾಗಿತ್ತು. ನಾಲ್ಕು ದಿನಗಳಿಂದ ಯಾರಿಗೂ ಅದರ ಲಕ್ಷ್ಯ ಇರಲಿಲ್ಲ. ಗುಲಾಬಿಯ ಬೈತಕೋಲಿದ ಅತ್ತಿಗೆ ಮಾಡಿಗೆ ತೂಗಿಟ್ಟ ಕೊನೆ ಇಳಿಸಿ ಎಲ್ಲರಿಗೂ ಒಂದೊಂದು ಹಂಚಿದಳು. ಗುಲಾಬಿ "ನಮ್ಮಿಂದ ತಪ್ಪಾಗಿದ್ರೆ ಕ್ಷಮಿಸಬೇಕು. ನಾವ್ ಬಡವರು ಖರೆ. ಆದ್ರೆ ಹುಡುಗ ಮತ್ತು ಹುಡುಗಿ ಏನೋ ಪ್ರೀತಿ ಮಾಡ್ಕೊಂಡ್ಬಿಟ್ಟಿದ್ದಾರೆ. ದೊಡ್ಡ ಮನಸ್ ಮಾಡಿ ಮಕ್ಕಳ ಮನಸ್ಸಂತೆ ನಡ್ಸಕೊಡಬೇಕು" ಎಂದು ಕೈ ಮುಗಿದಳು. ಲಿಂಗಣ್ಣ ಸಣ್ಣ ಧ್ವನಿಯಲ್ಲಿ "ಅದೇ ಈಗ ನಾವು ಶೈಲುಳ ಆತ್ಮಶಾಂತಿಗಾಗಿ ಮಾಡಬಹುದಾದ ಕಾರ್ಯ, ವೈನಿ" ಎಂದ. "ಶೈಲು ಆತ್ಮಕ್ಕೆ ಯಾವ ಶಾಂತಿಯ ಅಗತ್ಯವೂ ಇಲ್ಲ, ಅವಳು ಅಂಥದ್ದನ್ನು ಎಂದೋ ಮೀರಿದವಳು. ಮನಃಶಾಂತಿ ಬೇಕಿರುವುದು ಬದುಕಿರುವ ನಮಗೆ" ಎಂದಳು ನೀಲವ್ವ. ಅವಳ ಧ್ವನಿ ಕಂಪಿಸುತ್ತಿತ್ತು. ಲಿಂಗಣ್ಣ ಗುಲಾಬಿಗೆ "ನಮ್ಮಾಕಿ ಹೇಳೋದು ಖರೇನೇ ಐತಿ. ಇರಲಿ, ಮಕ್ಕಳು ಸದ್ಯ ಓದು ಮುಗಿಸಿ ತಮ್ಮತಮ್ಮ ಭವಿಷ್ಯ ರೂಪಿಸಿಕೊಳ್ಳಲಿ... ಮುಂದೆ ಅವರಿಷ್ಟದಂತೆ ಆಗಲಿ" ಎಂದ.

ಲಿಂಗನಗೌಡ ಪಾಟೀಲರ ಕುಟುಂಬದವರೆಲ್ಲರೂ ಮಾರನೆ ದಿನ ಕಲಬುರಗಿಗೆ ವಾಪಸ್ಸು ಹೊರಟಿದ್ದರು. ಒಂದು ರೀತಿಯ ವೈರಾಗ್ಯಭಾವವು ಅವರ ದುಃಖವನ್ನು ಸ್ವಲ್ಪಮಟ್ಟಿಗೆ ಸಹ್ಯಗೊಳಿಸಿತ್ತು. ಪ್ರೀತಂ ಅವರಿಗೆ ಸಿಗಲು ಬೆಳಗ್ಗೆ ಲಾಡ್ಜಿಗೆ ಹೋಗಿದ್ದ. ಪ್ರೀತಂನ ಗೆಳೆಯರು, ಸುಮಿಯ ಕಾಲೇಜಿನ ಕ್ಲಾಸಮೇಟುಗಳೂ ಬಂದಿದ್ದರು. ಲಿಂಗಣ್ಣ "ನಾಗತಿಹಳ್ಳಿ ಸಾಯಬ್ರಿಗೆ ಶೈಲು ಸುದ್ದಿ ಗೊತ್ತಾತು ಕಾಣಿಸ್ತೈತಿ, ರಾತ್ರಿ ಘೋನ್ ಮಾಡಿದ್ರು" ಅಂದರು. "ಹೌದು, ನನಗೂ ಮಾಡಿದ್ರು. ತುಂಬಾ ಬೇಜಾರ್ ಮಾಡ್ಕಂಡ್ರು" ಅಂದ ಪ್ರೀತಂ. "ಮತ್ತೆ ನಿಂಗ್ಯಾವಾಗ ಬೆಂಗಳೂರಿಗೆ ಬಾ ಅಂದಾರ?" ಅಂದರು. "ಒಂದು ವಾರ ಬಿಟ್ಟು ಹೋಗ್ತೇನೆ" ಅಂದ. ನೀಲವ್ವ "ಹುಶಾರಪ್ಪ" ಎಂದರು. ಸುಮಿ "ಟೇಕ್ ಕೇರ್ ಪ್ರೀತ್" ಅಂದಳು. ಪ್ರೀತಂ "ನಿನ್ನನ್ನು ರಾಶಿ ಮಿಸ್ ಮಾಡ್ಕೊಳ್ಳುವೆ" ಎಂದ. "ನೀನು ನನ್ನೊಬ್ಬಳನ್ನೇ ಮಿಸ್ ಮಾಡಕೊಳ್ತಿ. ನಾನು ಮೂರಮೂರು ಮಿಸ್ ಮಾಡ್ಕೊಳ್ಳಬೇಕಲ್ಲೊ, ಮಾರಾಯ" ಅಂದಳು. ಪ್ರೀತಂ ಪ್ರಶ್ನಾರ್ಥಕವಾಗಿ

ಅವಳತ್ತ ನೋಡಿದ. "ನೀ ಎಷ್ಟು ಮೀನ್ ತಲಿ ತಿಂದ್ರೂ ಅಷ್ಟೇ ಬಿಡು" ಅಂದಳು ಸಣ್ಣದನಿಯಲ್ಲಿ. "ಕೇಳಿಲ್ಲಿ, ನನ್ನ ಹೃದಯವೇ ಆಗಿದ್ದ ಶೈಲತ್ತೆಯನ್ನು ಕಳಕೊಂಡೆ. ಇನ್ಮುಂದೆ ನನ್ನ ಜೀವದಂಥ ಸಮುದ್ರ ಕೂಡ ಸಮೀಪವಿರಲ್ಲ. ಮತ್ತು ಕಡಲ ತೀರದ ಹುಡುಗನೂ ದೂರ ಹೋಗ್ತಾನೆ... ಲೈಫಲ್ಲಿ ಫಸ್ಟ್ ಟೈಮ್ ಅನಾಥಪ್ರಜ್ಞೆ ಕಾಡ್ತಿದೆಯಲ್ಲೋ" ಅಂದಳು. ಅವಳ ಮಾತಿಗೆ ಅಲ್ಲಿದ್ದವರ ಕಣ್ಣುಗಳು ಹಸಿಯಾದವು. ನೀಲವ್ವ ಮಗಳನ್ನು ಅಪ್ಪಿಕೊಂಡು ಅತ್ತೇ ಬಿಟ್ಟಳು. ಲಿಂಗಣ್ಣನವರ ಕಣ್ಣುಗಳಲ್ಲೂ ನೀರಾಡಿತು. ಪ್ರೀತಂನಿಗೆ ಒಡಲಲ್ಲಿ ಸಂಕಟ ಉಂಟಾಯಿತಾದರೂ, ವಿದಾಯವನ್ನು ಹೀಗೆ ಕಣ್ಣೀರಾಗಿಸುವುದು ಬೇಡ ಅನಿಸಿ ಅವಳ ಕಾಲೆಳೆಯಲು, "ಇಂಥ ಅನಾಥಪ್ರಜ್ಞೆಯಿಂದ ಆ ಹಾರಿಕೊಳ್ಳುವ ಪಾಯಿಂಟಿಗೆ ಹೋಗಬೆಡಾ ಮತ್ತೆ" ಎಂದ. "ಹೇ ಕೋತಿ, ಹಾರ್ಕೊಳ್ಳೋಕೇನು ಹುಚ್ಚಾ? ಲೈಫು ಇಷ್ಟು ಬ್ಯೂಟಿಫುಲ್ ಐತಿ. ಈ ಘೋರ ಆಘಾತದಿಂದ ಚೇತರಿಸಿಕೊಳ್ಳಲು ಸಮಯ ಬೇಕಾಗಬಹುದು, ನಿಜ. ಆದರೆ ನನ್ನೊಳಗೆ ಶೂನ್ಯಕ್ಕೆ ಜಾಗವಿರಲಾರದು. ಮನಸ್ಸಿನ ದುರ್ಬಲ ಗಳಿಗೆ ದಾಟುವುದನ್ನು ಶೈಲತ್ತೆಯಿಂದ ಕಲಿತಿದ್ದೇನೆ. ಶೈಲತ್ತೆ ನೀರಲ್ಲಿ ಮುಳುಗಿದ್ದರೂ ಕಡಲಿಗೆ ಪ್ರೇಮದ ಸುಗಂಧ ಬೆರೆಸುವಂಥವಳು. ಅವಳು ಸದಾ ನನ್ನನ್ನು ಮುನ್ನಡೆಸುತ್ತಾಳೆ" ಎಂದಳು. ಪ್ರೀತಂನ ಗೆಳೆಯರು ಮತ್ತು ಸುಮಿಯ ಕ್ಲಾಸಮೇಟ್ಸ್ ಅವಳ ಮಾತಿಗೆ ಮೆಲುವಾಗಿ ಕ್ಲ್ಯಾಪ್ಸ್ ಮಾಡಿದರು. ಪ್ರೀತಂ ಅವಳನ್ನು ಹಗುರವಾಗಿ ಅಪ್ಪಿ "ಸಿಗೋಣ ಸು" ಎಂದ. ಅವಳು "ಬೇಗ ಸಿಗೋಣ, ಪ್ರೀತ್" ಎಂದು ಬೀಳ್ಕೊಟ್ಟಳು.

*

ಇಲ್ಲಿಗೇ ಮುಗಿದರೆ ಕತೆ ಸುಖಾಂತವೋ ದುಃಖಾಂತವೋ ತಿಳಿಯದೇ ಹೋಗಬಹುದು. ಪ್ರೇಮಕತೆ ವಿಷಾದದಲ್ಲಿ ಕೊನೆಗೊಳ್ಳಬಾರದು ಎಂದು ಶೈಲತ್ತೆ ಹೇಳುತ್ತಿದ್ದಳು. ಮುಂದೆ ಆದುದನೆಲ್ಲ ಬರೆದರೆ ಅದು ಸುಖಾಂತವೇ ಅನಿಸಬಹುದು. ಬಹುಶಃ ಇನ್ನೊಂದು ಕಾದಂಬರಿಯೇ ಆದೀತು. ಸದ್ಯಕ್ಕೆ ಸಂಕ್ಷಿಪ್ತವಾಗಿ ಇಷ್ಟು ಹೇಳಬಹುದು:

ನಾಗತಿಹಳ್ಳಿಯವರ ಸಿನಿಮಾ ಬಿಡುಗಡೆ ಆದಾಗ ಅವರ ಎಲ್ಲಾ ಸಿನಿಮಾಗಳಂತೆ ಮಾಸ್ ಮತ್ತು ಕ್ಲಾಸ್ ಮೆಚ್ಚುಗೆ ಗಳಿಸಿತು. ಕತೆ, ನಿರ್ದೇಶನ, ಹಾಡುಗಳು, ಕಡಲತೀರದ ಸುಂದರ ದೃಶ್ಯಗಳ ಜೊತೆಗೆ ಪ್ರೀತಂನ ಫ್ರೆಶನೆಸ್ ಕೂಡ ಪ್ರಶಂಸೆ ಪಡೆಯಿತು. ಅಭಿನಯದಲ್ಲೂ ಸುಧಾರಿಸಿ ಹೊಸ ಹೊಸ ಅವಕಾಶಗಳೂ ಸಿಕ್ಕಿದ್ದರಿಂದ, ಪ್ರೀತಂ ಸಿನಿಮಾ ಕ್ಷೇತ್ರದಲ್ಲಿ ಸಾಕಷ್ಟು ಹೆಸರು ಮಾಡಿದ. ಯಶಸ್ಸೂ ಗಳಿಸಿದ. ಈಗ ಅವನು ತೆಲುಗು ಚಿತ್ರರಂಗದಲ್ಲೂ

ಜನಪ್ರಿಯತೆ ಗಳಿಸಿರುವನು. ಸುಮಿ ಗುಲ್ಬರ್ಗಾ ವಿಶ್ವವಿದ್ಯಾಲಯದಲ್ಲಿ ಅಪರೂಪದ ವಿಷಯದ ಮೇಲೆ ಸಂಶೋಧನೆ ಕೈಗೊಂಡು ಪಿಎಚ್ಡಿ ಮುಗಿಸಿದಳು. ಅವಳ ಪ್ರಬಂಧಗಳು ಅಂತಾರಾಷ್ಟ್ರೀಯ ಜರ್ನಲ್ಲುಗಳಲ್ಲಿ ಪ್ರಕಟವಾಗಿ ಹೆಸರೂ ಬಂತು. ಅಕಾಡೆಮಿಕ್ ವಲಯದಲ್ಲಿ ಅವಳ ಉಪನ್ಯಾಸಗಳಿಗೆ ಬೇಡಿಕೆಯಿರುವುದರಿಂದ ಸುಮಿ ದೇಶ ವಿದೇಶ ಸುತ್ತುತ್ತಿರುತ್ತಾಳೆ. ಅವರ ಮದುವೆ ಕಲಬುರಗಿಯಲ್ಲೇ ಅದರೂ ಕಾರವಾರದಲ್ಲಿ ಮತ್ತು ಬೆಂಗಳೂರಿನಲ್ಲಿ ಅದ್ದೂರಿ ರಿಸೆಪ್ಷನ್ ಇತ್ತು. ಮಗಳಿಗೆ "ಶೈಲಿ" ಎಂದು ಹೆಸರಿಟ್ಟಿದ್ದಾರೆ. ಕಾರವಾರದ ಸಂಕ್ರುವಾಡದಲ್ಲಿ ದೊಡ್ಡ ಮನೆ ಕಟ್ಟಿಸಿದ್ದಾರೆ. ಅದಕ್ಕೆ "ಸುಪ್ರೀತ್ ವಿಲ್ಲಾ" ಎಂದು ಹೆಸರಿಟ್ಟಿದ್ದಾರೆ. ಊರಿಗೆ ಬಂದಾಗಲೆಲ್ಲ ಮಗಳು ಶೈಲಿ ಜೊತೆಗೆ ಬೀಚಿಗೆ ಹೋಗುತ್ತಾರೆ. ಪ್ರೀತಂನ ಹಳೆಯ ಪರಿಚಯದವರೆಲ್ಲರೂ "ಕೆನ್ನಾ ಅಯ್ಲೇ ರೇ ಪ್ರೀತಮ್ಮು" ಎಂದು ಕೊಂಕಣಿಯಲ್ಲೂ, "ಯಾವಾಗ ಬಂದ್ಯೋ ಪ್ರೀತಮ್ಮಾ?" ಎಂದು ಕನ್ನಡದಲ್ಲೂ ಆತ್ಮೀಯವಾಗಿ ಮಾತಾಡಿಸಿ ಹೋಗುತ್ತಾರೆ. ಚಿಕ್ಕವರೆಲ್ಲ ಇವರನ್ನು ಮುತ್ತಿಕೊಂಡು ಸೆಲ್ಫಿ ತಗೋತಾರೆ. ಪ್ರೀತಂನ ಒತ್ತಾಯಕ್ಕೆ ರೋಡ್ರಿಗ್ಸ್ ಸರ್ "ರೊಡ್ರಿಗ್ಸ್ ಸ್ಪೋರ್ಟ್ಸ್ ಅಕಾಡೆಮಿ" ಸ್ಥಾಪಿಸಿದ್ದಾರೆ. ಉದ್ಘಾಟನೆಗೆ ರೋಹಿತ್ ಅನಿಲ್ ಕುಂಬ್ಳೆ ಅವರನ್ನು ಕರೆದುತಂದಿದ್ದ. ಅದು ಈಗ ಕಾರವಾರದ ಪ್ರತಿಭಾವಂತ ಹುಡುಗರಿಗೆ ತರಬೇತಿ ನೀಡುವ, ಅವರ ಸಾಧನೆಗೆ ಅವಕಾಶ ಮಾಡಿಕೊಡುವ ಸಂಸ್ಥೆಯಾಗಿ ಬೆಳೆದಿದೆ. ರೊಡ್ರಿಗ್ಸ್ ಸರ್ ಮಗಳು ಸಂಸ್ಥೆಯನ್ನು ಚೆನ್ನಾಗಿ ನಿರ್ವಹಿಸುತ್ತಾಳೆ. ರೋಹಿತ್ ರಣಜಿ ಟೀಮಿಗೆ ಆಯ್ಕೆ ಆದಾಗ ಇದೇ ಅಕಾಡೆಮಿಯಲ್ಲಿ ಅದ್ದೂರಿ ಸನ್ಮಾನ ಇಟ್ಟುಕೊಂಡಿದ್ದರು. ಮೂರ್ನಾಲ್ಕು ಹುಡುಗಿಯರ ಜೊತೆ ಅವನ ಅಫೇರು ನಡೆಯಿತೇ ಹೊರತು ಅವು ಮದುವೆ ವರೆಗೂ ಮುಂದುವರಿಯಲಿಲ್ಲ. "ಅಂಡಾಡಿ ಗುಂಡನಂತೆ ತಿರ್ಗತಿರಬೇಡ, ಚಂದ ಹುಡ್ಗಿ ನೋಡಿ ಮುದ್ಯ ಆಗು" ಎಂದು ಗುಲಾಬಿ ಹೇಳಿಹೇಳಿ ಕೊನೆಗೂ ರೋಹಿತ್ ಅಂಕೋಲಿ ಕಡೆಯ ಹುಡುಗಿಯೊಂದಿಗೆ ಅರೇಂಜ್ಡ್ ಮದುವೆ ಆಗಿ ಸೆಟ್ಲ್ ಆಗಿದ್ದಾನೆ. ಅವನಿಗೆ ಮಗ ಹುಟ್ಟಿದಾಗ ಗುಲಾಬಿ ಕೆಲವು ದಿನ ಇದ್ದು ಬಂದಿದ್ದಳು. "ನನ್ನ ಪ್ರೀತಿ ತಿರಸ್ಕರಿಸಿದ್ದಕ್ಕೆ ನಿನಗೆ ಕಿರಿಕಿರಿ ಮಾಡಿದೆ, ಕ್ಷಮಿಸು. ಲೈಫಲ್ಲಿ ನನ್ನ ಪ್ರೀತಿಯನ್ನಂತೂ ನೀನು ಮನ್ನಿಸಲಿಲ್ಲ, ಮದುವೆಗಾದರೂ ಬಂದು ಹೋಗು ಮಾರಾಯಾ" ಎಂಬ ಜಾಹ್ನವಿಯ ಮಾತಿಗೆ ಒಪ್ಪಿ ಶೂಟಿಂಗಿನಲ್ಲಿದ್ದ ಪ್ರೀತಂ ಹೈದರಾಬಾದಿನಿಂದ ಫ್ಲೈಟಲ್ಲಿ ಗೋವೆಗೆ ಬಂದು, ಮದುವೆ ಅಟೆಂಡ್ ಮಾಡಿ ಹೋಗಿದ್ದ. ಗುಲಾಬಿ ಈಗ ಹೆಚ್ಚೆಚ್ಚು ಸಾಮಾಜಿಕ ಕಾಳಜಿಯ ಚಟುವಟಿಕೆಗಳಲ್ಲಿ ತೊಡಗಿಸಿಕೊಂಡಿದ್ದಾಳೆ. ನೌಕಾನೆಲೆಯವರು ಮೀನುಗಾರರನ್ನು ಒಕ್ಕಲೆಬ್ಬಿಸಿದ್ದರಿಂದ ಕಡಲುದ್ದಕ್ಕೂ ನಿರಾಶ್ರಿತರಾದ ಮೀನುಗಾರಿಗೆ ಯೋಗ್ಯ ಪರಿಹಾರಕ್ಕಾಗಿ ನಡೆದ ಚಳುವಳಿಯಲ್ಲಿ ಸಕ್ರಿಯವಾಗಿ

ಪಾಲ್ಗೊಂಡಿದ್ದಳು. ಮಗನಿಗೂ ಕರೆಸಿ ಚಳುವಳಿಗೆ ಬಲ ಬರುವಂತೆ ನೋಡಿಕೊಂಡಿದ್ದಳು. "ಮೀನುಗಾರ ಮಹಿಳೆಯರ ಕಲ್ಯಾಣ ಸಂಸ್ಥೆ" ಕಟ್ಟಿ ಬಡವರಿಗೆಲ್ಲ ನೆರವಾಗ್ತಾಳೆ. ಮೊನ್ನೆ ಆ ಹೆಸರು "ಮೀನುಗಾರ್ತಿಯರ ಕಲ್ಯಾಣ ಸಂಘ" ಎಂದು ಬದಲಾಗಿದೆ. ಕಡಲ ಪಕ್ಕದ ತನ್ನ ಮನೆಯಲ್ಲೇ ಸಂಸ್ಥೆಯ ವಿವಿಧ ಚಟುವಟಿಕೆಗಳಿಗೆ ಅವಕಾಶ ನೀಡಿದ್ದಾಳೆ. ಸುಪ್ರೀತ್ ವಿಲ್ಲಾದಲ್ಲಿದ್ದರೂ ದಿನಕ್ಕೊಮ್ಮೆಯಾದರೂ ಇಲ್ಲಿಗೆ ಬಂದು ಚಿಟ್ಟಿ ಮೇಲಿಂದ ಕಡಲ ಭೋರ್ಗರೆತದ ತರಂಗಗಳನ್ನು ಆಲಿಸಿ ಹೋಗದಿದ್ದರೆ ಆಕೆಗೆ ಸಮಾಧಾನವಿಲ್ಲ. ಕಾರವಾರಕ್ಕೆ ಬಂದಾಗ ಪ್ರೀತಂ ಮತ್ತು ಸುಮಿ ಕೂಡ ಈ ಹಳೆ ಮನೆಗೆ ಬರುತ್ತಾರೆ. ಇಲ್ಲಿ ಬಂದಾಗ ಅವರಲ್ಲಿ ಏನೋ ಹೊಸತನ ಚಿಗುರುತ್ತದೆ. ಪ್ರೀತಂನ ಸೈಕಲ್ಲು ಹಿಂದಿನ ಗೋಡೆಗೆ ಚಾಚಿದ್ದು ಹಾಗೇ ಇದೆ. "ಬೆಲ್ ಬಿಟ್ಟರೆ ಬಾಕಿಯೆಲ್ಲವೂ ಸೌಂಡು ಮಾಡುತ್ತವಲ್ಲೋ" ಎಂದು ಸುಮಿ ಯಾವಾಗಲೂ ಛೇಡಿಸುತ್ತಿದ್ದ ಆ ಸೈಕಲ್ಲು ಈಗ ಗೋಡೆಗೆ ಬರೆದ ಚಿತ್ತಾರದಂತೆ ಕಾಣಿಸುತ್ತದೆ. "ಪ್ರೀತಂ, ಡಿಪ್ಲೊಮೊ 2" ಎಂದು ಸೈಕಲ್ ಮೇಲೆ ಬರೆದುಕೊಂಡ ಆ ಹೆಸರು ಕಲಾಕೃತಿಯೊಂದರ ಮೇಲೆ ಕಲಾವಿದನ ರುಜುವಿನ ಹಾಗೆ ಅನಿಸುತ್ತಿದೆ. ಪ್ರೀತಂನ ಪಾತಿ ದೋಣಿ ಪಕ್ಕದ ಮಾಡಿನಲ್ಲಿ ಸುರಕ್ಷಿತವಾಗಿದೆ. ಆದರೆ ನೆಲದ ಮೇಲೆ ಅದೆಷ್ಟೇ ಸುರಕ್ಷಿತವಾಗಿದ್ದರೂ ದೋಣಿ ತೇಲುತ್ತಿರಬೇಕಾದದ್ದು ಅಲೆಗಳ ಮೇಲೆ, ಎಂದು ಪ್ರೀತಂ ಅದನ್ನು ಬೇಕಾದವರಿಗೆ ಕೊಟ್ಟುಬಿಡುವ ವಿಚಾರ ಮಾಡಿದ್ದ. ಸುಮಿಯೇ ಬೇಡ ಅಂದಿದ್ದಳು. "ಈ ದೋಣಿ ಮೇಲೆ ಧ್ಯಾನಸ್ಥ ಸ್ಥಿತಿಯಲ್ಲಿ ಕೂತಿರುವ ಹುಡುಗನನ್ನು ಇನ್ನೊಮ್ಮೆ ಕಾಣುವ ಆಸೆ ಮಾರಾಯ" ಎಂದಿದ್ದಳು. "ನಂಗೂ ಈ ದೋಣಿಯಲ್ಲಿ ತೇಲುತ್ತಾ ಬೇಲೆಯಲ್ಲಿ ಪ್ರತ್ಯಕ್ಷವಾಗುವ ದೇವತೆಯನ್ನು ಮತ್ತೊಮ್ಮೆ ಕಣ್ತುಂಬಿಕೊಳ್ಳಬೇಕು ಎಂಬಾಸೆಯಿದೆ" ಎಂದು ಪ್ರೀತಂನೂ ಹೇಳಿದ್ದ. "ನಾನಿಲ್ಲಿ ಸುರಕ್ಷಿತ ಆಗಿರಬಹುದು. ಆದರೆ ಉಳಿಪೆಟ್ಟು ತಿಂದು ನನ್ನನ್ನು ಮಾಡಿದ್ದು ಇಂಥ ಸುರಕ್ಷಿತ ನೆಮ್ಮದಿಗಲ್ಲ. ನದಿಯಲ್ಲಿ ಬಿಡಿ. ನನಗೂ ಅಲೆಗಳ ಮೇಲೆ ತೇಲುವಾಸೆ" ಎಂದು ಆಕಾಶದತ್ತ ತುದಿಮುಖ ಮಾಡಿರುವ ದೋಣಿ ಆರ್ತತೆಯ ಭಾವದಲ್ಲಿದ್ದಂತೆ ಭಾಸವಾಗುತ್ತದೆ. ಒಮ್ಮೆ ಶೈಲಿ ಎಲ್ಲೂ ಕಾಣದೇ ಇದ್ದಾಗ ಹುಡುಕಾಡಿದರೆ, ದೋಣಿ ಹತ್ತಿ ಅದನ್ನು ಮುನ್ನಡೆಸುತ್ತಿರುವ ಆಟ ಆಡುತ್ತಿದ್ದಳು. ದೋಣಿಗೂ ರೋಮಾಂಚನವಾಗಿ ಅಲೆಗಳನ್ನು ಹಾಯುವಂತೆ ಹಗುರಾಗಿ ಕಂಪಿಸುತ್ತಿತ್ತು. ಪ್ರೀತಂ "ನಾಳೆ ನಿನಗೆ ಕಾಳಿ ನದಿಯಲ್ಲಿ ದೋಣಿ ನಡೆಸಲು ಕರೆದೊಯ್ಯುವೆ" ಎಂದು ಭರವಸೆ ಕೊಟ್ಟಾಗಲೇ ಶೈಲಿ ಪಾತಿದೋಣಿಯಿಂದ ಇಳಿದಳು. "ಕೊಟ್ಟ ಮಾತು ಉಳಿಸಿಕೋ ಪ್ರೀತ್, ನಂಗೆ ದೋಣಿ ಮ್ಯಾಲೆ ಕಾಳಿ ಉಗಮ ಸ್ಥಾನ ತೋರಿಸ್ತೀನಿ, ಅಂತ ಮಾತು ಕೊಟ್ಟು ಮರೆತಬಿಟ್ಟೆ ನೀ" ಎಂದಳು ಸುಮಿ. "ನೆಕ್ಸ್ಟ ಟೈಮ್ ಕಟ್ ಟು ಕಾಳಿ ನದಿ

ಸೀನ್ಸ್" ಅಂದ. "ನಿನ್ನ ಈ ಫಿಲ್ಮೀ ಪರಿಭಾಷೆಯ ಪ್ರಾಮಿಸ್ ಬಿಡು. ಲೈಫನ್ನೂ ಯಾವುದೋ ಸ್ಕ್ರಿಪ್ಟ್ ಥರ ಜೀವಿಸಬೇಡ ಮಾರಾಯ" ಅಂದಳು. "ತಾಯಿ ಶರಣು, ನಾಳೆನೇ ಕಾಳಿ ನದಿಯಲ್ಲಿ ನಮ್ಮ ದೋಣಿಯಾನ, ಆಯ್ತಾ?" ಎಂದ. ಶೈಲಿ ಖುಶಿಯಾಗಿ ಆ ಸುದ್ದಿಯನ್ನು ಅಜ್ಜಿಗೆ ತಿಳಿಸಲು ಕುಣಿಯುತ್ತಾ ಅಂಗಳಕ್ಕೆ ಓಡಿದಳು! ಶೈಲಿಯ ಪುಟ್ಟ ಪಾದಗಳ ಗೆಜ್ಜೆ ನಾದವು ಅಂಗಳದಂಚಿನ ತುಳಸಿ ಕುಡಿಗಳನ್ನೂ ಬಾಳೆ ಗಿಡಗಳನ್ನು ದಾಟಿ, ತೆಂಗಿನ ಮರ ಸಾಲುಗಳ ನಡುವಿಂದ ಸಮುದ್ರದತ್ತ ಚಲಿಸಿತು. ನೀಲಿ ನೀಲಿ ಕಡಲು ತನ್ನ ಎಂದಿನ ಲಹರಿಯಲ್ಲಿ ಭೋರ್ಗರೆಯುತ್ತಿತ್ತು!

ವೀರಲೋಕದ ಪ್ರಕಟಣೆಗಳು

1. ಕೈ ಹಿಡಿದು ನೀ ನಡೆಸು ತಂದೆ
2. ವಿಶ್ವಸುಂದರಿ
3. ಇವರು ಅವರು ದೇವರು
4. ಒಳ್ಳೆಯ ಬದುಕಿನ ಸೂತ್ರಗಳು
5. ಬೆಳ್ಳಿತೆರೆಯ ಬಂಗಾರದ ಗೆರೆ
6. ಸೋಲೆಂಬ ಗೆಲುವು
7. ಲಾಸ್ಟ್ ಡೇಸ್ ಆಫ್ ಲೆಜೆಂಡ್ಸ್
8. ಮನಿ ಮನಿ ಎಕಾನಮಿ
9. ನಿಮಗೆಸ್ಟು ಹಣ ಬೇಕು?
10. ಆರ್ಟ್ ಆಫ್ ಸಕ್ಸಸ್
11. ಮಾದಕ ದೊರೆ
12. ನಟನ ಕಥೆ–ಮಂಡ್ಯ ರಮೇಶ್
13. ಬದುಕೇ ಭಗವಂತ
14. ತ್ಯಾಗಕ್ಕಿಲ್ಲ ನೂಕುನುಗ್ಗಲು
15. ಕೃಷಿ ಯಾಕೆ ಖುಷಿ?
16. ಮೆಮರೀಸ್ ಆಫ್ ಬಾರ್ಸಾ
17. ಹಿಂದಿನ ನಿಲ್ದಾಣ
18. ಪ್ರೀತ್ಸು
19. ಕಥಾ ಸಾಗರಿ
20. ಹೃದಯದ ಮಾತು ಕೇಳಿ
21. ದ್ವೈತ
22. ಕ್ಷಯ
23. ಯಾರೂ ಹೇಳದ ಕಥೆಗಳು
24. ಅರ್ಧ ಬಿಸಿಲು ಅರ್ಧ ಮಳೆ...